ఇదే నా న్యాయం!

రంగనాయకమ్మ

స్వీట్‌హోమ్ పబ్లికేషన్స్
76, లేక్-సైడ్ కాలనీ
(దుర్గం చెరువు దగ్గిర)
జూబ్లీహిల్స్ పోస్టు
హైదరాబాదు - 500 033

ఇదే, నా న్యాయం
(నవల)

రచనా కాలం : 1966

సీరియల్‌గా :
'యువ' మాస పత్రికలో
1966 లో.

2013 వరకూ
7 ముద్రణలు వచ్చింది.
8 వ ముద్రణ : 2018 మార్చి.

ముఖచిత్రం : **త్రిగుణ్**

కంపోజింగ్ & పేజ్ మేకప్ :
ఎమ్. శారద (ఫోన్: 7799330125)

ముద్రణ :
చరితా ఇంప్రెషన్స్
1-19-1126/బి,
ఆజామాబాదు ఇండస్ట్రియల్ ఏరియా,
హైదరాబాదు - 500 020.
(ఫోన్: 040-27678411)

బైండింగ్:
వై.వి. రెడ్డి బైండింగ్ వర్క్స్
మూసారాం బాగ్, హైదరాబాదు - 36
(ఫోన్: 9391015317)

పేజీలు : **200**
[డెమ్మీ సైజులో]

ధర : **60** రూ.లు

ప్రతులకు:
అరుణా పబ్లిషింగ్ హౌస్
ఏలూరు రోడ్డు, విజయవాడ - 520 002
(ఫోన్ : 0866-2431181)
సెల్ : 9440630378)

రంగనాయకమ్మ అడ్రసు :
76, లేక్ సైడ్ కాలనీ
(దుర్గం చెరువు దగ్గిర)
జూబ్లీ హిల్స్ పోస్టు
హైదరాబాదు - 500 033

ముందు మాట

[**6** వ ముద్రణలో, 2007 సెప్టెంబరులో రాసినది.]

ఈ నవల రాసింది 1966 లో. ఇది, 'యువ' మాస పత్రికలో సీరియల్‌గా 1966 లోనే ప్రారంభ మైంది. ఎప్పటి దాకా వచ్చిందో వివరాలు మా దగ్గిర లేవు. పుస్తకంగా 1968 లో మొదటి సారి వచ్చినప్పటి నించీ ఇప్పటికి ఇది **6** వ ముద్రణ.

3 వ ముద్రణ సమయంలో ఒక కొత్త ముందు మాట రాశాను, రచనలో నా పొరపాటు భావాల్ని వివరిస్తూ. ఆ గత ముందు మాటని, ఇప్పుడు నవలకి చివరలో చేరుస్తున్నాను. మొదట నవల చదివాకే దాని మీద చర్చించడం జరగాలి కాబట్టి, అటువంటి వెనకటి ముందు మాటల్ని ప్రతీ పుస్తకంలోనూ చివర్లోనే ఉంచుతున్నాను.

ఈ పుస్తకానికి ఇప్పుడు, ఈ 6 వ ముద్రణలో, చిన్న ' చివరి మాట' రాశాను. ఈ కథలో ఇప్పుడు చెప్పుకోదగ్గ మార్పులు రెండు మూడు చేశాను, ఈ కథా వస్తువుకి తగిన విధంగానే, దీని పరిమితు ల్లోనే. ఈ వివరాలు, పుస్తకానికి చివర, ' చివరి మాట'లో చూడొచ్చు.

ఈ నవల గురించి ఇంకో విషయం చెప్పాలి. ఈ నవలలో కథని, సినిమా వాళ్ళు కాపీ కొట్టి

"గోరింటాకు" అనే పేరుతో సినిమా తీశారు. ఆ సినిమా విడుదలైన తారీకు 19-10-1979. దాని డైరెక్టరు — దాసరి నారాయణరావు. దాని రచయిత్రి పేరు — కె. రామలక్ష్మి — అని వేశారు.

ఈ కాపీ కొట్టుడు సంగతి మాకు సినిమా విడుదలయ్యాక చాలా ఆలస్యంగా దాదాపు **3** నెలలకు తెలిసింది. దాని మీద కేసు పెట్టాము. ఇదే కథని హిందీలో కూడా "మెహెందీ రంగ్ లాయెగీ" పేరుతో కూడా తీశారు. దాని మీద కూడా కేసు పెట్టాము. రెండు కేసుల్లోనూ నెగ్గాము. సినిమా వాళ్ళు, నష్టపరిహారంగా కొంత డబ్బు ఇచ్చారు. ఈ కేసు వివరాలన్నీ కూడా ఈ పుస్తకానికి, చివర్లో, **"సినిమా వాళ్ళ మీద కేసు వివరాలు"** పేరుతో ఉన్నాయి.

ఈ కేసు వివరాలు గతంలో ఏ ముద్రణ లోనూ ఇవ్వలేదు. అప్పటికి కేసులు పూర్తవక పోవడం వల్లా, పూర్తయిన తర్వాత వచ్చిన పునర్ముద్రణ సమయాల్లో కూడా నాకు టైము లేక పోవడం వల్లా, అప్పుడు అలా జరిగింది. ఆ వివరాలన్నీ ఇప్పుడు పుస్తకానికి చివర్లో చూడవచ్చు.

రంగనాయకమ్మ

14-9-2007

★

ఇదే నా న్యాయం!

శ్యామల — కిటికీలోంచి తెలతెల వారటం చూసి మళ్ళీ బద్ధకంగా దిండు మీదకి ఒరిగి పడుకుంది. వంటావిడ జానకమ్మ అప్పుడే వచ్చినట్టుంది, "అప్ప లమ్మా! ముందా కాఫీ గిన్నెలు తోమియ్యి తల్లీ!" అంటోంది హడావుడిగా.

"ఉండవమ్మా, ఇస్తుండాగా?" అంటూ అప్పలమ్మ పరపరా గిన్నెలు తోమటం కూడా విన్పించింది.

ఉలిక్కిపడి లేచి కూర్చుంది శ్యామల.

"అరే! ఇవ్వాళ ఆదివారం!"

మంచం దిగి గబగబా బయటికొచ్చింది. "జానకమ్మ గారు కొత్తగా వచ్చిందాయె! శంకర్ మాట చెప్పనే లేదు" అనుకుంటూ వంటింట్లోకి వెళ్ళింది — "ఇవ్వాళ పెంద రాడే వచ్చేశారే!" అంటూ జానకమ్మని పలకరించింది.

జానకమ్మ ఓ సారి శ్యామల కేసి చూసి, "అబ్బే! నేను రోజూ ఇలాగే వస్తున్నానమ్మా! నువ్వే ఇవాళ పెందరాడే లేచావు" అంది పొయ్యి విసురుతూ.

"మీ కో మాట చెప్పాలని గుర్తొచ్చి లేచిపోయాను" — బొడ్లో రుమాలుతో కళ్ళు తుడుచుకుంటూ గడప మీద కూర్చుంది శ్యామల. "ఏం కూరలు చేస్తున్నా రివాళ?"

"ఇంకా ఏదీ? కాఫీకి నీళ్ళు పెట్టాను. స్టోరు గది తియ్యమ్మా! వంకాయలూ, అరిటి కాయలూ వున్నాయి."

శ్యామల నవ్వుతూ — "ఇవ్వాళ వంట లన్నీ చాలా రుచిగా వండాలండీ పిన్ని గారూ!" అంది.

జానకమ్మ కూడా కాస్త నవ్వుతూనే — "రోజూ బాగుండటం లేదేమిటమ్మా? నాలుగైదు రోజుల్నుంచీ చూస్తున్నావుగా?" అంది.

"అబ్బే! అది కాదండీ! ఇవ్వాళ ఇంకా బాగా ప్రత్యేకంగా వుండాలనీ, ఎందుకంటే ఆదివారం ఆదివారం శంకర్ అనే ఓ కాలేజీ అబ్బాయి మనింటికి భోజనానికి వస్తాడు. ఐదారు నెలల నుంచీ వస్తున్నాళ్ళెండి. మీకు కొత్త గదాని చెప్తున్నాను. పాపం చాలా బిడియం. అడిగి అడిగి వడ్డించాలి. ఏది పెట్టినా తింటాడు గానీ వంకాయ వుల్లి కారం అంటే చాలా యిష్టం. ఇవ్వాళ ఆ కూరే చెయ్యండి. అరిటి కాయ వేయిం చండి. పప్పులుసు పెడతారుగా? అన్నట్టు కొంచెం క్షీరాన్నం చెయ్యండి జాన కమ్మ గారూ! బియ్యంతో అయితేనే అతనికి యిష్టం."

తెల్లబోతూ అంతా వింది జానకమ్మ. తేరుకుంటూ అంది — "అదేవిటమ్మా? వారాలు చేసుకునే కుర్రాడికి విందులు పెడతారా?"

శ్యామల జాలిగా అంది — "పాపం అతనికి మా లాగే తల్లి చచ్చిపోయిందట. చాలా బీదవాడు. ఎక్కడో పల్లెటూరు నుంచి చదువుకోటానికి వచ్చాడు. చదువు మీద ఎంత ఆసక్తి లేకపోతే వారాలు చేసుకు తింటూ చదువుకుంటాడు చెప్పండి? పాపం వారానికి ఒక్క రోజు మనం పెడతాం. ఎవ్వరూ కాస్త బాగా చేసి పెట్టకపోతే అత నెప్పుడు తింటాడు? అసలు మీరు శంకర్ని చూస్తే ఎంతో

ముచ్చటపడతారు. అంత మంచిగా వుంటాడు. మీ వంటల రుచి ఇవ్వాళ అతనికి కూడా చూపించాలి" అంటూ నవ్వింది.

జానకమ్మ బాగా ప్రసన్నురాలైంది — "బాగుంది తల్లీ! నువ్వింత మంచి మనసుతో చెపుతూంటే ఎందుకు చెయ్య నమ్మా" అంటూ మండుతోన్న పొయ్యి మీద కాఫీ నీళ్ళు పెట్టింది.

శ్యామల వాకిట్లోకి వెళ్ళి మొహం కడుక్కు వచ్చింది — "అన్నట్టు జాన కమ్మ గారూ! చెప్పటం మర్చిపోయాను. ఇవ్వాళ ఏ కూరకీ కొత్తిమీర తాలింపు పెట్టకండి. అతనికి ఆ వాసన నచ్చదు."

"కొత్తిమీర వాసన నచ్చదా, అదేం కుర్రాడు?"

"పసరు వాసన వస్తుందన్నాడు ఒక సారి."

"భలే పిల్లాడే. సరే, వెయ్యన్లే" అంది జానకమ్మ కాఫీ గ్లాసు అందిస్తూ.

శ్యామల కాఫీ తాగుతూ తలుపు దగ్గిర నిలుచుంది. మళ్ళీ ఏదో గుర్తు వచ్చినట్టు జానకమ్మ కేసి చూసింది.

"వంటంతా అయ్యాక రెండు ఆమ్లెట్లు కూడా వేస్తే బాగుంటుందండీ!"

"నువ్వు వెయ్యమంటే ఎందుకు వెయ్యనమ్మా? అలాగే వేస్తాను. ఆ కుర్రాడు వచ్చాకే అట్లు పోస్తాను. వేడిగా వుంటాయి. ఎంత భాగ్యం?"

శ్యామలకి చాలా సంతోషం కలిగింది. కాఫీ గ్లాసు కింద పెట్టి స్టోరు గది తీసి గదిలోకి వెళ్ళిపోయింది.

శ్యామల స్కూలు ఫైనలు రెండు సార్లు తప్పటంతో, చదువు మానేసింది. చదవా లన్న కుతూహలం కూడా లేదు. అకస్మా త్తుగా జబ్బు చేసి తల్లి చచ్చిపోవటం, తన కన్నా ఇద్దరు చిన్న పిల్లలుండటం, ఇంటిలో ఆడ దక్షత లేకపోవటంతో చదువు మానుకుని ఇంటిపట్టున వుండక తప్పలేదు. ఇంటి వ్యవహారాలన్నీ చూసు కుంటూ, తండ్రికీ చిన్న పిల్లలకూ సదు పాయాలు చూస్తూ, తీరికగా వున్నప్పుడు పుస్తకాలు చదువుకొంటూ నిశ్చింతగా కాలక్షేపం చెయ్యటానికి అలవాటు పడింది శ్యామల.

శంకరం రావటం ప్రారంభించిన దగ్గి ర్నుంచీ ఆమె కాలక్షేపంలో కూడా ఓ కొత్త దనం వచ్చింది. ఆదివారం ఆమె మనస్సు చాలా వుత్సాహంగా ఉంటుంది. శంకరం కోసం ప్రతీ పనీ చాలా ప్రత్యేకంగా చేయా లనిపిస్తుంది. ఆ రోజు ఆనందం — మళ్ళీ వారం రోజుల వరకూ కొత్తగా ఉంటుంది. అందుకే ఆదివారం అంటే శ్యామలకు చాలా ఇష్టం.

మంచాల మీద నుంచి లేచి వచ్చిన చెల్లెలికీ తమ్ముడికీ స్నానాలు చేయించి, బట్టలు తీసి యిచ్చి, తినడానికి ఇడ్లీలు పెట్టి, హాల్లో కూర్చుని చదువుకోమని పంపించేసింది. వాళ్ళు చదువుకి ఎగ నామం పెట్టి సోఫాల చుట్టూ పరుగు లెడుతూ దొంగాట లాడుకుంటోంటే నవ్వు కుంటూ తన పనిలో తను పడింది. వంటయ్యే లోపల నాలుగైదు సార్లు వంటింట్లోకి వెళ్ళి చూసింది శ్యామల. జీడి పప్పులవీ ఒలిచి పెట్టి చిన్న చిన్న సాయాలు కూడా చేసింది జానకమ్మకు.

తొమ్మిది అవుతోంటే స్నానానికి వెళ్ళి పోయింది.

★ ★ ★

పది గంటల వేళ శంకరం ఎప్పటిలా గేటు తీసుకు వస్తూ నడక వేగం కాస్త

తగ్గించాడు. ఆదివారం వచ్చిందంటే ఆ మేడ ముందుకు రావటానికి శంకరాని కేదో సిగ్గూ, సంతోషం కూడాను. ఆ ఇంట్లో వ్యక్తుల ఔన్నత్యం ముందు తను చాలా అల్పుడనేమోనని జంకుతూ వస్తాడు.

కొన్ని నెలల కిందట, మొట్టమొదటి సారిగా ఎంతో సిగ్గు పడుతూ వచ్చాడు. చెప్పాలనుకున్నది కూడా సరిగ్గా చెప్పలేక తడబడ్డాడు.

ఆ మేడ యజమాని, వెంకట్రామయ్య. శంకరాన్నేం యక్ష ప్రశ్నలు వెయ్యలేదు. తల్లి గురించి అడిగాడు. తండ్రి గురించి అడిగాడు. జాలిపడి మెత్తగా చూశాడు. "అలాగేనోయ్! వచ్చి భోంచేసి వెళ్తూ వుండు" అనేశాడు. "శ్యామలా!" అంటూ కూతుర్ని పిల్చి విషయం చెప్పాడు.

"అలాగే నాన్నా!" అని చిరునవ్వుతో శ్యామల కూడా సదభిప్రాయం వెల్లడించింది.

శంకరానికి ఆశ్చర్యం వేసింది. "వీళ్ళు దేవతలేమో!" అనుకున్నాడు.

"నిజంగా వీళ్ళు దేవతలు!" అనుకుంటూ వస్తాడు శంకరం వారం వారం.

ఇంట్లో వుండేవాళ్ళంతా, పని మనిషీ, వంట మనిషీ కూడా, శంకరంతో ఆప్యాయంగా వ్యవహరిస్తారు. ఇంటికి ఎవరో గొప్ప చుట్టం వచ్చినట్టు పలకరిస్తారు. ఆ ఇంటికి వస్తే అమూల్యమైన వాత్సల్యం లభిస్తుంది. అందుకే ఆదివారం అంటే చాలా ఇష్టం శంకరానికి.

గేటు దాటి అడుగులో అడుగు వేసుకొంటూ వస్తోన్న శంకరాన్ని చూస్తూ నిలబడింది శ్యామల. శంకరం బాగా దగ్గిరికి వస్తోంటే చిరునవ్వుతో స్వాగతం చెప్తూ రెండడుగులు ముందుకు వేసింది.

శంకరం, చేతులు జోడించి మర్యాద వెల్లడించాడు చిరునవ్వుతో, మూగ చూపులతో.

"రండి, రండి, మీ కోసమే చూస్తున్నాను."

ప్రతి వారం అవే మాటలంటూ ఆహ్వానిస్తుంది శ్యామల.

ఇద్దరూ హాల్లోకి నడిచారు.

"నాన్నగారు లేరా?" — నోరు విప్పాడు శంకరం.

"లేరండీ! నిన్న ఏదో వూరు వెళ్ళారు. సాయంత్రానికి వస్తారనుకుంటాను. ఏం? ఏమైనా పని వుందా?"

"అబ్బే! పనేం లేదు... రేఖా వాళ్ళేరీ?"

"ఇంత సేపూ ఇక్కడే గంతులేశారు. ఆడుకోటానికి పోయినట్టున్నారు. ఉండండి ఇప్పుడే వస్తాను."

శ్యామల లోపలికి వెళ్ళి ఆమ్లెట్ల సంగతి చెప్పి వచ్చింది.

శంకరం పేపరు చూస్తూ కూర్చున్నాడు, సోఫాలో.

శ్యామల రావటంతో పేపరు దించి, "మీరు పేపరు చూశారా?" అన్నాడు కాలక్షేపంగా.

"ఏదీ? ఇంకా లేదు. మధ్యాన్నం గాని నాకు తీరిగ్గా వుండదు. పుస్తకాలన్నీ అప్పుడే చూస్తాను."

ఇద్దరూ కాస్సేపు, పత్రికల గురించీ, కథల గురించీ, కథల్లో పాత్రల గురించీ మాట్లాడుకున్నారు సరదాగా.

శ్యామల లేస్తూ, "మీకు ఇప్పటికి కాస్త కొత్త తగ్గినట్టుంది" అంది నవ్వుతూ.

శంకరం నవ్వి వూరుకున్నాడు.

"భోంచేద్దాం, లేవండి" అంది.

శంకరం బాత్ రూమ్‌లో కెళ్ళి కాళ్ళూ చేతులూ కడుక్కుని స్టాండు మీద రెడీగా వున్న టవల్తో తుడుచుకుంటూ వచ్చాడు.

శ్యామల జానకమ్మకి సాయపడి భోజనాల టేబుల్ మీద అన్నీ అమర్చింది.

శంకరం వచ్చి ఓ కుర్చీలో కూర్చున్నాడు. "రేఖా వాళ్ళు తినరూ?"

"వాళ్ళిప్పుడే కడుపుల నిండా ఇడ్లీలు తిన్నారు. మీరొస్తారని నేనేమీ తినలేదు" అంది శ్యామల.

జానకమ్మ వేడి వేడిగా ఆమ్లెట్ల ప్లేట్లు తెచ్చింది.

"ఈవిడ కొత్తగా వచ్చారండీ, జానకమ్మ గారనీ. చాలా మంచివారు. వంటలన్నీ చాలా కమ్మగా చేస్తారు. తింటారుగా? మీరే చెప్పండి పిన్ని గారికి."

జానకమ్మ సిగ్గుపడుతూ, "ఏదో లేమ్మా! మీరు కడుపుల నిండా తినండి, అంతే చాలు" అంది.

"కడుపుల నిండా తినటం ఏమిటండీ? కడుపులు ఎరువు తెచ్చుకుని మరీ తింటాం" అంది శ్యామల.

వింటూ నవ్వుతూ కూర్చున్నాడు శంకరం.

జానకమ్మ అన్నాలు వడ్డించి నెయ్యి వేసి వంటింట్లో కెళ్ళింది.

శ్యామల శంకరానికి ఎదురుగా కూర్చుంది. అన్నం కలపకుండా కూర్చున్న శంకరాన్ని చూస్తూ కాస్త మందలింపుగా, "ఏమిటండీ మీరు? ఎన్ని రోజులైనా కొత్తేనా? ఆహారం దగ్గిరా, వ్యవహారం దగ్గిరా మొహమాటం వుండకూడదంటారు. శుభస్య శీఘ్రం. మీ రింకా అలాగే కూర్చుంటే నాకు తెలిసిన సామెత లన్నీ వరుసగా చెప్పేస్తాను మరి" అంది బెదిరిస్తూ.

శంకరం నవ్వి నెమ్మదిగా విస్తట్లో చెయ్యి పెట్టి వేడి వేడి అన్నంలో ఆవకాయ కలుపుకోసాగాడు.

శ్యామల మళ్ళీ నెయ్యి వేసి తన అన్నం కలుపుకోవటం ప్రారంభించింది.

శంకరం తినటంలో ఒక రకమైన తొందరతనం ఉన్నట్టనిపించింది. గ్రహించనట్టు తల దించుకుని తినసాగింది శ్యామల. అంత మౌనంగా కూర్చోవటం చికాకు వేసి, "మీకు వంకాయ కూర ఇష్టమే కదూ?" అంది.

శంకరం గబగబా మంచి నీళ్ళు తాగి గ్లాసు కింద పెట్టాడు. "తిన గలిగే పదార్థం ఏదైనా నాకు ఇష్టమే" అన్నాడు.

"నిజంగా నేను కూడా మిమ్మల్ని చూసి మీలా వంకలెంచ కుండా తినడం నేర్చుకుంటున్నాను."

"ఎవరి రుచి వాళ్ళ కుండటంలో తప్పేముంది? కొన్ని ఇష్టమౌతాయి. కొన్ని ఇష్టం కావు. అన్నీ ఇష్టం కావాలన్నదేం నిబంధన కాదు. కాని... రెండు పదార్థాలంటూ ఉన్నప్పుడు కదా అందులో దేన్నో ఒక దాన్ని ఎంచుకోవటం?" నవ్వుతూ అన్నాడు శంకరం.

శ్యామల మనస్సు ఆర్ద్రమైంది. మాట మారుస్తూ, "నిన్న ఎక్కడ భోంచేశారు?" అంది.

"నిన్న అంటే శనివారం... శనివారం... డాక్టర్ కరుణాకరం గారింట్లో."

"కరుణాకరం గారింట్లోనా?" — తెల్లబోయింది శ్యామల. "మీరు నిజం చెప్తున్నారా?" అంది.

శంకరం తడబడకుండా "అవునండీ! కరుణాకరం గారింట్లోనే, ఏం? నాకు నిజం చెప్పటం చేతకాదనుకున్నారా?" అన్నాడు.

"కరుణాకరం గారు బదిలీ అయి వెళ్ళిపోయారుగా? అప్పుడే నెల్లాళ్ళయింది" సూటిగా చూసింది శ్యామల.

"అవును. వెళ్ళిపోయారు. ఉన్నప్పుడు

శనివారాలు వారింట్లోనే భోంచేసేవాణ్ణి."

"బాగుంది. ఎప్పటి సంగతో అడిగానా నేను? మరి ఇప్పుడు? నిన్న శనివారం?"

"మా హాస్టల్లో తిన్నానండీ."

"నేన్నమ్మను. మీరు నిజం చెప్పటం లేదు."

శంకరం మాట్లాడలేదు. శ్యామల రెట్టించలేదు. ఎక్కువ మాట్లాడకుండా భోజనాలయ్యాయి.

శంకరం ఐదారిళ్ళలో తింటున్నాడు గానీ ఇలాంటి ఆదరణా, ఇలాంటి విందులూ, ఎక్కడా దొరకవు. రెండిళ్ళ వాళ్ళు ఎలాగో మాట ఇచ్చాం కాబట్టి తప్పదన్నట్టు చిరాకులూ పరాకులూ కన్పించనీయకుండా వున్నదేదో పెట్టి పంపిస్తారు. పెద్దగా మాటా మంచీ ఏం జరగవు. పిల్లలూ వాళ్ళెవరూ దగ్గిరికి రారు. తిండి తింటోన్న పావు గంటా వూపిరి బిగబట్టుకున్నట్టు వుంటుంది శంకరానికి.

మరో ఇంట్లో అత్తగారెప్పుడూ జబ్బుతో మంచం మీదే వుంటుంది. ప్రతి వారం కోడలే వడ్డిస్తుంది. వడ్డిస్తున్నప్పుడు పైట చెంగో, జడో శంకరం మీద పడుతూనే వుంటాయి.

"కూర బావుంది కదండీ? నేనే చేశాను. చారు బాగా మరిగింది కదండీ? నేనే కాచాను" అంటూ ముద్ద ముద్దకీ కూరల రుచులు అడుగుతూ నవ్వుతూ, అత్త గారికి వినబడనంత నెమ్మదిగా మాట్లాడాలని ప్రయత్నిస్తూ శంకరానికి కంగారు పుట్టిస్తుంది.

"ఈవిడ బొత్తిగా సిగ్గుపడదేం?" అనుకుంటాడు శంకరం చాలా సార్లు. తిండి తిని బయటపడేసరికి ఎప్పటికప్పుడు ఏదో ప్రమాదం తప్పిపోయినట్టు తేలిక పడుతుంది గుండె.

ఇక ప్లీడరు రామేశం గారింటికి వెళ్ళాల్సిన రోజు శంకరం ప్రాణాలన్నీ అర చేతిలో వుంటాయి.

ఆవిడ ఏ వారానికావారమే, "నా ప్రాణానికి దాపురించావా నాయనా?" అన్నట్టు మొదటి చూపు చూస్తుంది శంకరాన్ని.

శంకరం సిగ్గుతో చితికిపోతూ తల కొంచెం వంచుకొంటాడు.

"అయ్యో! నా మతి మండినట్టే వుంది. ఇవ్వాళ బుధవారం కాదూ? నీ మాట గుర్తు లేదు సుమీ" అంటుంది. లేకపోతే, "నువ్వు వూళ్ళో లేవో యేమిటో అనుకున్నాను సుమీ" అంటుంది.

ఆ తర్వాత, "మా చిన్నప్పుడు మా వాళ్ళింట్లో నలుగురైదుగురు పిల్లలికి వారాలిచ్చేవారు. ఇలా అయితే మా అమ్మ జ్ఞాపకం పెట్టుకుని చచ్చేదా? ఆ పిల్లలు ఎవరి వారం రోజున వాళ్ళు చీకట్నే వచ్చి, 'ఇవ్వాళ మీ ఇంట్లో వార మండీ!' అని చెప్పుకుని మరీ వెళ్ళేవారు. అలా అయితే నిక్షేపంలా ఎవరైనా చేసి పెట్టగలరు" — ఆ కధ వారం వారం చెపుతూనే వుండేది కొత్తలో.

"నిత్యం ఎవరో ఒకరు వారం ఉన్నప్పుడు ఎవరూ వచ్చి చెప్పకుండానే వంట చెయ్యొచ్చుగా? ఎవరి వారమో వాడు వచ్చి తిని పోతాడు" అందామనుకున్నాడు కొత్తలో చాలా సార్లు శంకరం.

"నేను వుంటోన్న గది చాలా దూరమండీ! పొద్దున్నే పాఠాలు చదువుకుంటూనో, నోట్సులు రాసుకుంటూనో వుంటాను" అని నసుగుతూ నాలుగయిదు సార్లు చెప్పనే చెప్పాడు.

ఆవిడ అదోలా చూస్తుంది — వారాలు చేసుకు తినే వాడు పొద్దున్నే వచ్చి గుర్తు

చెయ్యకుండానే దర్జాగా వచ్చి తిని పోవటమా — అన్న దుగ్ధతో. శంకరం సంజాయిషీలేం ఫలించవు. వారం వారం వస్తోన్నా, బుధవారం వచ్చేసరికి అతను ఖచ్చితంగా ఊళ్ళో లేడనే అనుకుంటుంది ఆవిడ.

ఆవిడ సణుగుడంతా ఓపిగ్గా విని, "పోనీ లెండి ఫర్వాలేదు. సాయంత్రం వస్తాను" అని తిరుగు ముఖం పట్టబోతాడు శంకరం.

"అబ్బే, నిలబడు. ఏదో మాటవరసకి అన్నా గానీ తీరా తిండి కొచ్చిన వాణ్ణి ఎలా పొమ్మనేది? ఆ పాపం నా కెందుకూ? కూర్చో, వడ్డిస్తా, మళ్ళీ వండుకుంటాలే. మరేం చేస్తానూ?" అంటుంది.

"కూర్చో!" అనటం తప్పితే పీట గానీ, చాప గానీ ఇవ్వదు.

"పిల్ల వెధవలు ఎంగుళ్ళు పోశారని కడిగి ఆరబెట్టాను చాప" అంటుంది నొచ్చుకుంటున్నట్టు.

"ఫర్వాలేదు లెండి. ఇలా కూర్చుంటా" అని వరండాలో గచ్చు మీద బాసింపట్టు వేసుకొని కూర్చుంటాడు శంకరం.

"ఇంద" అంటూ ఐదారు కన్నాలతో జల్లెడలా వున్న విస్తర తెచ్చి పడేస్తుంది. పోనీ అలాంటిదే మరో విస్తరి జత చేసినా బాగే గానీ...

ఆ కన్నాల విస్తరే తడుపుకుని సిద్ధంగా కూర్చుంటాడు శంకరం.

"అన్నం ఒక్కటే అయింది గానీ కూర లేవీ వుడకలేదు నాయనా! ఈ పిల్లలతో ఏ పనికీ కాలూ చెయ్యీ ఆడవు" అంటూ అన్నం ఎత్తి పడేసి చింతకాయ పచ్చడో, వుసిరికాయ పచ్చడో వేస్తుంది. తను రాక ముందే ప్లీడరుగారు భోంచేసి కోర్టుకి వెళ్ళి పోతారని శంకరానికి తెలుసు. అసలు పచ్చడితో తినటమే శంకరానికి ఇష్టం. ఎప్పుడైనా ఖర్మగాలి కూర వేసిన పూట "కాయగూరలన్నీ బంగారం కన్నా ప్రియంగా మండి పోతున్నాయి. వీసెడు వంకాయలు వండాను. ఏ మూలకి రానూ? ఒకళ్ళా, ఇద్దరా?" అంటూ తిండి తింటున్నంత సేపూ సణుగుతూనే వుంటుంది. పచ్చడి వేస్తే మాత్రం తిండి పూర్తయ్యేవరకు ఆ ఛాయలకి రాదు.

పచ్చడి పిడసలు మింగాక, చారు గిన్ని అందుకుంటాడు. అది పెద్ద సైజు నేతి గిన్నెలా వుంటుంది. అందులో పుల్లటి రంగు నీళ్ళు. అందులో ఒక్క ఆవ గింజ గాని, జీలకర్ర పరక గాని, కరివేపాకు ఈనె గాని దుర్భిణీ వేసినా దొరకవు. చారునింత స్వచ్ఛంగా ఎలా చెయ్యవచ్చునో శంకరానికి అర్థం కాదు. ఆ చారు విస్తట్లో పోసుకుంటే గచ్చు మీద కాలవలు కడుతుంది. అందుకని తడీ పొడీగా జల్లుకొని చారూ అన్నం తింటాడు. విస్తరి పక్కనే మజ్జిగ బొట్టు వేసిన శుద్ధి నీళ్ళ గ్లాసు వుంటుంది. అవి గట గటా తాగటంతో భోజనం ముగుస్తుంది.

విస్తరి తీసిపారేసి, భోంచేసిన చోట చెంబెడు నీళ్ళు గుమ్మరించి చీపురుతో కడిగి, ఆవిడ విసిరిన గుడ్డ ముక్కతో నేల తుడుస్తాడు.

"పొడిగా అద్దు నాయనా! అంటు వుండకూడదు. మాకు పనికి రాదు" అంటూ దూరంగా నిలబడి హెచ్చరిక చేస్తూ వుంటుందావిడ.

ఆ గుడ్డ ముక్క పారేసి చేతులు కడుక్కని "వెళతానండీ!" అంటాడు.

"మళ్ళీ బుధవారం వస్తావా?"

"వస్తానండీ!"

"వస్తే సరేలే. ఊళ్ళో లేకపోతే మాత్రం

చెప్పి వెళ్ళు. అన్నట్టు మీకు సెలవు లెప్పుడూ?"

"పరీక్ష లయ్యాకండీ!"

"సరేలే, వెళ్ళు."

బయటపడి ఊపిరి తీసుకుంటాడు. "తిండి లేకపోతే పస్తయినా వుంటా. మళ్ళీ వారం చస్తే ఈ గుమ్మం ఎక్కను" అను కుంటూ.

పాపం ప్లీడరు గారు మంచివాడు. అడగ్గానే వారం ఇవ్వటానికి ఒప్పుకున్నాడు. ఆయన మీద గౌరవం అయినా వుండాలి. తినే తిండి కాలతన్నుకు పోవటం ఏం ధర్మం? — అంటూ మనసు చేసిన మంద లింపుతో ఆ అభిమానం కాస్త తల దించు కుంటుంది.

"పోనిద్దూ, ఆవిడ అలాగే పెట్టనీ, నే నిలాగే తినిపోతా" అనుకుంటూ వస్తాడు మళ్ళీ బుధవారం.

"అయ్యో, ఇవ్వాళ బుధవారమా? నా మతి మండినట్టే వుంది. నీ మాటే మర్చి పోయాను. నువ్వు వూళ్ళో లేవో ఏమిటో అనుకున్నాను సుమా! అయినా మా చిన్నప్పుడు మా వాళ్ళింట్లో ...." — మళ్ళీ మొదలు!

శంకరం తలవంచుకుని అలాగే నించుంటాడు. బుధవారం భయానికీ, ఆది వారం ఆనందానికీ, పోలికెక్కడ? ఇలాంటి వాత్సల్యం, గౌరవం, ఇంకెక్కడ లభిస్తాయి?

అతని కళ్ళ నిండా, మొహం నిండా వెలిగే ఆనందం చూస్తే శ్యామల మనసు సంతృప్తితో నిండిపోయింది.

"రండి. కాస్సేపు పైకి వెళ్దాం."

ఇద్దరూ మేడ మీదకి వెళ్ళారు.

శంకరాన్ని అన్నగారి గదిలోకి తీసు కెళ్ళింది శ్యామల — "అన్నట్టు మొన్న పేపర్లో చదివాను. మీ కాలేజీ వాళ్ళెవరో మెయిన్‌రోడ్‌లో ఏదో షాపు మీద పడి నామ రూపాలు లేకుండా ధ్వంసం చేశా రట! నాకు చాలా ఆశ్చర్యం వేసింది. నిజంగానా?" అంది ఆశ్చర్యపోతూ.

శంకరం సిగ్గుపడ్డట్టయ్యాడు. "ఏమిటో... అలా జరిగిపోయింది" అన్నాడు బాధ వ్యక్తపరుస్తూ.

"అసలేమైంది? మీకు వివరంగా తెలుసా?"

"వివరంగానే విన్నాను. ఇద్దరో ముగ్గురో కుఱ్ఱాళ్ళు కలిసి ఆ షాపులోకి వెళ్ళారట. అందులో ఓ కుఱ్ఱాడికి పెన్ను కావాలి. షాపు వాడు చాలా పెన్నులు చూపించా డట. ఎన్ని చూసినా వీళ్ళకి నచ్చ లేదట. చూడ్డం మొదలు పెట్టి అరగంట పైగా అయింది. షాపు అతనికి విసుగేసిందేమో! ఇంకా చూపించమంటే కొత్తవి చూపించ కుండా అన్నీ సర్దిపెట్టుకుంటూ, "కొన్నా వులే వెళ్ళవయ్యా! షోకు కోసం అమ్మే పెన్నులు నా దగ్గిర లేవు" అన్నాడట, అంతే. ఈ కుఱ్ఱాళ్ళు మండిపడి పోయారు. "పెన్ను కొనేది షోకు కోసమా? రాస్కెల్! కొనటానికి కాకపోతే నీ షాపుకి ఎందు కొచ్చాం అనుకున్నావ్?" అంటూ తగాదాకి దిగారు. మాటా మాటా పెరిగింది. అంతలో ఓ కుఱ్ఱాడు జారుకుని గబ గబా వెళ్ళి ముఠాని తీసుకొచ్చాడు. షాపతన్ని చిత గ్గొట్టారు. చేతనైనంత వరకూ షాపుని ధ్వంసం చేశారు. అంతా నిముషాల్లో జరిగి పోయింది. తీరా పోలీసులు వచ్చే సరికి వుండేలుని చూసిన కాకుల్లా చెల్లాచెదురై పోయారు. ఒక్కడూ దొరకలేదు."

శ్యామలకి షాపు అతన్ని తల్చుకుంటే చాలా జాలేసింది. "అతను వ్యాపారస్థుడు కాబట్టి శాంతంగా వుండాల్సింది. తొందర పడి మాటనేశాడు పాపం" అంది.

"స్టూడెంట్సు చాలా వరకు స్వతహాగా మంచివాళ్ళేనండీ! వాళ్ళని రెచ్చగొడితే మాత్రం ఊరుకోరు. రాక్షసుల్లా అయిపోతారు. కాస్త పెద్ద వాళ్ళు కుర్రాళ్ళ మెంటాలిటీ అర్థం చేసుకుంటే ఇలాంటి ఉపద్రవాలు జరగవు."

శ్యామల హఠాత్తుగా అడిగింది — "ఆ ముఠాలో... ... మీరూ ఉన్నారా?"

సంకోచిస్తూనే అన్నాడు శంకరం.

"ఉన్నాను."

"మీ రున్నారా?" చురుగ్గా చూసింది. "నిజంగానా?"

"నిజమేనండీ! అందరితోపాటూ నేను షాపు దగ్గరికి పరిగెత్తాను. కానీ వెళ్ళిన వాళ్ళంతా షాపులోకి పోలేదు. ఓ పది పన్నెండు మంది మాత్రం వీర విహారం చేశారు."

"అయితే మాత్రం?..." అయిష్టంగా అంది శ్యామల. "మీరు వెళ్ళకుండా ఉండాల్సింది."

"అలాగే అనుకున్నాను, తప్పులేదండీ!" — అపరాధిలా అన్నాడు శంకరం.

శ్యామల ఊరుకుంది కొంత సేపు. అద్దాల బీరువా తెరిచి అట్ట పెట్టి ఒకటి బయటికి తీసింది — "మీరేం అనుకోనంటే నే నో మాట చెప్తాను."

"చెప్పండి. అనుకుంటానో లేదో చెపుతాను" అన్నాడు శంకరం నవ్వుతూ.

శ్యామల ఆ అట్ట పెట్టి అందించింది. తెరిచి చూశాడు. కొత్త ప్యాంటూ, షర్టూ!

"ఏమిటివి?"

"నిజం చెపుతున్నాను. మా అన్నయ్య కుట్టించుకున్నాడు. ఇదేదో సిల్కట. నీళ్ళలో పెట్టే సరికి కొంచెం తీసింది. తను వేసుకోకుండా వుంచేశాడు. మీరేమీ అనుకోకపోతే మీ కిమ్మన్నాడు."

"నాకా? నా కెందుకండీ?"

"ఏం? మీరు మరోలా ఫీలా తున్నారా?"

"ఛ! మరోలా ఫీలవ్వటం ఎందుకు? మీ ఇంట్లో అన్నం పెడుతున్నారు. మీ ఇంట్లో బట్టలు కూడా ఇస్తే నా కెంతో సంతోషం కాని... నా కిప్పుడు... ఫర్వాలేదు... నాలుగైదు జతల బట్టలున్నాయి. అదీ గాక ఇంత మంచి సిల్కు బట్టలు నేనెన్నడూ వేసుకోలేదండీ!"

"అలా అనకండి. భవిష్యత్తులో మీ రెంత గొప్పవారౌతారో ఎవరికి తెలుసు? చిన్నప్పుడు వేసుకోలేదని ఇప్పుడు కూడా మంచి బట్టలు వేసుకోకూడదా? ఎప్పటి పరిస్థితుల్ని బట్టి అప్పుడు బ్రతుకుతాం. అంతేగా?"

శంకరం మాట్లాళ్ళేదు.

రమేష్ గబ గబా పైకి వచ్చాడు. శంకరాన్నీ, అతని ఎదుట బల్ల మీద వున్న బట్టల్నీ చూస్తూ, "అన్నట్టు శ్యామా! గుడ్ ఐడియా! ఇవి శంకర్ గారికైతే సరిపోతాయి కదూ?" అన్నాడు.

శ్యామల నవ్వి, "నువ్వు చెప్పకుండానే నా కా ఆలోచన వచ్చింది. కానీ మన ఆలోచనలేం పనికొచ్చేలా లేవు. ఆయన తీసుకోనంటున్నారు."

"అవును. నువ్విస్తే ఎందుకు తీసుకుంటారు? ఏమండీ శంకర్, ఈ బట్టలు శ్యామలవి కావు. నావి. నేను అచ్చంగా మీకు ఇస్తున్నాను. మీరు తప్పకుండా తీసుకోవాలి" — హాస్యధోరణిలో మాట్లాడుతూ, బట్టల పెట్టి శంకరం ఒళ్ళో పెట్టాడు.

శంకరం కూడా నవ్వకుండా వుండలేకపోయాడు.

"పోనీ ఈ సారి నా బట్టలిస్తే తీసు

కుంటారా?" అందామనుకుంది శ్యామల. శంకరం ఏం ఫీలౌతాడోనని తనలో తను నవ్వుకుని ఊరుకుంది.

"మీరు మాట్లాడుతూ వుండండి. నేను భోంచేసి వస్తాను" అంటూ రమేష్ కాస్సేపు కూర్చుని కిందకి వెళ్ళిపోయాడు.

"శంకర్! వచ్చే వారం నుంచీ మీరు శనివారం వస్తూ వుంటారా?" అంది శ్యామల టేబుల్ మీద అడ్డదిడ్డంగా వున్న పుస్తకాలేవో సర్దుతూ.

"మీకు ఆదివారం వీలు కాదం టారా?" — సంశయిస్తూ అడిగాడు శంకరం.

శ్యామల కంగారుపడి, "అబ్బే, నా వుద్దేశ్యం అది కాదు. శనివారం కూడా రమ్మని. కరుణాకరం గారు. వెళ్ళిపోయాక శనివారం మీకు ఎవరింట్లోనూ కుదర లేదని నే ననుకుంటున్నాను, అవునా? నిజం చెప్పండి, నా దగ్గిర మీరు అబద్ధ మాడగలరా?" అంది.

శంకరం శ్యామల మొహంలోకి విస్మయంగా చూశాడు.

శ్యామల నవ్వేస్తూ అంది — "నా దగ్గిర ఎప్పుడూ ఏదీ దాచకూడదు మీరు. నా దగ్గిరే కాదు. మా ఇంట్లో ఎవరి దగ్గిరైనా అంతే. మీ రంటే మా కందరికీ ఎంతో ఇష్టం. ఎంతో కష్టపడి చదువుకుంటున్నారు మీరు. మీ లాంటి వ్యక్తికి ఏమైనా సాయం చెయ్యగలిగితే అదే నిజమైన మానవ సేవ అవుతుంది. మా నాన్నగారు కూడా ఎన్నో సార్లు మిమ్మల్ని మెచ్చుకొంటూ మాట్లా డారు. మిమ్మల్ని జాగ్రత్తగా చూసుకో మన్నారు."

శంకరం కృతజ్ఞతాభారంతో ఒంగిపోతు న్నట్టు తల దించుకుని నేల చూపులు చూస్తూ కూర్చున్నాడు.

శంకరాన్ని మాటలలోకి దించాలని, ప్రసక్తి మారుస్తూ అంది శ్యామల — "మా అమ్మని మీరు చూడలేదు గానీ ఆవిడ కూడా మీలా శ్రద్ధగా చదువుకునే పిల్లల్ని చూస్తే ఎంతో మురిసిపోయేది. అదేం ఖర్మమో, మా అన్నయ్యా, నేనూ కూడా అస్త మానం ఫెయిలవుతూనే వుండేవాళ్ళం. ఇప్పుడు అన్నయ్య ఫర్వాలేదు లెండి. కాస్త బాధ్యతగానే చదువుకుంటున్నాడు. అన్నట్టు మీ అమ్మ గార్ని మీరు బాగా ఎరుగుదురా? అసలావిడ ఎలా పోయారు?"

శంకరం శ్యామల కేసి చూశాడు. అన్ని టికీ జవాబుగా ఉదాసీనంగా అన్నాడు — "చచ్చిపోయిందండీ జబ్బు చేసి."

అంతకన్నా పొడిగించి చెప్పటం అతనికి ఇష్టంలేనట్టు కన్పించింది.

"వెళ్తానండీ!" అంటూ లేచాడు.

శ్యామల ప్రశ్నతో అతని మనసు చాలా వికలమైంది — "మా అమ్మ జబ్బు చేసి చచ్చిపోయింది" అని చెప్పాడు తను. గేటు లోంచి మళ్ళీ వెనక్కి వెళ్ళి, "ఇందాక నేను మీకు అబద్ధం చెప్పాను. ఎప్పుడూ అబద్ధం చెప్పొద్దన్నారుగా? మా అమ్మ చచ్చిపోలేదు. మా నాన్న మా అమ్మని చంపేశాడు" అని చెప్పేద్దామనిపించింది. అలా చెప్తే నిజంగా మనసెంతో తేలిక పడేది. వెనక్కి తిరిగి మెట్ల మీదే నిలబడి వున్న శ్యామలని చూసి గబ గబా ముందుకు అడుగులు వేశాడు.

★ ★ ★

శంకరం మనసులో "అమ్మ" చుట్టూ మధురస్మృతు లేమీ లేవు. గుర్తున్న వన్నీ గుండెల్ని బండలు చేసే విషాద సంఘటనలే.

శంకరం ఒక పల్లెటూళ్ళో సామాన్యమైన రైతు కుటుంబంలో పుట్టాడు.

శంకరాన్ని వాళ్ళమ్మ "శివా" అని పిల్చేది ముద్దుగా. శివా, అమ్మ ఒడిలో, అమ్మ వాత్సల్యంతో, అమ్మ అనురాగంతో, అమ్మ పరిసరాల్లోనే పెరిగాడు.

శివాకి బాగా ఊహ తెలిసేనాటికి, అమ్మ మీద అపారమైన అనురాగం, తండ్రి మీద అర్థం కాని అసహ్యం, నాయనమ్మ మీద అంతులేని ద్వేషం ఏర్పడిపోయాయి.

ఇంటిలో అమ్మ కష్టాలన్నిటికీ కారణం నాయనమ్మే — తర్వాత నాన్న — అని పించేది శంకరానికి, చిన్నప్పుడే.

అమ్మా నాన్నా, కలిసి హాయిగా, ఆనందంగా మాటలాడుకుంటున్నట్టు శివా కెప్పుడూ గుర్తు లేదు. నాన్న ఓ కామందు లాగా ఎప్పుడూ రంకెలేస్తూ, బండ తిట్లు తిడుతూ, మీది మీదికి వెళ్ళి కొట్టబోతూ అమ్మని తెగ ఏడిపించటం మాత్రం బాగా గుర్తుంది.

నాయనమ్మ కూడా అమ్మని బొత్తిగా గిట్టనిచ్చేది కాదు. కళ్ళల్లో నిప్పులు పోసు కునేది. అమ్మని రాచి రంపాన పెట్టేది.

మొగుడి దగ్గరా, అత్త దగ్గిరా కూడా అమాయకురాలు సీత భయంతో వణు కుతూ తిరిగేది. అత్తింటి కాపరంలో గోరంత సుఖం ఎరగదు. పొద్దస్తమానూ ఇంట్లో చాకిరీ చేసుకొంటూ దాసీదానిలా రోజులు వెళ్ళబుచ్చుకునేది.

ఓ సారి, శివాకి బాగా చిన్నప్పుడు,

బళ్ళోంచి గబ గబా పరిగెత్తుకు వచ్చి,

"నాయనమ్మా! మా అమ్మేదీ?" అన్నాడు.

"ఏమో నాయనా! నేనేం దాని ఎనకాల తిరగ్గలనా? ఎక్కడ పూసులాడుతూ కూచుందో!" అంది చేతులు తిప్పుతూ.

చుట్ట కాలుస్తూ కూర్చున్న శేషయ్యే ఏదో ముంచుకుపోయినట్టు లేచి వచ్చాడు — "ఎక్కడికెళ్ళిందే ఇదీ?" అన్నాడు ఎర్రగా చూస్తూ.

శివాకి భయం వేసింది. నాయనమ్మ నాన్న కేదో చెప్పేస్తుంది. నాన్న నమ్మేస్తాడు.

"అమ్మా! అమ్మా!" అంటూ దొడ్డంతా తిరిగాడు. గడ్డి మేటు వెనక, మోకాళ్ళలో తల పెట్టుకుని ముడుచుకుని కూర్చున్న సీత ఉలిక్కి పడింది — "శివా! నేనిక్క డున్నారా! ఎందుకలా రంకెలేస్తావ్?" అంటూ కంగారుగా లేచి వచ్చింది.

"ఎందుకే ఆ మూలకి పోయి కూర్చు న్నావు? ఇంట్లో చాకిరీ నీ అమ్మ మొగు డెవడు చేస్తా డనుకున్నావ్?" అంటూ విరుచుకు పడింది అత్త.

"నీ చాటు మాటు ఏడుపు లేంటే?" అంటూ శేషయ్య, వచ్చినదాన్ని వచ్చినట్టే ఒంగదీసి వీపు మీద చరిచాడు.

కెవ్వుమంటూ తల్లిని చుట్టేసుకున్నాడు శివా. కొడుకు మొహం కుచ్చెళ్ళలో అదిమి వాడి వీపు చుట్టూ చెయ్యివేసి కిక్కురు మనకుండా నుంచుంది సీత.

ముసల్ది తిట్టి తిట్టి ఎటో పోయింది.

సీత కళ్ళల్లోంచి కన్నీటి చుక్కలు జల జలా రాలి శివా మీద పడ్డాయి.

శివా బిక్కమొహంతో చూశాడు — "అమ్మా! ఏడవకే!"

సీత గబ గబా కళ్ళు తుడుచుకుని చల్ల కవ్వం కట్టే గుంజ దగ్గిర చతికిలబడి కొడుకుని ఒళ్ళో పడుకోబెట్టుకుంది.

శివా, అమ్మ మొహం కేసే చూస్తూ అన్నాడు — "అమ్మా! నాయనమ్మ మంచిది కాదు, దొంగ ముండ."

తెల్లబోయింది సీత. భయం భయంగా దిక్కులు చూసింది — "మీ అయ్యో?"

"ఛీ! అయ్యా మంచోడు కాదు. నువ్వే మంచి దానివమ్మా!"

పట్టరాని సంతోషంతో చటుక్కున కొడుకు చెంప మీద ముద్దు పెట్టుకుంది సీత — "నేను మంచిదాన్నా శివా? నిజం గానా?"

"అవునమ్మా? నువ్వు బోల్డు మంచి దానివి."

" పోనీలేరా శివా! నువ్వయినా అ ముక్కన్నావు" అంటూ కొడుకుని మళ్ళీ మళ్ళీ ముద్దులెట్టుకుంది. పండు లాంటి కొడుకు! తనకేం తక్కువ?

అలాంటి సంఘటనలు ఆ కొంపలో పాతవీ కావు, కొత్తవీ కావు. నిత్యమూ జరిగేవే!

శివాకి పధ్నాలుగేళ్ళొచ్చాక సీతకి మళ్ళీ కడుపొచ్చి చంటిది పుట్టటంతో సీత ఆరోగ్యం బాగా దిగజారిపోయింది. చిక్కి పోయి పీక్కుపోయిన మొహంతో ఎముకల గూడులా తయారైంది. శేషయ్య, పెళ్ళాంతో బొత్తిగా మాట్లాడ్డం మానుకున్నాడు.

"ఎక్కడ కూచుంటే అక్కడే కునికి పాట్లు పడతావేంటే రోగిష్టిదానా!" అంటూ అత్త కొత్త కొత్త తిట్లు సాగించేది.

ఆ రోజు మధ్యాహ్నం పాలేరు చెప్పిన కబురు విని బావురుమని ఏడవాలని పించింది సీతకి. ఏడవటానికి భయంవేసి గుండెల్లో బరువు గుండెల్లో అదుముకుని మతి పోయిన దానిలా తిరిగింది. ఎలాగో అన్నం వండి పడేసింది. ముసల్ది వాగు తూనే వుంది. వినిపించుకోకుండా చంటి దాన్ని చంకనేసుకుని దొడ్లోకి పోయింది.

పొరుగూళ్ళో హైస్కూలుకి పోయి చీకటి పడే వేళకి అలిసిపోయి వచ్చే కొడుకు మాట కూడా గుర్తు రాలేదు సీతకి.

స్కూలు నుంచి వచ్చిన శివా, నాయనమ్మని అడక్కుండా ఇల్లూ దొడ్డీ వెతుక్కున్నాడు. గాది వెనకాల చంటి దానికి పాలిస్తూ కూర్చుని కనపడింది అమ్మ. నవ్వుతూ దగ్గిరికి వెళ్ళాడు — "ఇవ్వాళ ఆలస్యం అయిపోయిందమ్మా! మా స్కూల్లోకి మేజిక్కు చేసే వాళ్ళొచ్చారు. ఎంత బాగా చేశారనుకున్నావ్! జేబు రుమాలునేమో పెద్ద తామర పువ్వులా చేశారు. మరమరాలన్నీ మల్లెపువ్వుల్లా చేశారు. అవన్నీ వాసన చూసుకోమని మా కిచ్చారు కూడా. రెండు పేక ముక్కలు ఓ అట్ట పెట్లో పెట్టి అందులోంచి బోలెడు ముక్కలు తీసి చూపించారు. అబ్బ! బలేగా చేశారనుకో."

అమ్మ ఎప్పటి లాగా నవ్వుతూ వినటం లేదని, అమ్మ మొహంలోకి కంగారుగా భయంగా చూశాడు శివా.

"ఒసే! ఎక్కడున్నావే? చచ్చావా యేంటి?" అని గావు కేక పెట్టింది ముసల్ది. కేకతో పాటు చేతులు ఝాడిస్తూ రానే వచ్చింది — "మా రాణీ లాగా ఈ మూల దూరి వూసులాడుకుంటా కూచుంటే కాదు. ఆడొచ్చాడు. మొగో డొచ్చే యేళకి ఇంటిపట్టు నుండాలని నీ కేం బయవాం బక్తా? నడుం నీలిగే లాగా పొయ్యి ముందు కూచుని నీళ్ళు కాగబెట్టాను. ఉడుకు నీళ్ళు తోడిపడేయ్. లెగిసిరా!" అంటూ పెద్ద నోరు పెట్టుకుని రంకె లేసింది.

శివా గబుక్కున లేచి చెల్లెల్ని చంక నేసుకున్నాడు. సీత లేచి వెళ్ళి ఆదరా బాదరా నీళ్ళు తోడి బిందెతో దొడ్లో పడేసింది.

శేషయ్య, కాలుస్తున్న చుట్ట అయి పోయాక లేచి గుడ్డలు విప్పి గోచీ పెట్టు కుని వచ్చాడు.

సీత మొహం దించుకుని వసారాలోకి తప్పుకుంది.

"ఏం? అలా వుందేం ఎదవ

మొహం?" — చీకట్లో నుంచున్న పెళ్ళాన్ని చూస్తూ వెటకారంగా అన్నాడు.

ముసల్ది అందుకుంది — "ఇంకెలా వుంటదిలేరా! ఇందాక ఆ కబురు ఇన్న కాణ్ణించీ వుడుక్కు చస్తంది. చిలక్కి చెప్పి నట్టు చెప్పా. 'నువ్వేమో తెగుళ్ళమారి దానివి. అడి కేంటి? మొగ మారాజు. అడి సొమ్మెట్టి ఆడు ముండని తెచ్చుకుంటే నీ సొమ్మేం పోయింది, అడికి కాయిదా పెడతావా యేంటి, కుక్కిన పేనులా పడుండు — అన్నా. మాటా పలుకూ లేకండా మూతి బిడాయించుకుంది... మరి కొడుక్కేం నూరిపోసిందో మూల జేరి..."

సీత భయంగా, "అయ్యో, నేనేం చెప్పలేదు శివాకి" అంది. కొడుకుని కూడా ఆ గోల లోకి ఈడ్చటం సీతకి బొత్తిగా నచ్చలేదు.

శివా తెల్లపోతూ, "ఏంటి అసలు? ఏంటమ్మా" అన్నాడు.

నాయనమ్మ అందుకుని, "ఏంటా? మీ అయ్య ముండ ని తెచ్చుకున్నాడు. ఏం తప్పా? మొగోడు కాడా? రేపు నువ్వు మాత్రం నేరవకుండా వుండిపోతావా?... ఎంత నంగనాచివిరా? ఏంటీ అని ఎరగ నట్టు అడుగుతున్నావా? మీ అమ్మ చెప్ప లేదా?" అంటూ రాక్షసిలా విరుచుకు పడింది.

శివాకి అసలు కబురేవిటో బాగా అర్థం కాలేదు. తనేం మాట్లాడాలో తెలవలేదు. బిక్కమొహంతో చూస్తూ నించున్నాడు.

తల్లి అంది — "కాస్సేపు పిల్లని ఈదిలోకి తీసుకుపోరా! ఎందుకలా నిలబడ్డావూ?"

"ఓ యబ్బ! ఎంత పౌరుషం వచ్చిందే నీకు. చూశావురా శేషన్నా? నేనా కుఱ్ర ఎదవతో మాటాడుతున్నానా? అణ్ణి బైటికి పొమ్మని చెప్పింది. ఇంటన్నావా?" అంది ముసల్ది కొడుక్కి ఫిర్యాదు చేస్తూ.

"ఆఁ ఇంటన్నా, ఇంటన్నా. దా నేడుపు దాన్దిలే. యెదవ మొహం. యేడవనీ."

సీత, చీకటిలో చూరు పట్టుకుని నించునే వుంది. శేషయ్య వేడి నీళ్ళతో చెమటలు కారేలా స్నానం చేశాడు.

గబ గబా ముసల్ది పీట వేసి భోజనం వడ్డించింది. తోడు పెట్టిన పెరుగూ అదీ వేసి సుష్టుగా పెట్టింది.

తిండి తిని లేచి మళ్ళీ ఓ చుట్ట కాలుస్తూ కూర్చున్నాడు. వాకిలి నిండా వుమ్ములూసి లేచాడు. దండెం మీద పడేసిన ఉతుకు గుడ్డలు తీసి కట్టు కున్నాడు. కిర్రు చెప్పులు వేసుకుని, చేతి కఱ్ఱ పట్టుకుని వీధిలో కెళ్ళాడు. పిల్లని ఒడిలో పెట్టుకుని చీడీ మీద కూర్చున్న కొడుకుని చూస్తూ, "లోపలికి పోరా! తిండి తిను" అనేసి వీధిన పడ్డాడు.

★ ★ ★

కట్టుకున్న దానితో సుఖం సరిపడని శేషయ్య రత్తాల్ని తెచ్చుకున్నాడు. పొలంలో ఓ మడి మెరక చేయించి దానికి అవిరి గడ్డితో రెండు గదుల ఇల్లు కట్టించాడు. ఇంట్లోకి గిన్నీ చెంబూ, కంచాలూ మంచాలూ కొన్నాడు. రత్తాలికి కోకలూ రవికెలూ కొన్నాడు. కొత్త పెళ్ళి కొడుకై రెండో యింట్లో రోజులు సంబరంగా సాగించడం మొదలు పెట్టాడు.

అన్నాళ్ళూ మాటా మంచీ లేకపోయినా, అందం చందం చూడకపోయినా, పెళ్ళాన్ని పెళ్ళాం లాగైనా వుంచుకున్నాడు. ఇక అదీ పోయింది. సీత జబ్బు పడటం తోటే దాన్ని చచ్చిన వాళ్ళలో జమకట్టుకున్నాడు.

తన బతుకు పనికిమాలినదై పోయి

నట్టు కుంగి పోయింది సీత. ఎంత ఓర్చు కోవాలనుకున్నా సరిపెట్టుకోలేక పోయింది. ఆ రోజు కారోజు కృశించి పోయి నెలలకు నెలలే గడుస్తోంటే బొత్తిగా మంచం పట్టింది.

వారం రోజుల పాటు బాగా జ్వరంతో తినీ తినకా బాధపడింది సీత. ఆ రోజు మంచం మీద నుంచి లేవలేక ముసల్దాని తిట్లకి కూడా జడవకుండా పడుకునే వుంది. చంటిది పాలు చాలక కాలే కడుపుతో తల్లి మీద పడి పీకడం మొద లెట్టింది. శివా పుస్తకాలు సర్దుకుని స్కూలుకి బయల్దేరబోతూంటే సీత కొంచెం ఓపిక తెచ్చుకుని లేచి కొడుకుని పిల్చి, "నాయనా శివా! కాంతమ్మత్తని ఒక్కసారి... కేకేసి పోతావూ?" అంది.

శివా పుస్తకాల సంచి అక్కడే మంచం మీద పడేసి పరిగెత్తాడు.

కాంతమ్మ వచ్చింది. రాగానే చంటి దానికి కాసిన్ని పాలు కాచి పోసింది. సీత ఒంటి మీద చెయ్యి పెట్టి చూసింది — "ఒరేయ్! మీ అయ్యని గమ్మని తీసు కురా! మీ అమ్మకి చాలా జ్వరం వచ్చిందని చెప్పు. దార్లో ఓ సారి రాఘవులికి చెప్పు" అంటూ శివాని తరిమింది.

శివా, రత్తాలింటి కెప్పుడూ వెళ్ళలేదు. ఎప్పుడైనా పొలం లోకి వెళ్ళినప్పుడు దూరం నుంచి దానిల్లు చూడ్డమే గానీ రత్తాల్ని చూడలేదు. అసలు దానింటి కెళ్ళడం శివాకి ఇష్టం లేదు. అయినా పరుగెత్తు కుంటూ చెరువు గట్టున బడి వెళ్ళాడు, రాఘవులు ఇంటి మీదుగా.

రత్తాలిల్లు కనబడేసరికి కాస్త పరుగు తగ్గించాడు. అరుగు మీద కూర్చుని చుట్ట చుట్టుకుంటూ తండ్రి కనపడ్డాడు. ఇంటి ముందు గూడు కట్టిన బండి దించి వుంది. ఎడ్లు బండి తొట్లో గడ్డిమేస్తున్నాయి.

అరుగు దగ్గిరికి వెళ్ళి నిలబడ్డాడు శివా. శేషయ్య ఆశ్చర్యంగా చూశాడు కొడుకు కేసి — "ఏంట్రా?" అన్నాడు.

"అమ్మకి — బాగా లేదు. నిన్ను తీసుకురమ్మని కాంతమ్మత్త చెప్పింది."

"ఏం? ఏం తెగులొచ్చింది? రోజూ వున్నదేగా?" — అరుగు కిందకి వుూస్తూ అన్నాడు.

"ఇవ్వాళ బాగా జ్వరం వచ్చిందంట. పొద్దున్నుంచీ లేవలేదు. నాయనమ్మ అన్నం వండింది. ఇప్పుడే కాంతమ్మత్తొచ్చి చెల్లెలికి పాలు పట్టించింది. ఎందుకో మరి నిన్ను తీసుకురమ్మని కాంతమ్మత్తే చెప్పింది."

"నేనేం చేస్తాన్రా? మందేస్తానా, మంత్రం పెడతానా? రాఘవుల్ని పిల్చి తీసుకెళ్ళు. ఏదైనా మందిస్తాడు."

శివా కొంచెం భయంగానే అన్నాడు — "రాఘవులు జాతర చూట్టాని కెళ్ళాడంట, ఊర్లో లేడు."

"అయితే దాని ఖర్మ! నేనేం చెయ్య గల్ను?" అనేసి చుట్టముక్క పారేసి గుమ్మంలోకి తొంగి చూస్తూ, "అయిందే రత్తం?" అంటూ కేక పెట్టాడు.

"ఆఁ, వొస్తుండా" అని కాస్సేపటికి రత్తాలు విమానం సిల్కు చీర బరబర్లా డించుకుంటూ బైటి కొచ్చింది. "నువ్వు బండి కట్టనే లేదు. నా కోసం కేకలేస్తుం డావా?" అంది కోపం అభినయిస్తూ.

"నీ మొహం! ఎంతసేపే?"

శేషయ్య లేచి అరుగు దిగాడు. యడ్లని అదిలించి బండి కట్టాడు. కూర్చుంటే మెత్తగా వుండటానికి బండిలో ఒత్తుగా గడ్డివేసి ఈతాకు చాప పరిచాడు — "రావే, ఎక్కు!"

గుమ్మానికి తాళం పెట్టి బండి దగ్గిరికి

వచ్చింది రత్తాలు — "బాబో! యెద్దులు పొడుస్తాయేటో!" — కళ్ళు తిప్పుతూ భయంగా చూసింది.

"నీ మొహం! ఇలా ఎక్కు" అంటూ శేషయ్య రత్తాలు చక్రం మీద నుంచి యెక్కటానికి సాయం చేశాడు.

బండిలో కూర్చుని కిల కిల్లాడుతూ నవ్వింది రత్తాలు.

శేషయ్య రత్తాలి ఒడిలో వున్న జరీ కండువా తీసి భుజం మీద వేసుకుని యెదర తొట్లో కెక్కి కూర్చున్నాడు. పగ్గాలు లాగి యడ్లని అదిలించ బోతూ కొడుకు వేపు చూశాడు — "నువ్వింటికి పోరా! సోద్యం చూస్తా నిలబడ్డావేంటి? అట్నించి వచ్చాక వస్తాలే. ఒరేయ్! ఈ పూట బళ్ళో కెళ్ళమాకు" అన్నాడు.

శివా ఇంకా ఏదో చెప్పాలనుకున్నాడు. కంఠం పెగిలింది కాదు.

బండి కదిలింది. యెడ్లు హుషారుగా తల లూగిస్తూ, మెడలో మువ్వలు మోగిస్తూ దారి పట్టాయి. ఆ బండిని రెండు చేతుల మధ్యా బంతిలా యెత్తి నేలకేసి కొడదామనిపించింది శివాకి. ... చాలా సేపు అలాగే చూస్తూ నించుని, బండి దూరంగా పోయాక వెనక్కి తిరిగాడు.

ఇంటికి వచ్చేసరికి అమ్మ నిద్ర పోతూంది.

కాంతమ్మత్తకి సంగతంతా చెప్పాడు.

"పోనీలే, వూరుకో. నువ్వు మాత్రం మధ్యాన్నం ఒక సారెళ్ళి రాఘవులున్నా డేమో చూసిరా! ఇవ్వాళ బడి కెళ్ళకు. ఎలా నాయనా! నువ్వే మీ అమ్మని కనిపెట్టు కుండాలి" అంది.

శివాకి ఏడుపొచ్చింది — "నే నుంటా నత్తా!" అన్నాడు పుస్తకాల సంచి దాచేసి వచ్చి తల్లి మంచం దగ్గిర కూర్చున్నాడు.

కాంతమ్మత్త కొంత సేపు కూర్చుని వెళ్ళిపోయింది.

శివా, రాఘవులు కోసం మధ్యాన్నం వెళ్ళి వచ్చాడు. సాయంత్రం వెళ్ళి వచ్చాడు. రాఘవులు జాతర నుంచి రానే లేదు.

ఆ రాత్రంతా అలాగే కొట్టి పడేసినట్టు పడుకునే వుంది సీత.

మర్నాడు బాగా ఎండెక్కాక వచ్చాడు శేషయ్య ఇంటికి.

"ఎలా వుందిరా మీ అమ్మకి? లేసిందా?" అన్నాడు.

"ఊహూఁ! అలాగే పడుకుంది."

"ఏం, ఏంటైంది? జరవాఁ?"

"ఏమో, నాకేం తెల్సు?"

అప్పుడే వచ్చాడు రాఘవులు కూడా — "నిన్న అబ్బాయి గారు శానా మాట్లు వచ్చినారంట. జాతర కాడికి పోయాను బాబూ! అప్ప గారికి జొరం వచ్చిందం టగా?" అంటూ చేతిలో సంచి కింద పెట్టాడు.

రాఘవులు సీత పడుకున్న మంచం దగ్గరికి వెళ్ళాడు. సీత చెయ్యి పట్టుకుని చూశాడు — "మామూలు వుష్టం. అదే తగ్గిపోద్ది" అంటూ సంచి విప్పి ఏవో గుళ్ళు లాంటి మాత్రలు తీశాడు. "మిరియాల కషాయం తీసి పూట కో మాత్ర యెయ్యండి. అదే తగ్గిపోద్ది" అని అదే పాట పాడాడు.

రాఘవు లిచ్చిన మాత్రలు చూస్తే శివాకి ఎందుకో ధైర్యం కలగలేదు. సంకోచంగా తండ్రి కేసి చూస్తూ ఆశగా, "నాన్నా! అమ్మని బండి కట్టుకుని బస్తీకి తీసి కెళితేనో?" అన్నాడు.

"అదేం టల్లుడా? అంత భయపడ తావ్? ఆ డాట్టర్లు సూది మందు లేస్తేనే గానీ వయిద్యం కాదా? ఇదసలు పైత్య

జొరం. కషాయం మింగించు. జొరం పోద్దా, దాని బాబు పోద్దా?" అన్నాడు కోపంగా రాఘవులు.

"అడి మాటలతో నీ కేంటి గానీ ముందు నీ పని కానీ! తెల్లార్లూ నిద్దర్లేక చచ్చే చావుగా వుంది. రత్తి బాగోతం చూస్తానని సంబరపడితే వుండి పోయాను" అన్నాడు శేషయ్య.

"నేనూ చూశాను బాబూ బాగోతం. ఆహా! అచ్చం సినిమా వోళ్ళు ఆడినట్టే ఆడారు" అంటూ రాఘవులు తన సంబరం కాస్తా వెల్లడించి లేచి నించు న్నాడు. "అల్లుడా! ఏదన్నా అయితే నా కాడికి రా! బయం లేదు" అని చెప్పి వెళ్ళి పోయాడు.

"మీ అమ్మ లేశాక మాత్రలు మింగ మని చెప్పు. నేను పడుకోవాలి" అనేసి శేషయ్య కూడా అక్కణ్ణుంచే వీధిలోకి వెళ్ళిపోయాడు.

శివా గుప్పిట్లో మాత్రలు బిగించుకుని చూస్తూ నించున్నాడు, తండ్రి వెళ్ళిపోయే వేపు. ఇంట్లోకి వచ్చి అమ్మ ఒంటి మీద చెయ్యి వేసి అయినా చూడకుండా వెళ్తు న్నాడు నాన్న. అమ్మని పుట్టెడు జబ్బుతో వదిలేసి మంచి మందు ఇప్పించకుండా వెళ్ళిపోతున్నాడు. ఇలా అయితే, అమ్మ జబ్బెలా తగ్గుతుంది? జబ్బు తగ్గకపోతే...?

గాజుల చప్పుడికి తుళ్ళిపడి అమ్మ కేసి చూశాడు శివా.

అమ్మ మంచి నీళ్ళడిగింది. గబ గబా తెచ్చి ఇచ్చాడు. అమ్మకి అంతా చెప్పాడు. అదో మాదిరిగా చూసింది. మాత్రలు అందించాడు. ముసల్ది తిడుతూ తిమ్ముతూ కషాయం తీసి యిచ్చింది. సీత మింగలేక మింగింది.

శివాకి కొంచెం భయం తగ్గింది.

"అన్నం... తిన్నావా?" అంది సీత కొడుకుతో నెమ్మదిగా.

"చద్దన్నం తిన్నాను."

"ఇంకా బళ్ళో కెళ్ళలేదా?"

"లేదమ్మా! ఇవ్వాళ మానేశాను. నిన్నా మానేశాను. నీకు బాగా లేదనీ..."

"అయ్యో! బడి మానేశావా?... ఫర్వా లేదు. నాకు బాగానే వుంది. ఇలా పడు కున్నాగా?... శివా! నువ్వెప్పుడూ బడి మానకురా! బడికి పోయి బాగా చదువు కోవాలి... నీ జీవితం బాగా వుంటదమ్మా!" అంటూ ఓపిక తెచ్చుకుని చంటి వాడికి బోధపరుస్తున్నట్టు చెప్పింది — "పోనీ ఇప్పు డెళ్ళిపో" అంది.

"ఉహూఁ! ఇవ్వాళెళ్ళను" అన్నాడు శివా.

సీత మాట్లాడకుండా కడుపులో కాళ్ళు పెట్టుకుని పడుకుంది.

తల్లి మీద పడి పాల కోసం పీకుతోన్న చంటిదాన్ని శివా వసారాలోకి తీసుకు పోయాడు. అది చేతులలో వుండకుండా గింజుకుని గింజుకుని సొక్కి పోయినట్టు నిద్రపోయింది. సాయంత్రం వరకూ చెల్లెల్ని ఎత్తుకుని తిరిగాడు శివా.

దీపాలు పెట్టాక సీత మళ్ళీ పొద్దున్న మిగిలిన కషాయంతో ఇంకో మాత్ర మింగింది. రాత్రి శివా, అమ్మ మంచం దగ్గిరే చాప మీద పడుకున్నాడు. బాగా నిద్ర పట్టేసింది.

చంటిది గుక్కపట్టి ఏడుస్తోంటే తృళ్ళి పడుతూ లేచాడు — "అమ్మా, అమ్మా! చెల్లి ఏడుస్తోందే" అన్నాడు.

చంటిది తల్లి గుండెల మీద పడి పైట లాగి పాలు తాగుతోంది. పాలు రాకేమో గుక్కలు పట్టి యేడుస్తోంది.

శివాకి కొంచెం సిగ్గు వేసింది.

అమ్మ చేతి మీద చెయ్యి వేసి కదు పుతూ పిల్చాడు. "అమ్మా! చెల్లి యేడు స్తోందే!"

"... ... ..."

బిత్తరపోయాడు శివా. గబ గబా వసారా లోకి వెళ్ళాడు, నాయనమ్మ దగ్గిరికి. నులక మంచంలో ముడుచుకు పడుకుని ముసల్ది గుర్రు పెడుతోంది.

"నాయనమ్మా, నాయనమ్మా!" అంటూ కంగారుగా నాయనమ్మని కుదిపి లేపాడు.

ఉలిక్కిపడ్డ ముసల్ది, "నీ కేఁవొచ్చిం దిరా పోయే కాలం?" అంటూ లేచి కూర్చుంది.

శివా బిక్క మొహంతో, "మా అమ్మ పలకటం లేదు. నువ్వొచ్చి చూడు నాయ నమ్మా!" అన్నాడు.

ముసల్ది మళ్ళీ నడ్డి వాలుస్తూ, "నిద్ద రోయిందేమో గట్టిగా లేపు, యెప్పుడూ మొద్దు నిద్దరే దాన్ది" అంటూ పడుకో బోయింది.

శివాకి యేడుపొచ్చేసింది — "లేపాను, యెంత లేపినా కదలటం లేదు. చెల్లి గుక్క పట్టి యేడ్చేస్తోంది."

"యేం గోలొచ్చిందిరా నీతో!" అంటూ ముసల్ది విసుక్కుంటూ మంచం లోంచి లేచింది.

తెల్లవారగట్ల చెరువు నుంచి నీళ్ళు మొయ్యటాని కొచ్చిన పాలేరు వీరన్న కావిడి కోసం వసారాలో కొచ్చాడు.

ముగ్గురూ కలిసి మిద్దింటిలో కెళ్ళారు.

"ఒసే సీతా! ఏంటే అంత నిద్దర మొద్దు లాగా? చంటిది గోలెడుతంది, చూడే!" అంటూ ముసల్ది కోడలు చేతి మీద చెయ్యేసింది. చల్లగా కర్రలా తగి లిందా చెయ్యి.

"ఈరన్నా! దీపం ఇలా పట్రారా!"

కట్టెలా పడి వుంది సీత.

"రాఘవుల్ని పిల్చుకొత్తా నుండమ్మా" అనేసి హడావుడిగా పరిగెత్తాడు వీరన్న.

ముసల్ది గడపలో కూలబడి సన్న సన్నగా రాగం ప్రారంభించింది — "కోడలో .... కోడలో" అంటూ.

శివాకి భయం వేసింది — "నాయ నమ్మా! మా అమ్మ కేంటైందే?" అన్నాడు భయంగా చూస్తూ.

"ఏంటి చెప్పేదిరా నాయనా" అంటూ రాగయుక్తంగా సాగించింది. ముసల్దాని రాగాలకే ఇరుగు పొరుగు వాళ్ళు చేరడం మొదలెట్టారు.

రాఘవులు రానే వచ్చాడు. విషయం తేల్చేశాడు, సీతమ్మ రాత్రెప్పుడో చచ్చి పోయిందని.

ముసల్ది కంఠం బాగా పెద్దది చేసింది — "అయ్యో! కోడలా! ఎంత పని చేశావే కోడలా! నీ దారిన నువ్ పొయ్యావా కోడలా! నీ పిల్లల్ని పక్షుల్ని చేశావా కోడలా! నా కొడుకు కాపురం నట్టేట్లో ముంచావా కోడలా! దేవుడో! ఎంత పని చేశావు దేవుడో!" అని గొంతు బద్దలు చేసుకుని అరుస్తూ ఏడవటం మొదలెట్టింది.

శివా బిక్క చచ్చిపోయాడు. గుమ్మాన్ని కావలించుకుని నించున్నాడు. అమ్మ చచ్చి పోయిందంటే..... అయోమయంగా అని పించింది.

చంటిది తల్లి మీద పడి పాలు తాగు తూనే వుంది. దాని మాటే ఎవరూ పట్టించు కోలేదు. చావు కబురు విన్న కాంతమ్మ పరుగు పరుగున వచ్చింది. ఏడుస్తూ నించున్న శివా దగ్గిరికి పోయి, "ఒరే! చెల్లిని తీసి చంకన వేసుకో, శవం మీద పడి పాలు తాగుతాంటే అలా నించున్నావా?" అని తిట్టింది.

"అవునర్రా! ఆ ముండని ఇవతలికి లాగండి!" అన్నారెవరో.

"దాన్నెవరు అంటుకుంటారూ? దాని అన్నని ఎత్తుకోమనండి."

శివా చొక్కాతో చెంపలు తుడుచుకుని తల్లి మంచం దగ్గిరికి వెళ్ళి చెల్లెల్ని తీసుకోబోయాడు. అది కాళ్ళూ చేతులూ తన్నుకుంటూ తల్లి మీద కురకటానికి తెగ గింజుకుంది. శివా, చెల్లెల్ని బలవంతంగా వసారాలోకి తీసుకుపోయాడు. దాని ఘోష భరించలేక కాంతమ్మ కాసిన్ని పాలు సంపాదించి గబా గబా కాగబెట్టి దానికి పట్టింది. చంటి ముండ గట గటా పాలన్నీ తాగి బొళుక్కున ఒంటి నిండా కక్కుకుంది. మళ్ళీ కీచుమంటూ ఏడవటం మొదలెట్టింది.

"ఏడిచేడిచి అదే నిద్దరోతది లేరా!" అంటూ వసారాలో గోడ పక్కన గోనె పరిచి చంటి దాన్ని పడేసి బయటికి పోయింది కాంతమ్మ.

రత్తాలింటి దగ్గిర్నుంచి శేషయ్య వచ్చాడు. మొహం దించుకుని వీధి అరుగు మీదే కూలబడిపోయాడు. పెద్ద వాళ్ళంతా దగ్గిరికి చేరి ఓదార్చుతోంటే పై పంచె తీసి మొహానికి అడ్డం పెట్టుకున్నాడు — దుఃఖం ఆగటం లేదని.

ముసల్ది గొంతు చించుకొంటూ వీధిలోకి వినబడేలాగా ఏడవటం సాగిస్తూనే వుంది. "కొడుకో! నీ మొహం ఎలా చూడన్రో కొడుకో! నీ కాపరం గంగలో కలిపిందిరో కొడుకో! నీకు బగమంతుడు అన్నేయం చేశాడ్రా కొడుకో!" అంటూ తల బాదుకుని, జుట్టు పీక్కుని దెయ్యం లాగా తయారైంది.

"విచారించి లాభం లేదు. జరిగేది చూడండి" అన్నారు చేరిన వాళ్ళంతా. అంతా వాళ్ళే చూశారు. సీతమ్మని దొడ్లోకి తీసుకుపోయి పీట మీద కూర్చో బెట్టి చన్నీళ్ళు గుమ్మరించారు. నీళ్ళోడుతున్న శరీరానికి కొత్త చీర చుట్టబెట్టారు. మొహాన కుంకుం బొట్టు పెట్టారు. గడ్డి మీద పడుకోబెట్టారు. ఒంటి నిండా గుడ్డ కప్పారు, గాది మెట్ల దగ్గిర నించుని అంతా చూస్తోన్న శివా పూనకం వచ్చినట్టు, "అమ్మా!" అంటూ అమ్మ మీద విరుచుకు పడ్డాడు. అమ్మని కావిలించుకున్నాడు. "అమ్మా! అమ్మా! నువ్వు చచ్చిపోయావెందుకే? యెందుకు చచ్చిపోయావే అమ్మా?... నే నెవరి దగ్గిర వుండనే అమ్మా?" అంటూ భోరుమని యేడ్చాడు.

ముసల్దాని కళ్ళల్లో నీళ్ళు తిరిగాయి. నీరసంగా లేచి వచ్చి, "నాయనా శివన్నా, అది మనల్ని ఇడిచి పోయిందిరా! ఊరుకోరా! అలా బెంబేలు పడకురా!" అంటూ మనవడి రెక్క పట్టుకుని పెనుగులాడి వెనక్కి లాక్కు వచ్చింది.

శవాన్ని మోసుకుపోయారు.

శివా మిద్దింట్లో అమ్మ మంచం తీసేసి అలికిన చోటు చూస్తూ ముడుచుకు కూర్చున్నాడు.

ఆ పూట కాంతమ్మ వండి పడేసింది.

ముసల్దాన్నీ, శేషయ్యనీ... బతిమాలి... బతిమాలి తిళ్ళు పెట్టింది.

శివా తిననంటే మాటాడకుండా ఊరుకుంది.

సాయంత్రానికి ఇల్లంతా మామూలుగానే అయింది.

చంటిదాని గోల యెక్కువైంది. దాన్ని చంక నేసుకుని ఇంటికి తీసుకుపోయింది కాంతమ్మ. అర్ధరాత్రి నుంచీ దానికి డోకులూ — విరోచనాలూ పట్టుకున్నాయి. మర్నాడంతా గడిచింది. రాఘవులి మాత్ర

లేం గుణం ఇవ్వలేదు. కాంతమ్మ కంగారు పడుతూ శేషయ్య దగ్గరకి వచ్చి చంటి దాని సంగతి చెప్పి, "శేషన్నా! చంటి ముండకి బొత్తిగా గుణం కనపళ్ళేదు. పెద్ద డాక్టరు గారికి చూపిస్తే బాగుంటదేమో!" అంది.

శేషయ్య, 'పట్టరాని దుఃఖంతో' తల వాల్చేసుకున్నాడు — "అప్పా! నేనేం చెయ్యగలనే? కట్టుకున్న దాన్ని దక్కించు కోలేక పోయానని సిగ్గుతో చస్తన్నాను. అళ్ళ అమ్మే పోగా లేంది ఇంక ఈ పిల్ల ముండ నన్నుద్ధరించుద్దా? నీ కెలా కుదిరితే అలా చెయ్యే అప్పా!" అనేశాడు.

కాంతమ్మ గిరుక్కున వెనక్కి తిరిగింది. "దానికి ఆయుస్సుంటే అదే బతుకుద్ది. దేవుడే వున్నాడు" అనుకుని ఇంటికి పోయింది.

ఆ రాత్రే చంటి ముండ ఏడ్చి ఏడ్చి గుడ్లు తేలబెట్టి కర్రలా బిగుసుకు పోయింది.

ముసిల్ది మళ్ళీ కాస్సేపు రాగం తీసింది. వీరన్న చంటిదాన్ని భుజం మీద పడుకో బెట్టుకుని బుర్ర మీద నుంచి పెద్ద గుడ్డ కప్పి, ఎట్టివాణ్ణి వెంటబెట్టుకుని ఊరవ తలికి బయల్దేరాడు. శివా కూడా ఎంత చెప్పినా వినకుండా వెంటబడ్డాడు.

ఎట్టివాడు గొయ్యి తవ్వుతోంటే వీరన్న భుజం మీద పిల్లని నేల మీద పడేశాడు.

శివా, వాడి కేసి కోపంగా చూస్తూ, "అదేంటి వీరన్నా! మా చెల్లిని కింద పడుకో బెట్టావు?" అంటూ దాన్ని గబుక్కున తన చేతుల్లోకి తీసుకొని తన ఒళ్ళో పడుకో బెట్టుకున్నాడు. దాని మొహం కేసి చూస్తే శివాకి కళ్ళల్లోంచి నీళ్ళొచ్చేయి. — 'అమ్మ చచ్చిపోయింది. చెల్లి కూడా చచ్చి పోయింది. ఎందుకిలా చచ్చిపోతారు?'

అలా చూస్తోంటే చెల్లిని ముద్దు పెట్టు కోవాలనిపించింది. చిన్ని చేతి మీద ముద్దులు పెట్టుకున్నాడు.

'చెల్లి కూడా చచ్చిపోయిందని అమ్మకి తెలుస్తుందా? అమ్మ దగ్గరికే చెల్లి వెళ్తుందా?' అని ఆలోచిస్తూ ఆకాశంలోకి చూస్తూ కూర్చున్నాడు శివా.

"పిల్ల నిటియ్యి బాబూ!"

శివా కళ్ళు దించి చూసేసరికి ఎట్టివాడు ఒళ్ళో పిల్లని తీసుకు పోయాడు.

శివాకి ఏడుపొచ్చేసింది.

ఎట్టివాడు పిల్లని గోతిలో పడేసి మట్టి కప్పుతోంటే శివా భయంతో గజ గజ లాడుతూ బావురుమని ఏడ్చేశాడు — "మా చెల్లిరా వీరన్నా! మా చెల్లి! మా చెల్లి!"

"చచ్చిపోయింది కదయ్యా! అమ్మ కాడ సుఖంగా వుంటదిలే. కడుపు నిండా పాలు తాగుద్ది. పద పోదారి" అంటూ వీరన్న, వెంట తెచ్చిన చెంబెడు పాలూ మట్టి దిబ్బ మీద గుమ్మరించి శివాని లేవదీసి చెయ్యి పట్టుకుని నడిపిస్తూ ఇంటికి తీసుకొచ్చాడు.

నీళ్ళు పోసుకుని బిక్కు బిక్కుమంటూ మోకాళ్ళలో తల పెట్టుకుని కూర్చున్న మనవడికి చద్దన్నం పెట్టింది ముసల్ది.

తిననని మొరాయించి — ఏడుస్తూనే అన్నం ముందు కూర్చున్నాడు శివా.

"ఏడవకురా నాయనా! అయిందేదో అయింది. తల్లి పోయాక ఆడ ముండ బతికినా చచ్చినా ఒకటే. దేవుడు మంచే చేశాడు, ఊరుకో, నీకేం, మొగ బిడ్డవి. నెల తిరిగితే అంతా సరి" అంటూ ఓదార్చ బోయింది నాయనమ్మ.

శివా ఏడుస్తూ వెక్కుతూ ముద్దలు మింగాడు.

పన్నెండో రోజు సీతమ్మ పెద్ద దినం

అయిపోయింది. అట్టహాసాలూ ఆర్భాటాలూ జరుగలేదు. చుట్టాలెక్కువ మంది రాలేదు. వచ్చిన వాళ్ళు తినగానే బళ్ళు ఎక్కారు.

రాత్రి — బాగా చీకటి పడ్డాక — పొలం నుంచి గూడు బండి ఇంటి కొచ్చింది.

ఎవరో చుట్టాలు వచ్చారనుకుని ముసల్ది గమ్మున గడపలో కూలబడి రాగం లంకించుకుంది — "అయ్యో కోడలా! నన్నెంత అన్నేయం చేసి పోయావే కోడలా! అప్పుడే నీకు నూరేళ్ళు నిండిపోయాయంటే కోడలా!" అంటూ ముక్కు చీది తుడుచు కుంది.

శేషయ్య హడావుడిగా లోపలికొచ్చి, "చాల్లే! వూరుకో! ఏడిస్తే వస్తదా యేంటి? లెగిసి లాంత రిలా తీసుకురా!" అని అరిచాడు.

ముసల్ది తెల్లబోయింది. లేచి వెళ్ళింది.

పుస్తకాలు ముందేసుకుని కూర్చున్న శివా కూడా లేచి వెళ్ళాడు.

బండి దిగి నుంచుంది రత్తాలు!

"పద రత్తీ లోపలికి."

శేషయ్య హెచ్చరికతో రత్తాలు గడపలో కాలు పెట్టింది.

రత్తాలు నల్లగా, పొట్టిగా గుమ్మటంలా గుంది. బర్మాముడి చుట్టుకొంది. ముక్కు మీద బేసరి తళుక్కున మెరుస్తోంది. సిగ్గు పడుతున్న దానిలా ఒదిగి ఒదిగి నడుస్తూ, మువ్వల పాంజేబులు ఘల్లు ఘల్లు లాడించుకొంటూ, యెదరగా కన్పిస్తోన్న గుమ్మం లోంచి మిద్దింట్లోకి పోయింది.

ముసల్ది తేరుకుంది. చాలా కోపం వచ్చింది ముసలమ్మకి.

"శేషన్నా! ఏంటిరా ఇదీ?" అంది కోపం వెళ్ళగక్కుతూ.

"ఏంటీ లేదు లేవే! రత్తి వచ్చింది. ఏ ఇల్లయితే యేంటి? ఎక్కడున్నా ఒకటే. ఎల్లు, దానికి కూడో కుమ్మో చూడు."

ముసల్దాని గుండెలో బండంత దిగులు పుట్టింది. నీరసంగా లేచి వంట పాకలోకి పోయింది.

శివా మళ్ళీ పుస్తకాల ముందు కూల బడ్డాడు.

" ఒరే, ఆ లాంతరు తీసుకుపోయి మిద్దింట్లో పెట్టిరా! కోడిగుడ్డు బుడ్డి నువ్వు తెచ్చుకో" అన్నాడు బాబు.

శివా, లాంతరు మిద్దింటి గడపలో పెట్టేసి చాప మీద ముసుగు పెట్టుకుని పడుకున్నాడు.

రత్తాలు సిగ్గుపడుతూ మిద్దింట్లోనే తిండి తింది. శేషయ్య గదిలోకి దూరి తలుపు లేసుకున్నాడు. కొడుకూ రత్తాలూ వూసులాడుకొంటూ మిద్దింట్లో పడుకోవటం చూస్తే ముసల్దానికి మళ్ళీ దిగులు ముంచుకొచ్చింది. కుక్కిన పేనులా కుక్కి మంచంలో ముణగదీసుకుని పడుకుంది.

★ ★ ★

నెల తిరిగొచ్చేసరికి రత్తాలు చాలా మందికి రత్తప్ప అయింది. రత్తప్ప ముసల్దాని ఆట కట్టించి, ఇల్లూ వాకిలీ అంతా వశం చేసుకుంది. పాలూ పెరుగూ బియ్యం కందిపప్పూ పిడకలూ అన్నీ అమ్మకాలు మొదలెట్టింది. పాలేరుకి పని పురమాయించినా, వాణ్ణి కేక లేసినా, రత్తప్పే. కూరలేం కొన్నా, యేం వండినా రత్తప్పే. ఇరుక్కీ పొరుక్కీ చేబదుళ్ళిచ్చినా, వాళ్ళతో జగడా లేసుకున్నా, రత్తప్పే. శేషయ్య పొలం వ్యవహారాలు మాట్లాడేది కూడా రత్తప్పే.

ముసల్దాని గోడు బొత్తిగా అరణ్యరోదనం అయింది.

రత్తాలుకి బంధు బలగం చాలా మంది వున్నారు. అప్పలూ, పిన్నమ్మలూ, వాళ్ళ పిల్లలూ, పిల్లల పిల్లలూ — యెవరెవరో చాలా మంది. వాళ్ళంతా అస్తమానం వచ్చి పోతూనే వుంటారు. వాళ్ళకి మాంసాలూ, పిండి వంటలూ చాలా హోదాగా చేసి పెడుతూ వుంటుంది రత్తప్ప.

ఆ రోజు బస్తీ నుంచి రత్తప్ప తమ్ము డెవరో వచ్చాడు. వాడు సన్నగా పొడుగ్గా తిండికి మొహం వాచిన వాళ్ళా వున్నాడు. పొడుగు లాగూ దాని మీద బొమ్మల జాకెట్టూ వేసుకున్నాడు. జీబురుమంటూ కొండంత వుంగరాల జుట్టు. ఓ వరసపెట్టి దువ్వుకుంటే నొక్కులు నొక్కులుగా వాడి జుత్తు చాలా అందంగా వుంటుంది. కానీ వాడు జుట్టు దువ్వుకోడు. బీడీ కాలుస్తూ మరీ ఇంట్లో కొచ్చాడు.

"అప్పలూ! నువ్వంటరా!" — వాణ్ణి చూస్తూనే రత్తాలు మొహం చేటంతయింది.

వాణ్ణి చూస్తే ముసల్దానికి ఒళ్ళు మండింది. పైకి వినపడకుండా గొణు క్కుంటూ పెరట్లోకి పోయింది. కాంతమ్మ దగ్గిరికి పోయి నెత్తీ నోరూ బాదుకుంది.

రత్తాలు పెత్తనం యెక్కువయ్యాక ముసల్దాని గోడు వినటానికి కాంతమ్మే శరణ్యం అయింది. ఇంట్లో జరిగే తంతు లన్నీ పూసగుచ్చినట్టు కాంతమ్మకు చెప్పి, "చూడు కాంతమ్మా! రోజు లెలా మారాయో!" అంటూ బొట బొటా ఏడ్చేది ముసల్ది.

ముసల్ది చెప్పిందంతా విని మండి పడుతూ కాంతమ్మ "ఎందుకొచ్చిన శోకాలు? ఒక్క నాడన్నా కోడల్ని గిట్ట నిచ్చావా? చేసుకున్న పాపం యెక్కడికి పోతదనుకున్నావు?" అంటూ తెగ చివా ట్లేసేది.

ఆ రోజూ అలాగే కాంతమ్మ ముసల్దాని గోడంతా వింది — "ఆడు రవుడీసులా వుంటే నీ కెందుకు, బుద్ధిమంతుడైతే నీ కెందుకు? చచ్చినట్టు నోరు మూసుకో! నీ ఖర్మ నువ్వే అనుభవించు" అంటూ ఛెడామడా తిట్టింది కాంతమ్మ.

"బుద్ధి లేని ముండ నయ్యానే తల్లీ! సీతమ్మోరు లాంటి కోడల్ని కడుపు నెట్టు కున్నాను. చేసుకున్న ఖరమ తప్పుతాదా? అలాగే నోరు మూసుకు పడి వుంటా" అంటూ ఇంటి కొచ్చింది ముసలమ్మ.

వచ్చీ రాగానే, పెరట్లో నల్ల కోడి ఈకలు చూడగానే ముసల్దానికి గంగవెర్రు లెత్తాయి. కోడి మాంసం తయారు చేస్తున్న వీరన్న మీద విరుచుకుపడింది — "దొంగ ఎదవా! నిక్షేపంలా గుడ్లు పెడతావున్న కోణ్ణి కోశావా? నీకేం పొయ్యే కాలంరా?" అంటూ తిట్లు ప్రారంభించింది.

రత్తాలు రయ్యిన బైటి కొచ్చి, "ఎందు కలా రంకె లేస్తావ్? నేను కొయ్యమన్నానని ఆడు కోశాడు. ఎదవ కోడి, మళ్ళీ కొంటాను. బస్తీ నుంచి నా తమ్ముడొస్తే పచ్చడి మెతుకు లెట్టమన్నావా?" అంటూ ఎదురు ప్రశ్న వేసింది.

ముసల్దానికి పూనకం వచ్చింది. చేతులు బారలు చాస్తూ ఏక వరసన తిట్టి పొయ్యటం ప్రారంభించింది. "నీ సుట్టాలు గోదాట్లో కలవా! అళ్ళందర్నీ గాడుదుల్లా మేపుతావంటే? నా కొడుకు కాపరం దుంప నాశనం సెయ్యటానికి దాపరించావే! ఇల్లాల్ని మింగింది చాలక కొంప గుండం చేత్తావంటే?" అంటూ నోరంతా పెట్టుకుని అరిచింది.

అప్పుడే వచ్చిన చుట్టం ఎదట అంత రాద్ధాంతం జరిగితే రత్తప్పకి తల తీసేసి నట్టయింది — "నోటికొచ్చినట్టు పేలా

వంటే చూసుకో, నా నోరూ మంచిది కాదు" అంటూ వార్నింగు లిచ్చింది.

"ఏం చేస్తావే ముండా?" అంటూ ముసల్ది రెచ్చిపోయింది. ఇద్దరూ హోరా హోరీ దెబ్బలాడుకున్నారు. పెళా పెళా తిట్ల వర్షం కురిపించుకున్నారు. ముసల్ది కోపం తీరక రత్తప్ప జుట్టు పీకుదామనుకుంది. కానీ దాని కళ్ళు చూసి జడిసి తిట్లతో సరిపెట్టింది.

శేషయ్య వచ్చీ రాగానే రత్తాలు కూల బడి బెక్కి బెక్కి ఏడ్చింది. "తగులుకున్న వాడు మొగుడౌతాడా, తాడిచెట్టు నీడౌ తాదా అంది మా అప్ప. ఇన్నాను కాను" అంటూ దుఃఖించటం మొదలెట్టింది.

"ఏంటే? ఏంటైందే రత్తీ?" అని శేషయ్య కంగారు పడుతూ దగ్గిరి కొచ్చాడు.

"ఏంటైతే ఏంలే, బరించాల. తప్పుద్దా?"

"చెప్పే రత్తీ! ఏంటయిందే?" అని బుజ్జగించాడు.

"ఇంకేం టవ్వాల? మా తమ్ముడి కిస్టవని కోణ్ణి కోయించా. మీ తల్లి నా మీద దుమ్మెత్తి పోసింది. రాక్షసిలా వచ్చి పడ్డా నంట. ఇల్లాల్ని మింగానంట, బాగ్రైకీ బత్తకీ కాకుండా చేశానంట. కారు కూతలన్నీ కూసింది. ఇంకేటింటావులే" అని భోరున ఏడ్చింది మొహానికి గుడ్డ అడ్డం పెట్టుకుని.

"అవునే, అన్నానూ. చెప్పుకో, బయవా?" అంటూ ముసల్దీ రంగంలో కొచ్చింది — "నా కడుపు మంట నాదీ. నా గుండెల్లో బాద నాదీ. ఎన్నాళ్ళిలా కళ్ళె ట్టుకు చూస్తా వుండనూ?" అంటూ అరిచింది.

"నోరు ముయ్యే!" అని శేషయ్య కోపంగా తల్లి మీదకి చెయ్యెత్తాడు.

తెల్లబోయింది ముసల్ది!

కొడుకు మళ్ళీ అన్నాడు — "నీ కెందుకే ఎదవ పెత్తనం? ఓ కాడ పడుండ రాదా? అంతా రత్తిష్టం. దానిల్లు అది చూసుకుంటది. రోజులు నిండి నీ కోడలు పోయింది. కావాలంటే నువ్వూ పో. రత్తాన్నే వన్నా అన్నావంటే మాట దక్కదు" అంటూ మీది మీది కొచ్చాడు.

"ఓరి నీ అమ్మ కడుపు మాడా! ఇదేం పోయ్యే కాలంరా? తగులుకున్న ముండకి ఇల్లప్పజెప్పుతావంట్రా? సీతమ్మోరు లాంటి పెళ్ళానికి మందూ మాకూ సూడక సంపుకున్నావు..." — ఇంకా ఏమేమో తిట్ట బోతున్నదాన్ని ఒక్క తోపు తోశాడు కొడుకు — "కట్టుకున్న దానికీ గాక, వుంచుకున్న దానికీ గాక ఇంకెవరిదే ఇంటి పెత్తనం? సీతమ్మోరంటన్నావు కోడల్ని. దాన్ని నువ్వే నాడన్నా గిట్ట నిచ్చావా?" అంటూ ఒక్క గుద్దు వేశాడు తల్లి వీపు మీద. మనిషిని గుంజి ఒక్క గెంటు గెంటాడు.

ముసలమ్మ వెల్లకిలా పడింది — "ఇదేం అన్నాయంరా? నీ చేతులిరిగి పోనూ! నీ ఇల్లు వల్లకాడవ్వా!" అంటూ తిట్లతో కలిపి బావురుమని ఏడ్చింది, కూలబడి.

రత్తప్ప లేచి కోడి కూరకి మసాలా నూరటానికి నడుం బిగించింది.

ముసలమ్మ చాలా సేపు కుళ్ళి కుళ్ళి ఏడ్చి లేచి చేతి సంచి తీసుకుంది. నాలుగు గుడ్డలేవో అందులో కుక్కుకుంది.

"నువ్వే సుకంగా వుండే ముండా! నా ఉసురు నీకు తగలకపోదే" అంటూ ఆఖరి సారి శాపం పెట్టి వీధిలోకి వెళ్ళిపోయింది.

సాయంత్రం స్కూలు నుంచి శివా వచ్చి చూస్తే నాయనమ్మ కనపళ్ళేదు. తల్లి పోయిన తర్వాత, నాయనమ్మే ప్రాణం అయింది శివాకి.

"నాయనమ్మా!" అంటూ ఓ కేక వేశాడు.

రత్తాలు మిద్దింటిలోంచి బయటికి వచ్చింది — "లేదు. ఎక్కడికో పోయింది" అంది.

శివా తెల్లబోయాడు — "ఎక్కడికి పోయింది? నాకు చెప్పలేదేం?" అన్నాడు.

"ఏమో, నాకు మాత్తరం తెలుసా? పొయ్యి దగ్గిర కుండలో కూడుంది. చిప్పలో పులుసు కూడా వుంది. కూర లేదు. మా అప్పులుకే సరిపళ్ళేదు, ఎళ్ళి పెట్టుకు తిను" అని మళ్ళీ మిద్దింట్లోకి పోయింది.

శివాకి నించోబుద్ధి కాలేదు. గబ గబా కాంతమ్మత్త దగ్గిరికి వెళ్ళాడు.

జరిగిందంతా చెప్పింది కాంతమ్మ — "ముసల్ది మాత్రం ఏం నిర్వాకం చేసింది మీ అమ్మని? దాని పాపం అదే అనుభ వించింది. ఏడుస్తూ పోయింది. అప్ప కూతు రింటికో ఎక్కడికో పోతానంది. రోజులు గడ్డుగా వున్నాయిరా బాబూ! నువ్వు మాత్రం మనసులో ఇయ్యన్నీ పెట్టు కోకుండా సుబ్బరంగా తిని చదువుకో" అంటూ హిత బోధ చేసింది.

"మా నాయనమ్మ చాలా మంచిదైంది అత్తా! నాయనమ్మ కూడా లేకండా నేనెలాగ వుండను? నాయనమ్మ ఎప్పుడొస్తానం దత్తా?"

"ఇంకే టొస్తది? తల్లి అని కూడా చూడకండా మీ అయ్య దాని మీద బడి కొట్టాడంట! కింద పడి పోయిందంట! దానికేం ప్రేణం వుంది వొంట్లో?"

"కొట్టాడా? నాయనమ్మని కొట్టాడా? ఎవరు చెప్పారు?"

"మీ నాయనమ్మే చెప్పింది. ఇక్కడ కూలబడి కాస్సేపు ఏడ్చి వెళ్ళింది. 'నా కోడలు బతికొస్తే ఇప్పుడు కళ్ళల్లో పెట్టి సూసుకుంటానమ్మా' అంది. పోయినోళ్ళు బతికొస్తారా, పిచ్చి మాటలు! ఇప్పుడే వనుకుంటే యేం లాబం?"

"మా నాయనమ్మ ఇప్పుడెక్కడుం టుంది?"

"ఎక్కడో వుంటదిలే. తర్వాతదే తెలు స్తది. ఇంటి కెళ్ళు. నీ చదువు నువ్వు చదువుకో."

శివా కాళ్ళీడ్చుకొంటూ ఇంటికొచ్చాడు. నీళ్ళ కాగు లోంచి వేన్నీళ్ళు తోడి తీసుకెళ్ళి నీళ్ళోసుకున్నాడు. పొయ్యి ముందు కూర్చుని అన్నం పెట్టుకున్నాడు.

తినబోతే ఏడుపొచ్చింది.

అమ్మ... అమ్మ వున్నప్పుడు ... తను బళ్ళోంచి వచ్చేసరికి నీళ్ళు తోడి, పీట వేసి, అన్నం పెట్టి, కబుర్లన్నీ అడిగి చదువు కోటానికి లాంతరు వెలిగించి యిచ్చి, పడుకోటానికి పక్క వేసి, అన్నీ చేసేది. "శివా! శివా!" అంటూ ఎప్పుడూ పిలుస్తూ వుండేది. అంత మంచి అమ్మ చచ్చి పోయింది. నాయనమ్మ నిజంగా బుద్ధి తెచ్చుకుంది. అన్నం పెట్టి దగ్గిర కూర్చు నేది. రాత్రుళ్ళు దగ్గిరే పడుకునేది. అప్పు డప్పుడూ ఏడుస్తూ వుండేది. "నాయనా, ఎలా బతుకుతావురా" అనేది.

వెక్కిళ్ళు అణచుకొంటూ ముద్దలు మింగాడు. చారు మరీ పుల్లగా వుండి డోకొచ్చింది. చెయ్యి కడుక్కుని లేచి పోయాడు.

శేషయ్య ఇంటి కొచ్చేసరికి రత్తాలు ఎర్ర చీర కట్టుకొని, కళ్ళ నిండా కాటుక పూసుకుని ఇంపుగా ఎదురెళ్ళింది.

ముసల్దాని మాట ఎవ్వరూ ఎత్తలేదు.

★ ★ ★

రోజూ చీకటితో లేచి పాఠాలన్నీ చదువుకుని మొహం కడుక్కుని రాత్రి నీళ్ళలో నానబెట్టిన చద్దన్నం తినేవాడు శివా. ఎనిమిది గంటల వేళకి కూర కూడా వుడికితే అన్నం కూరా క్యారియర్ గిన్నెల్లో పెట్టి పొయ్యి గోడ మీద పడేసేది రత్తాలు. కూర వుడక్కపోతే అన్నంలో ఓ పచ్చడి ముక్క పడేస్తుంది. ఆ గిన్నెలు సర్దుకుని బళ్ళోకి పోతాడు శివా. మళ్ళీ ఇంటికి వచ్చే సరికి సాయంత్రం దీపాలవేళ అయ్యేది. పొంత కుండలోనో కాగులోనో వేడి నీళ్ళుంటే పోసుకుంటాడు. లేకపోతే చన్నీళ్ళు పోసుకుని అన్నం పెట్టుకు తిని, చదువుకుని వసారాలో తన చాప మీద పక్క వేసుకుని పడుకుంటాడు. అంతకు మించి శివాకి ఇంటితో సంబంధం వుండేది కాదు.

చుట్టం చూపుగా వచ్చిన అప్పారావు వారం రోజులైనా వెళ్ళలేదు.

"నాకు మాత్రం ఎవరుండి చచ్చారు? పిల్లా, జెల్లా? తమ్ముడివైనా నువ్వే, కొడుకువైనా నువ్వే. ఇక్కడే వుండుగాని" అంది రత్తప్ప, శేషయ్య ముందే అప్పారావుతో.

శేషయ్య కిక్కురు మనలేదు.

"ఎందుకు లేవే అప్పా!" అని అప్పారావు సిగ్గుపడ్డాడు గానీ ఇల్లు వదల్లేదు.

అప్పారావుతో శివా ఒక్క సారి కూడా మాట్లాళ్ళేదు. అసలు శివా ఇంట్లోంచి బయటికి పోయేటప్పటికి అప్పారావు లేచేవాడు కాదు. రాత్రి ఎక్కడెక్కడో తిరిగి చాలా ఆలస్యంగా యింటికొస్తాడు. అప్పటికి శివా చదువులో వుంటాడు. లేకపోతే నిద్ర పోయేవాడు. ఇద్దరికీ ఎప్పుడూ భేటీ కుదర్లేదు.

ఒక సారి శివా కేరేజీ గిన్నెల్లో పెద్ద గిన్నికి చిల్లు పడింది. పులుసు పోసినా, మజ్జిగ పోసినా వుండేది కాదు. వరసగా నాలుగు రోజులు పచ్చడి అన్నమే తీసికెళ్ళాడు.

ఆదివారం మాట్లు వేసేవాడు వూళ్ళోకి వచ్చాడు. వాడి కేక వినగానే వీధిలోకి పరుగెత్తి వాణ్ణి ఇంటికి తీసుకువచ్చాడు శివా. చిల్లుపడ్డ గిన్ని చూపిస్తే వాడు అర్ధ రూపాయి అడిగాడు.

"ఇప్పుడే వస్తాను. నించుంటావా?" అన్నాడు శివా.

"ఈదిలో చింతచెట్టు కింద కొలివిం పెడతాను. అక్కడికి గిన్నీ డబ్బులూ పట్రా" అని చెప్పి వెళ్ళిపోయాడు మాట్లవాడు.

శివా పరుగెత్తుకుంటూ పొలంలోకి వెళ్ళాడు. చెట్టు కింద నుంచున్న తండ్రి దగ్గిరికి నడిచాడు — "నా కారియర్ గిన్నెమో... చిల్లు పడింది. మాట్ల వాడొచ్చాడు" అనేసి నించున్నాడు.

"ఇంటి కాడ రత్తాన్నడగలేక పోయావా? ఎదవ మొహ మేసుకొని ఇక్కడికెందుకురా పరుగెత్తుకొచ్చావ్? ఎళ్ళు, దాన్నడిగి ఏయించుకో" అంటూ కసిరాడు శేషయ్య.

శివా కాళ్ళీడ్చుకుంటూ ఇంటి దారి పట్టాడు.

రత్తాల్ని డబ్బులడగటం శివాకి ఇష్టం లేదు. తిన్నగా చింత చెట్టు కింద కొలిమి దగ్గిరికి వెళ్ళాడు.

"గిన్నేదీ?" అన్నాడు మాట్లవాడు.

"డబ్బుల్లేవులే, మళ్ళీ వారం వేయించుకుంటా."

మాట్ల వాడేదో అనబోయి పని తొందరలో పడి వూరుకున్నాడు.

శివా చాలాసేపు అక్కడే కూర్చుని చూసి చూసి విసుగొచ్చి లేచి ఇంటికొచ్చాడు.

సాయంత్రం వీరన్న ఇంటికొచ్చాక

శివాని చూసి జ్ఞాపకం వచ్చి అడిగాడు — "ఏంటైంది బాబూ? గిన్నికి మాటేయిం చావా?"

"లేదు. దాన్నడగలేదు" అన్నాడు శివా.

"పోనీలే. ఊరుకో. ఈ సారి నేను సంతకెల్లినప్పుడు మాటేయించి పెడతాలే."

"మరి డబ్బులో?"

"నా దగ్గిరున్నాయిలే."

శివా మాట్లాళ్లేదు.

వీరన్న సంతలో కారియర్ గిన్నికి మాటేయించి కళాయి కూడా బాగా చేయిం చాడు.

ఇత్తడి గిన్ని బంగారంలా మెరుస్తూ న్నట్టు కనపడింది శివాకి.

★ ★ ★

శివ, స్కూల్ ఫైనల్ పాసయ్యాడు.

పంచాయితీ ఆఫీసుకి వచ్చిన పేపర్లో నెంబరు చూసుకుని ఇంటికి వచ్చాడు. ఇంట్లో ఎవ్వరికీ చెప్పబుద్ధి కాలేదు. ఎవరికి చెప్పాలి? — అనిపించింది. సాయంత్రానికి యెలాగో తెలిసింది శేషయ్యకి. "ఏంరా? పరీక్ష పేసయ్యావంటగా?" అన్నాడు.

"ఊఁ..."

"అ ముక్క సెప్పలేదేం? నోటి ముత్తేలు రాల్తయ్యా?" అంది రత్తప్ప చేతులు తిప్పుతూ.

కరణం కొడుకుకి పరీక్ష పోయి తన కొడుకు పరీక్ష నెగ్గటం శేషయ్యకీ సంతోషం గానే అనిపించింది.

మళ్ళీ పది రోజుల తర్వాత చదువు ప్రసక్తి వచ్చింది. "ఈ పరీక్ష పేసైనందు కేదన్నా వుద్యోగం వస్తదా?" అన్నాడు శేషయ్య కొడుకు కేసి చూస్తూ.

శివాకి పరీక్ష పాసైన దగ్గిర్నుంచీ చాలా నిబ్బరంగా వుండేది. సంతోషంగా వుండేది. "అప్పుడే వుద్యోగం ఏంటి? నే నింకా చదువుకుంటా" అన్నాడు.

"ఎక్కడా? ఇంకా పెద్ద బళ్ళోనా?" — ఆశ్చర్యంగా చూశాడు శేషయ్య.

"అవును. కాలేజీకి వెళ్ళాలి. అప్లికేషన్ పెట్టేశాను."

ఉలిక్కిపడ్డట్టు చూసింది రత్తాలు — "అమ్మో! అంత పెద్ద బడా? డబ్బో?"

"అవు(నా! డబ్బో?" — చుట్ట చుట్టటం ఆపి మొహం చిట్లిస్తూ అన్నాడు శేషయ్య — "అంత చదువుకి డబ్బెక్కడిదీ?" అని రెట్టించాడు.

డబ్బు! డబ్బు! డబ్బు లేదూ? — రత్తాలికి చంద్రహారం చేయించటానికి డబ్బెక్కడిదీ? దాని చుట్టాలందర్నీ మేప టానికి డబ్బెక్కడిదీ? అప్పారావుకి సైకిల్ కొనటానికి డబ్బెక్కడిదీ? అవును, రత్తాలు కోరికలు తీర్చటానికే డబ్బు చాలటం లేదేమో! ఏమో, అదంతా తన కెందుకు?

శివా కాస్త చొరవతో అన్నాడు — "నేను చదువు మాత్రం మానను, ఇంట్లో కూర్చుని ఏం చెయ్యాలి?"

రత్తాలు అంది — "మీ అయ్యకి కాస్త చేదోడుగా వుండరాదూ? ఒక్కడూ ఎంత కని చాకిరీతో కొట్టుకుంటాడు?"

"అవు(నా! ఇంటి పట్టున వుండి నాలుగెకరాల కొండ్ర మగతాకి తీసుకుని చేసుకోరాదా?"

శివాకి భయం వేసింది. ఈ రత్తాలు బాగా నూరిపోసేలా వుంది. దొంగ ముండ! దీని మాటా తను వినేది?

"ఊహూ! నేను చదువు మానను" ప్రతిజ్ఞ పట్టినట్టు అన్నాడు. "ఇంకా చదువుకుంటే పెద్ద వుద్యోగం వస్తుంది."

శేషయ్య ఎర్రగా చూశాడు. "ఏంటిరా తల తిక్క? చదువంటే మాటలా?

వందలూ వేలూ మూలుగు తున్నయ్యా, నీ చదువుకి నన్నెక్కడ డబ్బు తెమ్మంటావ్? నా వల్ల కాదు. ఎలా చదువుతావో చదువు. నీ ఇష్టం!"

శివాకి కళ్ళు తిరుగుతున్నట్టయింది. ఇంక చదివించరనే భయంతో మాట్లాడ కుండా బయటికి వెళ్ళిపోయాడు.

శేషయ్య కొడుకు చదువు సంగతి, వూళ్ళో అందరి నోళ్ళలోనూ నానింది. రచ్చబండ ఎక్కింది. పంచాయతీ పాకలో దూరింది. ఊరు ఊరంతా నాలుగు రోజుల పాటు తిరిగింది.

శేషయ్యని తోటి వాళ్ళంతా చివాట్లేశారు — "కుర్రోడు సుబ్బరంగా చదువుకుంటా నంటే వద్దనటానికి నీకేం పొయ్యే కాలం? ఒక్కగా నొక్కడు. ఆడికి గాకపోతే ఈ పొలం పుట్రా ఎవరికి? ఆడు చదువుకుని పై కొచ్చాక నీకు గొప్ప కాదా? ఎన్ని ఏసాలేసినా ఆణ్ణి మాత్రం బాధ పెట్టమాకు. తల్లి లేనోడు" అంటూ దుయ్యబట్టారు. "ఆణ్ణి చదువుకు పంపించు శేషయ్యా! మానేవు సుమా! మెరిక లాంటోడు" అంటూ కొరుక్కుతిన్నారు.

శేషయ్య ఎవరికీ కాదని చెప్పలేక పోయాడు. ఏమనుకున్నాడో గానీ రెండో వారానికల్లా ఒక వంద రూపాయలు వీరన్న చేతికిచ్చి పంపించాడు.

వీరన్న డబ్బు తెచ్చి అందిస్తే అతన్ని అమాంతం కావలించుకున్నాడు శివా. ఆ సంతోషం తగ్గాక డబ్బు లెక్క పెట్టుకుంటే ఏడుపొచ్చింది. "కాలేజీ ఫీజు కట్టాలి, పుస్తకాలు కొనుక్కోవాలి. నాకు బట్టలన్నీ చిరిగిపోయాయి. ఉన్నవి కూడా బాగా పొట్టి అయిపోయాయి. ఒక్క వంద రూపాయలు ఎలా సరిపోతాయి వీరన్నా?" అన్నాడు దిగులుగా చూస్తూ.

"ఇప్పటికి పుచ్చుకో బాబూ! ముందెళ్ళి జీతం కట్టుకో. నేను మీ అయ్యతో సెబుతాగా. పంపిస్తాళ్ళే" అంటూ ధైర్యం చెప్పాడు వీరన్న.

★ ★ ★

కాలేజీ ఫీజులు కట్టి సీటు దక్కించుకున్నాడు శివా. కాంతమ్మ ఇచ్చిన డబ్బుతో కొన్ని పుస్తకాలు కొన్నాడు. హాస్టల్లో ప్రవేశించాడు. ఇంటికి వుత్తరం రాస్తే మళ్ళీ ఓ వంద రూపాయలు పంపాడు శేషయ్య. శివాకి చాలా ఆశ్చర్యం వేసింది. తండ్రి ప్రతి నెలా డబ్బు పంపిస్తాడంటే నమ్మకం కుదర లేదు. ఎన్నాళ్ళు సాగుతుందో ఈ చదువు! ఏమైనా సరే! తను చదువుకోవాలి — అనుకున్నాడు.

★ ★ ★

కాలేజీలో చదువూ, హాస్టల్ వాతా వరణమూ — చాలా కొత్తగా వున్నాయి శివాకి. శివా పేరు మరుగునపడి శంకరం అయ్యాడు.

కాలేజీలో ఎంత శ్రద్ధగా విన్నా అర్థం కాని లెక్చర్లూ, అది కూడా వినకుండా పిల్లలు చేసే అల్లర్లూ, శంకరాన్ని అయో మయంలో పడేసేవి. ఫస్టు టెర్మ్ అంతా ఆ అయోమయంతోనే గడిచింది.

శంకరం తన రూమ్ మేట్ రామానికి బాగా సన్నిహితం అయ్యాడు. రామం శంకరాన్ని చాలా అభిమానిస్తాడు.

ఓ సారి శంకరం యెవరితోనో ఏదో మాటలాడుతోంటే, పక్క వాళ్ళు నవ్వు కొంటూ మొహమొహాలు చూసుకున్నారు.

శంకరం చిన్న పిల్లాడిలా బిక్కమొహం వేశాడు. శంకరం మాటల్లో పల్లెటూరి పదాలు బాగా దొర్లుతూంటాయి. ఉచ్చా రణలో ఏదో యాస కొట్టవచ్చినట్టు

వుంటుంది. అందుకే శంకరం నోరు విప్ప టానికే భయపడుతూ తన మానాన తను కూర్చుని చదువుకొంటూ ఉంటాడు. రామం తప్పితే శంకరానికి స్నేహితు లెవరూ లేరు. కానీ హాస్టలులో వాళ్ళందరికీ కాస్తో కూస్తో శంకరం తెలుసు. కారణం శంకరం యెప్పుడూ ఏదో క్లాసు బుక్కూ - నోట్సూ - డిక్షనరీ - వెంటేసుకుని తిరు గుతూ - వాటితో కుస్తీలు పడుతూ అర్థాలు రాసుకుంటూ కన్పించటం.

ఓ రోజు సాయంత్రం వేళ హాస్టల్లో కుర్రాళ్ళంతా ఎప్పటిలా బయటికి పోయారు. పోగా మిగిలిన వాళ్ళు జట్టు జట్లుగా కూర్చుని కబుర్లు చెప్పుకుంటు న్నారు.

శంకరం చేతి నిండా పుస్తకాలు తీసు కుని వరండా చివరికి పోతూంటే ఎవరో అన్నారు — "ఎవరోయ్ ఈ మంచి బాలుడూ?"

ఫక్కుమన్నారు కుర్రాళ్ళంతా.

శంకరానికి కూడా నవ్వొచ్చింది. ముసి ముసిగా నవ్వుకొంటూ తల ఒంచుకుని వెళ్ళిపోయాడు. అక్కడ కూర్చుని పుస్తకం అడ్డం పెట్టుకుని చూస్తే గుంపులో బాలకృష్ణ కన్పించాడు. బాలకృష్ణ అక్కడ చేరిన వాళ్ళలో చాలా మందికి సీనియరు. వయసులో కూడా పెద్దవాడే. ఎప్పుడూ మంచి ఖరీదైన బట్టలతో దర్జాగా వుంటాడు. జుట్టు మాత్రం బొత్తిగా అతని సింగారంతో సహకరించకుండా ముళ్ళలా ఎదురు తిరుగుతూ వుంటుంది. అతని బట్టల మీద నుంచీ, ఒంటి మీద నుంచీ, గుప్పు గుప్పుమంటూ సువాసనలు వస్తూంటాయి.

అందరి మీదా అధికారం చేస్తోన్నట్టు అతను 'రీవిగా' మాట్లాడుతూంటాడు. బయట వేరే రూమ్‌లో వుంటున్నా చాలా తరుచుగా హాస్టల్‌కి వస్తుంటాడు. అతను వచ్చీ రాగానే "గురూ! గురూ!" అంటూ చాలా మంది స్టూడెంట్సు అతని చుట్టూ గుమిగూడుతారు. అంతా కలిసి గట్టిగా మాట్లాడుకొంటూ నవ్వుకొంటూ గంటల కొద్దీ నుంచుంటారు. బాలకృష్ణ హాస్టల్ లోంచి వెళ్ళిపోతే, కుర్రాళ్ళంతా నిరు త్సాహంగా తలో మూలకీ పోయి కూర్చుం టారు.

శంకరానికి కాలేజీ పరిభాష కొంత వరకూ వంట బట్టింది. బాలకృష్ణని "రింగ్ మాష్టర్" అనుకుంటాడు మనసులో.

"శంకర్! నిన్నివాళ బాలకృష్ణకి పరి చయం చేస్తాను, రావోయ్!" అంటూ వచ్చాడు రామం.

శంకరాని కెందుకో సిగ్గు వేసింది. లేచి నించున్నాడు. అంతలోనే బాలకృష్ణే ముఠా నంతా వెంటేసుకుని వరండా చివరికి రానే వచ్చాడు. శంకరం కేసి నవ్వుతూ చూస్తూ — "భయ్యా! నువ్వు చాలా మంచి బాలుడి విలా కన్పిస్తున్నావోయ్!" అన్నాడు. కుర్రాళ్ళు చాలా మంది శంకరాన్ని పొగుడుతూ బాలకృష్ణకి చెప్పారు. "శంకరం గారు ఇరవై నాలుగ్గంటలూ చదువుతోనే వుంటా రండీ! మీల్స్‌కి వెళ్తు న్నప్పుడు కూడా పుస్తకం వెంటబెట్టుకునే వస్తారు!" అన్నారు.

బాలకృష్ణ శంకరం మొహంలోకి నిస్సం కోచంగా చూస్తూ, "నువ్వింకా ఫస్టియరే కదుటోయ్! చదవటానికి చాలా కాలం వుంది. మరీ అంత కష్టపడిపోకు. ఇదేం హైస్కూలనుకున్నావా?" అంటూ నవ్వాడు.

శంకరం ఏం మాట్లాడలేదు. అందరి లాగే తనూ నవ్వుతూ బెదురు అణు చుకొంటూ నించున్నాడు.

బాలకృష్ణ మిగతా వాళ్ళతో ఏవేవో మాట్లాడి కాస్సేపటికి వెళ్ళిపోయాడు.

తర్వాత కూడా బాలకృష్ణంటే శంకరాని కేం సదభిప్రాయం కలగలేదు. బాలకృష్ణ తనొక్కడే చాలా గొప్పవాడైనట్టూ, భూమి మీద రెండంగుళాల ఎత్తు మాత్రం వున్న మరుగుజ్జు మనిషితో మాట్లాడుతోన్నట్టూ, తన హోదా ఒలకబోస్తూ ఎదటి వాళ్ళతో మాట్లాడుతాడు. సాధ్యమైనంతవరకూ అతని కంట పడకుండా వుండటమే శంకరానికి ఇష్టం.

బాలకృష్ణ ఒంటరిగా తిరగటం చాలా అరుదు. సూరిబాబు, అతని క్లాసు మేటూ, రూమ్ మేటూ కూడా. సూరిబాబు బాల కృష్ణకి కుడి భుజం. సూరిబాబుని ఎప్పుడు చూసినా రత్తాలు తమ్ముడు అప్పారావే కళ్ళల్లో మెదులుతాడు శంకరానికి. సూరిబాబు జుట్టు కూడా సరిగ్గా అప్పారావు జుట్టు లాగే తెగ నొక్కులతో ఎత్తు పల్లాలుగా సున్నాలు చుట్టినట్టు వుంటుంది. ఎందుకో సూరిబాబు అంటే శంకరానికి నచ్చదు. వాళ్ళిద్దరి గురించీ రామం కూడా కొంచెం అయిష్టంగా మాట్లాడా డొకసారి - "మొత్తంగా కాలేజీలో వాళ్ళిద్దరికీ మంచి పేరు కన్నా చెడ్డ పేరే ఎక్కువ" అన్నాడు.

శంకరం తెల్లబోయి — "నువ్వు కూడా వాళ్ళతో అంత బాగా మాట్లాడతావుగా?" అంటూ ధర్మ సందేహం వెలిబుచ్చాడు.

"బాగుందోయ్! మధ్య మనకెందుకు? అందరిలా మనమూ చూసీ చూడనట్టు వుండాలి. ప్రతి వాడి తోనూ సాధ్యమైనంత వరకూ స్నేహంగానే వుండాలి" అన్నాడు రామం.

★ ★ ★

సెకండ్ టెర్మ్ ఎగ్జామ్స్‌లో శంకరానికి మంచి మార్కులు వచ్చాయి. బాలకృష్ణ కూడా అభినందిస్తోంటే శంకరానికి సంతోషం కలిగింది. కానీ చాలా మంది కళ్ళు తన మీద పడ్డట్టు తెలుసుకుని ఇరుకున పడ్డాడు శంకరం.

పుస్తకాలు తెరచుకొని ఏ స్టూడెం టయినా చదువుకోవాలని కూర్చుంటే కొంపలు మునుగుతోన్నట్టు ఎవడో వస్తాడు — "ఏమోయ్ అప్పుడే మొదలుపెట్టేశావా? ఎందాకా అయింది?" అంటాడు.

"ఛ! లేదోయ్! ఇప్పుడే ఇలా పుస్తకం తెరిచి కూర్చున్నాను. నువ్వు రానే వచ్చావ్" — చదవటం లేదని ఎదటివాణ్ణి నమ్మించా లని చూస్తాడు ఈ విద్యార్థి.

"ఎంతైనా నువ్వు శ్రద్ధగానే చదివేస్తు న్నావ్ లెద్దూ! అన్నీ పూర్తి చేసేసినట్టున్నావ్!"

"అరె, నమ్మవేం? ఒక్క పాఠం ముట్టు కోలా. ఎప్పుడవుతాయో అర్థం కావటంలా" అంటూ తక్కున పుస్తకం మూసి పడేసి ఇద్దరూ కబుర్లకి దిగుతారు. లేకపోతే పేక ముక్కలు పరుస్తారు. వార్డెన్ వచ్చేవరకూ ఆ పుస్తకాలలా పడి వుంటాయి. వార్డెన్ వచ్చే వేళకి మాత్రం పుస్తకాలలో మొహాలు దూర్చుకుని, అసలు తాము చదవటానికే పుట్టినట్టు మునీశ్వరుల్లా కూర్చుంటారు. వార్డెన్, గది దాటగానే వేడి వేడి నిట్టూర్పులు విడిచి, పిల్లి అరుపులతో, కుక్క అరుపులతో, తుమ్ములతో, దగ్గులతో అతన్ని సాగనంపి, నిశ్చింతగా సిగరెట్లు వెలిగిస్తారు. శంకరం, కొత్తగా హాస్టల్‌కి వచ్చిన రోజులలో ఏ అలవాటూ లేని కుర్రాళ్ళని చాలా మందిని చూశాడు. నెలలు గడుస్తోన్నకొద్దీ చాలా మంది సిగరెట్లు కాల్చటం నేర్చుకున్నారు. వార్డెన్ కళ్ళు కప్పి సినిమాలకి పోవటం అలవాటు చేసుకున్నారు. చతుర్ముఖ పారాయణం సరే సరి. చదువుల చాటున చేసే పని అదే. ఇక పల్లెటూరి తిట్ల భాష మాట్లాడ్డం కూడా ఫాషనే!

శంకరం పెద్ద సైకాలజిస్టులా కుర్రాళ్ళ మెంటాలిటీ గురించి ఆలోచిస్తూ కూర్చుంటాడు అప్పుడప్పుడూ.

"రామం! వీళ్ళంతా చదువుకోవాలనీ, అభివృద్ధిలోకి రావాలనీ కదా ఇక్కడికి వచ్చారు? చదువులు నిర్విఘ్నంగా సాగితే, తర్వాత ఎన్ని అల్లరి చిల్లరి పనులు చేసినా లెక్కలోకి రావు. మొదట దానికి ఎగనామం పెట్టి యెందుకిలా చేస్తారు?" అంటూ రామం అభిప్రాయం సేకరించబోయేవాడు.

"వాళ్ళని మనం ఇలా అనుకుంటే, మన లాంటి వాళ్ళని వాళ్ళు పుస్తకాల పురుగు లనుకుంటారు తెలుసా?" అన్నాడు రామం.

"మరి మనం కాలేజికి ఎందుకు వచ్చినట్టు? చదువుకోడానికే కదా?"

"చదువుకోటానికే లేవోయ్! అయితే మాత్రం క్లాసుల్లో వింటోన్న బోరింగంతా చాలదూ? పూర్వం గురు ఆశ్రమాల్లో వుండే శిష్య పరమాణువుల్లా బట్టీబడుతూ కూర్చోవాలా? అంత పరీక్షలు దగ్గిరికొస్తే చూద్దాం. గైడ్సు లేవూ? ఆ మాత్రం భాగ్యానికి సంవత్సరం అంతా ఈసురోమంటూ ఏడుస్తూ చదవటం యెందుకు? అదీ వాళ్ళ వుద్దేశం అనుకుంటా."

"చూడు! ఆ ముకుందం కొత్తలో బాగా చదివేవాడు. ఇప్పుడు పుస్తకం చూస్తే సిగ్గుపడిపోతాడు" — శంకరం.

"చదవటం అనాగరీకుల లక్షణం అని మన వాళ్ళలో చాలా మంది అభిప్రాయంలే. ఇక్కడి కొచ్చేసరికి మన వాళ్ళ కన్నీ కొత్త అభిప్రాయాలు పుట్టుకొస్తాయి. ఇల్లు దాటి, ఊరు దాటి, స్వతంత్ర వాయువులు పీలుస్తూ బయల్దేరుతారు బైట ప్రపంచంలోకి. నెల నెలా చేతి నిండా డబ్బు అందుతూ వుంటుంది. శారీరకంగా మానసికంగా ఎదుగుతోన్న వయసు. ఏ ప్రభావాలకైనా తొందరగా లొంగే స్థితిలో పడతారు. వాళ్ళనంత తప్పు పట్టి ప్రయోజనం లేదు. ఎప్పుడో బాధ్యత తెలుసుకుంటే వాళ్ళే తమని తాము సరిదిద్దుకుంటారు. కానీ ఈ లోపునే చాలా మంది సర్వనాశనం అవుతారు. అదే విచారించాల్సిన విషయం."

ఆ రకంగా రామం, శంకరం, రూమ్‌లో కూర్చుని అప్పుడప్పుడూ మనస్తత్వ చర్చలు సాగిస్తుంటారు, ఇప్పటికీ.

★ ★ ★

శంకరం డబ్బు కోసం ఎదురు చూస్తోంటే తండ్రి రాసిన ఉత్తరం అందింది. సారాంశం — "ఇన్ని నెలలూ ఎలాగో కష్టపడి డబ్బు పంపాను. ఇక నా వల్ల కాదు. ఇక్కడ మడులూ మాన్యాలూ లేవు. గొప్ప గొప్ప వాళ్ళకే చదువులు గానీ మన లాంటి వాళ్ళకు కాదు. నాలుగెకరాల కొండ్ర దున్నుకోమని ఆదిలోనే చెప్పాను. వినకుండా బయల్దేరావు. చదువుకుంటావో ఏం చేస్తావో నాకు తెలీదు."

ఉత్తరం మొదట శంకరానికి ఆశ్చర్యం కలిగించింది. క్రమంగా అయోమయంలో పడేసింది. విపరీతమైన దుఃఖం వచ్చింది. అది అప్పారావు చేత రాయించిన వుత్తరం. అప్పారావు మాట్లాడే మాటలు చాలా ఉన్నాయి అందులో. రత్తాలూ, అప్పారావూ కలిసి తన తండ్రికి బోధించి రాయించి నట్టున్నారు. ఉత్తరం మడిచి చేతిలో ఉంచుకుని అలాగే కూర్చున్నాడు శంకరం.

రామం రూమ్‌లోకి వచ్చి బట్టలు మార్చుకుంటూ, "ఉత్తరం ఎక్కణ్ణించి? మీ వూరు నుంచా?" అన్నాడు.

శంకరం బేలగా చూశాడు — "చదువు" అంటూ ఉత్తరం అందించాడు.

రామం ఉత్తరం చదివి తెల్లబోయాడు.

"మీ నాన్న గారు రాశారా?"

దుఃఖంలో మాట పెగలక తల వూపాడు శంకరం. శంకరం తన విషయాలేవీ రామానికి చెప్పకపోయినా ఆ ఉత్తరంతో శంకరం స్థితి గతులన్నీ తెలిసి పోయినట్టయ్యాయి.

ఇద్దరూ చాలా సేపు మౌనంగా కూర్చున్నారు.

"మరేం చేద్దామను కుంటున్నావు?" అడగలేక అడిగాడు రామం.

శంకరానికి నోరు పెగల్లేదు. జవాబు చెప్పలేదు.

రెట్టించలేదు రామం.

శంకరం మీల్స్‌కి పోకుండా పడుకోబోతోంటే రామం చెయ్యిపట్టి లాక్కుని తీసికెళ్ళాడు.

రూమ్‌లోకి వచ్చి ఎవ్వరూ పుస్తకాలు ముట్టకుండా కూర్చున్నారు. వార్డెన్ వచ్చి వెళ్ళగానే లైటార్పి పడుకున్నారు.

తెల్లవార్లూ ఇద్దరికీ ఏమంత నిద్ర పట్టలేదు. బాగా చీకటితో రామం లేచి కూర్చున్నాడు. దెబ్బతిన్న పక్షి పిల్లలా ముడుచుకు పడుకున్న శంకరాన్ని చూసి, "శంకరం!" అని ఉత్సాహంగా పిల్చాడు.

శంకరం తల తిప్పి చూశాడు.

"నీ గురించే తెల్లవార్లూ ఆలోచించాను. పోనీ ఒకలా చేస్తే?"

చటుక్కున లేచి కూర్చున్నాడు శంకరం. "ఎలాగ?"

రామం లైటు వేసి శంకరం పక్కన కూర్చుంటూ, "నీ సంగతి బాలకృష్ణతో చెప్తే?" అన్నాడు.

తెల్లబోయాడు శంకరం — "బాలకృష్ణతోనా? ఎందుకూ?"

"ఎందుకేమిటి? నిన్ను తన రూమ్‌లో ఉంచుకుంటాడేమో!"

"బాలకృష్ణ రూమ్‌లోనా?"

"అవును. అక్కడ వుండవచ్చు... కానీ భోజనం...?"

శంకరానికంతా అయోమయంగా తోచింది. ఇంటి దగ్గిర నుంచి తండ్రి డబ్బు పంపించకుండా ఇంకా చదువుకోవటం యెలాగ? ఇంకా కుదురుతుందా?

మళ్ళీ రామమే అన్నాడు — "భోజనం సంగతి కూడా బాలకృష్ణ చూస్తాడేమో!"

శంకరానికి ఆశ్చర్యంతో మతి పోయింది. అంత మంచివాడా బాలకృష్ణ?

"సాయం చెయ్యాలని తల్చుకుంటే తప్పకుండా చెయ్యగలడు. నెల నెలా వందల కొద్దీ తగలేస్తూనే వుంటాడు. ఒక సత్కార్యం చేస్తే తృప్తి అయినా వుంటుంది. అలాంటి ఖర్చు విషయంలో అతనేం ఆలోచించడు మరి."

ఏమో! నమ్మకం కుదరలేదు శంకరానికి.

సాయంత్రం, బాలకృష్ణ, హాస్టల్‌కి రాలేదు.

రామం శంకరాన్ని వెంటబెట్టుకొని బాలకృష్ణ రూమ్‌కే వెళ్ళాడు.

సూరిబాబేదో ఉత్తరం కాబోలు రాసుకొంటున్నాడు. బాలకృష్ణ పత్రిక చూస్తున్నాడు.

"అరె! రామారావ్! రావోయ్! శంకరం కూడా వచ్చాడే!" అంటూ ఆప్యాయంగా ఆహ్వానించాడు బాలకృష్ణ ఇద్దర్నీ.

ఇద్దరూ కూర్చున్నారు. రూమ్ చాలా విశాలంగా పెద్ద పెద్ద కిటికీలతో వెలుతురుగా ఉంది. నిలువెత్తు అల్మైరా నిండా బట్టలూ, పుస్తకాలూ ఉన్నాయి. రెండు

బల్లలూ, నాలుగైదు కుర్చీలూ — రెండు మడత మంచాలూ ఉన్నాయి. రూమ్‌కి పక్కనే మరో చిన్న గది ఉంది. అది బాత్‌రూమ్‌గా ఉపయోగించుకుంటున్నట్టు స్పష్టంగా తెలుస్తోంది. నీళ్ళ బక్కెట్లూ సబ్బు పెట్టెలూ గుమ్మంలోంచి కన్పిస్తున్నాయి.

శంకరం లేచి వెళ్ళి పెరటి గుమ్మం దగ్గిర నించున్నాడు.

కొంత సేపటికి స్థిమితపర్చుకుని అసలు సంగతి యెత్తాడు రామం. "శంకరం వాళ్ళ నాన్నగారు ఉత్తరం రాశారు" అంటూ ఉత్తరం బాలకృష్ణ చేతి కిచ్చాడు.

బాలకృష్ణ ఉత్తరం చదివి ఆశ్చర్యంగా, "అరె! ఇప్పుడేం చేస్తాడు?" అన్నాడు.

"అదే తోచటం లేదండీ! పాపం అతనికి మాత్రం చదువుకోవాలనే ఉంది."

శంకరం తెలివితేటల గురించీ, చదువు మీద శ్రద్ధ గురించీ ఇద్దరూ మాట్లాడు కున్నారు కాస్సేపు. చివరికి, "నాకు చాలా విచారంగా ఉంది" అంటూ సానుభూతి చూపించాడు బాలకృష్ణ.

రామం ధైర్యంచేసి మనసులో మాట కాస్తా బయటపెట్టేశాడు. "పోనీ... అతన్ని... మీ రూమ్‌లో..."

బాలకృష్ణ సంభ్రమంగా చూశాడు — "నా రూమ్ లోనా? అరె! చెప్పావు కావేం? దానికేం అభ్యంతరం? అతని మానాన అతను ఉంటాడు."

బాలకృష్ణ బొత్తిగా వెనకా ముందూ తటపటాయించకుండా అంత తొందరగా ఒప్పేసుకుంటే శంకరానికి మతి పోయింది.

"కానీ... అతని... భోజనం..."

రామం సందేహిస్తున్నంతలో శంకరం అనేశాడు — "నన్ను కొంచెం రూమ్‌లో ఉండనిస్తే చాలు. భోజనం విషయం ఎలాగో నేను చూసుకుంటాను."

"నువ్వు చూసుకుంటావా? ఎలా చూసుకుంటావు?"

"బాలకృష్ణ గారు ఒప్పుకుంటే భోజనం సంగతేమిటా అని పొద్దుటి నుంచీ ఆలో చిస్తోనే ఉన్నాను. ఫర్వాలేదు, ఎవరిళ్ళల్లో నైనా అడుగుతాను. వారాలు చేసుకుం టాను."

శంకరం పట్టుదల చూస్తే అందరికీ మనసులు కరిగాయి.

"అలాగేనోయ్! ఏదో చేద్దాం. నువ్వు మాత్రం కాలేజి మానేసి వెళ్ళిపోకు. ఎప్పుడు కావాలంటే అప్పుడు నా రూమ్‌కి మకాం మార్చెయ్" అన్నాడు బాలకృష్ణ శంకరంకేసి ఓదార్పుగా చూస్తూ.

బాలకృష్ణ కాళ్ళ మీద పడి పాదాలు రెండూ కళ్ళ కద్దుకోవాలనిపించింది శంకరా నికి. చిన్న కుర్రాడిలా తల దించుకుని నించున్నాడు.

వారం పదిరోజుల్లో శంకరం స్థితి చాలా మెరుగైంది. వారానికి రెండు రోజులు భోజనం హాస్టల్లో ఏర్పాటు చేశాడు బాల కృష్ణ. మిగతా రోజులకు శంకరం సిగ్గు చంపుకుని పెద్ద వాళ్ళ ఇళ్ళకి వెళ్ళి వారాలు కుదుర్చుకున్నాడు. కొంత మంది స్టూడెంట్సు కలిసి నెల నెలా శంకరానికి పదో పరకో ఇవ్వటానికి నిశ్చయించారు.

తుఫాను తగ్గి, తలక్రిందులవబోతోన్న నావ సాఫీగా తిరిగి ప్రయాణం సాగించి నట్టయింది శంకరానికి.

అప్పుడు తండ్రి ఉత్తరానికి జవాబు రాశాడు.

"నేను చదువు మానదల్చుకోలేదు. మా అమ్మ నాకు బాగా చదువుకోమని చెప్పేది. నా శక్తి కొద్దీ నేను చదువుకోవ టానికే ప్రయత్నిస్తాను. దయార్ద్ర హృదయు

లైన నా తోటి విద్యార్థులు నాకు అన్ని విధాలా సహాయం చేసి నన్ను చదివిస్తు న్నారు. ఇది కూడా నీకు కష్టం అయితే నేనేమీ చెయ్యలేను..." అని రాశాడు.

శంకరం బాలకృష్ణ రూంలోకి వచ్చి ఐదారు నెలలు దాటింది.

రూమ్‌లో వాళ్ళిద్దరికీ శంకరం ఏమంత సన్నిహితం కాలేదు. శంకరం కార్యక్రమం వేరూ, బాలకృష్ణా వాళ్ళ కాలక్షేపం వేరూ.

బాలకృష్ణ మీద గతంలో శంకరానికి ఉన్న దురభిప్రాయాలు చాలా వరకు తగ్గాయి. బాలకృష్ణని శంకరం బాగానే అర్థం చేసుకోగలిగాడు. బాలకృష్ణకి ఆడం బరం, హోదా కావాలి. వాటి కోసమే అత నెప్పుడూ తపిస్తూ వుంటాడు. అమ్మాయి లకు ప్రేమ లేఖలు రాసినా, లెక్చరర్లకు మారు పేర్లు పెట్టినా, కాలేజీలో సమ్మెలు జరిపించినా... అసలు బాలకృష్ణ రింగ్ మాస్టర్ కావటానికి సూరిబాబు పాత్ర చాలా వుంటుంది. బాలకృష్ణ సాధారణంగా ఏం చెయ్యబోయినా సూరిబాబుని సలహా అడుగుతాడు. సూరిబాబు చెప్పిందాన్ని అక్షరాలా పాటిస్తాడు. సూరిబాబు ప్రభా వంలో బాలకృష్ణ గొంతు వరకూ మునిగి వున్నాడు. వాళ్ళది చాలా గొప్ప స్నేహం అని స్టూడెంట్సంతా అనుకొంటూ వుంటారు.

శంకరాని కెందుకో సూరిబాబు సహ చర్యం ఇబ్బందిగా తయారైంది.

కానీ సూరిబాబు చదువులో తెలివైన వాడు. ఎప్పుడో బుద్ధి పుట్టినప్పుడు మాత్రం పుస్తకాలు తిరిగేస్తాడు, ఆదరా బాదరా నోట్సు రాస్తాడు. అయినా అతని మార్కుల కేం ఢోకా వుండదు. మంచి మార్కులే తెచ్చుకుంటాడు.

బాలకృష్ణకి చదువు దగ్గిరికి వచ్చే సరికి చెప్పలేని బద్ధకం. ఒక్క పావు గంట చదివే సరికి ఆవలింతలతో తల మున్కలై పోతూ అర్ధరాత్రి నిద్ర లేచిన వాడిలా తూలుతూ పోయి, పక్క మీద పడి నిద్ర పోతాడు. చదువు విరమించే ముందు బాగా తెలివి వుంటే, "శంకరం! రేపు చీకటితో నన్నూ లేపవోయ్!" అంటాడు.

కొత్తలో శంకరం రెండు మూడు సార్లు తెల్లవారు ఝామున తను లేచినప్పుడు బాలకృష్ణ మంచం దగ్గిరికి వెళ్ళి, "బాల కృష్ణ గారూ! చదువుకోటానికి లేపమన్నా రుగా?" అంటూ లేపాలని ప్రయత్నిం చాడు.

"అబ్బ, ఊరుకోవోయ్, ఇప్పుడేం చదువు? నువ్వూ పడుకో. రాత్రికి చదువు కుందాం" అన్నాడు బాలకృష్ణ.

శంకరం ఎటూ తోచక కాస్సేపు తట పటాయించి తను చదువుకోడానికి కూర్చు న్నాడు.

ఎనిమిది గంటల వేళ బాలకృష్ణ లేచి, "నన్ను లేపనే లేదేమోయ్?" అంటూ నిష్ఠూరం వేశాడు.

"లేపానండీ! మీరే లేవలేదు. నన్ను కూడా పడుకోమన్నారు" అన్నాడు నవ్వుతూ శంకరం.

సూరిబాబు శంకరం కేసి చూసి నవ్వి, "బాలకృష్ణ రేపు కూడా లేవనంటాడు, ఊరుకోకు సుమా! తొడపాశం పెట్టు" అన్నాడు.

బాలకృష్ణ పగలబడి నవ్వుతూ, "బాబ్బాబు! అంత పని మాత్రం చెయ్యకు" అంటూ శంకరాన్ని అర్థిస్తూ ఓ పావు గంట వరకూ నవ్వాడు.

సాధారణంగా బాలకృష్ణా సూరిబాబూ సాయంత్రం కాలేజీ నుంచి రాగానే మొహాలు సబ్బుతో రెండేసి సార్లు తోమి... పౌడర్లు అద్ది ముస్తాబవుతారు. బాలకృష్ణ

జుట్టుని లొంగదీసుకోటానికి రూం నిండా రక రకాల నూనెలూ, క్రీములూ వున్నాయి. సెంట్స్‌కి లెక్కే లేదు. ఇద్దరూ బయటికి పోయారంటే తొమ్మిది పది గంటల ప్రాంతంలోగాని రూంకి రారు. ఒక్కో సారి విడి విడిగా వస్తారు. వచ్చిన దగ్గర్నుంచీ పుస్తకాలు ముందేసుకుని, కబుర్లు మాత్రం సినిమాల మీదో, అమ్మాయిల మీదో, కథల మీదో ... ఇంకా ఎన్నో ఎన్నో విషయాల మీద అలసిపోయి విసుగొచ్చే వరకూ చెప్పు కుంటారు. నిద్ర ముంచుకువచ్చి పక్కల మీదకి ఒరిగితే తెల్లవారి ఎనిమిది గంటలకి లేవటం. ఒక్కో సారి స్నానం కూడా చెయ్య కుండా ఆదరా బాదరా హోటల్‌కి పోతారు. మరీ ఆలస్యమైతే కాలేజీ ఎగ్గొడతారు.

ఇక సెలవ రోజులైతే బాలకృష్ణ రూం క్లబ్బు లాగో... ఎలాగో ఎలాగో వుంటుంది. బాలకృష్ణకి అన్ని క్లాసుల లోనూ ఫ్రెండ్సు న్నారు. సూరిబాబుకి కూడా తక్కువేం లేరు. వాళ్ళిద్దరి కోసం వచ్చేవాళ్ళు వస్తూంటే పోయేవాళ్ళు పోతూంటారు.

గమ్మత్తేవిటంటే సెలవు రోజుల్లో మాత్రం బాలకృష్ణ బాగా పెందలాడే లేస్తాడు. రాత్రుళ్ళు కూడా చాలా ఆలస్యంగా రూమ్‌కి వస్తాడు. ఒక్కో వారం రోజంతా పేకాట వేసుకు కూర్చుంటారు. ఒక్కో వారం యెక్కడికైనా షికార్లు వెళ్తూంటారు.

బాలకృష్ణ రూం - వాతావరణం శంకరాన్ని చాలా వరకు లొంగదీసింది. పేకలో ఎన్ని ముక్కలు వుంటాయో ఎరగని శంకరానికి పేకాట బాగానే చేతనైంది. బాలకృష్ణకి కూడా శంకరంతో పేకాడటం ఇష్టం. సూరిబాబయితే ఉత్తప్పుడు ఎంత ముభావంగా వున్నా, పేకాటలో సవాలక్ష తగూలు పెడతాడు. వాళ్ళిద్దరూ రెండేసి రోజులు మాట్లాడుకోకుండా మొహాలు ముడుచుకు తిరుగుతారు కూడా. శంకరంతో అయితే ఆ ఇబ్బంది వుండదు. పైగా, శంకరంతో ఆడినప్పుడల్లా బాలకృష్ణే నెగ్గుతూ వుంటాడు.

బాలకృష్ణ బలవంతంతో శంకరానికి తరుచూ సినిమాలు చూడటం కూడా అలవాటైంది.

మరో కాలక్షేపం... బాలకృష్ణ బుల్ బుల్ వాయిస్తోంటే విని ఆనందించటం. బాలకృష్ణ బుల్ బుల్ వాయిస్తే నిజంగానే ఆనందం కల్గుతుంది. ఏ కారణం చేతనైనా విసుగేసినా అది బయట పెట్టకుండా కళ్ళు మూసుకుని కుర్చీలో వెనక్కి వాలి పడు కుని తన్మయత్వం అభినయిస్తాడు శంకరం.

బాలకృష్ణ, పాట ముగించి, “ఎలా వుందోయ్” అంటే, “చాలా బాగుం దండీ!” అంటూ నిటారుగా కూర్చుని శక్తి కొద్దీ మెప్పు ప్రకటిస్తాడు. “అస్తమానూ సినిమా పాటలే వాయించకపోతే సంగీతం... కృతులూ అవీ వాయించకూడ దండీ?” అంటాడు. కృతులు బుల్ బుల్ మీద వస్తాయో రావో శంకరానికి తెలీదు. బాలకృష్ణకీ తెలీదు.

“పోనిద్దూ, చెత్త! న...న...న్నా...న్న అను కొంటూ ఏమిటా సుఖం? మైఁ ఆవారా హూఁ, ఆసూమాను మేఁ తారా హూ! — అంటూ వాయిస్తోంటే యెంత దిల్‌గా ఉంటుందీ!” అంటాడు బాలకృష్ణ.

బాలకృష్ణ, గాత్రం కూడా పాడతాడు. హైస్కూల్లోనో, మిడిల్ స్కూల్లోనో పాడి నందుకు అతనికి బహుమతి పత్రం వచ్చిం దట. దాన్ని శంకరానికి చాలా సార్లు చూపిం చాడు. అతను సినిమా పాటలేవో పాడితే ఎలాగో వినవచ్చు గానీ... రామాంజనేయ యుద్ధం, ద్రౌపదీ వస్త్రాపహరణం... వగైరా డ్రామాలలో పద్యాలు ప్రారంభిస్తే, శంకరం

గుండెల్లో గుబులు బయల్దేరుతుంది. చిక్కేమిటంటే, బాలకృష్ణకి డ్రామాల్లో పద్యాలే చాలా ఇష్టం!... చంటి పిల్లలు ఉగ్గు మింగుతూ గుక్క పట్టినట్టు, "ఊఁ ఊఁ ఆ... ఆఁ" అంటూ లేచి నిలబడి చెయ్యెత్తి కంఠ స్వరాన్ని గిరికీలు కొట్టిస్తూ, పద్యం చివర చివర ఆరున్నర నిమిషాల రాగం తీస్తాడు. "ఊపిరి అందటం లేదు గానీ - అలా ఎంత సేపైనా రాగం తీయ గలను" అంటాడు గర్వంగా.

బిక్క మొహంవేసి కూర్చున్న శంకరం, రాగ సమాప్తితో పుట్టెడు సంతోషం తెచ్చు కుని, "ఇంతసేపు మీరు కాబట్టి ఊపిరి బిగబట్టగలిగారు. ఇలాంటి రాగం నే నే నాటకాల్లోనూ వినలేదు" అంటాడు.

"ఏడిశారు. మన వాళ్ళ కేమీ రాదు. రాదని ఒప్పుకోరు."

రూంలోకి శంకరం వచ్చాక బాలకృష్ణ గాన కచ్చేరీకి మంచి శ్రోత దొరికాడు.

నాలుగైదు రోజుల కోసారి బాలకృష్ణ బుల్ బుల్ ప్రోగ్రాం తప్పదు. సూరిబాబు జారుకున్నా శంకరానికి వినక తప్పదు.

ఓ రోజు మాటల సందర్భంలో రామంతో మనసు విప్పి చెప్పేశాడు శంకరం — "బాలకృష్ణ రూంలో చదువు కోవటం చాలా కష్టంగా వుందోయ్! వాళ్ళు చదవరు, నన్ను చదువుకోనివ్వరు. మిగిలిన సదుపాయాలన్నీ బ్రహ్మాండంగా వున్నాయి గానీ చదువే సాగటం లేదు."

రామం తనకు తోచిన సలహా చెప్పాడు.

"తామరాకు మీద నీటిబొట్టు అంటారే మన వాళ్ళు - అలా ఉండాలి నువ్వు. కంపెనీ మంచిది కాదు. అయినా బాలకృష్ణ మనసు మంచిది. నువ్వు వాళ్ళ అల వాట్లలో పడే కన్నా ఈ చదువు మాను కోవటం మంచిది. కొంచెం మెలుకువగా ఉంటే ఫర్వాలేదు. నీ చదువు ఎలాగైనా సాగుతుంది."

శంకరం తన పరిస్థితినంతా అవగాహన చేసుకుంటూ బాలకృష్ణ మనసు నొప్పించ కుండా నడచుకోవాలని తీర్మానించుకుని రూమ్‌కి తిరిగి వచ్చాడు ఆ రోజు.

పరీక్షల రోజులలో మాత్రం బాలకృష్ణా, సూరిబాబూ తెల్లవార్లూ జాగారాలు చేస్తూ చదివారు. వాళ్ళిద్దరూ కప్పుల కొద్దీ టీ గుమ్మరించుకుంటూ ఒద్దంటూన్నకొద్దీ శంకరం గొంతులో కూడా బలవంతాన పోసేవారు. టీ దారిన టీ పోయి నిద్ర దారిన నిద్ర ముంచుకొస్తే, మధ్య మధ్య బాలకృష్ణ బుల్ బుల్ కచేరీ సాగేది.

"ఈ ఏడుపు కన్నా ఆ ఏడుపే బాగుం దిరా!" అంటూ సూరిబాబు మళ్ళీ పుస్తకం చేతిలోకి తీసుకుని కూర్చుంటే, సూరిబాబు కేసి నిద్ర కళ్ళతో ఎర్రగా చూడబోయి తెలిపోయి తనూ పుస్తకం తీసుకునేవాడు బాలకృష్ణ.

రెండో విడత నిద్ర ముంచుకొచ్చి నప్పుడు మళ్ళీ పుస్తకం పడేసి, "నాకు బాగా నిద్రొచ్చేస్తోందోయ్! గొంతు చాచి ఓ రాగం తీస్తేగాని నిద్ర పోయేలా లేదు" అని, "ఏమోయ్ శంకరం, చదవటం ఆపుజేసి కాస్సేపు పాట వినరాదూ?" అంటూ ఆజ్ఞ కూడా జారీ చేసేస్తాడు బాలకృష్ణ!

అర్ధరాత్రి సూరిబాబుకి వీధిలోకి పారి పోవటానికి భయం! పిరికి చూపులు చూస్తూ ప్రాధేయపడుతున్నట్టు, "బాల కృష్ణా అంత స్వార్థం పనికిరాదురా నీకు. నువ్వు గొంతు చాచుకుని పాట పాడతావు. నీ నిద్ర పోతుంది. నువ్వు హాయిగా చదువు కుంటావు. నిజమే గానీ, నీ గాన మాధు ర్యంతో మాకు నిద్రలు పట్టేస్తాయి. మా చదువులు పోతాయి, అప్పుడెలా!" అని

ఏదో మెలిక వేస్తాడు.

"నిజమే, అప్పుడు మాత్రం ఎట్లా? మీ రిద్దరూ నిద్రపోతే ఎట్లా?" అంటూ ఆలో చనలో పడతాడు బాలకృష్ణ.

శంకరం, మొహానికి పుస్తకం అడ్డం పెట్టేసుకుంటాడు నవ్వాగక.

సూరిబాబే మళ్ళీ, "బాలకృష్ణా! కూజాలో నీళ్ళున్నాయి. కాస్త మొహం కడుక్కురా! నిద్ర అదే పోతుంది" అని ఏదో మార్గం చూపిస్తాడు. బాలకృష్ణ మొహం కడుక్కుని మళ్ళీ కూర్చుంటాడు. మూడో విడత నిద్ర వస్తే మాత్రం తిరుగులేని ఉపాయం - హాయిగా మంచం మీద పడి నిద్రపోవటం. పరీక్షలకి చదివినంత కాలం ఆ మూడో ఉపాయమే బాలకృష్ణని బాగా రక్షించింది.

ఇంటర్ ఫస్టియర్‌లో చాలా మంచి మార్కులు వచ్చాయి శంకరానికి. శంకరం కొంచెం పది మంది దృష్టిలోకీ వెళ్ళాడు. లెక్చరర్స్ కూడా శంకరం కన్పించినప్పుడు అభినందిస్తున్నట్టు నవ్వుతూ పలకరిస్తారు. శంకరాన్ని ఎరిగి వున్న స్టూడెంట్సంతా శంకరం ప్రోగ్రెస్ వింటూ ముచ్చటపడ్డారు.

బి.ఎ. ఫస్టియర్‌లో సూరిబాబుకి ఫర్వా లేదనిపించాయి మార్కులు. బాలకృష్ణకి అత్తెసరూ కాదు. అయినా బాలకృష్ణేం ఖాతరు చెయ్యలేదు. "ఇంకో సంవత్సరం లేదుటోయ్? ఏం చేసుకోవాలి ఆ టైమంతా?" అన్నాడు ధీమాగా.

"శంకరం! ఎలాగైనా నువ్వు మంచి బాలుడివే" అని శంకరాన్ని భుజం తడుతూ అభినందించాడు.

సూరిబాబు కూడా అదో మాదిరిగా నవ్వి, "నిన్ను చూస్తొంటే నాకు జెలసీగా వుందోయ్ శంకరం!" అన్నాడు.

శంకరం దేనికీ జవాబు చెప్పలేదు. నవ్వి వూరుకున్నాడు.

★ ★ ★

రోజులు... వారాలు... నెలలు సాఫీ గానే గడుస్తున్నాయి శంకరానికి కూడా.

ప్లీడరు రామేశం గారింటికి భోజనానికి వెళ్ళాల్సిన పూటా, బాలకృష్ణ బుల్ బుల్ వినాల్సిన గంటా, సూరిబాబు నవ్వులో ఏడుపు కన్పించే క్షణమూ... ఏవో కొన్ని కొన్ని మినహాయింపులు తప్పితే... కాలం పంచ కళ్యాణిలా పరిగెడుతోన్నట్టే వుంది శంకరానికి.

★ ★ ★

కొత్త తెలుగు మాష్టారు క్లాసు కొచ్చాడు. ఆయన బొత్తిగా తెలుగు మాష్టా రిలా లేడు. పంచె కట్టూ, ఉత్త రీయం, ఆకు చెప్పులూ, జారే కళ్ళజోడూ, చేతిలో పుస్తకాలూ... ఇవేం లేవు. మామూలుగా పేంటూ, షర్టూ.

పిల్లలందరికీ ఆశాభంగం అయింది. మాష్టారు రాగానే రెండు నిమిషాలు ఇటూ అటూ చూసి అటెండెన్స్ తీసుకున్నాడు. వెంటనే పాఠం ప్రారంభించాడు.

"శకుంతల ప్రణయం" సాగుతోంది. కుర్రాళ్ళకి ఉత్సాహం వచ్చింది. పిల్లులూ, కుక్కలూ అయ్యారు.

వాళ్ళ అరుపులతో, కూతలతో, శకుంతల ప్రేమ ప్రవాహం ఆగింది.

మాష్టారు మండిపడుతూ చూశాడు క్లాసంతా. చివరికి బెంచీలో ఒంటరిగా కూర్చున్న శంకరం మీదికి పోయింది దృష్టి — "స్టాండప్ !" అన్నాడు.

తెల్లబోయాడు శంకరం.

తడబడుతూ లేచి నిలబడ్డాడు.

"గెటౌట్ !"

"మాష్టారూ !"

"షటప్ ! గెటౌట్ ఫస్ట్ !"

శంకరం అడుగుల బరువు విన్పిం చేంత నిశ్శబ్దమై పోయింది క్లాసు.

శంకరం బైటికిపోయి చెట్టు కింద నించున్నాడు. మాస్టారి మీద కోపం కన్నా ఆశ్చర్యం ముంచుకొచ్చింది. తనే అల్లరి చేశాడని మాస్టారనుకున్నారా? తను చెవులు రిక్కించుకుని పాఠం వింటూ కూర్చున్నాడే!

పిరియడ్ అయింది. మాస్టారు బయటికి వచ్చాడు. శంకరం వరండా లోంచి తిన్నగా వెళ్ళి లెక్చరర్స్ రూమ్ ముందు నించున్నాడు. ధైర్యంగా మాస్టారి దగ్గిరికి వెళ్ళాడు.

" నమస్కారం మాస్టారూ!"

చేతిలో పుస్తకాలు సర్దుకొంటూ చూశాడు మాస్టారు. మాస్టారి చూపుల్లో శంకరాన్ని పోల్చిన జాడ లేదు.

" నేనండీ! నన్ను మీరు క్లాసులోంచి పంపించేశారు."

మాస్టారు నిర్లక్ష్యంగా చూశాడు " ఊఁ, అయితే ఏమంటావ్?"

"నేను... అల్లరేం చెయ్యలేదు మాస్టారూ!" అని కొంచెం ఆగి, "సాధ్యమైనంత వరకూ నేను ముందే కూర్చుంటానండీ. ఇవ్వాళ ఖాళీ లేదని వెనక కూర్చున్నాను. నేను ఒక్కణ్ణీ కూర్చున్నాను. ఎంతో శ్రద్ధగా పాఠం వింటున్నాను. అల్లరేమీ చెయ్యలేదండీ!"

మాస్టారు నుదురు చిట్లించి అబద్ధాలకోరుని చూస్తోన్న చూపు చూశాడు — "ఏవిటోయ్ నీ సంజాయిషీ? నువ్వు వెళ్ళిపోగానే క్లాసు ఎంత బాగా జరిగిందో తెలుసా? ఒక్కరూ కిక్కురు మనలేదు. నోళ్ళు మూసుకుని పాఠం విన్నారు."

తెల్లబోయాడు శంకరం. తను రాగానే అల్లరి పోయిందా? అంత వరకూ నా నా రకాల అరుపులూ అరిచినవాళ్ళు ఎందుకంత బుద్ధిమంతులయ్యారు? అర్థం కాలేదు. మాస్టారికేం చెప్పటం?

" పోనీ నా గురించి మీ రెవర్నైనా అడిగి చూడండి మాస్టారూ! నేను అల్లరి చెయ్యకుండా పాఠం వింటున్నానండీ!"

రూమ్‌లోకి వెళుతోన్న ఇంగ్లీషు లెక్చరర్‌ని ఆపి ఫిర్యాదు చేశాడు తెలుగు మాస్టారు — " చూడండి మాస్టారూ! ఇతను క్లాసులో నానా గొడవ చేశాడు. ఇప్పుడు తనకేమీ తెలీదని బుకాయిస్తున్నాడు."

" ఎవరూ? శంకరం!" — ఆశ్చర్యం ప్రకటించాడు ఇంగ్లీషు మాస్టారు — " అబ్బే! శంకరం అలాంటివాడు కాదండీ!"

" ఇతనెక్కడో వెనక బెంచీలో చేరి...."

" నో, నో, ఇతన్ని తప్పు పట్టలేం మాస్టారూ! ఎందుకూ? కొన్నాళ్ళు పోతే మీకే తెలుస్తుంది. మరేం అనుకోకండి" అనేసి రూమ్‌లో కెళ్ళిపోయా డాయన.

మాస్టారి కెటూ తోచలేదు.

మాస్టార్ని మధనపడ నివ్వకుండా శంకరమే అన్నాడు — " ఇవ్వాళ నాకు పాఠం పోయింది మాస్టారూ ! మీ కెప్పుడైనా ఖాళీ వుంటే రమ్మంటారా?"

" అదెంత భాగ్యం! మా ఇంటికి రా! చెప్తా! నువ్వింత సిన్సియర్ స్టూడెంటువని అనుకోలేదు."

"ఫర్వాలేదు మాస్టారూ! నా మీద మీకు చెడ్డ అభిప్రాయం పోతే చాలు" అంటూ నమస్కారం పెట్టి క్లాసులో కెళ్ళిపోయాడు.

మరుసటి ఆదివారం తెలుగు మాస్టారింటి కెళ్ళి పాఠం చెప్పించు కున్నాడు శంకరం. ఆ ఒక్క గంటలోనూ మాస్టారు శంకరాన్ని సొంతంగా చదివేశాడు. శంకరం తెలివితేటలకీ, చదువంటే వున్న శ్రద్ధకీ మాస్టారికి చాలా ఆనందం కల్గింది.

" నీ కెప్పుడేం తెలియకపోయినా వస్తూ వుండవోయ్!" అన్నాడు.

క్రమంగా శంకరం అంటే చాలా ప్రేమ కల్గింది తెలుగు మాష్టారికి. శంకరం మాట సరే సరి. విద్య నేర్పి వృద్ధిలోకి తీసుకువచ్చే ఉపాధ్యాయులంటే చిన్నతనం నుంచీ భయభక్తులే. కాలేజీ వాతావరణంలో కూడా శంకరం ప్రవర్తన మారలేదు. నిజాయితీ లేని ఉపాధ్యాయుల్నీ, శీలం లేని శిష్యుల్నీ చూస్తూ నిత్యమూ వాళ్ళ మధ్య మసులుతూ కూడా, శంకరం తన భావాలకు తిలోదకా లివ్వలేదు. ఉన్నతమైన గురు శిష్యుల బంధం, రాను రాను జుగుప్సాకరంగా తయారౌతోన్న ఈ కాలంలో శంకరం లాంటి శిష్యుడు దొరికినందుకు మనసారా ఆనందించాడు తెలుగు మాష్టారు — "అస లా రోజు... నేను మొట్టమొదట క్లాసు తీసుకున్నప్పుడు ... నువ్వే అల్లరి చేశావని... ఎలా అనుకున్నానా అని ఇప్పు డాశ్చర్యం వేస్తోందోయ్" అన్నాడాయన చాలా సార్లు.

శంకరం నవ్వి వూరుకున్నాడు కృతజ్ఞతగా.

ఆ గత మంతా స్వగతంలా నిత్యమూ శంకరం మనసులో మెదులుతోనే వుంటుంది.

★ ★ ★

శంకరం, శ్యామలా వాళ్ళింటి దగ్గిర్నుంచి రూమ్‌కి వచ్చే సరికి బాలకృష్ణా, సూరిబాబూ, వెంకట్రావూ పేకాడుకుంటున్నారు.

బాలకృష్ణ హుషారుగా లేచి శంకరం చేతిలో అట్ట పెట్టి లాక్కుని తెరిచి చూశాడు.

"అరె, ఎప్పుడు కుట్టించావోయ్? చెప్పలేదేం?" అంటూ సిల్కు పేంటూ, షర్టూ బయటికి తీశాడు.

"కుట్టించడం ఏమిటి? పెట్టి ఎక్కడైనా దొరికిందేమో! అవునా?" అంటూ సందేహంగా చూశాడు సూరిబాబు.

"ఒకాయన ఇచ్చాడు" — విషయం క్లుప్తంగా చెప్పాడు శంకరం. బట్టలు సూరిబాబూ, వెంకట్రావూ కలిసి పరీక్షిస్తోంటే తను కిటికీ దగ్గిరికి వెళ్ళి పుస్తకాలు సర్దుకుంటూ నిలబడ్డాడు.

"అబ్బ, ఆదివారం కూడా ఎందుకోయ్ ఆ వెధవ పుస్తకాలు పట్టుకు వేళ్ళాడతావు? కాస్సేపు ఇలా రద్దూ?"

బాలకృష్ణ మాట తిరస్కరించలేక శంకరం వెళ్ళి సూరిబాబు ఎదర కుర్చీలో కూర్చున్నాడు.

వెంకట్రావు పేక కలిపి పంచాడు. శంకరం, ముక్కలు చేతుల్లోకి తీసుకున్నాడు. చివరి ముక్క తీసి పడేశాడు. ఓ అరగంట వరకూ సాగింది ఆట.

శంకరాన్ని చూస్తుంటే ముగ్గురికీ నీరసం వచ్చింది.

"ఏమిటోయ్ శంకరం! ఏం ఆలోచిస్తున్నావు?" — చిరాకుపడ్డాడు బాలకృష్ణ.

"మనసు పెట్టి ఆడవు. పోనీ ఇష్టం లేదని ముందే చెప్పకూడదూ?" — విసుక్కున్నాడు సూరిబాబు.

"ఏం, నే నాడుతోనే వున్నాగా?" — శంకరం ఉత్సాహంగా అనాలని ప్రయత్నించాడు గానీ సాధ్యం కాలేదు.

"పరధ్యానం చిత్తగిస్తూనా?"

"లేదండీ! అదేం లేదు. నాకూ సరదాగానే వుంది."

"ఆఁ, తెలుస్తూనే వుంది నీ సరదా! పైగా సమర్థింపు కూడా ఎందుకూ?" — నుదురు చిట్లించాడు సూరిబాబు. "నువ్వు చదువుకోటానికేగా వచ్చావు? పోయి చదువుకో. బడుద్దాయిలా పేకాడటం

ఎందుకులే. నీకు తగని పని."

శంకరం మొహం యెర్రబడింది, బాల కృష్ణ కేసి చూస్తూ అన్నాడు. "చూడండి సూరిబాబు మాటలు. నేనేం ఆడ నన్నానా?"

"మరెందుకంత డల్‌గా ఉన్నావు?"

"అదేం కాదు, తెలుగు మాష్టారు గ్రామరు చెప్తానన్నారు. వెళ్దామనుకున్నాను. అదే ఆలోచిస్తున్నా."

"ఏ తెలుగు మాష్టారు? జగన్నాథం గారా?"

"రామశాస్త్రి గారు."

"ఆ కొత్తగా వచ్చినవాడా? అదే... తెల్ల బట్టలూ కళ్ళద్దాలూ... స్టయిల్‌గా వుంటాడూ."

వాళ్ళకి నచ్చిన ఒకరిద్దర్ని తప్ప మిగిలిన లెక్చరర్స్ గురించి బాలకృష్ణా వాళ్ళంతా హేళనగా మాట్లాడటం కొత్త గాక పోయినా, తెలుగు మాష్టార్ని గురించి అలా మాట్లాడితే చాలా కష్టమనిపించింది శంకరానికి.

'అసలు ఉపాధ్యాయుడి మీద భయమూ లేక, భక్తీ లేక, అభిమానమూ లేక, విశ్వాసమూ లేక, ఏమీ లేకపోతే, ఇక ఆ వ్యక్తి నుంచి నేర్చుకునే దేమైనా వుంటుందా? పైగా ఇది ఎడ్యుకేషనూ, వీళ్ళు గ్రాడ్యుయేట్లూనూ?' అనిపించింది శంకరానికి.

"మాట్లాడవేమోయ్? ఆ కొత్త వాడేనా?" రెట్టించాడు బాలకృష్ణ. "అయితే ఇంకా ఆలస్యం ఎందుకూ? లేచి వెళ్ళు" — మాటల్లో అయిష్టం స్పష్టంగా.

శంకరం ఏమీ మాట్లాడలేదు. పేక ముక్కలు ఎత్తి సర్దుకుంటూ కూర్చున్నాడు.

బాలకృష్ణ మళ్ళీ అన్నాడు — "మొన్న వాడికీ నాకూ గొడవైంది. నీకు తెలుసుగా?"

తెలుసు శంకరానికి.

తెలుగు మాష్టారు పాఠం పూర్తి చేసి చేతిలో పుస్తకం బల్ల మీద పడేస్తూ, "లెటజ్ డీల్ విత్ గిరికా అండ్ హర్ మేరేజ్ ఇన్ ది నెక్స్ట్ క్లాస్" అన్నాడు.

కొత్త తెలుగు మాష్టారి నోటి వెంట వచ్చే ఇంగ్లీషు ముక్కల కోసం కాచుక్కూర్చున్నట్టు వెంటనే బాలకృష్ణ లేచి వినయం ఒలకపోస్తూ, "గురువు గారూ! ఇది తెలుగు తరగతి. మీకా ఆంగ్ల తెగులెందుకండీ?" అన్నాడు.

పిల్లలంతా గొల్లున నవ్వి, "క్లాప్! క్లాప్!!" అంటూ లయబద్ధంగా బల్లలు బాదటం మొదలుపెట్టారు.

మాష్టారు మౌనంగా, మొహంలో ఎలాంటి భావమూ వ్యక్తపర్చకుండా కూర్చున్నాడు. బల్లల సంగీతం అణిగాక, చిరునవ్వుతో లేచి నిలబడ్డాడు. "మాతృ భాష మీద ఇంత అభిమానమూ, గురువు గారి మీద ఇంత గౌరవమూ వున్న శిష్యుల్ని పొందగలిగిన నేను నిజంగా ధన్యుణ్ణి!" అంటూ క్లాసంతా కలియజూచి బెల్లు కావటంతో బయటికి వెళ్ళిపోయాడు.

"ఏడవలేక నవ్వుకున్నాడ్రోయ్!" అంటూ వెనక నుంచి వెకిలి నవ్వులు.

ఆ కథనం అంతా మాష్టారి ద్వారా శంకరం విన్నాడు. బాలకృష్ణ మాత్రం చాలా మార్చి చెప్పాడు.

"వెధవ పోజు పెట్టి స్టయిల్‌గా ఇంగ్లీషు మాట్లాడుతాడు. క్లాసులో అలా అడిగానని ఎంత కోపం! మొహం మాడ్చుకొని పోయాడు."

ఆ సంఘటనంతా పద్దెనిమిదోసారేమో వెంకట్రావుకి అభినయిస్తూ చెప్పాడు బాలకృష్ణ. సూరిబాబూ, వెంకట్రావూ నవ్వుతూ, మధ్య మధ్య మాష్టార్ని వెటకారాలు చేస్తూ, అంతా విన్నారు. కొత్తగా

విన్నప్పుడల్లా కుతూహలం ప్రదర్శిస్తాడు సూరిబాబు.

తెలుగు మాస్టారు ఇంగ్లీషు మాట్లాడడం ఏమిటని వీళ్ళ ఏడుపు. ఇంగ్లీషు మాట్లాడే హక్కంతా వీళ్ళకే వున్నట్టు.

శంకరం తనకేం పట్టనట్టు కూర్చున్నాడు — చేతిలో ముక్కలు చూసుకుంటూ.

"అరె! ఇంకా కూర్చున్నావేం?" అన్నాడు బాలకృష్ణ.

"మీ కిష్టం లేకపోతే వెళ్ళనండీ."

"నా ఇష్టం ఏమిటి మధ్య? మాస్టారు నీకు పాఠాలు చెప్తానంటే వెళ్ళాల్సిందే. నేనేం నిన్ను డిక్టేట్ చేస్తానా?"

శంకరం మాట్లాడలేదు.

"నా మీద మాత్రం నింద వెయ్యకు. నీ ఇష్టం. వెళ్ళాలని వుంటే వెళ్ళు" — బాలకృష్ణ మళ్ళీ అన్నాడు.

"ఈ వారం... వెళ్ళను..."

"నీ పిచ్చిగానీ వాడు ఎన్నాళ్ళు నీకు వూరికే చెప్తాడనుకున్నావ్? చెప్తే మాత్రం వాడి పెళ్ళాం వూరుకుంటుందా? ట్యూషన్స్ చెప్పేవాళ్ళంతా పెళ్ళాలకు జడిసే కదా రాత్రింబవళ్ళూ సంపాదించడం? నీకు ట్యూషన్ కావాలంటే జగన్నాధం గారి దగ్గిరికి పోరాదూ? ఆయనకి నేను చెప్తాను."

శంకరం మాట్లాడలేదు. "ఆయన పెళ్ళానికి జడవడా?" అందామనుకున్నాడు గానీ .....

మరో అర గంట సాగింది పేకాట.

హఠాత్తుగా బాలకృష్ణకి విసుగొచ్చింది. ఆట మధ్యలో ముక్కలు పడేశాడు. ఆవలిస్తూ ఒళ్ళు విరుచుకున్నాడు. సిగరెట్ అంటించాడు.

"అబ్బ! చాలా డల్‌గా వుంది గురూ!" అంటూ సూరిబాబు కేసి చూశాడు — "అన్నట్టు సాయంత్రం మన ప్రోగ్రాం ఏమిటి?"

"తెలియనట్టడుగుతావేం? ప్రభాత్‌లో కొత్త పిక్చరేదో రిలీజౌతోంది."

"డబ్బింగ్ అనుకుంటా. ఫర్వాలేదులే, మన వాళ్ళంతా వస్తున్నారా?"

పిక్చర్ ప్రోగ్రాం సెటిల్ చేస్తోంటే శంకరం వుండబట్టలేక, "బాలకృష్ణ గారూ! పబ్లిక్ గ్రౌండ్స్‌లో ఇవ్వాళేవో గేమ్స్ వున్నాయండీ! మన వాళ్ళు కూడా ఆడుతున్నారనుకుంటాను" అన్నాడు.

"ఆడనీవోయ్! అవన్నీ మనం పిక్చర్‌లోనే చూద్దాం. గేమ్సూ అవీ చూపిస్తాడుగా?"

"అవుననుకోండీ. పోనీ పిక్చర్‌కి రేపు వెళ్తాంగా?"

"హాలిడే నాడు మానుకుని - అదీ గాక ఫస్టు రిలీజ్! రేపు వెళ్తే ఏం మజాగా వుంటుంది? ఏమంటావు గురూ?" అని సూరిబాబు కేసి చూశాడు బాలకృష్ణ.

"నా ఓటు పిక్చర్‌కే!"

"నువ్వోయ్ వెంకట్రావ్?"

"నాదీ పిక్చర్‌కే?"

"శంకరానికి డిపాజిట్టు పోయింది" అని నవ్వాడు బాలకృష్ణ. "కిక్కురు మనకుండా పిక్చర్‌కి బయల్దేరు" అంటూ ఆజ్ఞ కూడా జారీ చేశాడు.

శంకరం మాట్లాడలేదు. బాలకృష్ణ లాంటి వాడికి ఆటల్లో అభిరుచి లేకపోవడం ఎంత ఆశ్చర్యం! బలమైన శరీరం - గుండెల నిండా ఉత్సాహం - చేతి నిండా డబ్బు - కోరింది చేయగలిగే స్వాతంత్ర్యం - మంచి ఆటగాడిగా పేరు తెచ్చుకోవటానికి ఇంకేం కావాలి? మంచి స్పోర్ట్సుమేన్ అవాలని శంకరానికి ఎంత కోరిక వుంటే

మాత్రం ఎందుకూ? ఏం అవకాశా లున్నాయి?

"పోతానోయ్, సాయంత్రం వస్తా" అంటూ వెళ్ళిపోయాడు వెంకట్రావు.

సూరిబాబు కొత్త వీక్లీ చూస్తూ పడు కున్నాడు.

శంకరం, నోట్సు రాసుకోవటంలో మునిగిపోయాడు.

సిగరెట్లు కాల్చి కాల్చి విసుగొచ్చిన బాలకృష్ణ నోట్లో సిగరెట్టు విసిరేస్తూ, "నాకు తెలీకడుగుతానూ, నీ కెందుకోయ్ ఈ శ్రమా?" అన్నాడు శంకరాన్ని ఆశ్చ ర్యంగా చూస్తూ - "క్లాసులో లెక్చరర్ ఎలాగూ అఘోరిస్తాడు కదా? ఎమ్ ఏ వాళ్ళే డిక్టేషన్ తీసుకొంటూంటే వాళ్ళ కన్నా నువ్వేం ఎక్కువా? మాస్టర్లకి వందల కొద్దీ జీతాలిచ్చేది మనం ఓ మూల కూర్చుని ఈసురోమంటూ నోట్సులు రాస్తూ కూర్చో టానికా?" అంటూ వాదానికి దిగాడు.

"నేను స్వయంగా రాసుకోకపోతే నాకు బాగుండదండీ" అన్నాడు శంకరం మరేమీ వాదించలేక. అమాయకుణ్ణి చూసినట్టు జాలిపడుతూ చూశాడు బాలకృష్ణ శంకరాన్ని.

★ ★ ★

బాలకృష్ణ రూమ్ స్టూడెంట్స్‌తో కిట కిటలాడుతోంది శంకరం వచ్చేసరికి.

"వారాలబ్బాయి వచ్చాడండోయ్" అన్నారెవరో కీచుగా.

"హల్లో శంకరం! టైమ్‌కి వచ్చావోయ్. ఆ పుస్తకాలు పారేసి తొందరగా రా! పిక్చర్‌కి పోతున్నాం" అంటూ తొందర చేశాడు బాలకృష్ణ.

"పిక్చర్‌కా? మొన్ననే కదండీ వెళ్ళాం?"

"మళ్ళీ దానికే వెళ్తామా ఏమిటీ? బాలాజీలో మంచి పిక్చర్ ఆడుతోందట. వీళ్ళంతా నా ప్రాణాలు తీస్తున్నారు. తొందరగా బయల్దేరాలి మనం" అంటూ చిందులు తొక్కాడు బాలకృష్ణ.

శంకరానికి భోజనం సంగతి జ్ఞాపకం వచ్చి భయంవేసింది. ప్లీడరు గారి భార్య చాలా చిరాకుపడే మనిషి. సినిమా చూసి అర్ధరాత్రి భోజనానికి వెళ్తే బాగుండదు. వెళ్ళకపోయినా బాగుండదు — "అన్నం వండి పెంటలో పోశాను. రోజులెలా మండి పోతున్నాయి? రానని ముందే చెప్ప లేక పోయావా?" అంటూ చివాట్లేస్తుంది.

"శంకరానికి ఇష్టం లేనట్టుంది. ఎందుకు గురూ అతన్ని ప్రెస్ చేస్తావూ?" అన్నాడు సూరిబాబు బాలకృష్ణని మంద లిస్తూ.

"నో నో, ఎందుకిష్టం వుండదూ? శంకరం రావాల్సిందే" — మందీ మార్బలం కావాలి బాలకృష్ణకి.

శంకరం మరేమీ ఆలోచించకుండా బాత్‌రూంలో కెళ్ళి మొహం కడుక్కు వచ్చి ఉత్సాహంగా మందిలో కలిసి పోయాడు.

థియేటర్‌లో న్యూస్ రీల్ నడుస్తోంది. కుర్రాళ్ళంతా హడావుడిగా పరుగులెత్తారు. సూరిబాబు టిక్కట్లకి వెళ్ళాడు. బాలకృష్ణ మిగతా వాళ్ళని వెనుక వేసుకుని థియే టరు లోకి దారి తీశాడు. టిక్కట్ కోసం చేయి చాపాడు గేట్ మేన్. బాలకృష్ణ చేయి వెనక్కి చూపించి ముందుకు వెళ్ళాడు. కుర్రాళ్ళంతా తోసుకు వెళ్ళడం మొదలు పెట్టారు. వరండాలో నిలబడి చూస్తోన్న మేనేజర్ గబ గబా గేటు దగ్గరికి వచ్చి లోపలికి పోతోన్న శంకరాన్ని — "మిస్టర్! ఆగండి" అంటూ వారించాడు.

శంకరం నిలబడ్డాడు.

"టిక్కెట్లు చూసుకోకుండా పోని వ్వటం ఏవిటోయ్?" అంటూ గేట్ మేన్ మీద చిరాకుపడ్డాడు మేనేజరు.

శంకరాన్ని తోసుకుని మరో స్టూడెంటు లోపలికి వెళ్ళబోయాడు. గేట్ మేన్ చెయ్యి అడ్డం పెడుతూ, "టిక్కెట్లు రానివ్వండి" అన్నాడు.

"వస్తాయి లేవోయ్! వెళ్ళనీ ముందు. పిక్చర్ కమెన్సవుతోంది" అంటూ చెయ్యి తోసుకుని వెళ్ళబోయాడా స్టూడెంటు.

"అలా వీల్లేదు, ఆగండి" అంటూ గేట్ మేన్ ఆ కుఱ్ఱాణ్ణి భుజం మీద చెయ్యివేసి వెనక్కి లాగాడు.

గేట్ మేన్ చెంప చెళ్ళుమంది. అతను చెయ్యి విసరబోయాడు గానీ మరో ఇద్దరు స్టూడెంట్స్ కలబడ్డారు. థియేటర్‌లోకి వెళ్ళిన వాళ్ళు కూడా బిల బిల్లాడుతూ బయటి కొచ్చారు. సూరిబాబు టిక్కెట్లు తీసుకువచ్చేసరికి బాలకృష్ణ మేనేజర్‌తో హోరా హోరీ హీరోలా పోట్లాడుతూ కన్పిం చాడు. అర నిమిషంలో విషయం అర్థమై పోయింది సూరిబాబుకి.

"మీ రెవ్వరూ థియేటర్‌లోకి పోటానికే వీల్లేదు. ఈ దౌర్జన్యం ఏమిటో అంతు చూస్తాను" అంటూ కేకలు పెట్టాడు మేనేజర్.

"మమ్మల్ని రానివ్వకుండా నువ్వు ఎన్ని ఆటలు వేస్తావో నేనూ చూస్తాను. నీ అంతే మిటో నేనూ తేల్చేస్తాను" అని జెండాలా చెయ్యి గాలిలో వూపుతూ శపథం పట్టాడు బాలకృష్ణ.

కుఱ్ఱాళ్ళంతా మండిపడుతూ బయటికి వచ్చారు. వాళ్ళలో ఇద్దరు, పెద్ద ఆపద వచ్చిపడ్డట్టు హాస్టల్‌కి పరిగెత్తారు. మిగతా వాళ్ళంతా తలో దిక్కుకీ వెళ్ళారు. బాలకృష్ణ శంకరాన్ని వుంచుకుని థియేటర్ ఎదటే నుంచున్నాడు, పథకం ఆలోచిస్తూ.

మరో అరగంటకల్లా థియేటర్ ముందుకి కుఱ్ఱాళ్ళు గుంపులుగా వచ్చి పడ్డారు. అందరూ బాలకృష్ణ చుట్టూ చేరారు ఆలోచన కోసం. మొదటి ఆట విడిచే సమయానికి రెండో ఆటకి జనం రావటం మొదలెట్టారు. కుఱ్ఱాళ్ళంతా జనంలో సర్దుకున్నారు.

"అయ్యా! మీరెవ్వరూ టిక్కెట్లు కొన వద్దని మా ప్రార్థన."

"ఏం? టిక్కెట్లు లేకుండానే సినిమా చూపిస్తారా?"

"అస లిప్పుడు రెండో ఆట వెయ్యరు."

"ఏం? మిష నేదైనా చెడిపోయిందా?"

"అది కాదండీ! మేమే ఆట వెయ్యని య్యం. మమ్మల్ని అన్యాయంగా థియే టర్ లోంచి పొమ్మన్నారు. ఇంత దారుణం జరిగాక వాళ్ళెలా ఆట వేస్తారో మేమూ చూస్తాం."

"అసలు మిమ్మల్నెందుకు పొమ్మ న్నారూ?"

"టిక్కెట్లు తెస్తున్నవాడు వెనకాల వున్నాడండీ! ఈ లోపునే ఆ గేట్ మేన్... ఓ కుఱ్ఱాణ్ణి రెక్కపట్టుకుని వెనక్కి లాగాడు. తర్వాత బాగా ఘర్షణ అయింది లెండి. ఇంత అవమానం మమ్మల్నెలా భరించ మంటారు, మీరే చెప్పండి? మేం తల్చు కుంటే నిమిషాల్లో ఈ థియేటర్‌ని పప్పు పప్పు చేసేస్తాం. కానీ శాంతంగా సాధించా లని మా ప్రయత్నం. ప్లీజ్! మా ప్రయత్నం పాడు చెయ్యకండి. కాబట్టి... అయ్యా, మీరెవ్వరూ టిక్కెట్లు కొనకండి. ఇంకో సినిమా కెళ్ళండి. అర్జంటుగా వెళ్ళిపొండి, లేకపోతే ఆ సినిమా మీ కందదు. దయచేసి మా మాట వినండి!"

బుక్కింగ్‌కి దడి కట్టి అడ్డంగా నించు న్నారు కుఱ్ఱాళ్ళు.

"సరే లేవయ్యా, టిక్కట్లు కొనంలే. ఈ మూల నించుని ఆ చోద్యం ఏమిటో మేమూ చూస్తాం. వెళ్ళమనకండి" అని ఆ పెద్ద మనుషులు బుక్కింగ్ దగ్గిర్నుంచి వెనక్కి పోయారు.

"అమ్మా! మీరెవ్వరూ టిక్కెట్లు కొనకండి. రెండో ఆట వెయ్యరు." — ఆడ వాళ్ళ వేపు ప్రచారం!

రిక్షా దిగి నించున్న బామ్మగారు కంగారు పడింది.

"ఒసే అమ్మడూ! సినిమా వెయ్యరుట. ఇదేం కర్మ? ముందు తెలియదుటే నీకూ?"

"చాల్లే వూరుకో! ఎవరన్నారూ సినిమా వెయ్యరనీ?" లంగా ఓణి అమ్మడు రిక్షా వాడికి డబ్బులిచ్చి వెనక్కి తిరిగింది.

"నిజమేనండీ! సెకండ్ షో లేదు. టిక్కట్లు కొనకండి."

"షో లేకపోతే టిక్కట్లసలు వాళ్ళే అమ్మరుగా?"

"అది కాదండీ! మేమే వెయ్యనివ్వం. మమ్మల్ని అన్యాయంగా ఇన్సల్టు చేశారు. మగ వాళ్ళెవ్వరూ కొనడం లేదు. ప్లీజ్! మీరూ కొనకండి."

"ఒసే అమ్మడూ! వీళ్ళేదో గొడవ పడేలా వున్నారే! బాగా తెలుసుకోకుండా టిక్కట్లు కొనకు సుమీ! డబ్బులు పోయేను. సినిమా లేదూ, పిండాకూడూ లేదూ."

"అబ్బ, నువ్వూరుకోవే బామ్మా! ఎవ రైనా కొన్నప్పుడే నేనూ కొంటాలే" అని అమ్మడు చిరాకుపడింది.

"ఎవ్వరూ కొనరు. ఎవ్వర్నీ కొననివ్వం. అనవసరంగా నించోకండి. మరో సినిమా కెళ్ళిపొండి. లేకపోతే హాయిగా ఇంటికి పోయి పడుకోండి. అయినా బామ్మగారూ! మీకు రెండో ఆట ఎందుకండీ? వేడి చేస్తుంది. నడ్డి పట్టేస్తుంది. కాళ్ళు పీకు తాయి. తల తిప్పుతుంది. బామ్మగారూ! మా మాట వినండి. చచ్చి మీ కడుపున పుడతాం. టిక్కట్లు కొనకండి, డబ్బులు పోతాయి. వెళ్ళిపొండి వేగిరం."

బామ్మకి కంగారెక్కువై పోయింది — "ఒసే అమ్మడూ! సినిమా దుంప తెంచిరి, పోదామా? వీళ్ళంతా మన కాళ్ళు విరగ దొక్కేలా వున్నారు. సినిమా లేదూ, చట్టు బండలూ లేదు. రిక్షా వాడి మొహాన అర్ధ రూపాయి పోశాం. మళ్ళీ ఓ అర్ధ రూపాయి ముడుపు కట్టాలి. తిన్నట్టా తిమ్మినట్టా?"

"బామ్మగారూ! అలా బాధపడకండి. రిక్షా డబ్బులన్నీ మే మిచ్చేస్తాం. ఇదిగో! మా వాళ్ళు రిక్షా పట్టుకొచ్చారు. ఎక్కండి వేగిరం. వెళ్ళిపొండి. పోలీసు లొస్తారు. గలాటా అవుతుంది. అందరూ మీ మీద కొచ్చి పడతారు. ఊ... వెళ్ళిపొండి."

కంగారుపడిపోయి బామ్మగారు దొర్లు కుంటూ వెళ్ళి రిక్షా ఎక్కింది. చేసేది లేక అమ్మడు కూడా మూతి ముడుచుకుని రిక్షా ఎక్కింది. "బామ్మగారికి జై!" అంటూ కుర్రాళ్ళంతా రిక్షాని నాలుగు గజాలు గెంటి వెనక్కి తిరిగారు.

స్టూడెంట్స్‌ని తోసుకుని బుక్కింగ్ దగ్గిరికి పోవటానికి ఆడ వాళ్ళెవరూ ఇష్ట పడలేదు. వచ్చిన వాళ్ళంతా తిరుగు ముఖం పట్టారు. మొగ వాళ్ళు చాలా మంది కుతూహలంగా చూస్తూ నించు న్నారు. బుక్కింగ్స్ రెండూ, నోళ్ళు తెరుచు కుని కూర్చున్నాయి. ఒక్క టిక్కట్టయినా తెగలేదు.

"మేనేజరు దిగి రావాలి! ... మేనేజరు దిగి రావాలి!" కుర్రాళ్ళు గొంతులు చించు కొంటూ అరవటం మొదలుపెట్టారు.

మేనేజరు పై అంతస్తులో నక్కి కూర్చు న్నాడు. వీధి పోలీసు, చేతిలో లాఠీ వూపు కుంటూ కుర్రాళ్ళలో జొరబడ్డాడు.

మరు క్షణంలో పోలీసు నెత్తి మీద టోపీ పైకి లేచింది. కుర్రాళ్ళ చేతుల్లోంచి మార సాగింది. నీటి మీద పడవగా గాలిలో తేలియాడింది.

"బాబ్బాబు! నా టోపీ నా కియ్యండి. ఇక్కడేదో గొడవ జరుగుతోందని చూద్దా మని వచ్చాను. స్టూడెంట్లనుకోలేదు. నేను మిమ్మల్నేం చెయ్యగల్ను? నా దారిన నేను పోతాను. నా టోపీ నాకిచ్చెయ్యండి" — కుర్రాళ్ళని బ్రతిమిలాడుకుంటూ పోలీసు ఏడుపు మొహం పెట్టాడు.

"టోపీ వెనక్కి రావాలీ! జవాన్ గారి టోపీ గారు వెనక్కి రావాలీ! వెనక్కి... వెనక్కి..."

టోపీ చర చరా వెనక్కి వచ్చి లక్షణంగా పోలీసు గారి బుర్ర మీద కెక్కింది. పోలీసు, పెళ్ళికొడుకులా ముసి ముసి నవ్వులు నవ్వుకుంటూ లాఠీ చంకన పెట్టుకొని వెళ్ళి పోయాడు.

మరో గంట సాగింది కుర్రాళ్ళ సన్నాహం. మేనేజర్ కాలుగాలిన పిల్లిలా తలుపులు మూసుకుని చిరాగ్గా పచార్లు సాగించాడు. పోలీసులకు ఫోన్ చేశాడు. పోలీసు వాన్ వచ్చి ఆగింది థియేటర్ ముందు.

"ఇన్‌స్పెక్టర్... వెనక్కి వెళ్ళాలీ! ఇన్ స్పెక్టర్ — గో బాక్! — గో బాక్" అంటూ అరిచారు కుర్రాళ్ళు.

ఇన్‌స్పెక్టర్ నవ్వు మొహం పెట్టాడు — "నన్ను లోపలికి వెళ్ళనివ్వండి, లేకపోతే వాళ్ళని బైటికి రానివ్వండి. ఎక్కడి వాళ్ళ నక్కడ బంధించేస్తే పరిష్కారం ఎలా జరగాలి?" అన్నాడు స్టూడెంట్స్‌తో.

కుర్రాళ్ళు కొంచెం మెత్తబడ్డారు — "మీరు ఒక్కరే వెళ్ళండి. మేనేజర్ మమ్మల్ని అపాలజీ అడగాలి. అడిగితీరాలి. లేకపోతే ఎన్ని నెలలైనా థియేటర్‌లో పిక్చర్ నడవదని చెప్పండి. అసలు థియేటరే వుండదని చెప్పండి!" అంటూ కేకలెడుతూ ఇన్‌స్పెక్టర్‌ని లోపలికి పంపించారు.

మేనేజర్ మరో అర గంట వరకూ గింజుకున్నాడు క్షమాపణ కోరేది లేదని — "నా తప్పేం లేదండీ! వాళ్ళు టిక్కెట్లు లేకుండా జొరబడుతోంటే..."

"సరేనండీ, అదంతా విన్నదే కదా? కుర్రాళ్ళకేం ఖర్మ మిమ్మల్ని దగా చెయ్యటానికి? వందల కొద్దీ డబ్బు ఇళ్ళ దగ్గర్నుంచి తెచ్చేది సినిమాలకే కదా? మనం పెద్ద వాళ్ళం. కాస్త శాంతంగా వాళ్ళని అర్థం చేసుకోవాలి కానీ వాళ్ళతో పాటు పంతం పట్టగలమా? మీ కొడుకు మాత్రం కాలేజీలో చదవటం లేదూ? వాణ్ణి మీరేం కంట్రోల్ చెయ్యగలిగారు? ఇక్కడితో పోనీండీ! వాళ్ళకేవో నాలుగు మంచి మాటలు చెప్పేస్తే మీదేం పోయింది?"

మేనేజర్‌కీ ఇన్‌స్పెక్టర్‌కీ అర గంటకు పైగా వాదం జరిగింది. ఇద్దరూ థియేటర్‌లో ముందు బాల్కనీలోకి వెళ్ళి నిలబడ్డారు.

మేనేజర్ వణికే చేతులు జోడించి కుర్రాళ్ళందరికీ నమస్కారం చేశాడు — "మీరందరూ నన్ను క్షమించాలి. నేను తొందరపడి మిమ్మల్ని అపార్థం చేసుకున్నాను. అంతేగానీ మీ మీద నాకేం ద్వేషం లేదు" — ఎలాగో కంఠం పెగుల్చుకుని ఆ రెండు మాటలూ అన్నాడు.

కుర్రాళ్ళంతా ఉత్సాహంతో తల మున్కలౌతూ, హోరెత్తేలా చప్పట్లు కొట్టారు.

మేనేజర్‌కి జంకు పోయింది. మొహం

మీదికి నవ్వు తెచ్చుకున్నాడు — "మీరంతా మా థియేటర్ తలుపుల మీదా, కిటికీల మీదా చాలా అభిమానం చూపించి మీ మంచితనం నిరూపించుకున్నారు. నా మనస్సెంతో కృతజ్ఞతతో నిండిపోయింది. మీ కోసం రెండో ఆట వుచితంగా వెయ్యదల్చుకున్నాం. దయచేసి మీరంతా వచ్చి థియేటర్‌లో కూర్చుని పిక్చర్ చూడమని కోరుతున్నాను. నా ఆహ్వానాన్ని మన్నించండి!" — మేనేజర్ సవినయంగా చెప్పిన ఆఖరి మాటలు విన్పించలేదు చప్పట్లలో.

కుర్రాళ్ళు అరుపులతో చప్పట్లతో కోతుల్లా గాలిలోకి ఎగిరారు — "బాలాజీ థియేటర్ వర్ధిల్లాలీ! వర్ధిలాలీ!" అంటూ అరుస్తూ థియేటర్‌లో జొరబడ్డారు.

పిక్చర్ చూసి ఇళ్ళకి చేరే సరికి మూడు గంటలు దాటింది.

"ఎడ్వంచరస్ లైఫ్ అంటే నా కిష్టం" అంటాడు బాలకృష్ణ.

"ఎడ్వంచర్ అంటే ఏమిటి?" అంటూ ఆలోచిస్తూ పడుకుని ఆలోచన తెగకుండానే నిద్రపోయాడు శంకరం.

★ ★ ★

"మళ్ళీ మీ వాళ్ళేదో గొడవ చేశారట బాలాజీ థియేటర్‌లో?" అంది శ్యామల నవ్వుతూ, ఆ మర్నాటి శనివారం.

శంకరం కూడా నవ్వి — "ఏదో చేశాం లెండి" అన్నాడు. అన్నాడే గాని తర్వాత అంతా చెప్పాడు.

నవ్వుతూ వింది — "బాగుంది. రామదండు అంటారే..." అంటూ ఫక్కుమని నవ్వింది.

"మీ రలా అనేస్తే ఎలా? మా పోరాటమంతా ఆత్మాభిమాన రక్షణ కదండీ?" అన్నాడు శంకరం.

"తప్పు చేసింది మీరే. పైగా పోరాటం కూడానా?"

"తప్పే ఐతే అది సకారణంగా జరిగిన తప్పు. గేట్ మేన్ కుర్రాళ్ళని లెక్క పెట్టుకోవచ్చు కదా?"

"ఏమో! అతని భయం అతనిదీ. అతను వర్కర్ కదా?"

"సగానికి పైగా స్టూడెంట్స్ మీద ఆధారపడి వుండే సినిమాల వాళ్ళకి స్టూడెంట్స్ గురించి భయం దేనికి? వాళ్ళ నిజాయితీ నెప్పుడూ శంకించనక్కర్లేదు."

శ్యామల శంకరాన్ని సూటిగా చూస్తూ, "అంత నిజాయితీ కల వాళ్ళు కదా మీరంతా? అస్తమానూ అమ్మాయిల్ని ఏడిపిస్తూ వుంటారట ఎందుకూ?" — టాపిక్ మార్చి అడిగింది.

శంకరానికేం మాట్లాడాలో తోచలేదు. ఓ నిమిషం వూరుకుని అన్నాడు — "చాలా మంది ఇలాగే అంటారు. ఒకళ్ళు ఏడిపించటం, మరొకళ్ళు ఏడవటం అంటే అర్థం చాలా వుంది. అమాయకులూ అసమర్థులూ కాకపోతే ఒకళ్ళు ఏడిపించిన దానికి ఏడుస్తారా చెప్పండి?" అన్నాడు అమ్మాయిలు ఏడవటాన్ని తప్పు పడుతున్నట్టు.

"అల్లరి చిల్లరి పనులు చేస్తోంటే, పిచ్చి పిచ్చి పేర్లు పెట్టి పిలుస్తోంటే, ఏడవ కేం చేస్తారు? మనసు బాధపడితే ఇంకేం చేస్తారు?"

"అంత బాధపడాల్సిన అగత్యమేమీ లేదండీ. నా మట్టుకు నేను ఏడిపించేవాళ్ళ దౌర్జన్యం కన్నా, ఏడ్చే వాళ్ళ బలహీనతే ఎక్కువనుకుంటాను. అవసరం లేని విషయాలకి విలువ ఇచ్చి మనసులు పాడు చేసుకుంటే అది ఎవరి తప్పు? లక్ష్య పెట్ట కుండా వుంటే సరి. ఎవరూ యేమీ చెయ్యలేరు."

"అంత మనోనిబ్బరం వుండాలి కదా చిన్న పిల్లలకి?"

"కనీసం వున్నట్టు నటించటం కూడా చేతకాదు అమ్మాయిలికి. వాళ్ళ ప్రోత్సాహం తోటే అబ్బాయిలు బాగా అల్లరి చేస్తారని నేననుకుంటాను" అన్నాడు. అన్నాడే గానీ, మళ్ళీ ఆలోచనల్లో పడ్డాడు.

ఎంతో వివేకంగా ప్రవర్తించే అమ్మా యిల్ని మాత్రం అబ్బాయిలు అల్లరి పెట్టకుండా వదిలేస్తున్నారా? — అనే ప్రశ్న శంకరానికే వచ్చింది. జవాబు చెప్పుకోలేక పోయాడు. చాలా విషయాల్లో శంకరానికి, ఒక దానికొకటి పొసగని అభిప్రాయాలు చాలా వున్నాయి.

"మీరు మీ వాళ్ళనే సమర్థిస్తారు లెండి" — శ్యామల నవ్వుతూనే నిష్టూరంగా అంది.

"మీ రలా అంటే నేనేం చెప్పను? నా కసలు మొగ వాళ్ళ కన్నా ఆడ వాళ్ళంటేనే ఎక్కువ ఇష్టం."

"ఎందుకనో?"

"ఏమో మరి! మా నాన్న కంటే మా అమ్మంటేనే బాగా ఇష్టం. అసలు మా నాన్నంటే ఇష్టమే లేదు."

ఇద్దరూ చాలాసేపు మాట్లాడుకుంటూ కూర్చున్నారు. శ్యామల దగ్గిర బిడియ పడటం, సంకోచించటం, పూర్తిగా మర్చి పోయాడు శంకరం.

కాలేజీలో పాఠాలు వినటం కన్నా, లైబ్రరీలో పుస్తకాలు చదవటం కన్నా, కొత్త సినిమాలు చూడటం కన్నా, వారానికోసారి శ్యామలతో మాట్లాడటం చాలా ఇష్టం శంకరానికి. ఇప్పుడో మాటా, అప్పుడో మాటా చెప్తూ తన ఇంటి చరిత్రంతా చెప్పేస్తూనే వుంటాడు.

★ ★ ★

"నేనీ సారి మన యూనియన్ ఎలక్షన్స్‌కి సెక్రటరీగా నిలబడదామను కుంటున్నానోయ్!" అన్నాడు బాలకృష్ణ హుషారుగా శంకరాన్ని చూసీ చూడగానే — ఒక రోజు.

శంకరం కొంచెం ఆశ్చర్యపడ్డాడు.

"ఏం? రామారావు బాగానే చేస్తున్నాడు కదండీ?"

"సరి, చెప్పక చెప్పక నీకే చెప్పాలీ?" అంటూ కొంచెం వెటకారంగా నవ్వాడు సూరిబాబు.

బాలకృష్ణ శంకరం భుజం మీద తడుతూ, "నీ హెల్ప్ నా కెలాగూ వుంటుందిగా? అమ్మాయిల ఓట్లన్నీ మనకే రావాలి. వాళ్ళంతా నిన్ను చాలా ఎప్రిషి యేట్ చేస్తారటగా?" అన్నాడు.

తెల్లబోయాడు శంకరం. తేరుకుంటూ, "అసలీ యూనియన్ ఎందుకండీ?" అన్నాడు తర్కానికి దిగుతూ.

"అదేమిటోయ్, అలా అంటావ్? యూనియన్ ఎందుకేమిటి? నా మొహంలా వుంది నీ ప్రశ్న!" అంటూ చొరవగా మంద లించాడు బాలకృష్ణ.

సూరిబాబు శంకరాన్ని గుచ్చి గుచ్చి చూస్తూ, "యూనియన్ ఎందుకా? కల్చ రల్ యాక్టివిటీస్ మాటేమిటి?" అన్నాడు.

"బాగా చెప్పావు" — అందుకున్నాడు బాలకృష్ణ — "లేకపోతే చదువు ఒక్కటేనా మన బతుక్కి? మనలో అంతర్గతంగా ఎన్ని కళలు... ఎన్ని ఆర్ట్స్... ఎంత పవర్... ఆఁ? ఎన్ని దాగి వున్నాయో ఎవడికి తెలుసు? ఆటా... పాటా... వూఁ.... డ్రామాలూ... వూఁ ... అలాగే అనుకో. మనల్ని మనం గుర్తించు కుని — ప్రోత్సహించుకోకపోతే ఎలా? మన మంచి చెడ్డలెవడు చూస్తాడూ? అందు కనీ..." అంటూ మాటకీ మాటకీ

అతక్కుండా చిన్న ఉపన్యాసం ఇచ్చాడు ఉత్సాహంతో బాలకృష్ణ.

రేపు ఎన్నికల ప్రచారంలో ఇలాగే మాట్లాడతాడేమో అనిపించింది శంకరానికి.

శంకరం నోరు విప్పటానికి సందు దొరికింది. "కల్చరల్ యాక్టివిటీస్ అంటే ఏమిటండీ?" అన్నాడు.

"సరి! అదీ అర్థం కాలేదా? కల్చరల్... అంటే... అదే... కల్చ... అబ్బ! ఈ తెలుగు వచ్చి చావదోయ్! నువ్వు చెపుదూ సూరయ్యా!" — సూరిబాబు కేసి చూశాడు బాలకృష్ణ.

సూరిబాబు తడుంకోకుండా హుందాగా —"సాంస్కృతిక కార్యక్రమాలు" అన్నాడు.

పిల్లికి బదులు బిడాలం అన్నట్టుంది శంకరానికి —"సంస్కృతి అంటే...?" అన్నాడు.

"చచ్చే చావులా వుందే నీతో! నీ యక్ష ప్రశ్నలూ నువ్వూనూ. ఆ అర్థాలన్నీ ఎందుకోయ్ ఇప్పుడూ?" అంటూ కొంచెం విసుక్కున్నాడు బాలకృష్ణ.

సూరిబాబు తనకేం పట్టనట్టు చేతికందిన పుస్తకం తెరిచాడు.

'సంస్కృతి' అంటే ఏమిటో? సంస్కృతి — చిప్పిల్లే కార్యక్రమాల కోసమేనట స్టూడెంట్స్ యూనియన్! ఒక్క ఉపాధ్యాయుడికి గౌరవం దక్కదు. ఒక్క ఆడ పిల్లకి సమాన హోదా వుండదు. సంస్కారవంతమైన ఒక్క ఆలోచనకైనా తావు దొరకదు. జీవితాంతం ఒక్క ఆదర్శం కూడా అంటిపెట్టుకోదు.

సంస్కృతి! కల్చర్! కళల వుద్ధరణ! ప్రోత్సాహం! అందుకే స్టూడెంట్స్ యూనియన్! ఇనాగురేషన్లు! యూనివర్సిటీ ఫంక్షన్లు! అబ్బ, కల్చరల్ యాక్టివిటీస్!

శంకరం సానుభూతిగా చూశాడు బాలకృష్ణని.

"బాలకృష్ణ గారూ! యెందుకండీ టైం పాడు చేసుకోవటం? ఎవరు సెక్రటరీ అయితేనేం? మనకి చదువు ముఖ్యం గానీ..."

"చదువు! చదువు! చదువుతూ చావ మనేలా వున్నావోయ్! చలం దగ్గిరికి నిన్నో నెల్లాళ్ళు శిష్యరికానికి పంపితే బాగుండే లాగుంది" అన్నాడు బాలకృష్ణ నవ్వూ చిరాకూ కలగలిపి.

"చలం ఇలాంటి చదువులూ, పాడూ వద్దన్నాడు, సరే! ఇలాంటి తాపత్రయాలూ... గొప్పలూ... వుండాలన్నాడా?..." అందామనుకున్నాడు శంకరం. ఆ మధ్య చలం పుస్తకాలు కొన్ని చదివాడు.

"అసలీ ఎలక్షన్ గొడవల్లో పడితే తన చదువు పాడౌతుందని ఆలోచిస్తున్నాడేమో శంకరం" అంటూ సూరిబాబు బాలకృష్ణ కేసి చూశాడు.

"నా కలాంటి వుద్దేశ్యం లేదండీ! మీరు తప్పదంటే మీ కోసం నాకు చేతనైనదంతా చేస్తాను" అన్నాడు శంకరం, వాగ్దానం చేస్తున్నట్టు దృఢంగా, బాలకృష్ణని చూస్తూ.

సూరిబాబు ఎప్పుడూ ఏదో ఒక నింద తన మీద పడెయ్యాలని యెందుకు ప్రయత్నిస్తాడో అర్థం కాదు శంకరానికి.

సాయంత్రం అవుతోంటే సూరిబాబూ బాలకృష్ణా నీట్‌గా ముస్తాబై బైటికి పోయారు. శంకరం ఒక్కడూ బుల్ బుల్ వాయించుకుంటూ.... ఏవేవో పాటలు పలికించాలని ప్రయత్నిస్తూ రూంలో చీకట్లో కూర్చున్నాడు.

★ ★ ★

"బాలకృష్ణ గారు కాదు. మీరే నిలబడండి. మా ఓట్లన్నీ తప్పకుండా మీకే వేస్తాం" అన్నారు అమ్మాయిలంతా శంకరం చుట్టూ చేరి.

దమయంతి దగ్గిరికి రాయబారం తీసి కెళ్ళిన నలుడి పరిస్థితి అయింది శంకరా నికి. అమ్మాయిలతో చెప్పాలనుకున్నదంతా చెప్పాడు. వాళ్ళ మొహాలు చూస్తే నమ్మకం తోచలేదు. ఆ విషయమే బాలకృష్ణతో కూడా చెప్పాడు. "వాళ్ళ ఓట్లన్నీ మనకే వేస్తారన్న నమ్మకం కలగటం లేదండీ నాకు" అన్నాడు అనుమానంగా.

"నువ్వసలు సరిగ్గా అడిగావా శంకరం?" అంటూ సూరిబాబు దోషిని చూసే చూపు చూశాడు.

"అలా అనేస్తే ఎలాగోయ్ శంకరం? అప్పుడే నిరుత్సాహపడిపోతే ఎలా?" అన్నాడు బాలకృష్ణ శంకరాన్ని ధైర్య పుచ్చుతూ, ఉత్సాహం ఉరకలు వేస్తోంటే.

బాలకృష్ణని చూస్తే శంకరానికి వాత్స ల్యం పొంగి వచ్చింది — "మిమ్మల్ని మభ్య పెట్టడం మంచిది కాదని మన పొజిషన్ ఏమిటో చెప్పాను. మీరైనా కొంచెం... వెనకా ముందూ ఆలోచించకుండా తొందర పడొద్దండీ!"

"అబ్బ! నువ్వు మా తాతయ్యలా తగిలావోయ్ సలహాలివ్వటానికి" అంటూ విసుగుదల ప్రకటించాడు బాలకృష్ణ.

నాలుగైదు వందల రూపాయలు నీళ్ళలా ఖర్చుచేశాడు ప్రచారం కోసం, బాలకృష్ణ. హోటళ్ళూ, సినిమాలూ, సిగ రెట్లూ, కిళ్ళీలూ, అందరికీ బాలకృష్ణ పర్సులోంచే. అవతలి పార్టీ బలా బలాలు లెక్కకట్టి ఏ రోజు కారోజు పొజిషన్ చూసే డ్యూటీ సూరిబాబు స్వీకరించాడు. "గురూ! ష్యూర్ మనం వచ్చేస్తాం" అంటూ యెప్పటికప్పుడు బాలకృష్ణకి ధైర్యం నూరి పొయ్యటమే అతని వంతు — "గురూ! రేపు పబ్లిక్ యెలక్షన్స్‌లో ఎమ్.ఎల్.ఏ.లు కూడా వచ్చి నీ కాళ్ళు పట్టుకుంటారు ఓట్ల కోసం. కాచుకో!" అంటూ రోజూ మురి పించటం మొదలు పెట్టాడు.

బాలకృష్ణ ఫ్రెండ్సంతా బాలకృష్ణ తర పునే పనిచేశారు.

అవతలి పార్టీ కూడా బాలకృష్ణ పార్టీకి తీసిపోలేదు. పైగా స్టూడెంట్స్‌లో చాలా మందికి రామారావు మీద సదభిప్రాయం వుంది. బాలకృష్ణ మీద దురభిప్రాయమూ వుంది. లెక్చరర్స్ కూడా రెండు పార్టీలుగా విడిపోయి యెవరి మట్టుకు వాళ్ళు పరోక్షంగా ప్రచారం సాగించారు.

ఆ వారం పది రోజులూ అట్టుడికి నట్టుడికి పోయింది కాలేజీ. ఒక్క క్లాసు జరగలేదు. జరిగినా వినడానికి స్టూడెంట్స్ లేరు.

శంకరం లాంటి వాళ్ళింకా ఎంత మంది వున్నారో శంకరానికి తెలియక పోయినా తన మట్టుకు తను చాలా బాధ పడ్డాడు. ఎందుకీ యూనియన్‌లు? ఎలక్షన్‌లు? కాలేజీ పాలక వర్గం తమకేదో అన్యాయం చేస్తోందనీ, తమ అవసరాలు తామే చూసుకోవాలనీ యూనియన్ స్థాపించుకున్న వాళ్ళు — తమకి తామే ఎన్ని అన్యాయాలు చేసుకుంటున్నారో, ఎంత దుష్టత్వం పెంచుకుంటున్నారో యెప్పుడైనా ఆలోచించారా? యూనియన్ స్థాపించి ఏదో ఉద్ధరిద్దామని గర్వపడేవాళ్ళు, అభమూ శుభమూ యెరగని అమాయకపు హృదయాల్లో ఎన్ని కుళ్ళు రాజకీయాలు గుమ్మరిస్తున్నారో గ్రహించగలరా? లోక మంటే ఏమిటో తెలియని పసివాళ్ళకి వినయ విధేయతలు కల్గించి, క్రమశిక్షణ నేర్పి, మానవత్వాన్ని వెలిగించే విద్యా లయాలా ఇవి? మహానుభావులు ఎన్నో సంస్కరించాలని పూనుకున్నారే! ఈ కాలే జీల్నీ ఈ లెక్చరర్లనీ, ఈ స్టూడెంట్లనీ, ఈ

వాతావరణాన్నీ, సంస్కరించి తరించరాదా?

ఎలక్షన్ హడావుడి హఠాత్తుగా చల్లారి పోయింది. కారణం ఏమిటో అర్థం కాలేదు గానీ, బాలకృష్ణ నెగ్గలేదు. రిజల్ట్సు విన టానికే భయం వేసింది శంకరానికి. బాలకృష్ణ మొహం చూస్తే పుట్టెడు జాలి వేసింది. ఎప్పుడూ అంత ఇన్సల్టు ఫీలవ్వ లేదు బాలకృష్ణ. ఏదో ఆపద వచ్చిపడ్డట్టు దించిన తల ఎత్తకుండా కూర్చున్నాడు రూంలో. ఒక్కడూ అతని ఛాయలకి చేర లేదు.

"నేను మొదటి నుంచే అంటోనే వున్నా నండి, అనవసరంగా ఈ గొడవల్లో దిగారు మీరు" అందామనిపించింది శంకరానికి. బాలకృష్ణ మొహం చూస్తే ఆ మాటలు నోట్లోనే మాయమయ్యాయి. "పోనీలెండి బాలకృష్ణగారూ! ఎందుకంత సీరియస్‌గా తీసుకుంటారు?" అన్నాడు నిశ్శబ్దంగా వుండలేక.

బాలకృష్ణ తల తిప్పలేదు. అలాగే కుర్చీలో వెనక్కి వాలి కూర్చున్నాడు చాలా సేపు.

చీకటి పడింది. రాత్రయింది. బాలకృష్ణ భోజనానికి వెళ్ళకుండా మంచం మీద పక్క సర్దుకుని పడుకున్నాడు.

సూరిబాబు రూమ్ ముందు నించుని గంటన్నర నుంచీ వచ్చే పోయేవాళ్ళ యెదుట "మోసం చేసిన వెధవల్ని" తిడు తున్నాడు. "కొందరు నమ్మించి గొంతు కోశారోయ్ బాలకృష్ణని. ఒక్కో వెధవనీ కోర్టు కెక్కించాలి, దగా వెధవలు!" అంటూ పచ్చి తెలుగులో తిట్టిపోస్తున్నాడు.

బాలకృష్ణ అలా దెబ్బతిన్న పక్షిలా పడుకుంటే శంకరం గుండె బరువెక్కి నట్టయింది. నెమ్మదిగా దగ్గిరికి వెళ్ళాడు... "బాలకృష్ణ గారూ! తొమ్మిది దాటుతోం దండీ, భోజనానికెళ్ళిరండీ!" అన్నాడు.

మాట్లాడలేదు బాలకృష్ణ.

"ఎందుకండీ అంత బాధ పడతారు? ఇంత చిన్న ఎన్నికల్లో నెగ్గటంలో, ఓడటంలో ఏముంది చెప్పండి? ఇవేం జీవిత సమస్యలా! పోటీ అన్న తర్వాత ఎవరో ఒకరు నెగ్గటం, ఓడటం వుంటాయి కదా?"

"అందుకని... ఆ ఓడటం ఏదో నేనే అయితే బాగుంటుందంటావా?" — తల తిప్పి హఠాత్తుగా అన్నాడు బాలకృష్ణ.

తెల్లబోయాడు శంకరం — "అది కాదండీ! మీరు దిగులు పడకుండా..." — ముందు తను ధైర్యం తెచ్చుకున్నాడు.

సూరిబాబు లోపలికి వచ్చాడు — "శంకరం! నువ్వేమైనా అనుకో గానీ సిన్సియర్ ఫ్రెండ్ ఎవడైనా సరే తన ఫ్రెండ్ కష్ట సుఖాలు తనవిగానే భావిస్తాడు. అతని బాధ అర్థం చేసుకోవాలని ప్రయత్నిస్తాడు. అంతేగాని..." మాటలు పూర్తి చెయ్యకుండా సగంలో వూరుకున్నాడు.

సూరిబాబు మాట్లాడిన వ్యంగ్యం శంకరానికి బాగానే అర్థమైంది. అభిమానంతో మనసు ఉద్రేకపడింది — "నేను సిన్సియర్ ఫ్రెండ్‌ని కాదని మీరే కాదు ఎవ్వరన్నా కేర్ చెయ్యను. అది బాలకృష్ణ గారికి తెలుసు. నాకు తెలుసు. అతని మంచి చెడ్డలు నావిగా భావించబట్టే మొదటి నుంచీ ఈ గొడవల్లోకి దిగవద్దని ఎంతో చెప్పాను. 'మనం నెగ్గేస్తాం' అంటూ ఆయన్ని నేనేం మభ్య పెట్టలేదు. మీరు కూడా ఆయన్ని కాస్త హెచ్చరించి వుంటే తప్పకుండా మీ మాట వినేవారు. ఇవ్వాళ ఈ పరిస్థితి వచ్చేది కాదు" — యెన్నడూ లేని సాహసంతో గబ గబా అనేశాడు శంకరం.

“ ఇంతకీ బాలకృష్ణని పాడుచేసింది నేనా? నా గురించేనా బాలకృష్ణకి తెలియంది? చూడవోయ్ బాలకృష్ణా! నీ ఫ్రెండ్ కబుర్లు! అందుకేనా ఎవరో ఒకరు ఓడిపోవాలిగా అని నచ్చ చెప్తున్నాడూ?” — సాధ్యమైనంత వెటకారంగా అన్నాడు సూరిబాబు.

శంకరం వూరుకోలేదు — “ బాలకృష్ణ గారి పరిస్థితిలో నేనే వుంటే ఏం చేస్తానో అదే ఆయనకు చెప్తున్నాను. మనిషి, జీవితంలో ఎన్నో కార్యాలు చెయ్యాలి. ఓ సారి జయం, ఓ సారి అపజయం. సుఖానికి పొంగి కష్టానికి కుంగిపోతే ఇక ఏం చెయ్యగలం? ఏం సాధించగలం? అందుకే ఆయన్ని బాధ పడవద్దని చెప్తున్నాను. ఆయన అలా తిండి తినకుండా పడుకుంటే చూస్తూ వూరుకోవటం నాకు చేత కాలేదు” — ఏ శక్తి అంత తీవ్రంగా, నిస్సంకోచంగా మాట్లాడించిందో శంకరానికే తెలీలేదు.

నిన్న మొన్నటి శంకరం, గతిలేక తన ఫ్రెండ్ గదిలో చేరిన శంకరం ... అంత నిర్లక్ష్యంగా మాట్లాడితే సూరిబాబుకి తల తిరిగింది. “ ఓహో! చెయ్యాల్సిందంతా చేసి ఇప్పుడు నక్క వినయాలు ప్రదర్శిస్తే బాలకృష్ణ నిన్ను నమ్మేసి నెత్తిన పెట్టుకుంటాడనుకున్నావా? నీ లాంటి వాళ్ళు నమ్మించి ద్రోహం చెయ్యబట్టే బాలకృష్ణ ప్రిస్టేజ్ మంట కలిసిపోయింది. అమ్మాయిలతో బాతాఖానీ కొట్టటం తప్పితే నువ్వు ఒక్క ఓటు కూడా వేయించావంటే నేన్నమ్మను. బాలకృష్ణ మాత్రం నమ్ముతాడా?”

గిర్రున తిరిగింది శంకరం తల కూడా. నిశ్చేష్టుడై నిలబడ్డాడు. కంఠం లోకి కాలకూట విషాన్ని గెంటుతోన్నట్టు తోచింది. దుఃఖంతో ఆవేశంతో గొంతు బిగిసి బరువెక్కింది. రెండు నిమిషాలు బాలకృష్ణ కేసి చూస్తూ, “ బాలకృష్ణ గారూ! నిజంగా మీరూ అలాగే అనుకుంటున్నారా? నేను మీ కేమీ అన్యాయం చెయ్యలేదండీ! నా శక్తి కొద్దీ, సహాయం చెయ్యాలని ప్రయత్నించాను. నా దౌర్భాగ్యమేనేమో మీరు నెగ్గలేదు. నేను మాత్రం మిమ్మల్ని మోసం చెయ్యలేదండీ!” దుఃఖంతో కంఠం పూడిపోయింది. ఇంకా చెప్పాలనుకున్నా మాటలు రాలేదు.

బాలకృష్ణ మంచం మీద నుంచి లేస్తూ, “ నువ్వెందుకోయ్ బాధ పడతావ్? ఊరుకో. ఒకరు చేసేదేముంది? నాదే బుద్ధి తక్కువనుకుంటే సరిపోలా?” అంటూ అద్దం ముందు నిలబడి తల దువ్వుకున్నాడు.

శంకరం మరేమీ మాట్లాడలేక పోయాడు. బాలకృష్ణ తనని విశ్వసిస్తున్నాడన్న నమ్మకం ఏ కోశానా కలగలేదు.

ఎవర్నీ పిలవకుండా బయటికి వెళ్ళిపోయాడు బాలకృష్ణ. సూరిబాబు కంగారుగా వెనకాల పరిగెత్తాడు.

నాలుగైదు రోజులు గడిచినా అలాగే ముభావంగా వున్నాడు బాలకృష్ణ. కాలేజీకి వెళ్తున్నాడు, వస్తున్నాడు. ఎవ్వరి తోటీ మాటా మంతీ లేవు. షికార్లూ, సినిమాలూ లేవు. పెందరాడే రూమ్ కొచ్చి పడుకుంటున్నాడు.

ఎప్పుడేం జరిగినా ఖాతరు చెయ్యకుండా నిర్లక్ష్యంగా తిరగ్గలడనుకున్న బాలకృష్ణ, ఎలక్షన్స్ పేరుతో అంత షాక్ అయ్యాడంటే అయోమయంగా అనిపించింది శంకరానికి. ఓదార్చాలని చేసిందాన్ని గుర్తించనే లేదు బాలకృష్ణ. అతని మొహంలో యెప్పుడైనా గోరెడు చిరునవ్వు వెలుగుతుందేమోనని ఎదురుచూడటం తప్పితే

మరో దారి కన్పించలేదు శంకరానికి.

ఆ సాయంత్రం బాలకృష్ణ కాలేజీ నుంచి రాగానే, రూంకి వచ్చి ఉత్తరాలు చూచుకున్నాడు. నాలుగైదు ఉత్తరాల్లోంచి ఒక కవరు ఎంచి తీసి, గబ గబా కిటికీ దగ్గిరికి వెళ్ళి నించుని చదువుకున్నాడు. పైకీ, కిందికీ చదివిన పేజీలే చదువుతూ, అర గంటపైగా ఆ ఒక్క ఉత్తరాన్నే చదువు కుంటూ నించున్నాడు. శంకరం, మొహం కడుక్కుని టవల్‌తో తుడుచుకుంటూ గదిలో కొచ్చేసరికి బాలకృష్ణ మొహం తిప్పి చూశాడు. శంకరానికి సంభ్రమం కలిగింది. బాలకృష్ణ మొహం ఎంతో తేటపడ్డట్టు, గతమంతా హఠాత్తుగా మర్చిపోయినట్టు, కన్పించింది. "విమల లెటర్ రాసిం దోయ్!" అన్నాడు చిరునవ్వుతో సూరి బాబుని చూస్తూ, పొంగిపోతున్న సంతో షాన్ని అదిమి పెట్టుకోవాలని ప్రయత్నిస్తూ.

విమల ఉత్తరాలు రాస్తే బాలకృష్ణ కెంత సంతోషం కలుగుతుందో సూరి బాబుకి తెలుసు — "విశేషాలేమిటి?" అన్నాడు తనూ నవ్వుతూ.

"ఏమున్నాయ్? కండొలెన్సెస్!" మళ్ళీ నవ్వాడు బాలకృష్ణ — "అపజయం మనిషిని విజయాలకేసి నడిపిస్తుందట! చూశావా! ఎంత చక్కటి కొటేషన్ ఇచ్చిందో!" అంటూ కాయితాలు మడిచి భద్రంగా కవరులో పెట్టాడు.

విషయం ఏమిటో చాలా వరకు శంకరానికి అర్థమైంది. ఎవరా విమల? అమ్మాయిల విమర్శల్లో ఆ పేరు విన్నట్టు గుర్తు లేదు. ఎవరైతేనేం? బాలకృష్ణకి నచ్చ చెప్పి నవ్వగలిగేలా చేసింది. ఎంత అప్పురాలో!

బాలకృష్ణ, మిగిలిన ఉత్తరాలన్నీ చదివి చించేసి, విమల ఉత్తరం ఒక్కటే డస్క్‌లో పెట్టి తాళం వేశాడు "అబ్బ! చాలా డల్‌గా ఉందోయ్!" అంటూ చేతులెత్తి ఒళ్ళు విరుచుకుంటూ ఆవలించాడు. ఉత్సాహం పుంజుకున్నవాడిలా, "ఏదైనా పిక్చర్‌కి పోదాం. నువ్వూ లేవ్వోయ్ శంకరం!" అంటూ హడావుడి చేశాడు.

"మీదే ఆలస్యం" అంటూ నవ్వాడు శంకరం.

బాలకృష్ణ సబ్బుంతా అరగదీసి మొహం కడుక్కువచ్చాడు. పౌడర్ దట్టించి నుదిటి మీది ఉంగరాలు నొక్కుకున్నాడు. అల్మైరా లోంచి ఇస్త్రీ బట్టలు తీసి వేసుకుని వాటి నిండా సెంటు పట్టిస్తూ శంకరానికి కూడా పులిమాడు — "ఫర్వాలేదు. చెడ్డ బాలు డని నిన్నెవరూ అనరు. అంటే నాకు చెప్పు" అన్నాడు నవ్వుతూ.

శంకరానికి ఆశ్చర్యం వేసింది. ఆ ఉత్తరం రాకపోతే బాలకృష్ణ ఇంకా దిగులు గానే కూర్చుని వుండేవాడు. సందేహం లేదు. ఎంత మార్పు! ఎవరో మంత్రించి నట్టు!... ఇంకెవరు? ఆ విమల!

విమల ప్రభావం ఇంతగా వుందా బాల కృష్ణ మీద! నిజంగా ఆవిడ తల్చుకుంటే బాలకృష్ణని ఎంత తీర్చి దిద్దగలదో! ఇంకెంత సంస్కరించగలదో!

"పదవోయ్! ఏమిటా కొంగ జపం?" అంటూ శంకరం చెయ్యి పట్టుకుని లాక్కు పోయాడు బాలకృష్ణ.

★ ★ ★

ఎలక్షన్ హడావుడిలో పడి కొన్ని క్లాసులకు వెళ్ళలేక పోయాడు శంకరం. లెక్చరర్లు ఖాళీగా వున్నప్పుడు వెళ్ళి తెలి యనివి చెప్పించుకోవటం శంకరానికి అలవాటే. శంకరంలా స్వశక్తితో కష్టపడి చదివే స్టూడెంట్స్‌కి చెప్పటం లెక్చెరర్లకి కూడా ఇష్టమే.

టెక్స్టూ, నోట్సూ పట్టుకుని లెక్చరర్ల రూంలోకి వెళ్ళాడు శంకరం. ఇంగ్లీషు లెక్చెరరు శంకరం అడిగినవాటికి సమాధానాలు చెప్పి, "ఇప్పుడు నాకు క్లాసుందోయ్! లాస్టవరు ఖాళీ! వీలైతే రా! చూస్తాను" అంటూ లేచి నించున్నాడు. వరండాలోంచి నడుస్తోంటే హఠాత్తుగా అడిగారాయన శంకరాన్ని — "నువ్వెక్కడుంటున్నావు? హాస్టల్ లోనా?"

"కాదండీ! బాలకృష్ణగారి రూంలో."

"బాలకృష్ణా? ఎవరూ? ఆ బి. ఏ. ఫైనలియరు బాలకృష్ణా? అతని రూం లోనా?"

శంకరం మౌనంగా తల కొంచెం దించుకుని పక్కనే నడవసాగాడు.

లెక్చెరరు అభిమానం వుట్టిపడే గొంతుతో అన్నాడు —

"శంకర్! ట్రై చేస్తే నీకు తప్పకుండా క్లాసు వస్తుందోయ్! ష్యూర్! పరీక్షలు వచ్చేస్తున్నాయి. మిగతా వ్యవహారాలన్నీ కొంచెం తగ్గించుకుని కష్టపడి చదువు. మంచి ఫ్యూచరు వుంది నీకు."

శంకరం ఆనందం కళ్ళల్లో తొణికిసలాడింది.

"తప్పకుండా చదువుతానండీ!" అన్నాడు వినయంగా. నమస్కారం చేసి తన క్లాసులో కెళ్ళిపోయాడు.

★ ★ ★

రాత్రి - రూంలో - పుస్తకం తెరుచుక్కూర్చున్నాడు శంకరం.

ఇంగ్లీష్ మేగజైన్ చూస్తూ పడుకున్న బాలకృష్ణ ఏదో గుర్తు వచ్చినట్టు తల యెత్తి శంకరాన్ని చూస్తూ, "పొద్దుట వంకాయ ముద్ద గాడు నీతో ఏదో మాట్లాడినట్టున్నాడు కదటోయ్?" అన్నాడు.

అది ఇంగ్లీషు లెక్చెరరు కిచ్చిన బిరుదని శంకరానికి తెలుసు. ఆయన హాస్టల్ వార్డెన్‌గా వుండే రోజుల్లో రోజూ వంకాయలే తెప్పించేవాడట కూరలకి. వంకాయలు తినీ తినీ ఖంగ్రెక్కిన పిల్లలు వార్డెన్ కా ముద్దు పేరు పడేసి కసి తీర్చుకుని సంతృప్తి పడ్డారు.

"ఆఁ, అవునండీ! ఓ లెసన్ చెప్పించుకుందామని వెళ్ళాను."

"సరేలే, లెసన్ మాట కాదు. ఇంకా ఏదో మాట్లాడుతున్నాడే?"

"ఏం లేదండీ!"

బాలకృష్ణకి కొంచెం కోపం వచ్చింది — "ఎందుకోయ్ అంత రహస్యం? వరండా పొడుగునా నడుస్తూ మీరు మాట్లాడుకోవటం నేను చూస్తూనే వున్నా. పోనీలే, చెప్తావేమోనని అడిగా. మరేం అనుకోకు."

శంకరం సిగ్గుపడ్డాడు - "లేదండీ! అంత ముఖ్యమైన విషయం ఏముందిలే అని అలా అన్నా. ట్రై చేస్తే క్లాసు వస్తుందన్నారు నాకు. కొంచెం కష్టపడి చదవమన్నారండీ! అంతే."

"బోడి వెధవ! వాడు చెప్పే దేవిటి చదవమని?" అంటూ లేచి కూర్చున్నాడు బాలకృష్ణ.

"ఆ చెప్పటం మాత్రం అందరికీ చెప్తాడా గురూ? ఒక్కసారన్నా నిన్నూ నన్నూ ఎంకరేజ్ చేశాడా చదవమని?" — సూరిబాబు శంకరంతో మాట్లాడటం తగ్గించాడు. బాలకృష్ణతోనే అన్నాడు.

"పోనిద్దూ, వాడి ఎంకరేజిమెంటూ వాడునూ! వంకాయి ముద్ద తిన్నట్టే వుంటుంది" అంటూ నవ్వు తెచ్చుకున్నాడు బాలకృష్ణ.

"వీళ్ళ పుట్టు పూర్వోత్తరాలు మనకి తెలీవనుకుంటారు. ఈయన గారు చదువు వెలగబెట్టే రోజుల్లో నానా అల్లరీ చేసే

వాడటు. ఓ సారి పరీక్షల్లో పొయిట్రీ పేపరు రాస్తూ కాపీ చేస్తూ దొరికిపోయాట్ట. పైగా వాచర్‌ని బెదిరిస్తూ కత్తి చూపించాడట" అన్నాడు సూరిబాబు.

" అరె! అదంతా నీ కెలా తెలిసింది?" — బాలకృష్ణ ఆశ్చర్యంగా అడిగాడు.

" తెలిసిందిలే ఎలాగో! తెలియక ఆగిపోతుందా? ఇలాంటి కోతి మేష్ట ర్లందరూ వచ్చి మనకి నీతులు బోధించా లని చూస్తారు, వినే వెధవలుంటే సరి."

సూరిబాబుని కర కరా నమిలి మింగు దామన్నంత కోపం వచ్చింది శంకరానికి. ఉత్త అబద్ధాలకోరు. ఇంగ్లీషు మేష్టారు కాపీ చేస్తూ వాచర్‌ని బెదిరించాడా? ఎలా నమ్మటం?

"అయినా అడ్డమైన వాళ్ళనీ లెక్చ రర్లుగా పంపకూడదు గురూ! మంచి బ్యూటీ, మంచి పెర్సనాల్టీ వుండాలి. కంఠం విప్పి మాట్లాడితే స్టూడెంట్సంతా ముగ్ధులై పోవాలి. హిప్నాటిజం అంటారే, అలాగ కళ్ళతో కమాండ్ చేసే పవర్ వుండాలి లెక్చెరర్‌కి." — ఎక్కడో ఏ సందర్భంలోనో ఎవరో రాసిన మాటలు మననం చేసు కుంటూ ఆవేశంగా అన్నాడు సూరిబాబు.

బాలకృష్ణ పక పకా నవ్వాడు — " భలే చెప్పావు సూరిబాబూ! సుభాస్‌చంద్రబోస్ లాంటి వాడూ - వివేకానందస్వామి లాంటి వాడూ వచ్చి పాఠాలు చెప్తే, ఎవడైనా వినకుండా వుండగలడా?" అన్నాడు.

శంకరం మనస్సు కొట్లాడింది మాట్లాడా లని. బ్యూటీలూ పెర్సనాల్టీలూ లేని వీరేశ లింగం - గాంధీల మాటేమిటి? - నోరు విప్పి అడిగే సందర్భం కాదది. తనకి జ్ఞాన బోధ చెయ్యాలనే వాళ్ళు లెక్చరర్స్‌ని తిడు తున్నారు.

వాళ్ళ ధోరణి చూస్తోంటే శంకరానికి మళ్ళీ చదువు మొదలు పెట్టడానికి జంకు పుట్టింది. నెమ్మదిగా పుస్తకం మూసి చాప కింద పెట్టాడు. బాలకృష్ణా, సూరిబాబూ ఇంకా కాస్సేపు లెక్చెరర్స్ గురించి హేళనగా మాట్లాడుకుంటూ కూర్చున్నారు.

శంకరం వాళ్ళ కబుర్లు వింటూ పడు కుని నిద్రపోయాడు.

తెల్లవారు ఝామున లేచి ప్రశాంతంగా చదువుకున్నాడు చాలా సేపు.

బాలకృష్ణకి మెలుకువే రాలేదు. సూరి బాబు, మొహం మీదికి దుప్పటి లాక్కుని పడుకున్నాడు. బాగా తెల్లారి బాలకృష్ణ ఆవ లిస్తూ లేచేసరికి సూరిబాబు మొహం కడుక్కోటానికి వెళ్తూ, " రాత్రి సరిగ్గా నిద్ర పట్టలేదు. వెధవ దోమలో నల్లులో చంపుకు తిన్నాయి. కాస్త చల్ల గాలికి నిద్ర పట్టిందీ అంటే కళ్ళ మీద వెలుగు పడింది. శంకరానికి క్లాసు వస్తుంది, బాగానే వుంది. మనకి మాత్రం నిద్రా లేదు. పాడూ లేదు" అన్నాడు.

" ఏమో! నాకు బాగానే నిద్ర పట్టే సింది" అంటూ మంచం దిగాడు బాల కృష్ణ.

బాత్ రూమ్‌లో బట్టలు వుతుక్కుంటూ శంకరం కొన్ని కొన్ని మాటలు విన్నాడు. ఒక్క క్షణం ఆలోచనల కోసం పని ఆపుజేసి మళ్ళీ గబ గబా బనీనుకి సబ్బు పులమ టంలో మునిగిపోయాడు.

ఆ రాత్రి చదువుకోబోయే ముందు బాలకృష్ణ శంకరం కేసి చూస్తూ, " తెల్లార గట్ల లైటు వెయ్యకోయ్ బాబూ! నిద్ర తేలిపోయి చస్తున్నాం. పగలు చదువుకోవ చ్చుగా?" అన్నాడు.

శంకరానికి తప్పు పని చేసినట్టు సిగ్గే సింది, " అలాగేనండీ!" అనేసి కళ్ళు మూసుకుని పడుకున్నాడు.

ఎప్పటిలా మెలుకువ వచ్చేసింది నాలు గ్గంటల ప్రాంతంలో. లేచి లైటు వేశాడు. గుర్తొచ్చి తీసేశాడు.

బాలకృష్ణా, సూరిబాబూ గురకలు పెడుతూ నిద్రలు పోతున్నారు. ఒక్క లైటు కాదు గదా పది లైట్లు వేసినా వాళ్ళకు మెలుకువ రాదు. కానీ బాలకృష్ణ ఎందు కలా చెప్పాడు?... అవన్నీ తరిచి తరిచి ఊహించి అంతరార్థాల కోసం ప్రయత్నిస్తే మాత్రం ఏం లాభం?... 'తన కేదైనా చిన్న లైటు వుంటే...' లైటు వున్నా చదువుకో టానికి చోటు ఏదీ? పోనీ వాళ్ళిద్దరిలా తనూ నిద్రపోతే? నిద్ర రాదు ఖర్మ!

కోడిగుడ్డు బుడ్డీ - మిద్దె గది పక్క వసారా - చీకట్నే లేవటం - ఎప్పటి సంగతి! బుడ్డి వెలిగించి వసారాలో పెట్టి పుస్తకాల సంచీ తెచ్చి — అప్పుడు లేపేది అమ్మ! "శివా! లేరా! కోళ్ళు కూస్తున్నాయి తెల్లారి పోలా? లేమ్మా! చదువుకో, నాలు గక్షరం ముక్కలు నేర్చుకోరా! శివా! నిన్నేరా!" అంటూ లాలించి, మందలించి, నిద్ర పోగొట్టి పైట చెంగుతో కళ్ళు తుడిచి, తీసి కెళ్ళి వసారాలో కూర్చోబెట్టేది. మళ్ళీ కునికి పాట్లు పడుతోంటే చిన్న బెల్లం ముక్క తెచ్చి ఇచ్చేది. పాచి నోటితో బెల్లం ముక్క చప్ప రిస్తూ నోట్లో వూట పుస్తకం మీద పడే లాగ "ఒక్క లెండు లెండు. లెండు లెళ్ళు లాలుగు" అంటూ ప్రారంభించేవాడు తను.

"అలా చదువుకో బాబూ! మళ్ళీ నిద్ద రోకు" అని హెచ్చరించి చల్ల చెయ్యటానికి వంట పాక లోకి వెళ్ళిపోయేది అమ్మ.

"అమ్మా!" శంకరం మోకాళ్ళ మీద గడ్డం ఆన్చుకున్నాడు — 'అమ్మా! నువ్వు ఎక్కడున్నావమ్మా? బెల్లం ముక్క లాగ తియ్యగా చదువు రుచి చూపించావు. నా కెందుకీ అలవాటు చేశావు? ఇప్పుడెలా చదువుకోను? నువ్వు వుంటే ఎంత బాగుం డును! నా కోసం అన్నీ నువ్వే చేసేదానివి' — శంకరం కళ్ళు నిండుకొచ్చాయి. నిశ్శ బ్దంగా కళ్ళు వత్తుకున్నాడు.

అమ్మ స్మృతితో పాటు... చాలా విష యాలు... చిన్నతనమంతా గుర్తు వచ్చింది. అమ్మతో నాన్న కేమీ సంబంధం లేకపోతే నాన్న నే నాడో మర్చిపోగలిగేవాడు. ఇపుడు నాన్న కన్నా అమ్మనే బాగా మర్చిపోయాడు. అమ్మ చచ్చిపోయిందనా? చచ్చిపోయిన వాళ్ళని మనసుల్లో బ్రతికించి వుంచు కోవాలి.

'అమ్మా! ఎంత దుర్మార్గుణ్ణి! పాడు చదువులో పడి నిన్ను పూర్తిగా మర్చి పోతున్నాను. కొన్నాళ్ళకి నాకో అమ్మ ఉండే దన్న మాటైనా జ్ఞాపకం రాదేమో!' — అంటూ ఆక్రోశించింది శంకరం మనసు. ఎంత మూర్ఖుడు తను! దీపం వుంటే ఎప్పటిలా చదువూ, పుస్తకాలే! దీపం లేకే అమ్మ గుర్తు వచ్చింది. రోజుకోసారైనా అమ్మని తల్చుకోని తను ఎంత దౌర్భా గ్యుడు!

శంకరం మనసు తేలిక పడింది. పర్వా లేదు, దీపం లేకపోతేనే నయం. అమ్మని తల్చుకుంటూ, చిన్నప్పటి రోజులు స్మరించు కుంటూ పడుకోవచ్చు.

మరో రెండు రోజులు అలాగే గడి చాయి. శంకరం తృప్తి గాలిలో కలిసి పోయింది.

'చదువుకోరా శివా! అలా వూరికే పడు కుంటే ఏం బాగుందిరా?' అంటూ మంద లించే అమ్మ వూరుకో నివ్వలేదు.

శంకరం ఏదో ఆలోచించినవాడిలా లేచి చీకటిలో తడుంకుంటూ మడతపెట్టి గోడ కానించి వుంచిన కుర్చీ, పుస్తకం చెరో

చేత్తో పట్టుకుని తేల్చి తేల్చి అడుగులు వేస్తూ బయల్దేరాడు.

మరో గంటకి సూరిబాబు లేచి బాత్ రూమ్ లోకి వెళ్ళబోయి ఆశ్చర్యంగా చూస్తూ గడప దగ్గిరే ఆగిపోయాడు.

బాత్ రూమ్‌లో కుర్చీ వేసుకొని — కాళ్ళు పైకి పెట్టుకుని - ఒళ్ళో పుస్తకం తెరచుకుని తదేకంగా చదవటంలో మునిగి పోయి వున్నాడు శంకరం.

సూరిబాబు మంత్రముగ్ధుడిలాగా రెండు నిమిషాలు చూశాడు. పేజీ తిప్పడం తప్పితే మరో చలనం లేదు శంకరంలో.

వీధిలోకి పోయి మళ్ళీ వచ్చి పడుకున్నాడు సూరిబాబు.

తెల్లారాక విషయం విని చాలా ఆశ్చర్య పడ్డాడు బాలకృష్ణ - "యెలాగైనా శంకరానికి చదువు శ్రద్ధ వుందోయ్! అందులో ఒక్క పిసరు వున్నా ఇలా డింకీలు కొట్టకుండా బాగుపడేవాళ్ళం మనం" అన్నాడు.

నుదురు చిట్లించాడు సూరిబాబు — "ఏం, ఇప్పుడు నువ్వేం చెడిపోయావు? ఎంతసేపూ పరాయి వాళ్ళని గొప్ప చేస్తావెందుకోయ్? సెల్ఫ్ కాన్ఫిడెన్స్ లేదు నీకు. శంకరం అన్నివిధాలా నీ పొజిషన్‌లో వుంటే చదువు మొహం చస్తే చూడడు, తెలుసా? గతిలేక, బతకటానికి ఇదే ఆధారం కాబట్టి, అంత తాపత్రయ పడిపోతున్నాడు. క్లాసు తెచ్చుకొని గొప్ప చూపించుకోవాలిగా? బాత్ రూమ్‌లో కాకపోతే పాయిఖానాలో అయినా చదువుకుంటాడు. ఎవడి కోసం? నీ కోసమా, నా కోసమా?"

"అవునులే!" అన్నాడు బాలకృష్ణ బద్ధకంగా లేస్తూ.

★ ★ ★

"గురూ! కోర్సంతా అయిపోయిందట. ఇంగ్లీషు లెక్చరర్ చెప్పాడు" అంటూ సంతోషంగా వచ్చాడు సూరిబాబు.

తలనొప్పితో పడుకున్న బాలకృష్ణ మొహం కూడా వికసించింది - "పీడా వదిలింది" అన్నాడు లేచి కూర్చుంటూ.

"ఎక్కడ వదిలిందోయ్? అసలిప్పుడే పట్టుకుంది. ఇన్నాళ్ళూ కోర్సు అవనీ, కోర్సు అవనీ అనుకునేవాళ్ళం. ఇక చదవటం మొదలుపెట్టాలి" అంటూ నీరసంగా కూలబడ్డాడు సూరిబాబు.

శంకరానికి నవ్వొచ్చింది.

"పరీక్షలు వచ్చేస్తున్నాయండీ! ఇకనుంచైనా టెక్స్ట్ బుక్కులు తిరగేసి కోర్సేమిటో చూసుకోకపోతే ఎలా?" అన్నాడు మాట కలుపుతూ.

"ఆ అచ్చు తప్పుల టెక్స్ట్ లెవడు కొన్నాడోయ్? హాయిగా గైడ్సూ నోట్సూ - లేవూ? ఎలాగో పేపర్‌లో నెంబరు పడి, పాసై బయటపడితే చాలు మా ఫాదర్‌కి. ఆ దారి చూసుకోవాలి ముందు. ఇవ్వాల్టి నుంచీ చదవటం మొదలుపెడదాం. సూరిబాబూ! రెగ్యులర్‌గా చదువుదాం శంకరంలా" ఉత్సాహంగా అన్నాడు బాలకృష్ణ.

రాత్రి శంకరంతో పాటు బాలకృష్ణ కూడా పుస్తకాలు దుమ్ము దులిపి తెరిచి కూర్చున్నాడు. ఒక పావు గంట వరకూ సీరియస్‌గా చదివాడు. ఆవలింత లొచ్చాయి. నోరంతా తెరిచి 'హాఁయ్' అని ఆవలిస్తూ చిటికెలేశాడు — "అబ్బ! ఏమిటో సెకండ్ షో చూసినా నిద్ర రాదు గానీ, పుస్తకం తెరిస్తే చాలు, వచ్చి కూర్చుంటుంది నెత్తి మీద" అంటూ విసుక్కున్నాడు.

"లేచి కొంచెం కళ్ళు కడుక్కోండి" అన్నాడు శంకరం.

"కళ్ళు కడుక్కోటం కాదు, హాయిగా మూసుకు పడుకోవాలి. ఈ వెధవ చదువు తప్ప ఏదైనా ఇంటరెస్టింగ్‌గానే ఉంటుంది.

ఆ డిగ్రీ కాస్తా వచ్చేస్తే మా నాన్నతో గోల పోతుందని గానీ..."

"మీ నాన్నగారికి చదువంటే అంత ఇష్టమా?" — కుతూహలంగా అడిగాడు శంకరం.

"ఇష్టమో, ఏం పాడో! నువ్వు బియ్యే అన్నా అఘోరించకపోతే నేను బుర్రెలా ఎత్తుకు తిరగన్రా — అంటూ రంకె లేస్తాడు — నా డిగ్రీకీ, ఆయన బుర్రకీ ఏదో కనక్షన్ వున్నట్టే."

"ఎందుకు లేదు?" — సూరిబాబు రంగంలో కొచ్చాడు. "నువ్వు బి.ఏ. అయితే ఆయన బుర్రలో ఆలోచనలు పదునెక్కుతాయి. సంచుల సంఖ్య పెంచేస్తాడు. అదీ అసలు రహస్యం."

"ఏదో ఒకటి చెయ్యనీ! పెద్దవాళ్ళుగా? వాళ్ళకి అడ్డు చెప్పకపోతే మనకీ వాళ్ళు అడ్డు చెప్పరు."

వాళ్ళ సంభాషణ శంకరానికి బాగా అర్థం కాలేదు.

సూరిబాబు లేచి ఫ్లాస్కులో టీ కప్పుల్లో పోశాడు. బాలకృష్ణ కప్పు అందుకొంటూ, "అన్నట్టు చెప్పటం మర్చిపోయాను సూరీ! మొన్న వెంకటేశ్వరస్వామి కన్పించాడోయ్ కలలో" అన్నాడు.

"నిజం? ఎలా కన్పించాడు?"

"మొన్న బస్‌లో పంగనామాలవీ పెట్టుకుని పిలక పంతులు వూగుతూ కూర్చున్నాడు చూడూ, 'నూట పదకొండు' అంటూ నవ్వుకున్నాం. ఆ రోజే పెద్ద పెద్ద పట్టె వర్దనాలతో, కళ్ళు వురిమి చూస్తూ..... నిజంగా వెంకటేశ్వరస్వామేనోయ్! భలే భయం వేసింది. నేను ఈ గండం గడిచి పరీక్ష పాసైపోతే రిజల్ట్సు చూసిన రోజే తిరుపతి వెళ్ళిపోతా. బొప్పణం చేయించుకుంటా" అంటూ భక్తి కన్పరుస్తూ చేతులు జోడించాడు బాలకృష్ణ.

"నిజమే, నేనూ మొక్కుకుంటా" అన్నాడు సూరిబాబు.

శంకరం మనసు విలవిల్లాడింది. సూరిబాబు కేసి చూస్తూ అభిమానంగా - "మీ జుట్టు చాలా అందంగా ఉంటుంది. జుట్టే ఇవ్వాలా? మరేదైనా మొక్కుకోరాదూ?" అన్నాడు.

"ఓయ్ శంకరం! లెంపలేసుకో. అలా ఎవ్వరూ అడ్డు చెప్పకూడదు. వెంకటేశ్వరుడికి వెంట్రుకలే ప్రీతి అంటారు. పరీక్ష పాసవ్వాలే గానీ జుట్టుదేం భాగ్యం? ఇవ్వాళ తీసేస్తే నెల తిరక్కుండా వచ్చేస్తుంది. ఓ సారి మా వూళ్ళో ఏమైందో తెలుసా? ఒకమ్మాయికి పురుడు కష్టమైతే తలనీలా లిచ్చేస్తామని మొక్కుకున్నారు. ఎలాగో బతికి బయటపడింది. తీరా మొక్కు తీర్చుకోవాలంటే ఆ పిల్ల మొగుడు ఒప్పుకోలేదట - జుట్టు తీసేస్తే నిన్ను నేను చూడలేను, నీకూ నాకూ సంబంధం లేదు అని మండిపడ్డాడట. ఏమైందో మరి. నాకు సరిగ్గా తెలీదు. ఎప్పుడో చిన్నప్పటి సంగతి. మర్చేపోయాను" అంటూ సస్పెన్స్‌లో పడేసి వూరుకున్నాడు బాలకృష్ణ.

"తర్వాతేమైందో తెలిస్తే బాగుండునండీ! ఆ అమ్మాయికి గుండు చేశారో లేదో!" అన్నాడు శంకరం. నిజంగా ఆ పిల్ల మొగు డెవరో గానీ శంకరానికి చాలా నచ్చాడు. తనే అయితే ఖచ్చితంగా అలాగే అంటాడు. కంఠంలో ప్రాణం వుండగా ఆ పిల్ల జుట్టు తియ్యటానికి ఒప్పుకోడు.

టీ తాగిన కప్పులు ఓ వార పడేసి మళ్ళీ పుస్తకం తీసుకున్నాడు సూరిబాబు.

★ ★ ★

ఫ్లాస్క్‌తో టీ తెస్తే చాలటం లేదని స్టవ్ కొనుక్కొచ్చాడు సూరిబాబు. చీటికీ

మాటికీ పుస్తకం కుర్చీలో పడేసి టీ పెడతానంటూ లేస్తాడు. స్టవ్ వెలిగించి డికాక్షన్ మరిగించి, పాలు కలిపి కప్పుల్లో పోసి టీ నోటి దగ్గిరికి చేరేసరికి పక్కా అర గంట.

ఆ అర గంటా బాలకృష్ణ బుల్ బుల్ కచ్చేరీ సాగుతుంది. ఒక్కో సారి గాత్ర రాగాలు కూడానూ.

"టీ అయ్యేవరకూ బుల్ బుల్ వినవోయ్! లేకపోతే రెండు పద్యాలు పాడనా?..." అంటూ శంకరం చేతుల్లో పుస్తకం లాగేస్తాడు బాలకృష్ణ.

"మీ ఇష్టం. ఏదైనా సరే!" బుద్ధిగా ఒప్పేసుకుంటాడు శంకరం. వినడం ఇష్టం లేనప్పుడు వినకుండా, వినటం లేదని బైటికి తెలియకుండా వుండే శక్తి చెవులకు వుంటే ఎంత బాగుండును అనుకుంటాడు చాలా సార్లు.

బాలకృష్ణ రాగాలాపన సాగుతోన్నకొద్దీ 'తన్మయుడై' పోయినట్టే వింటాడు శంకరం.

"బాలకృష్ణా! నీ వాయిద్యంతో నా కాళ్ళూ చేతులూ అడ్డం లేదు. స్టవ్ వెలిగేలా లేదు" — సూరి.

"మానెయ్! ఫ్లాస్క్ పట్టుకుని హోటల్ కెళ్ళిరా! ఇప్పుడు పదే అయింది." — బాలకృష్ణ.

కిక్కురు మనకుండా టీ కలుపుతాడు సూరిబాబు. టీ కోసం యెదురు తెన్నులు చూస్తూ కూర్చుంటాడు శంకరం. టీ తయారై పోగానే స్టవ్ మోత ఆగుతుంది. బుల్ బుల్ సంగీతం ఆగుతుంది. బాలకృష్ణ గానవాహిని కూడా కట్టుబడుతుంది. స్టవ్ మోతలో, కప్పుల చప్పుళ్ళలో, బుల్ బుల్ సంగీతంలో, బాలకృష్ణ కంఠ మాధుర్యం కోసం అన్వేషించక్కర్లేదు. జోరుమంటూ వాన కురిసి వెలిశాక ఎంత నిశ్శబ్దం! ఎంత శాంతి! ఎంత...!

"అబ్బ! ఏం గురూ ఇలా వుంది టీ?" అన్నాడు బాలకృష్ణ, మొహం చిట్లిస్తూ మొదటి సారి రూమ్ టీ రుచి చూసి.

"ఎలా ఉంది? బ్రహ్మాండంగా ఉంటేను. హోటల్ వాడికి డబ్బు లిచ్చేస్తే గానీ నీకు రుచి తెలియదులే" అన్నాడు సూరి.

"ఏం, నీ టీ, 'అయ్యరు టీ కన్నా తక్కువ ఖరీదా? పైగా స్టవ్వూ గిన్నెలూ."

"చాల్లే వూరుకో, వూరుకో! ముందు టీ తాగి కప్పు ఇలా తే" విసుక్కున్నాడు సూరిబాబు.

శంకరం ఇబ్బందిగా, "నాకు టీ తాగితే ఏమిటోలా ఉంటుందండీ, కళ్ళు మంటలు పెడతాయి. కడుపులో వికారం వస్తుంది..." అని తన స్థితిని వర్ణించాడు.

"గుండెల్లో గుబులు పుడుతుందా?" అని సూరిబాబు వెటకారంగా నవ్వాడు.

"అరె! నువ్వింత గమ్మత్తు మనిషి వేమిటి! మరి నీకు నిద్దర్రాదూ అలా గంటల తరబడి చదువుతావు గదా?" — బాలకృష్ణ ఆశ్చర్యపోయాడు కొత్తగా.

"ఊరుకోవోయ్ బాలకృష్ణా! నీ ఆశ్చర్యం నువ్వూనూ! నాలుగు రోజులు చదివావంటే నువ్వూ అంతే. ఏదైనా అలవాటులో ఉంటుంది" — సూరి.

శంకరం బలవంతంగా టీ మింగి కప్పు కడిగి కిటికీలో పెట్టేశాడు.

"అన్నట్టు సూరిబాబూ! నీకు చెప్పటం మర్చిపోయాను గానీ, మొన్న పతంజలి, కృష్ణారావు గురించి యెన్ని చెప్పాడను కున్నావు! ఇప్పుడు వాళ్ళిద్దరికీ పచ్చగడ్డి వేస్తే భగ్గుమంటోంది" అన్నాడు బాలకృష్ణ.

వాళ్ళిద్దరూ బాలకృష్ణా వాళ్ళ క్లాసుకి వెళ్ళే లెక్చరర్స్ అని శంకరానికి తెలుసు.

"ఏం ఏమైందటా?" — కుతూహలంగా అడిగాడు సూరిబాబు.

"ఏమైందో ఏమో నాకు తెలీదు గానీ, మొన్న నేనూ పతంజలీ కలిసి మ్యాట్నీకి వెళ్ళాం. అలా వస్తూ హోటల్లో కూర్చున్నాం. అప్పుడు చెప్పాడు. చెప్పడమేమిటి? నానా తిట్లు తిట్టాడనుకో. కృష్ణారావు గాడుత్త పోజుల్రాయుడట. పాఠాలు చెపుతూ బోర్ కొట్టిస్తాడు. వాడి దగ్గిర ట్యూషన్ పెట్టు కుంటే డింకీ కొట్టడం తప్పదట... ఇంకా చాలా వాగేడులే."

"నిన్ను తన దగ్గిర ట్యూషన్ పెట్టుకో మని అడిగాడా?"

"లేదు, విమల పెట్టుకుందట - చెప్పాడు."

"అయితే ఇంకేం? నువ్వూ పెట్టుకో" అంటూ నవ్వాడు సూరిబాబు.

"ఇప్పటి కున్నవి చాలవూ? ఇంకా వాడికి కూడా ముడుపు కట్టటం ఎందుకూ?"

చాలా మంది లెక్చరర్స్ బాలకృష్ణతో భుజాలు రాసుకుంటూ తిరగడం, సినిమా లకి పోవడం, హోటళ్ళలో దూరటం, శంకరానికి బాగా తెలుసు. కానీ అలాంటి లెక్చరర్స్ మీద బాలకృష్ణకి ఇంత తేలిక భావం ఏర్పడిందని ఇంత వరకూ తెలీదు.

"అమూల్యమైన విద్యాదానం చేసి, జ్ఞాన నేత్రం తెరిపించే పూజనీయుడు ఉపాధ్యాయుడు" అన్న వాక్యం శంకరం చిన్నప్పుడెప్పుడో చదివాడు. అలాంటి మాటలు బాలకృష్ణ వాళ్ళు చదవలేదా? అని ఎప్పుడూ సందేహమే శంకరానికి. మంచి భావం బాలకృష్ణ వాళ్ళకు కలగక పోవడానికి ఇలాంటి వుపాధ్యాయుల ప్రవర్తన కూడా చాలా వరకు కారణం అన్పించింది శంకరానికి.

"అరె! వెధవ హస్కులో పడ్డాం. ఇక మాట్లాడకుండా కాస్సేపు చదువుదామోయ్ సూరీ!" — సీరియస్‌గా పుస్తకం చూస్తూ కూర్చున్నాడు బాలకృష్ణ.

ముగ్గురూ నిశ్శబ్దంగా చదువులో ముని గారు.

బాలకృష్ణకి ఆవలింత లొచ్చాయి.

మళ్ళీ టీ పెట్టడానికి లేచాడు సూరి బాబు.

"మొత్తం ఒక్క సారే పెట్టేసి కొంత ఫ్లాస్కులో పోస్తే బాగుంటుంది కదండీ?" అన్నాడు శంకరం పుస్తకం మూస్తూ.

సూరిబాబు విన్పించుకోలేదు.

బాలకృష్ణే అన్నాడు — "పెట్టనీ! ఫ్రెష్‌గా ఉంటుంది" — పుస్తకం పక్కన పడేసి రిలీఫ్‌గా చేతులెత్తి ఒళ్ళు విరుచు కున్నాడు.

బుల్ బుల్ వాయిద్యం సాగకుండా సూరిబాబు ఓ వుదంతం ఎత్తాడు - "పొద్దున్న భలే అయిందోయ్ బాలకృష్ణా! ఆ కమల కుమారి లేదూ? అదే... కులుకు నడక... ఏడ్చినంత పని చేసింది."

"ఏం? ఏమైంది?" — బుల్ బుల్ పక్కన పడేసి కుతూహలంగా అడిగాడు బాలకృష్ణ.

"రిక్షా దిగబోతూ స్టైయిల్‌గా ఎగిరింది. హైహీల్స్ కింద రాయి బడి బోర్లా పడింది. నవ్వలేక చచ్చాం అనుకో."

ఏడుపొచ్చింది శంకరానికి.

"బాగా సిగ్గుపడిపోయి వుంటుంది కదూ?" — బాలకృష్ణ సందేహం.

"దాని మొహం! దానికి సిగ్గేమిటి? నీరజ గబ గబా వచ్చి కమల కుమార్ని లేవ దీస్తూ, మమ్మల్ని చూసి, 'మేనర్‌లెస్ బ్రూట్స్! ఇడియట్స్! ఒకళ్ళకి కష్టం వస్తే నవ్వటం ఎందుకూ? హెల్ప్ చేస్తే

చెయ్యాలి, లేకపోతే లేదు' అంటూ రుస రుస లాడింది. నాకు ఒళ్ళు మండి, 'ఏడవ మన్నావా? ఏడవటం నేర్పమన్నావా?' అన్నాను. ఇద్దరూ ఏదో తిట్టుకుంటూ పోయారు."

"నీరజ అంటే పొడుగ్గా... రెండు జడలు వేస్తుందీ..."

"అః అః, ఆ సుందరే!"

"తిక్క కుదిరేలా ఓ జడ పట్టి గట్టిగా లాగకపోయావా?"

"బాగా చెప్పావు. ధైర్యం చాల్లేదు గానీ..."

"పిరికి దద్దమ్మలా మాట్లాడకు. నే నైతేనా? రెండు జడలూ పట్టుకుని లాగుతా. కావాలంటే పందెం వెయ్యి!"

బాలకృష్ణ ధీర వచనాలు వింటే శంకరానికి భయం వేసింది — "ప్రిన్సిపాల్ మిమ్మల్ని డిబార్ చేసేస్తే?" అన్నాడు భయంగా.

"నన్ను డిబార్ చేస్తాడా? చేశాక వాడి నెత్తి మీద జుట్టు ఉంటుందా?" — గర్వంగా అన్నాడు బాలకృష్ణ - "ఈ చచ్చు చదువే నాకు బతుకు తెరువు కాదోయ్!"

శంకరం ఆశ్చర్యంతో మాట్లాడలేక పోయాడు. ఇలాంటి ప్రమాదాన్ని ఊహించ గలిగితే, నీరజ అలా సూరిబాబుకి ఎటాక్ ఇచ్చి ఉండేది కాదేమో! ఇలాంటి వాళ్ళ సహచర్యంతోనా తన కాలం సాగుతోంది! వీళ్ళ సహాయంతోనా తను చదువు తున్నాడు!

తర్వాత కాసేపు సంభాషణ అమ్మా యిల మీద నడిచింది. బాలకృష్ణా, సూరి బాబూ కలిసి అమ్మాయిల నడకల్నీ, ఫేషన్లనీ, స్నేహాల్నీ, ప్రేమల్నీ, రహస్యాల్నీ, నోటికందిన విషయాలన్నిటినీ చర్చించారు.

శంకరం మనసు చాలా చిరాకు పడింది — అమ్మాయిల తరుపున వాళ్ళ కష్ట సుఖాలు చెప్పి తీవ్రంగా వాదించాలని. కానీ శంకరానికి తెలిసింది చాలా తక్కువ. బాలకృష్ణా వాళ్ళు వెక్కిరిస్తున్నట్టు అమ్మా యిలు అలంకరించుకోవడం అబద్ధం కాదు. పల్చటి జాకెట్లలోంచి బ్రాలు కన్పిస్తూ వుంటాయి. చీర లోపల్నించి లంగా లేసులు మెరుస్తూ వుంటాయి. లిప్‌స్టిక్ వేసుకునేవాళ్ళని కూడా ఎంతో మందిని చూశాడు తను. నలుగు రమ్మా యిలు ఒక దగ్గిర చేరితే చాలు, వాళ్ళ స్థితీ వయస్సులూ మర్చిపోయి పన్నెండేళ్ళ బాలికల్లా చెంగు చెంగున గెంతుతూ నవ్వుతూ వుంటారు.

మొగ స్టూడెంట్స్ లాగే చాలా మంది అమ్మాయిలు కూడా వెకిలిగా ప్రవర్తించడం చూస్తూనే వుంటాడు శంకరం కూడా. అయితే మాత్రం?... వాళ్ళదీ చిన్నతనమే. తెలీకే చేస్తారేమో!

తనే వాళ్ళని అర్థం చేసుకోలేక పోతున్నా డేమో - అనుకుంటూ వుంటాడు శంకరం.

టాపిక్ ముగించబోతూ సూరిబాబు అన్నాడు.

"వాళ్ళల్లో ఒకళ్ళకైనా సిన్సియారిటీ లేదు."

శంకరం వూరుకోలేక, "సిన్సియారిటీ అంటే ఏమిటి?" అన్నాడు.

"సిన్సియారిటీ అంటేనా?... చదువు కోటానికి వచ్చినవాళ్ళు బుద్ధిగా చదువు కోవాలి. వెర్రి మొర్రి వేషా లెందుకూ?"

"మన అబ్బాయిల్లో మీరనే సిన్సి యారిటీ ఎంత మందికి వుంది?"

"అది వేరోయ్! మొగ పిల్లలకి లక్షా తొంభై వ్యవహారాలుంటాయి. ఆడ పిల్లలూ అంతేనా?"

"ఏం? ఎందుక్కాదూ? మనం

సినిమాలు చూస్తాం, వాళ్ళూ సినిమాలు చూస్తారు. మనం హస్కు కొడతాం, వాళ్ళూ హస్కు కొడతారు. మనం లెక్చరర్స్‌ని తిడతాం, వాళ్ళూ తిడతారు. కానీ మన కంటే సిన్సియర్‌గానే వాళ్ళు చదువు కుంటారు. కావాలంటే వెనకటి రిజల్ట్సు చూడండి."

శంకరం వాదిస్తోంటే బాలకృష్ణకి సరదా వేసింది. "ఏమిటోయ్ అమ్మాయిల్ని వెన కేసుకొస్తున్నావు?" అన్నాడు ముందుకు ఒంగి.

"కాదండీ, వెనకేసుకు రావటం కాదు. అందరం కలసి చదువుకోటానికే వచ్చాం కదా? ఒకళ్ళ మీద ఒకళ్ళకి ఇంతింత దురభిప్రాయా లెందుకు చెప్పండి?"

"అమ్మాయిల షోకులూ అవీ చూస్తూనే వున్నావా? ఋష్య శృంగుళ్ళా కళ్ళు మూసు కుంటున్నావా?"

"అవుననుకోండీ. షోకులు చేసుకోని దెవరు? మనం చేసుకోవడం లేదా? ఈ హెయిరాయిల్సూ, ఈ క్రీమ్‌లూ, స్నోలూ, పౌడర్లూ నిజంగా ఇవన్నీ - ఆడ వాళ్ళకి. 'అలంకరించుకోవాలనే కోరిక వాళ్ళకి పుట్టుకతోనే వస్తుంది. వయ్యారంగా నడవటం కూడా వాళ్ళకి సహజం. స్త్రీ, తన సౌందర్యంతో, అలంకారంతో, ఆకర్షిం చటం — పురుషుడు ఆకర్షించబడటం ప్రకృతి నియమం. లేకపోతే సృష్టి జరగదు' అని ఎక్కడో చదివాను. అదెంత నిజమో నాకు తెలీదు గానీ..."

బాలకృష్ణ ఘొల్లున నవ్వుతూ చప్పట్లు కొట్టాడు. "హియర్, హియర్! వండ్రఫుల్! మార్వలెస్! శంకరం! నువ్వు కథకుడివే నోయ్! అబ్బో! నీకేం తెలియదను కున్నాను" అంటూ శంకరాన్ని అభినందిం చాడు.

సిగ్గుపడిపోయాడు శంకరం. ఛ! ఒకటి చెప్పాలనుకుని మరోటి చెప్పేశాడు. పుస్త కాల్లో భాషంతా నోటికి వచ్చేసింది. తడ బడుతూ అన్నాడు - "అబ్బే! అది కాదండీ! నా ఉద్దేశ్యం అది కాదు. మనం వీధు లట్టుకు తిరక్కుండా, అల్లరి చెయ్యకుండా వుండలేం. అలాగే ఆడ పిల్లలు, ముస్తా బులు చేసుకోకుండా, మురిసి పోకుండా వుండలేరు. నిజమే, మీరన్నట్టు, అమ్మా యిల్లో చాలా మంది అర్థం లేని అలంకారా లతో కాలేజీలకి వస్తున్నారు. అదెవరి తప్పంటారు?"

బాలకృష్ణ తెల్లబోతూ, "ఇంకెవరి దోయ్?" అన్నాడు.

"పిల్లల్ని బయటికి పంపే తల్లి దండ్రుల కేమీ బాధ్యతే లేదా? కూతురు ఒళ్ళంతా కన్పించే బట్టలు వేసుకుని, లిప్ స్టిక్‌లు పూసుకుని కాలేజీకి బయల్దేరు తోంటే పెద్ద వాళ్ళెందుకు అడ్డు చెప్ప కూడదు?"

"బాగుందోయ్! ఇంతసేపటికి నీ పాయింటు నాకు నచ్చింది. పెద్ద వాళ్ళు కేక లేస్తే బొత్తిగా వీళ్ళింత బరితెగించరు."

శంకరం నవ్వుతూ బాలకృష్ణ మొఖం లోకి చూశాడు — "పెద్ద వాళ్ళే మందలిస్తే మీరు కూడా కట్ బనీన్లు కన్పించే టెర్లిన్ బుష్‌కోట్లు వేసుకోరు."

బాలకృష్ణ నవ్వాడు "హారినీ! నీ పాయింటు మళ్ళీ నా మీద కేనా?"

"ఎంత మంది ఎన్ని పాయింట్లు ఎత్తినా తల్లిదండ్రులు మందలించరు. మందలించినా పిల్లలు వినరు. ఎంత పల్చటి బట్టలు వేసుకుంటే అంత నాగరికులం అనుకునే సంస్కారం మనది. అందుకని... విద్యార్థుల అలంకారాలూ, షోకులూ, అంగ విన్యాసాలూ చదువుకునే

వాతావరణానికి పనికిరావు కాబట్టి ప్రభుత్వం వారు యూనిఫారం సిస్టం పెట్టాలి. మరో దారి లేదు. ఎవరి అభిరుచి వాళ్ళదే నని వదిలేస్తే ఒకరి కంటే ఒకరు గొప్పగా ఫేషన్‌బుల్‌గా తయారవ్వాలనే తాపత్రయం తప్పదు."

"బాబోయ్! నీకో నమస్కారం! మమ్మల్నిలా బతకనీ! యూనీఫారమూ వద్దు, వల్లకాడూ వద్దు" అన్నాడు బాలకృష్ణ — టెర్లిన్ బుష్‌కోట్ల ప్రియుడు. "అమ్మాయిలందరూ — తెల్ల మల్లు చీరలు కట్టుకు వస్తే... హే భగవాన్! రక్షా కరో!" అంటూ రెండు చేతులూ గాలిలో జోడించి మొర పెట్టాడు.

శంకరం మరీ పట్టుదలగా అన్నాడు.

"ముఖ్యంగా విద్యాసంస్థలకు యూనిఫారం సిస్టం ఉండి తీరాలి బాల కృష్ణ గారూ! అమ్మాయిలకు వేరూ! అబ్బాయిలకు వేరూ! లెక్చరర్లకి వేరూ! ప్యూనులకు వేరూ! లేకపోతే ఎవరు లెక్చరరో తెలీదు. ఇప్పటికీ నేను పజిల్ ఔతూనే ఉంటాను."

"ఊరుకోవోయ్ బాబూ! నిజంగా నాకు భయం వేస్తోంది" అన్నాడు బాలకృష్ణ నవ్వుతూ.

శంకరం మాటలు బాలకృష్ణకి సరదాగా అనిపిస్తున్నాయేమోనని సూరిబాబు మొహం చిట్లించుకున్నాడు. వెనకటి సంభాషణంతా తవ్వుకొస్తూ అన్నాడు — "అమ్మాయిల్నంత సపోర్టు చేస్తున్నావు గానీ వాళ్ళకు వేరే కాలేజీలు వుంటే మన కాలేజీలో చేరటం ఎందుకూ? అబ్బాయిలు మంచివారు కారని అఘోరించటం ఎందుకూ?" అన్నాడు.

"వేరే కాలేజీలు ఉంటే మాత్రం అక్కడ అందరికీ సీట్లు దొరకాలి గదా? దొరికినా సబ్జెక్టులు కుదరాలి కదా? కంబైన్డ్ స్టడీస్ అయితే కోచింగ్ బాగుంటుందనో యేమో! ఆడ పిల్లలకి వేరే కాలేజీలు లేని వూళ్ళ మాటేమిటి? అసలు వేరే కాలేజీలు వుండ కూడదు. కో-ఎడ్యుకేషన్ గురించి నేను ఈ మధ్యే చదివాను. కలిసి మెలిసి ఒక్క చోటే చదవాలి. ఒకరి సాధక బాధకాలు ఒకరు తెలుసుకోవాలి. ఒకర్ని ఒకరు అర్థం చేసుకోవాలి. ఆడ వాళ్ళంటే మొగ వాళ్ళకీ, మొగ వాళ్ళంటే ఆడ వాళ్ళకీ, ఒకరికి ఒకరి తత్వం తెలియకుండా వుండ కూడదు. ఒకర్ని గురించి ఒకరికి ఎలాంటి భయాలూ, సందేహాలూ, ద్వేషాలూ, వుండ కూడదు. మంచి అభిప్రాయాలు ఏర్పడే వయస్సు యిదే. అలా అయితే తర్వాత జీవితంలో ఒకరితో ఒకరు తేలిగ్గా సరిపడ గలుగుతారు. నేనే ఎడ్యుకేషన్ మినిష్టర్ నైతే..." — ఠక్కున ఆపేసి, తన మాటలకి సిగ్గుపడిపోయాడు శంకరం.

"ఊఁ చెప్పు, ఏం చేస్తావ్? చెప్పవోయ్! ఈ మినిష్టర్లంతా ఒకప్పుడు నీ అంతటి వాళ్ళు కారా?" — కుతూహలంగా రెట్టించాడు బాలకృష్ణ.

శంకరం నవ్వి వూరుకున్నాడు.

"లాభం లేదు, శంకరం మాటకార య్యాడు" — నిట్టూర్చాడు బాలకృష్ణ.

"మీరెన్ని చెప్పండి బాలకృష్ణ గారూ! అమ్మాయిల్ని గురించి మనం శల్య పరీక్షలు చేసి విమర్శించటంలో అర్థం లేదు. వాళ్ళు కూడా మన లాగా చిన్న వయస్సుల వాళ్ళే. వాళ్ళేమీ అనుభవాలతో తలలు పండినవాళ్ళు కారు. ఏది మంచో ఏది చెడ్డో ఎప్పటి కప్పుడు విమర్శించుకొంటూ నడిచే శక్తి వాళ్ళకెలా వస్తుంది? అది మనం ఎందుకు ఆలోచించం?"

"మనమూ చిన్న వాళ్ళమే కదుటోయ్! ఎలా ఆలోచించగలం?" అన్నాడు ముద్దు

ముద్దుగా బాలకృష్ణ.

"శంకరం ఒక్కడే అందరి కన్నా పెద్దవాడై పోయాడు" — కసిగా అన్నాడు సూరిబాబు.

శంకరం మాట్లాడలేదు. అప్పటికే గంట నుంచీ హస్కు! పుస్తకం తెరిచాడు.

సూరిబాబుకి ఆవలింత లొచ్చాయి. లేచి స్టవ్ వెలిగించాడు.

మూడోసారి ముగ్గురూ టీ తాగి మత్తుగా పడుకున్నారు.

తెల్లవారు ఝామున బాలకృష్ణ కూర్చు న్నాడు స్టవ్ దగ్గిర.

"అదేమిటి గురూ! నీ కెందుకా శ్రమ? నే పెడతాలే, నువ్వు లే" అంటూ వచ్చాడు సూరిబాబు.

"అస్తమానూ నువ్వే కష్టపడితే నాకేం బాగా లేదోయ్! ఈ సారి నే పెడతాలే, నువ్వు కూర్చో."

బాలకృష్ణ లేవకుండా చతికిలబడి బాసింపట్టు వేసుకుని స్టవ్ వెలిగించాడు. పుస్తకాలు విప్పడంలో కన్నా స్టవ్ వెలి గించటంలోనూ, టీ మరిగించటంలోనూ, బ్రహ్మాండమైన ఆనందం కన్పించింది బాలకృష్ణకి.

శంకరం గబ గబా మొహం కడుక్కు వచ్చాడు, పాచి నోటితో వేడి వేడి టీ తాగటం ఇష్టం లేక.

రూమ్‌లో టీ తయారీ, రెండు రోజు ల్లోనూ ఏడు సార్లు జరిగింది. బాలకృష్ణకి చిర్రెత్తుకొచ్చింది. "సూరీ! నీ టీకీ నీకూ గుడ్‌బై బాబూ! ఆ గిన్నెలూ గ్లాసులూ అల్మైరాలో దాచెయ్. ఆ స్టవ్ మామ్మ గారి కిచ్చెయ్! సాయంత్రం వెళ్ళి ఇంకో ఫ్లాస్క్ కొనుక్కురా! మళ్ళీ ఈ వెధవ స్టవ్ నాకు కనిపించిందంటే వీధిలోకి విసిరేస్తా, అంతే!" అంటూ మూడో రోజు చీకట్నే సూరిబాబు కో వార్నింగ్ ఇచ్చేశాడు.

అంతే, ఆ ఆజ్ఞకి తిరుగు లేదు.

శంకరం మనస్సు ఆనందనాట్యం చేసింది.

★ ★ ★

"ధీరే. ధీరే! ధీరే!
బాదల్ ధీరే!
మేర బుల్ బుల్,
సో రహాహై..."

అంటూ జ్ఞాపకం వున్న ట్యూన్‌తో సన్నగా ఈల పాట పాడుతున్నాడు బాల కృష్ణ వెనక బెంచీలో కూర్చుని. అమ్మా యిలు ఒకళ్ళ మొహా లొకరు చూసు కున్నారు. నవ్వు రాబోయినా అదిమిపట్టి కోపం తెచ్చుకుని మూతులు ముడుచు కున్నారు, లోపల తిట్టుకుంటూ.

వనజ పెన్ను డస్క్ మీద నుంచి దొర్లి కింద పడింది. చివర కూర్చున్న శకుంతల పక్కగా ఒంగి కుడి చేత్తో పెన్ను అందుకుని లేచే సరికి వీపు మీద జాకెట్ బటన్ తెగి జాకెట్టు బెల్టు లూజ్ అయింది. పెన్ను డస్క్ మీద పడేసి చేతులు వెనక్కి పెట్టి బటన్ పెట్టుకోవాలని రహస్యంగా ప్రయ త్నించింది!

"వాటె పిటీ!" అంటూ జాలి పడ్డాడు బాలకృష్ణ — "డార్లింగ్, శ్రమ పడకు, బటన్ నే పెడతాలే" అన్నాడు ఓదార్పుగా.

శకుంతల వెనక్కి తిరిగి ఎర్రగా చూసింది.

"ఎందుకు డియర్ అంత ఆగ్రహం?" అంటూ రెట్టించాడు నవ్వుతూ.

"బాలకృష్ణా! స్టాండప్!"

లెక్చరర్ తనని కనిపెడుతున్న విష యం అర్థమైంది బాలకృష్ణకి, ధీమాగా లేచి నించున్నాడు. "ఎందుకు మాస్టారూ?" అన్నాడు అమాయకంగా.

"పెద్ద వాళ్ళవుతున్నకొద్దీ కొంచెం సెన్స్ వుండాలోయ్!" అంటూ ఉపోద్ఘాతం ఎత్తాడు లెక్చరర్.

"అవును మాస్టారూ! సెన్స్ ఒక్కటే చాలదు. జాలీ దయా, కరుణా, పిటీ అన్నీ ఉండాలండీ! వీపు మీద ఓపెన్ జాకెట్టు వేసుకు వచ్చిన ఒక ఆడ పిల్లకి, పాపం బటన్ తెగిపోతే, చూస్తూ ఎలా వూరుకో మంటారు మాస్టారూ? సాటి సోదరీమణు లెవ్వరూ సాయం చెయ్యటం లేదని, నేనైనా కొంచెం... హెల్ప్ చేద్దామని."

"షటప్! ఎందుకలా వాగుతావ్?" అన్నాడు కోపంగా లెక్చరర్.

"ఎవరు వాగేది?" అంటూ ఎదురు ప్రశ్న వేశాడు రెచ్చిపోతూ బాలకృష్ణ.

మాటా మాటా పెరిగింది. వ్యవహారం ప్రిన్సిపాల్ వరకూ వెళ్ళింది.

ప్రిన్సిపాల్ మందలింపులకు బాలకృష్ణ నోరెత్తలేదు. మాట్లాడకుండా బయటికి వచ్చేశాడు.

బాలకృష్ణ లెక్చరర్‌తో ఘర్షణ పడ్డాడన్న విషయం తెలిసి సూరిబాబు బాలకృష్ణ కోసం ఎదురుతెన్నులు చూస్తూ కూర్చు న్నాడు. బాలకృష్ణ చాలా ఆలశ్యంగా వచ్చాడు రూమ్‌కి. వచ్చినా తనకై తనేమీ చెప్పలేదు. సూరిబాబు ప్రశ్నలకు "ఆఁ ఊఁ"లతో సమాధానాలిస్తూ కూర్చున్నాడు. బాలకృష్ణ ధోరణి సూరిబాబుకి విసుగెత్తిం చింది. "ఇలా చేతగాని వాడిలా వూరు కోవటం ఏమిటి గురూ? వాణ్ణి అపాలజీ అడిగేలా చెయ్యాలి. స్ట్రయిక్ లేవదీసే సన్నాహాలేవో చేసెయ్యాలి" అన్నాడు.

బాలకృష్ణ బొత్తిగా ఉత్సాహం చూపించ లేదు. సూరిబాబు ఎంత బోధించినా, మాటా పలుకూ లేకుండా రాయిలా కూర్చున్నాడు చాలా సేపు.

"చూశావా? పతంజలి ఏం చేశాడో" అన్నాడు చివరికి ఆవేశంగా చూస్తూ.

శంకరమూ సూరిబాబూ కూడా తెల్ల బోయారు.

"పతంజలా? ఏం చేశాడు? ఎవర్ని?" — అయోమయంగా అడిగాడు సూరి బాబు.

"దొంగ రాస్కెల్! ఎన్ని కబుర్లు చెప్పాడు, మొన్న విమల చెయ్యి పట్టుకుని నానా కూతలూ కూశాడట. ఆడ పిల్ల నమ్మి ట్యూషన్‌కి వెళ్తే వాడు చేసే ఘనకార్యం చూశావా?" — మహోద్రేకంగా ప్రశ్న వేశాడు బాలకృష్ణ.

సూరిబాబు తెల్లబోయి - "ఎవరు చెప్పారు నీకు?" అన్నాడు.

"ఇంకెవరు? విమలే చెప్పింది. కాస్త గడుసుతనంగా తప్పించుకు వచ్చింది గానీ, లేకపోతే ఏమైపోయేదో చెప్పు! ఆ కబురు వింటే నా మనసంతా పాడైపోయిం దనుకో" అంటూ ఏదో ఉపద్రవం లోంచి బయట పడ్డవాడిలా వెర్రి చూపులు చూశాడు బాలకృష్ణ.

విమలకి తప్పితే మరే ఆడ పిల్లకీ శీలం లేదనుకునే బాలకృష్ణని చూసి నిట్టూర్చాడు శంకరం.

"పతంజలిని అడిగితే...?"

"ఇంత సేపా? ఎప్పుడో వాణ్ణి ఎముక ల్లోకి సున్నం లేకుండా చితగొట్టేవాణ్ణి. ఈ విషయంలో అల్లరి పెట్టొద్దంది విమల."

సూరిబాబు మొహం ముడుచు కున్నాడు. విమల ఎలా ఎగరమంటే అలా ఎగురుతాడు కాబోలు. ఇక స్నేహితు లెందుకూ? ఏడవటానికా?

ముగ్గురూ నిశ్శబ్దంగా కూర్చున్నారు — చాలా సేపు.

★ ★ ★

కాలేజీ నించి రాగానే వీధి లోకి వెళ్ళకుండా గబ గబా నోట్సు రాసుకుంటూ కూర్చున్నాడు శంకరం.

"శంకరం! కాస్సేపలా వెళ్దాం, రా రాదూ?" — జోళ్ళు వేసుకొంటూ పిల్చాడు బాలకృష్ణ.

"పదండి వచ్చేస్తా! కొంచెం వుండి పోయింది. ఐదు నిమిషాల్లో వచ్చేస్తా" అన్నాడు శంకరం కొంచెం కంగారుగా.

బాలకృష్ణ శంకరాన్ని దీక్షగా ఓ నిమిషం సేపు చూసి, "ఎందుకోయ్ అంత తాపత్రయం? నీ కెలాగూ క్లాసు వస్తుందిలే" అన్నాడు.

శంకరం ఆశ్చర్యంగా తలెత్తి చూశాడు. బాలకృష్ణ మాటల్లో వ్యంగ్యం, కంఠం విరుపూ, పూర్వం లేని అర్థాలూ తోచాయి.

బాలకృష్ణ విసురుగా వెళ్ళిపోయాడు.

శంకరం ఏమీ తోచనివాడిలా పెన్నుతో అట్ట మీద పిచ్చి గీతలు గీస్తూ కూర్చున్నాడు.

తర్వాత కూడా బాలకృష్ణ అలాంటి మాటలే రెండు మూడు సార్లన్నాడు. రూమ్‌లో చదవటం అంటేనే భయం పట్టుకుంది శంకరానికి. తను చదువుతూ కనపడితే బాలకృష్ణకు కూడా కంటగింపుగా వుంటుంది కాబోలు! ఏం చెయ్యాలి?

ఉచితంగా దొరికింది గది. ఉచితంగా దొరుకుతోంది తిండి. ఉచితంగా తీరుతున్నాయి అవసరాలు. అలాంటి అనాధుడు — తను శ్రద్ధగా చదువుకుంటూ, పరీక్షల్లో మంచి మార్కులు తెచ్చుకుంటూ, లెక్చరర్ల అభిమానం సంపాదిస్తోంటే, తనని చూస్తూ బాలకృష్ణ అసూయ పడటం అతని పొరపాటా? అసూయని జయించే శక్తి బాలకృష్ణ కుండాలనుకోవటం తన పొరపాటా? బాలకృష్ణ దయా దాక్షిణ్యాల మీద బ్రతుకుతోన్న తనకి అతణ్ణి విమర్శించే హక్కెక్కడుంది?

సాధ్యమైనంత వరకూ రూమ్‌లో చదవటం తగ్గించేశాడు శంకరం. బీచ్‌కో, పార్క్‌కో, ఎక్కడికో - మారుమూలకి పోయి, నాలుగు వేపులూ చూసి, రహస్యంగా పుస్తకం తెరిస్తే... ఇక పరిసరాలేమీ తెలీవు, చీకటిపడిపోయి చదువు సాగనంత వరకూ. అప్పుడు లేచి రూమ్‌కి రావటం.

"సాయంత్రాలు ఎక్కడికి వెళ్తున్నావోయ్?" అన్నాడు, బాలకృష్ణ ఓ వారం రోజులు చూసి.

"అలా... కాస్సేపు తిరిగి వస్తున్నానండీ!"

"చేతుల్లో ఆ పుస్తకాలెందుకూ బరువు చేటు?"

సూరిబాబు నవ్వి - "అతను చెప్తే నువ్వు నమ్మటం మరీ బాగుంది. రూమ్‌లో కామ్‌గా వుండదని అలా పైకి పోయి చదువుకుంటున్నాడు. చదువంటే ప్రశాంతంగా సాగాలా వద్దా?"

శంకరం మాట్లాడలేకపోయాడు. పుస్తకాలు వెంటేసుకు పోవటం చదవటానికి సాక్ష్యమేగా? మరి పుస్తకాలు లేకుండా ఎలా చదవటం?

అసలు తను చదవకూడదు. బాలకృష్ణకి సంతోషం కలగాలంటే, వాళ్ళు తనని ఆదరించాలంటే, తను చదవటం మానెయ్యాలి. వాళ్ళతో పాటే తిని తిరుగుతూ - లెక్చరర్స్‌నీ పరీక్షల్నీ తిడుతూ, పేకాడుతూ, సినిమాలు చూస్తూ, ఎప్పుడో ఓ సారి పుస్తకం తెరచి చిరాకు పడుతూ, అర్ధ రాత్రుల వరకూ హస్క్ కొట్టి మంచాన్ని కరుచుకుని పడుకుని కాలేజి యెగ్గొడుతూ అక్షరాలా వాళ్ళ శిష్యరికం చేస్తే - వాళ్ళు తనని అందలం ఎక్కిస్తారు. పొగడ్తలతో ముంచెత్తుతారు.

కానీ - తను చేస్తోందేమిటి? చెయ్యాల్సిందేమిటి? చదువు! చదువు! చదువు! తన ధ్యానం చదువు! తన రక్తీ... ముక్తీ... సర్వం చదువు! వేరే విశ్రాంతి అవసరం లేదు. చదువులో మునిగి తనను తను మర్చిపోయి కావల్సినంత విశ్రాంతి పొంద గలడు. క్లాసు పుస్తకాల మీద విసుగుపుడితే లైబ్రరీ పుస్తకాలు, కథలు, నవలలు, దేశ దేశాల సాహిత్యంలో ఏ పుస్తకం దొరికితే అది, - రక రకాల పాత్రలు - చిత్ర విచిత్రమైన మనస్తత్వాలు, చదువుతూ - ఆలో చిస్తూ - విమర్శలు చేస్తూ - తన్మయుడై పోతూ - బ్రహ్మానందం అనుభవించగలడు.

ఒక్క రోజు కూడా శంకరం చదవ కుండా ఉండలేడు.

"పోనీ చదువుకోడానికే వెళ్తున్నానని చెప్తే నీదేం పోయిందోయ్? నీ తెలివి తేటలేం మాకు వచ్చేస్తాయా? ఎలాగైనా గర్వం ఒంటపడుతోందిలే నీకు" అన్నాడు బాలకృష్ణ దెప్పుతోన్నట్టు.

"గర్వం!" తెల్లబోయాడు శంకరం - "నాకు గర్వం ఏమిటండీ?" — ఖిన్నుడై సాధ్యమైనంత కృతజ్ఞతాభావంతో అన్నాడు - "బాలకృష్ణ గారూ! మీ తిండి తింటు న్నాను. మీ నీడలో చదువుకుంటున్నాను. నేను మీ దగ్గిరే గర్వం చూపిస్తానని ఎలా అనుకున్నారు? లెక్చరర్స్ పొగిడినప్పుడైనా గర్వపడలేదండీ. నా మనసులో కూడా అలా అనుకోను. మీ దగ్గిర... గర్వపడ తానా?" ఇంకా ఎంతో మాట్లాడాలని మాట్లాడలేకపోయాడు.

తన క్షోభ ఎవరికి అర్థమౌతుంది? తనే అందర్నీ అర్థం చేసుకోవాలి. తన బాధ తనలో ఇముడ్చుకోవాలి. అందరికీ అను గుణంగా ప్రవర్తిస్తూ రోజులు దొర్లించాలి. రోజులు వాటికవే గడవాలి గానీ, గడుపు కోవటం మనిషికి సాధ్యమా?

★ ★ ★

బాలకృష్ణ ప్రవర్తనలో, మాటల్లో మార్పు గుర్తించి కూడా అభిమాన రహితంగా తిరుగుతోన్న శంకరానికి ఆ రోజు మహా గడ్డు రోజు అయింది.

శంకరం బయట మొహం కడుక్కుం టున్నాడు.

"శంకరానికి చెప్పావా?" అంటున్నాడు బాలకృష్ణ.

"లేదు" సూరిబాబు సమాధానం.

"చెప్పెయ్యవోయ్! ఎందుకా సంకో చం? ఇందులో కాని మాటేముందీ? నేను చెప్పమన్నానని చెప్పు!"

భయం వేసింది శంకరానికి. బాలకృష్ణ ఎందుకంత చిరాగ్గా మాట్లాడుతున్నాడు?

"నా కేం సంకోచం మధ్య? నువ్వే చెప్తావేమోనని వూరుకున్నాను. శంకరం స్నానం చేస్తున్నట్టున్నాడు. రానీ, చెప్తాను."

శంకరం స్నానం చెయ్యటం లేదని వాళ్ళకు తెలుసు.

తమ సంభాషణ శంకరానికి నిక్షేపంలా వినబడుతుందని కూడా తెలుసు.

వాళ్ళేం చెప్పాలనుకుంటున్నారో శంక రానికి తెలీదు. శంకరం గుండెలు గబ గబా కొట్టుకోవడం ప్రారంభించాయి. ఎలాగో మొహం కడుక్కుని తడబడే నడకతో గది లోకి వచ్చాడు. కళ్ళెత్తి ఎవర్నీ చూడలేక పోయాడు.

కిటికీ లోంచి బయటకి చూస్తూ నించున్నాడు బాలకృష్ణ. అల్మైరా తీసి ఇస్త్రీ బట్టలు సెలక్ట్ చేసుకుంటున్నాడు సూరి బాబు. ఆ నిశ్శబ్దాన్ని భరించలేకపోయాడు శంకరం. తన మర్యాద తనే దక్కించు

కుంటే బాగుంటుందనిపించింది. "ఏమి టండీ బాలకృష్ణ గారూ! శంకరంతో చెప్పడం అంటున్నారేమిటి?" — సాధ్యమైనంత సహజంగా అడగాలని ప్రయత్నించాడు.

కాస్సేపు ఇద్దరిలో ఎవ్వరూ మాట్లాడలేదు. సూరిబాబు చెప్తాడని బాలకృష్ణ, బాలకృష్ణ చెప్తాడని సూరిబాబూ అనుకున్నారేమో!

సూరిబాబే అన్నాడు - "బాలకృష్ణ నిన్నే నీకు చెప్పమన్నాడు. మర్చిపోయా. ప్రసాద్ కూడా ఇక్కడికే చదువుకోడానికి వస్తానన్నాడట. అతనూ మా క్లాసే కదా? కలిసి చదువుకోడానికి బాగుంటుందని బాలకృష్ణ తప్పకుండా రమ్మన్నాడు. ఇవ్వాల్టి నుంచి వస్తాడనుకుంటాను. అన్నట్టు మురారి కూడా వస్తానన్నాడు కదూ బాలకృష్ణా?" అంటూ సూరిబాబు బాలకృష్ణ కేసి చూశాడు.

బాలకృష్ణ కిటికీ లోంచి మొహం తిప్పుతూ - "మరి ఇంత మంది ఒక్క రూమ్‌లో ఎలాగా అని ఆలోచిస్తున్నా!" అన్నాడు.

"ఆలోచించటానికేముంది? ఒక్క క్లాసు వాళ్ళం కలిసి చదువుకుంటే అందరికీ మంచిదే! ఎగ్జామ్స్ నెల్లాళ్ళు కూడా లేవు. ఇప్పుడైనా చదువు మొదలు పెట్టకపోతే ఇక మన పని అయినట్టే. క్లాసు రాకపోతే మానె! పేపర్లో నెంబరన్నా పడొద్దా?" అన్నాడు సూరిబాబు.

వాళ్ళిద్దరూ తనకేం చెప్పబోతున్నారో శంకరానికి అర్థమైపోయింది. గుండె గుప్పెట్లో పట్టుకుని నించున్నాడు.

బాలకృష్ణ పూర్తిగా ఇటు తిరుగుతూ అన్నాడు — "ఏం లేదోయ్ శంకరం! ఇన్నాళ్ళూ రూం ఖాళీగా ఉంది కాబట్టి ఎలాగో అయిందనుకో. సరదాగా చదువుకున్నాం. పోనీ నువ్వు ఇంకెక్కడైనా చూసుకోలేవూ?"

వెంటనే సూరిబాబు కూడా అందుకున్నాడు — "అయినా శంకరానికి ఈ రూంలో - ఈ వెధవ గోలలో చదువు మాత్రం ఏం సాగుతుంది?"

శంకరానికి కంఠం వరకూ వచ్చేసింది దుఃఖం. ఏడుపు మొహం పెట్టి అన్నాడు - "బాలకృష్ణ గారూ! నన్నెక్కడి కెళ్ళమంటారండీ?... ఇప్పుడు... సరిగ్గా... పరీక్షల ముందు... నా కెవరున్నారు చెప్పండి?"

"అలా అంటే ఎలాగోయ్? మా చదువు విషయం కూడా నువ్వు ఆలోచించాలిగా?" అన్నాడు కొంచెం నవ్వు మొహంతో బాలకృష్ణ.

"మీ చదువుకి నేను అడ్డు వస్తానా చెప్పండి? గదిలో నా చాప వేసుకుని ఓ మూల కూర్చుంటాను. లేకపోతే బాత్ రూంలో నైనా చదువుకుంటాను."

"అదేమిటోయ్? మాకు బాత్ రూమ్‌లో కెళ్ళే అవసరం వుండదా? అయినా చదువుకోవటంతో సరిపోతుందా? ప్రసాద్ వాళ్ళూ ఇక్కడే పడుకుంటారు. నువ్వే ఆలోచించు."

సూరిబాబు అందుకున్నాడు — "చెప్పటం మర్చిపోయాను. కరెంటు ఎక్కువ కాలుతోందని మామ్మగారు అప్పుడే రెండు సార్లడిగింది. ఇలా అయితే ఇల్లు ఖాళీ చేసి పొమ్మని కూడా అనేసింది. రాత్రిళ్ళు అంతసేపు బాత్ రూం లైటు వెలుగుతూ వుంటే ఆవిడ వూరుకుంటుందా? ఇంట్లోంచి నిజంగా వెళ్ళగొడుతుంది. అయినా శంకరం వెళ్ళాలే గాని చోటు దొరక్క పోవడం ఏమిటి? ఏ లెక్చరర్ అయినా ఇంట్లో పెట్టుకుంటాడు రెండేళ్ళ పాటు."

ఆ అపహాస్యం భరించలేకపోయాడు శంకరం. తనని రూం లోంచి వెళ్ళగొట్టడం ఒక్కటే వాళ్ళ పట్టుదలైనప్పుడు ఎంత అడిగితే మాత్రం ఏం ఫలితం?

"సాయంత్రం నుంచే ప్రసాద్ వాళ్ళు వస్తారు మరి. నీ ఇష్టం" మళ్ళీ కిటికీ వేపుకు మొహం తిప్పేసుకున్నాడు బాలకృష్ణ.

"అలాగేనండీ! నే నిప్పుడే వెళ్ళిపోతా" — అప్రయత్నంగా అనేశాడు శంకరం. తొందరపడలేదు కదా? ఏం తొందర? ఇంకా ఆలశ్యమే! నెల్లాళ్ళ కిందటే ఈ రూం లోంచి వెళ్ళిపోవాల్సింది తను — "కానీ... నా మీద మీ కెందుకింత కోపం వచ్చింది బాలకృష్ణ గారూ?" అన్నాడు ధైర్యంగానే.

"అరే! కోపం ఏమిటి? నువ్విలా అడుగుతోంటే మాత్రం నిజంగా కోపం వస్తోంది. సంగతంతా నీకు చెప్తే కూడా కోపం అనుకుంటావేం?"

శంకరం నమ్మలేదు. తన అపనమ్మ కాన్ని స్పష్టంగా బయట పెట్టాడు. "మీరు నన్ను మభ్యపెట్టలేరండీ! మీ మంచితనం నాకు తెలియంది కాదు. నేను చదువు మానుకోవడానికి సిద్ధంగా వున్న రోజుల్లో నన్ను ఓదార్చి ఇక్కడికి తీసుకొచ్చారు. నాకు తిండి ఏర్పాట్లు చేశారు. అవసరాలకు కావలినంత డబ్బు ఇచ్చారు. మీ తమ్ముడి కన్నా అధికంగా చూసుకుంటున్నారు. ఇదంతా నే నెలా మర్చిపోతానండీ? ఎందుకో నా మీద మీకు కోపం వచ్చింది. నేను దిక్కులేని వాణ్ణని తెలిసి కూడా బయటికి పొమ్మంటున్నారు. కారణం లేకుండా మీ రిలా చేస్తారంటే నే నెలా నమ్ముతాను?"

"బాలకృష్ణ మీద నీ కంత కృతజ్ఞత వుందన్నమాట" — సూరిబాబు రయ్యిన కలగజేసుకుంటూ అన్నాడు - "అయితే ఎలక్షన్‌లో నువ్వు చేసింది ఏమిటో? అంత ద్రోహం చెయ్యగా లేంది అతను నీ మీద కోపం పెట్టుకుంటే తప్పా?"

శంకరానికి ఆవేశం పొంగినా అణుచు కుని నిర్లక్ష్యంగా అన్నాడు - "ఇది బాల కృష్ణ గారు వేసిన నింద కాదని నాకు తెలుసు. ఆయన అంటే లక్ష పడతాను. నా దృష్టిలో ఆయన దేవుడే! ఆయన్ని అర్థం చేసుకునే వాళ్ళెవరూ ఆయన మాటలకు బాధ పడరు. ఆయన రమ్మంటే వచ్చాను, పొమ్మంటే పోతాను. మధ్య నీ కీ కంత శోష దండగ."

బాలకృష్ణ ఒక్క మాట కూడా మాట్లాడ లేదు.

సూరిబాబు బాత్ రూం లోకి పోయాడు మాడ్చుకున్న మొహంతో.

శంకరం తన గుడ్డలూ, పుస్తకాలూ సర్దుకోవటంలో నిమగ్నుడయ్యాడు.

కాస్సేపటికి పుస్తకాలు పట్టుకుని వాళ్ళి ద్దరూ బయటకి పోయారు.

శంకరం ఒక్క క్షణం స్థాణువుగా గది మధ్య నించున్నాడు. ఏదో గుర్తు వచ్చినట్లు గబ గబా కాయితం తీసుకొని బాలకృష్ణకి ఉత్తరం రాశాడు. తను నోటితో చెప్పలేక పోయిన కృతజ్ఞతనంతా అందులో వెల్లడిం చాడు. తృప్తి కల్గే వరకూ ఉత్తరం రాశాడు. శంకరం మనసంతా బాలకృష్ణ పట్ల భక్తితో నిండిపోయింది. ఇవ్వాళ పొమ్మన్నాడని ఎందుకు బాధ పడాలి? రెండు సంవత్స రాలు ఆదరించాడని ఎందుకు మర్చిపోవాలి?

"నా తప్పులు మనస్సులో పెట్టుకోక క్షమించండి!

మీ తమ్ముడు
శంకరం" అంటూ

ముగించాడు ఉత్తరాన్ని.

ఆ ఉత్తరం బుల్ బుల్ కింద పెట్టాడు. తన సమస్తమూ ఇముడ్చుకున్న చిన్న పెట్టి పట్టుకుని వీధిలోకి వచ్చాడు.

ఒక్క సారి పుట్టెడు భయం వేసింది.

ఏం చేస్తున్నాడు తను? సరిగ్గా పరీక్షల ముందు ఈ ఆశ్రయం పోగొట్టుకుంటే ఏమై పోతాడు? హోరుగాలిలో పెట్టిన దీపంలా నిరాధారంగా నిలబడ్డాడు రోడ్డు మీద. ఆ రోజు నించీ హాస్టల్లో భోజనం లేదు. ఉండ టానికి నీడ లేదు. చేతిలో డబ్బు లేదు. డబ్బు వచ్చే దారి లేదు. అన్నీ... అన్నీ... అవసరాలే. ఎందుకీ అభిమానం? బాల కృష్ణ గార్ని మళ్ళీ అడిగితే? ప్రాధేయపడితే? బాలకృష్ణ ఒప్పుకోడా? పోనీ... సూరి బాబుని... ఛీ ఛీ! అంత కన్నా చావటం మంచిది.

లాభం లేదు. తనని ప్రేమించక పోయినా ఫర్వాలేదు గానీ ద్వేషించే వ్యక్తి నుంచి ఏం ఆశించినా లాభం వుండదు.

ఆలోచనా రహితంగానే నడిచాడు రైలు స్టేషన్‌కి. రైల్లో కూర్చుని అంతా తల్చు కుంటే ఆశ్చర్యం కల్గింది. 'నాన్న వున్నాడు. నాన్నని అడుగుతాను' అని మనసు అంత చిత్రంగా స్థిమిత పడ్డందుకు.

★ ★ ★

"నీ లెక్కేంటని పోయావుగా? ఆ చదువంతా అయిందనిపిస్తే నీ గొప్పేదో చూద్దును. ఎవడ్రా నిన్ను ఏళ్ళ తరబడి మేపుతాడు? అళ్ళ కేదో మంటెక్కింది. పొమ్మన్నారు. ఇప్పుడు నన్ను డబ్బు తెమ్మని పీకల మీద కూచుంటే ఎక్కడ తేగల్ను! ఇక్కడేం డబ్బు చెట్టుందా దులపటానికి? మొదట్లోనే చెప్పా కొంపని కనిపెట్టు కుండమని, ఇన్నావా? రెంటికీ చెడ్డ రేవడయ్యావు" అన్నాడు శేషయ్య చుట్ట కాలుస్తూ, మధ్య మధ్య గోడ వారకి వుమ్మిలూస్తూ, ఏడాది తర్వాత కనిపించిన కొడుకుని చూసి.

శంకరం కాలేజీలో చేరాక స్వగ్రామం చాలా తక్కువ సార్లు వచ్చాడు. సెలవుల్లో బాలకృష్ణ వాళ్ళంతా రూమ్ ఖాళీ చేసి ఇళ్ళకు పోయేవారు. పోనీ తను ఒక్కడూ వుండి వారాల వాళ్ళింటికి భోజనాలకి వెళ్తే, "సెలవుల్లో కూడా ఇంటికి వెళ్ళలేదూ? ఏం, మీ నాన్న ఉన్నాడన్నావుగా?" అనేది ప్లీడరు గారి భార్య.

అందుకని తప్పనిసరిగా ఇంటికి వచ్చే వాడు. ఆ వున్న పది రోజులూ తండ్రికి కన్పించకుండా తప్పుకు తిరిగి వెళ్ళే పూట మాత్రం ఒక్క మాట చెప్పేసి చిల్లి కానీ అడక్కుండా బండి ఎక్కేవాడు.

సెలవులూ అవీ లేకుండా అకస్మాత్తుగా కొడుకు రావటం చూసి ఆశ్చర్యపడ్డాడు శేషయ్య. "పరీక్షల ముందు ఇలా అయింది. ఈ నెల్లాళ్ళూ యెక్కడైనా వుండి పరీక్షలు రాస్తే తప్పకుండా ప్యాసవుతాను. తర్వాత స్కాలర్‌షిప్పు కూడా వస్తుంది... ప్రస్తుతం... కొంచెం... డబ్బు..." అంటూ ఎలాగో నోరు పెగుల్చుకుని వచ్చిన సంగతి బయట పెట్టాడు శంకరం.

తీరా తండ్రి సమాధానం వింటే గుండె ఆగిపోయింది. ఏమీ రెట్టించకుండా వసారాలో నాయనమ్మ పడుకునే నులక మంచం మీద కూర్చున్నాడు చాలా సేపు.

"ఏన్నీళ్ళు కాశాను, నీళ్ళోసుకో బాబూ!" అన్నాడు వీరన్న.

"అన్నం పెడతాను, లెగిసి తిను" అంది రత్తాలు.

శంకరానికి ఏం చెయ్యటానికీ మనసు మనసులో లేదు. అయినా లేచి నీళ్ళు పోసుకున్నాడు. తిండి తిన్నాడు వసారాలో.

మిద్ది కేసి తొంగి చూడలేదు.

"అలా పొలం కేసి పోదాం రా చిన్నయ్యా!" అన్నాడు వీరన్న పచ్చ గడ్డి కొడవలి తీసుకుంటూ.

మాటా పలుకూ లేకుండా వీరన్న వెంట పడ్డాడు శంకరం.

ఇద్దరూ చాలా దూరం నడిచారు పొలాల మధ్య నుంచి. శంకరానికేమిటో ప్రాణం లేచి వచ్చి నట్టయింది. పొలాలన్నీ ఖాళీగా వున్నాయి. అక్కడక్కడా పర్వతా ల్లాంటి వరి కుప్పలు! గట్ల నిండా కంది మోళ్ళు పాదాలకి గుచ్చుకుంటున్నా మెత్త గానే వున్నాయి. రివ్వున వీస్తోన్న గాలిలో వరి పరిమళం గుప్పు గుప్పు మంటోంది. మెడ ఎత్తి కన్ను ఆనినంత మేర పొలాల మీదికీ, ఆకాశంలోకీ చూశాడు. తనివితీరా గాలి పీల్చాడు. తుమ్మ చెట్ల లోంచి వచ్చిన గాలి వగరు వాసనలతో కమ్మగా వుంది. పంట కాలవలో అక్కడక్కడా నిలిచిన నీళ్ళు... పగిలిన అద్దం బిళ్ళల్లా మెరుస్తున్నాయి. శంకరం మనసులో పాత జ్ఞాపకాలు కొంచెం తెరుకొంటూ లేచాయి.

"అబ్బ! ఈ చక్కటి వూరు, ఈ పంట పొలాలు, ఈ తియ్యటి గాలి, ఈ పచ్చి పచ్చి నీళ్ళు, ఈ పొలం గట్లు, ఈ తుమ్మ చెట్లు, ఇదంతా ఎలా మర్చిపోయాను నేను! ఈ పల్లెటూరు వాసన పీల్చి ఎన్ని యుగాలై పోయిందో!"

శంకరం మనస్సు హాయిగా ఆకాశంలో పిట్టలా ఎగురుతూ తన్మయత్వంలో పడింది. ఇద్దరూ చాలా దూరం పోయి తూర్పు పొలంలో ఈత చెట్ల నీడలో కూర్చున్నారు.

"ఏంటి శివయ్యబాబూ, బొత్తిగా మమ్మల్ని మర్చిపోయావ్?" అన్నాడు వీరన్న కొడవలి కొనతో నేల మీద గుచ్చుతూ.

శంకరం వీరన్న మొహంలోకి చూశాడు. తనూ, తను వచ్చిన పనీ, అంతా గుర్తు వచ్చింది. నిరాశగా నిట్టూర్చాడు. "ఇక్కడ నా కెవరున్నారని రమ్మంటావు వీరన్నా? మా అమ్మ వుంటే..."

"అదేంటి బాబూ? అమ్మ లేకపోతే అయ్య లేడా? అలా మనసు కష్ట పెట్టు కుంటే కన్న సంబంధం ఎక్కడికి పోతది బాబూ?"

శంకరం మాట్లాడలేదు.

వీరన్న చాలా సేపు ఓదార్పుగా కబుర్లు చెప్పాడు. పాత రోజులన్నీ జ్ఞాపకం చేశాడు. శంకరానికి కూడా చిన్నప్పుడు వీరన్నతో చెరువులో స్నానాలూ, తేగలు కాల్చుకోటం, పిడకల గూళ్ళు సర్దటం, చింత చిగురు తెంచటం, ఎడ్ల కోసం వుడకేసిన గుగ్గిళ్ళు జేబు నిండా దాచుకోటం, ఎన్నో... ఎన్నో... చెదురు మదురుగా గుర్తు వచ్చాయి. ఈ పల్లెటూరు లాగే వీరన్న ఎంత ఆప్తుడు తనకి! కళ్ళు చెమర్చాయి. పొంగు కొస్తోన్న అనురాగంతో వీరన్నని చూశాడు — "చూశావా వీరన్నా? సరిగ్గా పరీక్షల ముందు ఇబ్బంది వచ్చింది. డబ్బు లేకపోతే నే నేం చెయ్యగలను? ఆయనకి చెప్తే ఎలా మండిపడ్డాడో చూశావా? నేను చదువు కుంటున్నాను గాని చెయ్యరాని పనులు చేస్తున్నానా? ఇప్పుడు నా గతేం కావాలో నువ్వే చెప్పు!"

ఒక్క నిమిషం వీరన్న సాలోచనగా చూశాడు - "ఎంత కావాలేంటి బాబూ?"

"నలభయ్యో ఏభయ్యో ఎంతో కొంత ఇస్తే నెల్లాళ్ళూ గడుపుకొని పరీక్షలు రాసేస్తాను. వాళ్ళ ధర్మమా అని పరీక్ష ఫీజు వాళ్ళే కట్టారు."

"ఏం చెప్పమంటావు బాబూ?" విసిగి పోయిన వాడిలా అన్నాడు వీరన్న -

"తల్చుకుంటే కడుపు చెరువై పోతది నాకు. కన్న కొడుకువి నువ్విలా వుసూరు మని ఏడుస్తున్నావు. ఆయన ఖర్చు లాయన చేస్తానే వున్నాడు. మొన్న వారం రోజుల కితం అప్పారావు పంటలో డబ్బు పట్టుకుపోయి ఫొటోగ్రాపులు తీసే కెమెరా పెట్టో ఏదో కొనుక్కు తెచ్చాడు. అప్ప ట్నుంచీ వూళ్ళో ఆడ పిల్లల్నీ, ఆవుల్నీ గేదెల్నీ, కుక్కల్నీ నక్కల్నీ, అందర్నీ వూరికే బొమ్మలు లాగటమే! డబ్బయిపోదా బాబూ? అయితే అయింది, ఆడి సొమ్మా ఏంటి?"

శంకరం పళ్ళు బిగబట్టి వింటూ కూర్చు న్నాడు.

వీరన్న శంకరం మొహంలోకి పరకా యించి చూస్తూ గొంతు తగ్గించి అన్నాడు - "అసలు కబురు నీకు తెలిసిందా బాబూ?"

"ఏం కబురు? నాకేం తెలీలేదే!" — ఆశ్చర్యంగా చూశాడు శంకరం.

"మీ అయ్య ఆ నాలుగెకరాల కొండ్రా దాని పేర రాసేశాడు."

ఝల్లు మంది గుండె శంకరానికి — "ఎవరికి? రత్తాలికా?"

"ఇంకెవరికి? దానికే. రాత్రింబగళ్ళూ సతాయించి సతాయించి మొత్తాని కెలాగో గప్ చిప్‌గా రాయించేసుకుంది. అంతా అయ్యాక కానీ బయటికి పొక్కలేదు. పిచ్చి ముండా కొడుకుని. నేనూ కని పెట్టలేక పోయాను."

శంకరం రక్తం, కోపంతో పరవళ్ళు తొక్కింది. వీరన్నని తీక్షణంగా చూశాడు - "అంతా ఆయన ఇష్టమేనా? అలా రాస్తే చెల్లుతుందా?"

"చెల్లుతుందంట బాబూ! ఎప్పుడో నువ్వు పుట్టక ముందు చవగ్గా వస్తే ఆయనే కొన్నాడంటగా? పెద్దోళ్ళిచ్చిన బూమి కాదంటగా? అయినా ఈయన మాత్రం పిచ్చోడై అలా చేశాడేంటిలే. రేపు అప్పులోళ్ళొచ్చి నిలేసినా తప్పుకోవచ్చని చేశాడు."

"పొలం మీద అప్పు కూడా వుందా?"

"నీకు యెర్రేంటి బాబూ? అప్పు చెయ్యకపోతే ఈ సోకులన్నీ ఎలా సాగు తున్నా యనుకున్నావ్? నాకు బాగా తెలవదు గానీ అప్పు శానా వుందంట."

"మరి రత్తాలి పేర రాసేసినట్టు తెలిస్తే అప్పుల వాళ్ళు వూరు కుంటారా?"

"ఇంకా రెండెకరాల మెరక వుందిగా మీ అయ్య పేర? అది అమ్మేసి ఇస్తా నంటున్నాడు. ఏమో, ఏం ఇస్తాడో — ఏం తీసుకుంటారో! బురదలో పడి కొట్టు కుంటున్నాడనుకో. అది జలగ లాగా పీల్చే స్తొంది సంసారాన్ని. ఇంక నీ కెక్కడ తెచ్చిస్తాడు? నువ్వు ఆశ పెట్టుకోమాకు శివయ్యా! నీ దారి నువ్వు చూసుకోవలి సిందే!"

శంకరం ఉడుకు రక్తం ఎప్పటికో గానీ చల్లబడలేదు. దీర్ఘంగా వూపిరి పీల్చుకుని లేచి నిలబడ్డాడు. "మళ్ళీ ఆయన్ని అడిగి లాభం లేదంటావా?" అన్నాడు ఆశగా చూస్తూ.

వీరన్న కూడా లేస్తూ, "పోనీ అడిగి చూడు, ఏ క్షణానికే బుద్ధి పుడతదో!" అన్నాడు.

"సరేలే, నేనలా వూళ్ళో కెళ్తా!" అంటూ శంకరం ఆలోచిస్తూ నడక సాగించాడు.

కాళ్ళు తిన్నగా కాంతమ్మత్త ఇంటికి తీసి కెళ్ళాయి.

కాంతమ్మ శంకరాన్ని చూసి సంతోష పడింది. "నువ్వొచ్చావని మా సన్యాసి చెప్పాడు. ఎంతకీ రావేంటా అని ఎదురు

చూస్తున్నా. ఆఁ, బాగున్నావా? ఏం అంత చిక్కిపోయావ్? ఒంట్లో కులాసాయేనా?" అంటూ ఎగా దిగా చూసింది.

"బాగానే వున్నా నత్తా! కిష్టిగాడేడీ? బళ్ళోకి పోయాడా?" అంటూ మంచం మీద కూర్చున్నాడు శంకరం.

"మా నాయనమ్మ ఎక్కడుందత్తా? నీకు తెలుసా?" అన్నాడు.

"అప్ప కూతురింట్లో వుంది గానీ, ఆరోగ్యం బాగా చెడిందంట."

"మా నాన్న వెళ్ళి చూశాడా?"

"పిచ్చా యేంటి నీకు? మీ నాన్న చూస్తాడా? అప్ప కూతురు మంచిదే. ఆళ్ళే చూస్తన్నారు."

"మా నాయనమ్మని చూడాలని వుంది. ఇంకో సారెప్పుడన్నా వెళ్తాను."

"తప్పకుండా వెళ్ళు, చాలా సంతోష పడుతుంది. ఇంకో సారి దాకా ఎందుకూ? పెద్ద వయసు కదా, ఏ రోజెలా వుంటుందో ఎలాగా వచ్చావుగా? ఒక సారెళ్ళి చూడు" అంటూ ఆ వూరూ వాడా వివరాలన్నీ చెప్పింది.

శంకరం శ్రద్ధగనే విన్నాడు. "మంచి మాట చెప్పావత్తా, అయితే సాయంత్రం వెళ్తాను" అన్నాడు. నాయనమ్మని ఎప్ప డెప్పుడు చూస్తానా అని తొందర పుట్టింది.

"వస్తా నుండు" అంటూ కాంతమ్మ గబ గబా పడమటింట్లోకి పోయి, వెండి గిన్నిలో సున్నుండలూ, కంచు చెంబుతో మంచి నీళ్ళూ తెచ్చి, మంచం పట్టె మీద పెట్టింది — "సెలవలా ఇప్పుడు? ఏదన్నా పని మీదొచ్చావా?" అంది ఎదరగా కూర్చుంటూ.

"సెలవలు కాదు. నాన్నని కొంచెం డబ్బు అడుగుదామనీ...."

"ఏవన్నాడు?"

"ఇంకేవంటాడు? ఛెడా మడా తిట్టి చదువు మానెయ్యమన్నాడు."

"ఎప్పుడు నిర్వాకం చేశాడు గనకా? కట్టుకున్న పెళ్ళాన్ని అలా కాల్చుకు తిన్నాడు. కన్న కొడుకుని ఇలా ఏపుకు తింటన్నాడు" అంటూ గత మంతా తవ్వి పోసింది కాంతమ్మ. ఏవేవో కబుర్లు అడి గింది. శంకరం మనసు విప్పి మాట్లాడుతూ కూర్చున్నాడు, సున్నుండలు తింటూ. చీకటి పడ్డాక వెళ్తానని లేచాడు.

కాంతమ్మ లోపలికి వెళ్ళి పెట్టి తీసి డబ్బు తెచ్చింది — "నీ దగ్గిరుంచుకో శివా! ఎలాగో కష్టపడి చదువుకో గానీ మీ అయ్య మాట మాత్రం వినకు. మీ అమ్మే వుంటే తెగ మురిసిపోయేది. ప్రాప్తం లేదు" అంటూ డబ్బు ఇచ్చింది.

శంకరం సంకోచించకుండా డబ్బు తీసుకున్నాడు.

"వెళతా నత్తా!"

"రేపెళ్ళి పోతావా?"

"వెళ్ళాలి. అవతల పరీక్ష లొచ్చేస్తు న్నాయి."

"సరేలే వెళ్ళు, జాగ్రత్త!"

శంకరం గబ గబా వీధి గుమ్మం దాటాడు. మనసు పరి పరి విధాల పోయింది. కాంతమ్మత్త అడక్కుండానే డబ్బిచ్చిందే! ఊళ్ళో తెలిసిన వాళ్ళని కూడా కొంచెం సర్దమని అడిగితే...? తప్పే ముంది? చదువుకుంటానని అడిగితే తప్పే ముంది? తిరపతయ్య మామయ్యనీ, వెంకన్న బాబాయినీ వాళ్ళనీ అడిగితే పదేసి రూపాయలన్నా ఇవ్వరా?

ఉత్సాహంగా అడుగు పడింది ముందుకి.

తిరపతయ్య చీకట్లో పాలేళ్ళతో మాట్లా డుతూ వీధి అరుగు మీద నించున్నాడు.

శంకరం చనువుగా మెట్లెక్కాడు.

"ఎవడ్రా అదీ?"

"నేను మావఁయ్యా! శంకరాన్ని."

"ఎవరూ? శివయ్యా? నువ్వంట్రా? ఎప్పుడొచ్చావేంటి బస్తీ నుంచి? సెల వలా?"

"పొద్దున్నే వచ్చా మావఁయ్యా" — తర్వాతేం మాట్లాడాలో తోచక వూరుకున్నాడు.

తిరపతయ్య పాలేళ్ళతో మాట్లాడి పంపించేసి, "రా రా శివయ్యా! చావిట్లో కూర్చుందాం" అంటూ అరుగు మీద నుంచి లోపలికి వెళ్ళాడు.

శంకరానికి తెల్సిన చోటే అయినా ఆ చీకట్లో గడప దగ్గిర పడ బోయాడు.

"గడప తగిలిందేంట్రా? వుండు లైటేస్తాను. కరెంటు పెట్టించాన్లే! బాగా అవసరం అయితే గానీ లైటు వెలిగించటం లేదు. కరెంటు కదా? బాగా కాలిపోద్దేమో అనీ" అంటూ చీకట్లో తడుంకుంటూ గోడకి ఎగబడి చేతులు బార్లా చాచి వెతికి స్విచ్చి అందుకున్నాడు. "లైటు వేశాలే" అన్నాడు వెనక్కి వస్తూ.

"కాబోలు" అనుకున్నాడు శంకరం. జీరో బల్బు లాగే ఉంది వెలుగు గుడ్డి గుడ్డిగా.

చుట్టూ చూశాడు శంకరం. ఎత్తి పెట్టిన మడత మంచం, మండువాలో పడేసిన కోళ్ళగాబూ, గోడవార చిట్టు బస్తాలూ, భోషాణం అన్నీ, ఆకారాలు తెలిశాయి.

తిరపతయ్య మడత మంచం వార్చి కూర్చుంటూ, "ఇలా రారా!" అన్నాడు.

"ఫర్వాలేదులే మావఁయ్యా!" అంటూ శంకరం భోషాణం దగ్గిరే నించున్నాడు.

"ఆఁ, ఏంటి? బాగా చదువుతున్నావా?" — సంభాషణ కుపక్రమించాడు తిరపతయ్య.

శంకరానికి చెప్పక తప్పలేదు. సహాయం అర్థించటానికి వచ్చినవాణ్ణి. చల్లకొచ్చి ముంత దాచడం ఎందుకూ? — అంతా మొదలుపెట్టి పాడి పాడిగా చెప్పాడు.

నమ్మనట్టు చూస్తూ మళ్ళీ విన్న సంగతులే అడిగాడు తిరపతయ్య. "నువ్వెక్కడో వుంటున్నావంటగా? అక్కడే వైందీ? కుమ్ములాడుకున్నారా? అళ్ళనే వన్నా బూతులు తిట్టావా? అసలేవైందీ?" అంటూ ఆరా ప్రారంభించాడు.

శంకరం మళ్ళీ అన్నిటికీ ఓపిగ్గా సమాధానాలు చెప్పాడు.

తిరపతయ్య కాస్సేపు వూరుకుని హఠాత్తుగా అన్నాడు — "అసలు నువ్వు చదువుకుంటన్నావంట్రా? నిజం చెప్పు."

తల తిరిగింది శంకరానికి.

"నేను పరీక్ష పాసైనప్పుడైనా ఆ నిజానిజాలు తెలుస్తాయి. నువ్వు ఎంత మందికి దాన ధర్మాలు చెయ్యడం లేదు! వాళ్ళల్లో నేనూ ఒకణ్ణి అనుకో మావయ్యా! నా చదువు ఎటూ కాకుండా ఆగిపోయేలా వుంది. మీ లాంటి వాళ్ళంతా కొంచెం సాయం చేస్తేనే గట్టెక్కుతాను."

శంకరం మాటలు పూర్తిగా వినకుండానే, "బంగారం!" అంటూ పొలికేక పెట్టాడు తిరపతయ్య. పరికిణీ ఓణీ పిల్ల మువ్వల పాంజీబులు ఘల్లు ఘల్లు మనిపించుకొంటూ పిడకతో నిప్పు పట్టుకొచ్చి శంకరాన్ని చూసి సిగ్గుపడుతూ మంచం మీద పడేసింది.

శంకరం బంగారాన్ని పోల్చాడు. బాగా ఎదిగింది. పైటల వరకూ వచ్చింది. చిన్నప్పుడు బంగారాన్ని ఎన్ని సార్లు యెత్తుకున్నాడో శంకరం!

తిరపతయ్య, బొడ్లోంచి సగం కాలిన

చుట్ట తీసి అంటించుకుని నోట్లో పెట్టు కున్నాడు. గుప్పు గుప్పున పొగ పీల్చి మంచం వారకి తుప్పున వూశాడు. "ఊఁ, ఐతే ఏం చెయ్యాలంటావ్?" అన్నాడు.

శంకరం వెంటనే మాట్లాడలేదు. ఎంత ధర్మం చేస్తే మాత్రం ఇన్ని సార్లు అడిగించు కోవాలా? "నీ కెలా తోస్తే అలా చెయ్యి మావఁయ్యా! నీ మేలు మర్చిపోను."

"మేలు గుర్తెట్టుకుంటే నా కేంటి ఒరు గుద్ది? తెలవ కడుగుతానూ, నీ బాబు ముండల్ని మేపుతా నిన్ను వూరి మీదికి వదిలేస్తే నీ కన్నా సిగ్గులేదాంట? ఆడితో ఐసా పైసా తేల్చుకోలేవూ? అంత దమ్ము లేనప్పుడు చదువు చదువు అని గోలెడతా వెందుకూ?"

బిక్క చచ్చిపోయాడు శంకరం. కొంచెం తల దించుకుని చెక్కులూడిపోయిన నేలని పరకాయించి చూస్తూ నించున్నాడు.

"నీ ఎర్రి గానీ, చదివింది చాలదా? ఆళ్ళ నడిగీ, ఈళ్ళ నడిగీ ఎన్నాళ్ళీడుస్తావు? నా మాటిను. తల్లి లేనోడివి. తండ్రి వున్నా లేనోడయ్యాడు. చెప్పొద్దూ? నిన్ను చూస్తే నాకూ ఇదిగానే వుంది. నా కమతంలో వుండి ఇస్వాసంగా మసులుకో. ఆ జపా నోళ్ళ పంటో ఏదో పండిస్తే ఎక్కువ గింజ రాల్తదంటగా? చదువుకున్నోడివి. అయ్యన్నీ నీకు తెలుస్తాయిలే. మా ఇంటిపట్టు చేరావో లక్షణంగా పోతాయి రోజులు."

శంకరం రక్తం నీరై పోయింది. నోరు విప్పకుండా అలాగే నించున్నాడు.

ఎవరో వచ్చారు తిరపతయ్య కోసం.

తిరపతయ్య లేచి అరుగు మీదకి పోయాడు.

శంకరం నించుని నించుని కదిలాడు వెళ్ళిపోదామని.

లోపల్నుంచి నారమ్మ వచ్చింది — "బంగారి చెప్పింది నువ్వొచ్చావని. బాగు న్నావా శివయ్యా?" అంది చేటంత మొహంతో.

నారమ్మ మొహం చూస్తే శంకరానికి మళ్ళీ ఏదో ఆశ పుట్టింది.

నారమ్మ దగ్గిర డబ్బు బాగా వుంటుం దని ఆడ వాళ్ళనుకోవటం శంకరానికి తెలుసు. నారమ్మ మొగుడికి తెలియ కుండా గాది లోంచి ధాన్యం తీయించి అమ్మేస్తుందనీ, డబ్బు వడ్డీల కిస్తుందనీ, తాకట్లు పడుతుందనీ, అందరూ చెప్పు కుంటారు. ఇంకా ఎన్ని చేస్తుందో ఎవడికి తెలుసు?

అయినా మగ వాళ్ళ కంటే ఆడ వాళ్ళు జాలి గుండె కలవాళ్ళు కదా? కాంతమ్మత్త అడక్కుండానే ఇచ్చిందిగా?

శంకరం రెండడుగులు వేసి నారమ్మ ఎదురుగా వెళ్ళి నించుని మళ్ళీ అంతా ఏకరువు పెట్టాడు — "రెండేళ్ళు బాగానే గడిచాయత్తా! ఎటూ గాకుండా అయి పోయింది పరీక్షల ముందు. కొండంత ఆశ పెట్టుకుని ఇంటికి వచ్చాను. ఇంటి దగ్గిర మాత్రం ఏం వుంది? మా అమ్మతోటే పోయింది నా అదృష్టమంతా."

నారమ్మ సానుభూతి వర్షం కురి పించింది 'చ్చొ చ్చొ చ్చొ' అంటూ. — "కన్న తండ్రి వుండి కూడా నువ్విలా దేవుళ్ళా డటం... మీ అయ్యకేం పొయ్యే కాలం?" అంటూ అయ్యని దుయ్యబట్టింది.

శంకరం తెగించి అడిగేశాడు — "అత్తా! నువ్వేమైనా సాయం చెయ్యగలవా? నీ పేరు చెప్పుకుంటాను."

"అయ్యో రామ! అడక్కడక్క నన్నే అడిగావూ? కాపరాని కొచ్చిన కొత్తల్లో మా అమ్మా అయ్యా పదీ పరకా ఇచ్చేవాళ్ళు కాబట్టి నా దగ్గిర డబ్బు మసిలేది. ఆ భోగం

అంతా ఎప్పుడో పోయింది నాయనా! ఈ మాయదారి మొగుడితో కాపరం చేస్తూ డబ్బు వెనకేసుకోటం ఒకటా? పిల్ల తాడిలా ఎదిగి కూచుంది చూశావా? ఒక నగా లేదు, నట్రా లేదు. చెవుల్లో ఇల్లు కట్టుకుని పోరినా ఈయన చెవినే పెట్టడు. ఎలాగో ఏంటో బెంగెట్టుకు చస్తన్నాను. అడక్కడక్క అడిగావు. నా జిమ్మడా, నేను సాయం చెయ్యగల్నా, వల్లకాడా? నా చేతిలో రాగి దమ్మిడీ వుంటదా?"

"పోనీలే అత్తా! వెళతాను" — శంకరం కదలబోయాడు.

"అమ్మా! శివయ్యకి చూపించవే" అని గుస గుస లాడుతూ బంగారం తల్లి కేదో అందించింది.

"శివయ్యా! బంగారి ఫోటో అంట, ఒక సారి చూడు! మొన్న అప్పారావు ఫోటో తీస్తానని ఎగబడ్డాడులే. పిచ్చి ముండ సరదా పడి తీయించుకుంది. ఒక్క కానీ కూడా మనకి ఖర్చవలేదులే" అంటూ నారమ్మ శంకరానికి ఫోటో అందించింది.

శంకరం చూశాడు — పైట జార వేసు కుని... ఒళ్ళు విరుచుకుని చెట్టు కొమ్మ మీదికి ఒరిగి నించుంది బంగారం.

"బాగానే పడింది కదా? సినిమా బొమ్మలా వుందంటన్నా రందరూ" మురుస్తూ అంది నారమ్మ.

"బాగుం దత్తా! చాలా బాగుంది, వెళతాను" ఫోటో ఇచ్చేసి చావిట్లోంచి... వీధి మెట్ల మీంచి... తల దించుకుని బయటి కొచ్చిపడ్డాడు శంకరం.

చిత్రమైన ఈ లోకంలో ఎంత మంచి వుందో అంత చెడ్డ వుంది. ఎంత దయ వుందో అంత నిర్దయ వుంది. ఎప్పటి కేది లభిస్తే దాన్ని భరించటం తప్ప చేసే దేముంది?

శంకరం తిన్నగా ఇంటికి పోయాడు. రత్తాలు అన్నం పెట్టింది. మాట్లాడకుండా తిని లేచాడు. బయటికి వచ్చి కూర్చుంటే శేషయ్య పలకరించాడు — "ఏమను కుంటున్నావురా?" అన్నాడు.

"రేపొద్దున్న వెళతాను."

"ఎక్కడికి?"

"కాలేజీకి?"

"ఆళ్ళెవరో పొమ్మన్నారన్నావుగా? ఇంకేం చేస్తావు అక్కడ? అడుక్కు తింటావా?"

"ఫర్వాలేదు. ఏదో చేస్తాను."

"చేస్తావు. నీకేం? ఫలానా వాడి కొడుకు జులాయి ఎదవలా తిరుగుతున్నా డంటే సిగ్గుతో చచ్చేది నేనూ. పెద్దోళ్ళు చెప్పటం చిన్నోళ్ళు ఇనటం ఏం లేదా? మనమేం లక్షాధికార్లమా? ఇంకా ఎంత కాలం చదవగలవు? చదువంటే మాటలా? చదివింది చాలదా?"

గడపలో కూర్చున్న రత్తాలు అందు కుంది — "చేతికందిన కొడుకువి. పని పాటల్లో సాయంగా వుంటే మీ అయ్య సుకపడ్డా?"

శంకరం ఒక్క మాటకి కూడా జవాబు చెప్పలేదు. అతి కష్టం మీద మనసుని నిగ్రహించుకుని పడుకున్నాడు ముడుచు కుని.

పనంతా అయ్యాక ఇంటికి పోతూ వీరన్న, శంకరాన్ని తట్టి లేపాడు.

అర్థం కాకపోయినా శంకరం వీరన్న వెనకే పెరట్లోకి వెళ్ళాడు.

"ఇది తీసుకో శివయ్యా! ఏ ఖర్చు కన్నా వుంటదిలే" అంటూ పది రూపాయల నోటు శంకరం చేతిలో పెట్టాడు.

శంకరం తెల్లబోయాడు. వీరన్న మొహం లోకి దీనంగా చూశాడు — "నీ

కెక్కడిది వీరన్నా డబ్బు?"

"ఎక్కడిదో లేవయ్యా! నా దగ్గిర తీసుకుంటే తప్పు లేదులే! తీసుకో. చిన్నప్పుడు నువ్వు నాకు తాటి బెల్లం ముక్కలు పెట్టేవోడివి కాదేంటి?" — నవ్వులాటలో పెడుతూ అన్నాడు వీరన్న.

శంకరానికి మాట పెగల్లేదు. గొంతు బరువుగా పట్టేసినట్టయింది. బావురుమని ఏడవాలనిపించింది. వీరన్న దగ్గిర డబ్బు తీసుకోవటం సిగ్గు కాదు. అంత దౌర్భాగ్యం పట్టినందుకే ఈ సిగ్గు.

"ఛీ! ఏంటయ్యా చిన్న పిల్లోళ్ళాగ?" అన్నాడు మందలింపుగా వీరన్న.

శంకరం, నోటుని జేబులో పెట్టుకున్నాడు — "వీరన్నా! ఇక నే నెప్పుడూ ఇక్కడికి రానేమో! ఎప్పుడైనా నీకు ఉత్తరం రాస్తాను. నే నెక్కడుంటానో రాస్తాను. జవాబు రాయించు. బస్తీ వస్తే నా దగ్గిరికి రా, మర్చిపోకు" అన్నాడు గబ గబా కళ్ళు తుడుచుకుని. "వీరన్నా! మా నాయనమ్మని చూడాలి. ఒంట్లో బాగో లేదట. కాంతమ్మత్త చెప్పింది. దగ్గిర వూరేగా? ఇప్పుడెళ్తే? చూసేసి అట్నించి వెళ్ళిపోతాను."

"బలేవోడివే. చెప్పినావుగావే మరీ? అటేపు ఎవరో ఒకరు ఎల్తానే వుంటారు. పద, ఎవరన్నా దొరుకుతారేమో చూద్దాం."

శంకరం, బట్టల సంచి భుజాన్నేసుకుని వీరన్నతో బైల్దేరాడు. రోడ్డెక్కేప్పటికి సరిగ్గా అటు పోయే బండి దొరికింది. వీరన్న ఆ బండి మనిషికి వివరాలు చెప్పి శంకరాన్ని బండి ఎక్కించాడు.

శంకరానికి అప్పుడే నాయనమ్మని చూసినంత సంబరం కలిగింది. వెళ్ళగానే నాయనమ్మని కావిలించుకోవా లనుకున్నాడు. నాయనమ్మని ఎన్నెన్నో అడగాలనుకున్నాడు.

బండిలో కాస్సేపు నిద్ర పోదామన్నా నిద్ర రాలేదు. రెండు రాత్రుళ్ళ నించీ నిద్ర లేదు. అయినా నాయనమ్మని చూస్తానను కుంటే అలసటే తెలీలేదు.

"దిగబ్బాయ్" అని బండి మనిషి అనే దాకా ఆలోచనల్లో మునిగి వున్నాడు. ఉలిక్కి పడి బండి దిగాడు, సంచి పట్టుకుని.

"ముసలమ్మ గారూ! మీ మనవడంట, వొచ్చాడండోయ్" అని బండి మనిషి గావుకేక పెట్టాడు.

పాక లోంచి ముసలమ్మ బైటి కొచ్చింది దగ్గుకుంటూ. "ఏంటయ్యా అప్పన్నా?" అంది.

కటిక చీకటి. నక్షత్రాల వెలుగు తప్ప ఎక్కడా దీపం లేదు.

"మీ మనవడంట. ఈరన్న నా బండెక్కించాడు" అని బండి మనిషి అంటూ వుండగానే శంకరం, భుజాన్న సంచి కింద పడేసి, "నాయనమ్మా! నేనే, శివా ని" అన్నాడు దగ్గిరికి పోయి నాయనమ్మ భుజాల మీద చేతులేసి.

నాయనమ్మకి మొదట అర్థమే కాలేదు. "శివా వా? ఇప్పుడెలా వచ్చావురా?" అంది తేరుకుంటూ."

"ఎల్తానండీ" అంటూ బండి మనిషి ఎడ్లని అదిలించి బండి తోలుకుంటూ వెళ్ళిపోయాడు.

నాయనమ్మ యాడవడం మొదలెట్టింది. మనవణ్ణి కావిలించుకుంది. "నువ్వు కూడా నన్ను మర్చిపోయావంట్రా? నేనూ చచ్చిపోయాననుకున్నావంట్రా?" అని బొట బొటా కన్నీళ్ళు కారుస్తూ ఏడ్చింది. ఏడుస్తూనే మనవణ్ణి పాక లోకి తీసుకెళ్ళింది. "అన్నం తిన్నావంట్రా?" అని అడిగింది.

"సాయంత్రం కాంతమ్మత్త దగ్గిర సున్నుండలు తిన్నానే."

"ఎప్పుడు తిన్నావో, పెరుగుంది, అన్న వుంది."

"సరే, తింటాలే తర్వాత. ముందు కూర్చో నువ్వు. నీ ఒంట్లో ఎలాగుంది? మందులేసుకుంటున్నావా? అంతా చెప్పు."

"దగ్గురా నాయనా! కరక్కాయి బుగ్గన పెట్టుకుంటే తగ్గుద్ది. పొద్దున్న గోంగూర పచ్చడితో నాలుగు ముద్దలు తిన్నాను. అప్పటి నుంచి చంపుతాంది" అంటూ నులక మంచం మీద తలగడ కింద నించి తడిమి కరక్కాయి తీసి నోట్లో పెట్టుకుంది. "ఇప్పటికి గుర్తొచ్చానంట్రా బాబూ!" అని మళ్ళీ ఏడ్చింది. "మీ అమ్మని పొట్టన పెట్టుకున్నానురా. దాని వుసురే నాకు కొట్టింది. అది బతికి వుంటే, మనకీ గతి పట్టేదా? వూరొదిలి పక్షుల్లాగ పోయే వాళ్ళమా?" అని ఏడుస్తూనే ఎన్నెన్నో సంగతులు చెప్పింది. రత్తాలు గురించి చెప్పింది. కొడుకు గురించి చెప్పింది.

శంకరం కూడా తన సంగతులన్నీ చెప్పాడు. "నాన్నని డబ్బు అడగాలని వచ్చాను. లేదన్నాడు. చదువు మానెయ్యమన్నాడు. కాంతమ్మత్త కొంచెం డబ్బిచ్చింది. వీరన్న కూడా ఇచ్చాడు" అని చెప్పుకొచ్చాడు.

అంతా విన్నాక నాయనమ్మ నులక మంచం కుక్కిలో నుంచి లేచి చీకట్లో వసారాలోకి పోయి భోషాణం మీద పెట్టి తెరిచి తడిమి చేత్తో ఏదో పట్టుకొచ్చి శంకరం చేతుల్లో పెట్టింది. "ఇది తీసుకో, ఒక మురుగు అమ్మేశాను. ఇది రొండోది. బంగారందే. అమ్ముకో, నీకు పనికొస్తుంది. చదువు మానుకోకు. నీ అయ్య పొలవంతా పాడు చేసేశాడు. నోట్లో నాలుగక్షరం ముక్కలు లేకపోతే నువ్వెలా బతుకుతావు? ఎలాగో కష్టపడి చదువుకో" అంటూ తెగ మాట్లాడింది.

శంకరం కళ్ళల్లో నీళ్ళు తిరిగాయి. "ఒద్దు నాయనమ్మా, ఇది నీకే వుండాలి. నీ ఒంట్లో బాగాలేదు. నీకే అవసరం. నాకేం ఫర్వాలేదు. ఎవరో ఒకరు సాయం చేస్తారు. చదువు లేకపోతే చచ్చిపోతానా? ఎక్కడో అక్కడ పని చేసుకుని బతుకుతాను" అంటూ ఆ మురుగు నాయనమ్మ చేతికే ఎక్కించబోయాడు.

"నా మాట విన్రా నాయనా! తీసుకో, కొన్నాళ్ళు గడుపుకో. నీ దగ్గిరే వుంచుకో" అంటూ నాయనమ్మ ఆ మురుగుని మళ్ళీ మనవడి చేతుల్లో పెట్టింది.

"ఒద్దు నాయనమ్మా! నా మాట విను. నీకు మందులూ మాకులూ ఎన్నో కావాలి. ఇది నీ పెట్లోనే పెట్టుకో."

శంకరం, నాయనమ్మని తెగ బతిమాలి మురుగుని నాయనమ్మ చేతికే ఎక్కించాడు.

కబుర్ల మధ్య కోళ్ళు కుయ్యడం వినిపించింది.

"అన్నం తింటానన్నావు కదరా" అని నాయనమ్మ కంగారు పడింది.

"ఇప్పుడొద్దు. రేప్పొద్దున్న తింటాలే. గోంగూర పచ్చడి వుందా, అంతా తినేశావా?"

"అంతా ఎక్కడ తిన్నాను? కుంకుడు కాయంత తిన్నందుకే దగ్గుతో వూపిరాట్టం లేదు."

"పొద్దున్నే లేచి కడుపు నిండా తిని అప్పుడు వెళ్తాలే. నిద్రొచ్చేస్తోంది నాయనమ్మా! పడుకుంటానే. చాప వుందా?"

నాయనమ్మ తన మంచం పక్క నేల మీద దుప్పటి పరిచింది. ఇంకో దుప్పటి తల కింద వొత్తు పెట్టింది.

శంకరం పక్క మీదకి వాలీ వాలగానే నిద్రలోకి జారిపోయాడు.

★ ★ ★

రైలు పరిగెడుతోంది.

శంకరం కిటికీ లోంచి బయటికి చూస్తూ కూర్చున్నాడు. ఆ చూపుల నిండా శూన్యమే. బయటి లోకం లోని చెట్లూ చేమలూ పొలాలూ ఏవీ కన్పించటం లేదు.

ఏదో విరక్తి భావం ఉధృతంగా లేచింది. ఈ రైల్లోంచి ఇలా దూకేస్తే? ఏమౌతాడు? ఇంకేమౌతాడు? తల పగిలి చచ్చిపోతాడు. చూసినవాళ్ళు, "అతనే దూకేశాడు! ఘోరం!" అంటారు. చూడని వాళ్ళు, "జారిపడ్డాడేమో పాపం" అంటారు.

రైలు ఆగుతుందా? మహా ఆగితే ఓ పావు గంట. తర్వాత తన దారిన తను పోతుంది.

పోలీసులు వస్తారు. తన శరీరం చుట్టూ మూగుతారు. ఎక్కడికో తీసుకుపోతారు. చివరికి ఏ గోతిలోనో కప్పెడతారు. ఎంత నిశ్చింత!

పెట్లోంచి తన పేరూ అదీ తీసి పేపర్లో వేస్తారా? వేస్తే మాత్రం ఎవరు చూస్తారు? చూస్తే మాత్రం ఎవరు బాధ పడతారు?

తన తండ్రి? - వూహుఁ!

రత్తాలు...? అప్పారావు...? — సంతోషిస్తారు.

కాంతమ్మత్త...? ఏడుస్తుందేమో!

సూరిబాబు...? — లక్ష్యపెట్టడు.

బాలకృష్ణ...? బాధపడడూ?

శ్యామల...? అవును...? శ్యామల...? కెవ్వున కేక పెడుతుందా? రోజూ పేపరు చూస్తుంది కూడా. తను చచ్చిపోయాడంటే — బావురుమని ఏడుస్తుందేమో!

ఛ! భలేవాడే తను! శ్యామలెందుకు ఏడుస్తుంది? తనంటే జాలీ, దయా. అంత మాత్రానికే ఏడుస్తుందా?

చదువు విషయంలో ఇబ్బంది వచ్చిందని శ్యామలకే ఎందుకు చెప్పకూడదు? శ్యామల నిరాకరిస్తుందా? ఎందుకీ పిచ్చి వూహలు?

నిరాశగా ఆకాశంలోకి, మబ్బుల్లోకి చూస్తూ కూర్చున్నాడు.

పక్షులు... రెక్కలు చాచుకుని ఆకాశం అంత ఎత్తుగా ఎగురుతున్నాయి. చూస్తున్న కొద్దీ కుతూహలం కల్గింది. ఎంత అదృష్టం పక్షులకి! చీకూ చింతా వుండవు. ఎక్కడో దొరికినది తిని హాయిగా ఆకాశంలో తిరుగుతాయి. దేనికీ ఎవర్నీ ఆశ్రయించవు. ఎవరి మీదా ఆధారపడవు. కష్టపడి ఆహారం సంపాదించుకుంటాయి. నిర్విచారంగా కాలం గడిపేస్తాయి — ఇది అసూయ కాదు గదా?

తన ఊహ తనకే అసంబద్ధంగా తోచింది. ఈ సృష్టిలో స్వేచ్ఛ అనేదీ, హాయి అనేదీ, ఏ జీవికైనా ఉందా? పక్షుల చీకు చింతలు తన కేం తెలుసు? రెక్కలు చాచుకుని యెగురుతోన్న పక్షి ఏ తుపాకికో - ఏ వాడి బాణానికో గుర్తై రక్తాలు ఓడుతూ, విల విలా తన్నుకుంటూ, మట్టిలో పడి ప్రాణాలు విడుస్తుందేమో! వాళ్ళ అమ్మ వస్తుందనీ, మేత పెడుతుందనీ, గూట్లో కూర్చుని కువ కువ లాడే పక్షి పిల్లలు అరిచి... అరిచి... అరిచి చచ్చిపోతాయేమో! పక్షులకు మాత్రం ఏం స్వేచ్ఛ ఉంది? ఏం సుఖం ఉంది?

తదేకంగా ఎగిరే పక్షుల్ని చూస్తూ కూర్చున్నాడు శంకరం విరక్తిగా. ఎక్కడైనా పనికి కుదిరితే? ఏ షాపులోనో, మిల్లులోనో! ఏదో ఒక పని!

★ ★ ★

"భోజనం పెట్టి నెలకి ముప్పయి రూపాయ లిస్తాను, నీ ఇష్టం" అన్నాడు శేఠ్.

శంకరం తటపటాయించలేదు. "సరే నండీ, ఇవ్వాళే పనిలోకి వస్తాను" అన్నాడు.

అది పెద్ద బట్టల షాపు. కొనుక్కునే వాళ్ళకి కావలసిన బట్టలు చూపించటం, ధరలు చెప్పటం, బట్ట కత్తిరించి ఇవ్వటం — తిరిగి తానులు యథాప్రకారం సర్దటం — శంకరం పనులు.

పని ప్రారంభించిన మొదటి రోజు ఆడ వాళ్ళ ఎదట బట్టల తానులను పడేసి బీరువాల చాటుకు పోయి ఎన్ని సార్లో కళ్ళు తుడుచుకున్నాడు శంకరం.

పనిలో బాగా తర్ఫీదవ్వటానికి రోజులు సద్వినియోగ పర్చాడు.

ఆ రోజు ఎవ్వరో కాలేజీ కుర్రాళ్ళు షాపులోకి వచ్చారు. శంకరాన్ని చూసి తెల్ల బోయారు. "అరె, శంకరం! ఇక్కడున్నా వేమిటి? హఠాత్తుగా కాలేజీ మానేశావేం? ఎంత పని చేశావోయ్! నిన్నటితో పరీక్షలై పోయాయి..."

తుళ్ళి పడి లేచాడు శంకరం! రైలు చక్రాల లయతో సమానంగా గుండెలు దడ దడా కొట్టుకున్నాయి. అబ్బ! ఎంత భయం వేసింది! జరిగిందంతా అబద్ధమా? కలేనా? ఉత్త కలేనా?

శంకరం మనసు దూది పింజెలా తేలికైంది. ఏమైనా సరే! తను పరీక్షలు రాసి తీరాలి.

★ ★ ★

"మీతో కొంచెం మాట్లాడాలండీ!"

నిస్సంకోచంగా చూశాడు శంకరం శ్యామల మొహంలోకి.

శ్యామల ఆశ్చర్యపడింది - "కొత్త వాళ్ళలా మాట్లాడుతున్నారేమిటి? రండి లోపలికి. నిన్న రాలేదేం? చాలా కంగారు పడ్డాను" — ఆ నాలుగు మాటలలోనూ అంతు లేని ఆప్యాయత కురిపించింది.

ఇద్దరూ హాల్లో కూర్చున్నారు.

"మా వూరు వెళ్ళాను. నాన్నని కొంచెం డబ్బు అడుగుదామని."

"డబ్బు తెచ్చారా?" అనలేదు శ్యామల.

"ఆయన దగ్గిర డబ్బు లేదండీ" శంకరమే అన్నాడు.

"ఇప్పుడు మీకు డబ్బేం అవసరం?"

"ఇప్పుడు నేను బాలకృష్ణ గారి రూమ్‌లో ఉండటం లేదండీ. మరెవరో క్లాస్‌మేట్స్ చదువుకోటానికి వస్తారని నన్ను ఎక్కడైనా చూసుకోమన్నాడు."

"మరేం చేశారు?" కంగారుగా అడి గింది.

"అందుకే మా వూరు వెళ్ళాను. నన్ను చదువు మానేసి ఇంటి దగ్గిరే ఉండి పొమ్మన్నాడు మా నాన్న. నాకు మనస్క రించలేదు. ఏదో ఒకటి అవుతుందని బయల్దేరి వచ్చేశాను."

"మంచి పని చేశారు" — తేలిక పడింది శ్యామల. "మీరు చదువు మానటం ఏమిటి? మీ నాన్న గారు మాత్రం ఆ మాటెలా అన్నారు?" — కొంచెం తీవ్రంగా అంది. అంతలోనే సర్దుకొంటూ — "ఆయన పరిస్థితేమిటో నాకు తెలీదు లెండి. అయినా మీరు ఊరెళ్ళే ముందు ఒక్క సారి ఈ సంగతి మాట మాత్రమైనా చెపితే బాగుండేదిగా? మొన్న మీరు రాలేదుగా? మా నాన్న కూడా ఇంట్లోనే ఉన్నారు. భోజనాల వేళ మీ గురించి అడిగారు. నిజం చెప్పనా?... మీరు రాలే దంటే నాకు అన్నం తినబుద్ధి వెయ్యలేదు. మీ కోసం పన్నెండు వరకూ చూశాను.

ఎందుకు రాలేదో తెలీదు. ఏదైనా యాక్సి డెంటైందా, జ్వరం వచ్చిందా, మరేమైందీ - అని ఒకటే ఆలోచన నాకు" శ్యామల నవ్వుతూ అలా గబ గబా మాట్లాడుతోంటే శంకరానికి ఇబ్బందులన్నీ గట్టెక్కినట్టు మనసు కొంచెం స్థిమితపడింది.

ఇంతకీ శ్యామల తన భావం గ్రహించిందా? మళ్ళీ తను వచ్చేసినందుకే సంతోషిస్తోందా? తనే మనసు విప్పి చెప్పుకోవాలి మరి.

"తిరిగి రైల్లో వచ్చేస్తోంటే... చచ్చిపోదామా అన్పించింది" అన్నాడు అదోలా నవ్వుతూ.

"ఇంత మాత్రానికేనా?" — ఆశ్చర్యపడింది.

"ఇంత మాత్రానికా? నా కిది ఎంత మాత్రమో మీకేం తెలుసు?"

"పోనీ పెద్ద సమస్యే అనుకోండి. అయితే చచ్చిపోతామా? చచ్చేం సాధిస్తాం?"

"బతికేం బావుకుంటావు — అని అడగరేం? ఏ దారీ లేనప్పుడు... అదే మంచి దారి అనిపించింది. మా నాన్నకి బుద్ధొస్తుందేమో అనిపించింది."

విలవిల్లాడింది శ్యామల మనసు — "ఎందుకంత విరక్తిగా మాట్లాడతారు?"

"విరక్తి గాక ఏముంది? ఇలా ఎన్నాళ్ళు గడుస్తుంది? చచ్చిపోయే సాహసం లేక పోయింది. చదువుకో నమస్కారం పెట్టి ఏదైనా పనిచేసుకుని బతుకుదామా అని పించింది."

"ఏం పని చేస్తారు?" — చిరు కోపంగా అడిగింది శ్యామల.

"ఏదో చెయ్యాలి. మిషను కుట్టటమో, సినిమా టిక్కెట్లు అమ్మటమో, ఏదో వకటి! ఏదీ లేకపోతే అడుక్కు తినాలి. తప్పుతుందా?"

"అబ్బ! ఎందుకండీ అంత బాధ పడతారు? నిజంగా మిమ్మల్ని చూస్తోంటే కోపం వస్తోంది. మొన్నే వచ్చి ఈ మాట చెప్పకూడదూ? నాన్నగారు కూడా వున్నారు. పోనీలెండి, ఇప్పుడేం మించి పోయింది? ఆప్తులని భావించే వాళ్ళనే అవసరానికి గుర్తు తెచ్చుకోవాలి. ఇప్పటికైనా మా మీద ఆ మాత్రం నమ్మకం కుదిరింది మీకు. మీ సామానులవీ ఎక్కడున్నాయి?"

"సామానేం లేదు. ఒక్క పెట్టే. స్టేషన్‌లో దిగి క్లోక్ రూమ్‌లో పెట్టి తిన్నగా ఇక్కడికి వచ్చేశాను. మీతో కూడా చెప్పి..."

"మీరు మరీ మొహమాటాలతో చంపుతున్నారు. పెట్టి కూడా తెచ్చేస్తే ఎవరు కాదంటారు?" అంటూ కుర్చీ లోంచి లేచింది శ్యామల. "మీరు మా ఇంట్లో వుంటానంటే అభ్యంతర మేముంది? ఈ గదులన్నీ మే మేం చేసుకుంటున్నాం? కిందైనా సరే! మేడ మీదైనా సరే! మీ కెక్కడ వీలుగా వుంటే అక్కడ వుండండి."

శంకరం తన చెవుల్ని తను నమ్మలేక పోయాడు. ఆశ్చర్యంతో, ఆనందంతో, మాట పెగల్లేదు.

శ్యామల తిన్నగా శంకరం మొహంలోకి చూస్తూ, "ఆఁ, మీరు మా ఇంట్లో వుండాలంటే ఒక్క షరతు. ఎవరిళ్ళకీ వెళ్ళి భోజనాలు చెయ్యటానికి వీల్లేదు. అంతా ఇక్కడే! అలా ఒప్పుకుంటేనే వెళ్ళి పెట్టి తెచ్చుకోండి. లేకపోతే మీకు మేం చెయ్యగలిగే సహాయం ఏమీ లేదు. మీ దారిన మీరు వెళ్ళిపోండి. కోపం తెచ్చుకోవద్దు. నా మనసులో మాట చెప్పేశాను."

శంకరం రాయిలా చూస్తూ వుండి పోయాడు. జరుగుతోందంతా వాస్తవమే నన్న నమ్మకం కలగలేదు — "మరి,

నాన్న గారికి చెప్పొద్దూ?"

"నాన్న గార్ని అడిగినా ఆ మాటే అంటారు. పోనీ సాయంత్రం ఆయన్నే అడుగుదాం."

"అది కాదు, ఆయన్ని అడిగిన తర్వాతే పెట్టి తెచ్చుకుంటాను."

"అలాగే. ఆయన రాగానే చెప్తాను. కానీ నా మాట నమ్మండి. మీలా బుద్ధిగా చదువుకునే పిల్లలంటే ఆయన కెంతో ఇష్టం. మీకు సహాయం చేయగలిగే శక్తి ఉండి కూడా ఆయన కాదంటారా? సరే, ముందు లేచి భోంచెయ్యండి. తర్వాత మాట్లాడుకుందాం."

శ్యామల గబ గబా లోపలికి వెళ్ళింది.

★ ★ ★

శంకరం బస వెంకట్రామయ్యా గారింట్లో కిందనే వీధి గదిలో ఏర్పాటైంది. మడత మంచం మీద రోజాయీ, దుప్పట్లూ, దిళ్ళూ, వేయించింది శ్యామల. చదువుకోటానికీ - రాసుకోటానికీ టేబులూ కుర్చీలూ ఉన్నాయి. అల్మైరాలో బట్టలూ పుస్తకాలూ సర్దుకున్నాడు.

శ్యామల తన గదిలో టేబుల్ లైటు తెచ్చి శంకరం గదిలో పెట్టింది.

"ఎందుకండీ నా కివన్నీ? ఫర్వాలేదు. మామూలు లైటు ఉందిగా?" అన్నాడు సిగ్గుపడుతూ శంకరం.

"ప్రతి దానికీ మీ రిలా మొహమాటపడితే బాగుండదు. మీకేం కావలసినా నిరభ్యంత రంగా అడుగుతూండండి. అడక్కపోతే అమ్మయినా పెట్టదంటారు. మోమాటాలు పడడం అయితే మీరు హాయిగా చదువుకో గలరా? పరీక్షలు రాయగలరా? నేను రాత్రుళ్ళు చదవనే చదవను. తొమ్మిది వరకూ ఇంట్లో పనే సరిపోతుంది. మంచం మీద వాలితే నిద్ర ముంచుకొస్తుంది. నా కీ టేబుల్ లాంప్‌తో పనేం లేదు. మీరు వాడుకోండి." అని వెళ్ళిపోయింది.

శ్యామల వెళ్ళిన కాస్సేపటికి పని కుర్రాడు చిన్న బట్టల స్టాండు పట్టుకుని గదిలో కొచ్చాడు. శంకరం తెల్లబోయి చూస్తోంటే స్టాండు గోడవార పెట్టి కుర్చీకి వేళ్ళాడుతోన్న షర్టూ, ప్యాంటూ తీసి స్టాండు మీద వేసి, గది తలుపులు దగ్గిరికి లాగి వెళ్ళిపోయాడు.

కాస్సేపటికి మళ్ళీ వచ్చి, నీళ్ళ కూజా గ్లాసూ కిటికీ మీద పెట్టి వెళ్ళాడు.

తెల్లబోయిన అవస్థలోనే వుండి పోయాడు శంకరం.

"భోజనానికి రమ్మంటున్నారు" అని మళ్ళీ వచ్చాడు కుర్రాడు.

శంకరం గబ గబా లేచి బాత్ రూమ్‌లో సిద్ధంగా వున్న వేడి నీళ్ళతో స్నానం చేసి, జానకమ్మ వడ్డించిన అన్నం కడుపు నిండా తిని, మళ్ళీ వచ్చి గదిలో మంచం మీద వాలాడు.

అంతా ఇంద్రజాలంలా నమ్మశక్యం కాకుండా అయింది. రెండు రోజుల క్రితం నీటి వెల్లువలో కొట్టుకుపోతూన్న గడ్డి పరకలా ఇల్లిల్లూ తిరిగాడు, అంతలోనే ఎంత మార్పు!

కల్పవృక్ష ఛాయ లాంటి ఆశ్రయం!

చక్కని ఇల్లు! కడుపు నిండా తిండి!

ఆశించనన్ని సౌకర్యాలు! ఎన్ని సంవ త్సరాలైనా ప్రశాంతంగా చదువుకోవచ్చు.

"చదువుకుంటున్నారా?" అంటూ గుమ్మంలోనే నిలబడిపోయింది శ్యామల.

"లేదు. రండి, రండి" — కంగారుగా లేచాడు శంకరం.

"కొత్తగా వుందా? ఫర్వాలేదు. రెండు రోజులకు అలవాటై పోతుంది లెండి."

"అబ్బే! ఎంతో బాగుంది నాకు. మీ దయ వల్ల..." — శంకరం గొంతు బరువుగా పలికింది.

శ్యామల శంకరం మొహంలోకి చూసింది - "ఇదంతా దయ అనుకుంటే కొన్నాళ్ళకి పెద్ద అప్పులా కన్పిస్తుంది మీకు. ఎదటి వాళ్ళని మానవత్వం కలిగిన మనుషుల్లా చూడటం మీ కిష్టం లేదా? రేపు మీరూ తిండికీ గుడ్డకీ లోటు లేని స్థితికి వెళ్తారు. ఒక పేద విద్యార్థి మీ దగ్గిరికి వచ్చి సహాయం అడిగితే కాదని పొమ్మంటారా? లేకపోతే చాలా దయ చూపించానని నుకుంటారా? ఇందులో దయా ధర్మాలేమున్నాయి? సాటి వాళ్ళకి సాయం చేయటం మనిషి బాధ్యత అన్నారు నాన్న గారు. అలా అని అందరికీ అన్నీ చెయ్యలేము. మీ రీ అవకాశాన్ని సద్వినియోగం చేసుకోండి, అదే మాకూ ఆనందం."

"శ్యామలా! నువ్వు దేవతవి!" అనాలనుకున్నాడు గాని అనలేకపోయాడు శంకరం. కొంచెం నవ్వాడు.

"వెళతానండీ! మీరు చదువుకోండి. అప్పుడే పడుకుంటారా? పోనీ ఇవాళ పడుకోండి. రేపట్నించీ బాగా చదువు కోవచ్చు."

"లేదండీ! చదువుకుంటాను" — టేబుల్ మీద అమర్చుకున్న పుస్తకాల్లో చేతికి అందింది తీశాడు.

శ్యామల తలుపులు దగ్గిరికి వేసి వెళ్ళిపోయింది.

★ ★ ★

శంకరం కాలేజీ నుంచి వచ్చేసరికి రూంలో మంచం మీద సరికొత్త డ్రాయర్లూ బనీన్లూ లుంగీలూ పైజమాలూ కన్పించాయి. ఆశ్చర్యపడ్డాడు. డ్రాయర్లూ బనీనులూ మడతలు విప్పి చూశాడు. సరిగ్గా తన కొలతలు! శ్యామల తెప్పించిందా? ఎలా తెలిసింది?

శ్యామల, ఆ మాత్రం శంకరం అవసరాలు గుర్తించలేదా? బట్టలన్నీ చిరిగి చాలా ఇబ్బంది పడుతున్నాడు శంకరం. నిత్యం స్నానానికి ముందు డ్రాయరూ బనీనూ ఉతుక్కుని తన గదిలోకి తీసుకుపోయి ఆరవేసుకుంటాడు. రెండు రోజులకో సారి పేంటూ షర్టూ ఉతికి ఆరవేసి ఇస్త్రీ లేకుండానే సాపుచేసి కట్టుకుంటాడు. తన వ్యవహారమంతా చూస్తోనే వుందా శ్యామల?

మొహం కడుక్కుని భోజనాల బల్ల దగ్గిరికి వెళ్ళి కూర్చున్నాడు. జానకమ్మ ఉప్మా ప్లేటు తెచ్చి పెట్టింది.

శ్యామల కూడా కాఫీ తాగుతూ కూర్చుంది.

"నా రూమ్‌లో కొత్త బట్టలేవో వున్నాయండీ!"

"అవును. మీ కోసమే నాన్న గారు తెప్పించారు."

"ఆయన కెలా తెలిసింది?"

"నేనే చెప్పాను. మీ టైమంతా బట్టలుతుకుతూ ఖర్చు చెయ్యటం నా కిష్టం లేదు. ఈ బాదరబంది అంతా పెట్టుకుంటే ఇక మీరేం చదువుతారు? రేపట్నుంచీ ఆ బట్టల పనేదీ చెయ్యకండి. ఉతకాల్సినవేవో బకెట్‌లో పడెయ్యండి. పని మనిషి చూస్తుంది. వారాని కొక సారి చాకలి వస్తాడు. మీ బట్టలూ, పక్క బట్టలూ అవీ చాకలి పెట్టెలో వేసేస్తూ ఉండండి. నేను పద్దు రాస్తాను."

శంకరం ఉప్మా తింటూ అంతా విన్నాడు.

కాఫీ తాగి లేస్తోంటే శ్యామల అంది.

"మిమ్మల్నొక సారి నాన్న గారు కనపడమని చెప్పారు."

శంకరం పైకి వెళ్ళాడు - వెంకట్రామయ్య గది లోకి.

"నమస్కారమండీ!" వినీ వినపడకుండా అని గుమ్మంలో నిలబడ్డాడు.

ఏవో కాగితాలు చూసుకుంటోన్న ఆయన కళ్ళెత్తి చూసి, "రావోయ్! రా, కూర్చో!" అంటూ కుర్చీ చూపించాడు.

శంకరం మాట్లాడకుండా కూర్చున్నాడు.

వెంకట్రామయ్య కాస్సేపు బర బరా రాసి కాగితం మడతపెట్టి పెన్ను కింద పెట్టి, కళ్ళజోడు చేతిలోకి తీసుకుంటూ అన్నాడు — "ఏమోయ్ శంకర్రావ్! బాగా చదువుతున్నావా?"

"చదువుతున్నానండీ!"

"క్లాసు తెచ్చుకోవాలి మరి, తెలిసిందా?"

"నా ప్రయత్నమంతా నేను చేస్తున్నానండీ!" — వినయంగా అన్నాడు.

"అలాని మరీ నిద్ర మాని చదువుతూ కూర్చోకు. ఆరోగ్యం పాడవుతుంది. తెలివైన వాళ్ళు అదే పనిగా చదవకూడదు. చాలా ప్రమాదం. ఆఁ, ఇంటికి ఉత్తరాలవీ వ్రాస్తున్నావా?"

"రాస్తున్నానండీ?" — అబద్ధం వచ్చేసింది.

ఇంకా ఆయన ఏవేవో కబుర్లడిగాడు.

ఆఖర్న - డెస్క్ లోంచి ఓ కవరు తీసి ఇస్తూ, "చూడబ్బాయ్, ఇందులో కొంచెం డబ్బు వుంది. నీకు పేంట్లూ షర్టులూ ఏవైనా కావాలంటే కుట్టించుకో."

శంకరం కవరు తీసుకోకుండా తల దించుకుని టేబుల్ అంచు చూస్తూ కూర్చున్నాడు.

"చూడు, నువ్వు ఇబ్బంది పడుతోంటే మాకేం సంతోషం? అందులోనూ మా ఇంట్లో వుంటూ... చూసేవాళ్ళకు కూడా బాగుండదు. నీ గుడ్డలన్నీ చిరిగిపోయాయి. నేను చూస్తూనే వున్నాను! బట్టలు తొందరగా కుట్టించుకో!"

తన కోసమూ, తనని ఆదరిస్తోన్న వారి అంతస్తు కోసమూ, ఆ డబ్బు తీసుకున్నాడు శంకరం. "వెళతానండీ!" చేతులు జోడించాడు. కవరు పట్టుకుని కిందకి బయల్దేరాడు.

'సిరి' కొందరికి అందాన్ని తెస్తుందంటారు. అక్షరాలా నిజం. వాళ్ళ దగ్గిర ఆ 'సిరే' లేకపోతే వారి సహృదయత ఎంత మరుగున పడి వుండేదో! వెంకట్రామయ్య లాంటి వ్యక్తులు సంపదలకే వన్నె తెస్తారు — అనుకుంటూ కిందకి బైల్దేరాడు.

కిందకి వచ్చాడు. శ్యామల కన్పించలేదు. ఎక్కడో వంటింట్లో వుంది. కాంపౌండులో చిన్న పిల్ల లిద్దరూ బంతాట ఆడుకుంటున్నారు.

శంకరం వాళ్ళతో ఆడేడు చాలా సేపు. "బజారు కెళ్దాం! వస్తారా మీ రిద్దరూ?" అన్నాడు ఆట విరమిస్తూ.

"నే నొస్తా!" — కుతూహలంగా అంది రేఖ.

"నేనూ వస్తా!" కిశోర్ బంతి విసిరేసి దగ్గిరికి వచ్చాడు.

"పదండి" ఇద్దర్నీ చెరో చేత్తో పట్టుకుని బయల్దేరాడు శంకరం.

ఖరీదు లెక్కువ లేకుండా చౌకలో ఎక్కువ బట్టలు తీసుకున్నాడు. పక్కనే వున్న టైలర్ షాపులో అన్నీ ఇచ్చేసి, ముగ్గురూ కాస్సేపు బజార్లో తిరిగారు. పిల్లలిద్దరికీ తినటానికి ఏవో కొన్నాడు. రేఖకి నైలాన్ రిబ్బనులూ, కిషోర్‌కి ప్లాస్టిక్ బెల్టూ కొన్నాడు.

ముగ్గురూ ఇంటికి వచ్చేసరికి శ్యామల వీధిలోనే వుంది — "ఎక్కడికి వెళ్ళారు?"

అంది ఆశ్చర్యంగా.

పిల్లలిద్దరూ అంతా చెప్పేశారు.

"భలే పని చేశారు. నా కో మాట చెప్పి పోకూడదూ? చీకటి పడ్డా రాలేదేమా అని కంగారు పడుతున్నాను."

"మీరు కేక లేస్తారేమోనని చెప్పలేదండీ!" అన్నాడు శంకరం నవ్వుతూ.

"ఇప్పుడు కేకలు తప్పాయా?" అంది శ్యామల.

శంకరం నవ్వి వూరుకున్నాడు.

★ ★ ★

కాలేజీ నుంచి వస్తోంటే శంకరానికి హఠాత్తుగా ఓ ఆలోచన వచ్చింది. ఓ సారి బాలకృష్ణగారిని చూస్తే...? చాలా రోజులైంది. ఆయన రూమ్ కెళ్ళి కాసేపు కూర్చుని వస్తే బాగుండదూ? అవును, బాలకృష్ణంటే తనకేం కోపం లేదు. ఉన్నదంతా అభిమానమే. కాస్సేపు బుల్ బుల్ వినొచ్చు. ఆలోచిస్తూనే బాలకృష్ణ రూమ్ కేసి నడిచాడు. గుండె గుబ గుబ లాడింది. సూరిబాబు ఏదో విరుపు విరవక మానడు. పోనీ వాగనీ! తనకేం లక్ష్యం? - అసలు బాలకృష్ణ ఉంటాడో లేదో!

గది తలుపులు వేసి వున్నాయి లోపలికి. ఆశ్చర్యం వేసింది. సాయంత్రం వేళ తలుపులు బిగించుకుని లోపల కూర్చున్నదెవరబ్బా?

తలుపు మీద నెమ్మదిగా కొట్టాడు రెండు సార్లు.

జవాబు లేదు.

"బాలకృష్ణ గారూ!... బాలకృష్ణగారూ!"

మూడో పిలుపు పిలవకుండానే తలుపులు తెరిచాడు బాలకృష్ణ.

శంకరం తెల్లబోయాడు - ఒంటి మీద టవల్ కప్పుకుని, మాసిన గడ్డంతో, జుట్టు చెరిగిపోయి దిగాలుగా ఒడిలి పోయినట్టు కన్పించిన బాలకృష్ణని చూస్తూ.

"నువ్వా శంకరం? రా రా, అలా నిలబడ్డావేం? లోపలికి రా" అంటూ ఆప్యాయంగా, హడావుడిగా పిలిచాడు బాలకృష్ణ.

బాలకృష్ణని చూస్తూనే శంకరం అప్రయత్నంగా గదిలోకి వెళ్ళాడు. "అలా ఉన్నారేం? ఒంట్లో బాగా లేదా? జ్వరం వచ్చిందా?

బాలకృష్ణ మాట్లాడకుండా వీధి తలుపులు మళ్ళీ గడియ పెట్టి వెనక్కి వచ్చాడు. "కూర్చో శంకరం. కూర్చో!"

"జ్వరం ఎప్పట్నుంచండీ?"

"అబ్బే! జ్వరం లేదు, ఏం లేదు. ముందు నువ్వు కూర్చో!"

శంకరం దూరంగా కుర్చీలో కూర్చోబోయాడు.

"అక్కడ కాదు, ఇలా వచ్చి మంచం మీద కూర్చోవోయ్! ఫర్వాలేదు. ఇలా రా!" అంటూ చెయ్యి పట్టుకుని చనువుగా తన పక్కన మంచం మీద కూర్చోబెట్టు కున్నాడు.

బాలకృష్ణ ఆదరం చూస్తే శంకరం మనసు పులకరించింది. ఎందుకో సమస్తం పోగొట్టుకున్న దీనుడిలా కన్పించాడు బాలకృష్ణ. గదీ అలాగే ఉంది. ఎక్కడ బట్టలక్కడే! ఎక్కడి పుస్తకా లక్కడే.

"సూరిబాబేడీ?"

"నీ కిప్పుడు బాగా వుందా శంకరం?" — శంకరం అడిగిన దానికి జవాబు చెప్పకుండా అన్నాడు బాలకృష్ణ.

"బాగా ఉందండీ! కాఫీ దగ్గిర్నుంచి అన్నీ అక్కడే. నాకు వేరే గది ఇచ్చారు. టేబుల్ లైటూ ఫేనూ చదువుకోటానికి చాలా సౌకర్యంగా ఉంది. ఇప్పుడు వారాలు మానేశాను. బట్టలు కూడా కుట్టించారు. నేను చదువుకోవాలే గానీ ఎన్నేళ్ళయినా

చదువుకోమన్నారు. ఇంట్లో అందరూ చాలా మంచి వాళ్ళు" — పొంగి పొర్లుతోన్న కృత జ్ఞతతో ప్రవాహంలా ఆప కుండా గడ గడా చెప్పేశాడు. శంకరానికో అనుమానం వచ్చింది. "నే నిప్పుడు వెంకట్రామయ్య గారింట్లో ఉంటున్నాను, మీకు తెలు సాండీ?" అన్నాడు అప్పటికి ఆగి.

బాలకృష్ణ తల వూపాడు - "తెలుసు. నువ్వు కాలేజీకి వస్తున్నావో లేదో తర్వాత వాకబు చేశాను. అంతా తెలిసింది. మళ్ళీ నీ మొహం చూడటానికి సిగ్గుపడి... నిజంగా నీకు చాలా అన్యాయం చేశానోయ్!" — బాలకృష్ణ కంఠం బొంగురుగా అయింది.

శంకరం కంగారు పడ్డాడు — "అబ్బే! అదేం లేదండీ! నే నలా ఎప్పుడూ అను కోలేదు. వెంకట్రామయ్య గారి మీద అభి మానం కొద్దీ అదంతా చెప్పాను గానీ మీ గురించి తక్కువగా నే నెప్పుడూ అనుకోలే దండీ!"

"గుడ్డి వాడి లాగా నిన్ను తెలుసుకోలేక పోయాను శంకరం! ఎందుకో అప్పుడలా పిచ్చెక్కినట్టు నిన్ను వెళ్ళగొట్టాను. తర్వా తెంత సిగ్గుపడి పోయానో నీకు తెలీదు. నువ్వు రాసిన ఉత్తరం — రోజు కో సారైనా తల్చుకుంటాను. నన్ను క్షమించు శంకరం!" — శంకరం చెయ్యి గట్టిగా పట్టు కున్నాడు బాలకృష్ణ. వెచ్చటి కన్నీటి బొట్లు శంకరం చేతి మీద పడ్డాయి.

మొగ వాళ్ళు ఏడవటం శంకరం ఎప్పుడూ చూడలేదు. బాలకృష్ణని చూస్తూ బిక్క మొగం వేశాడు. రెండు నిమిషాలు ఇద్దరూ నిశ్శబ్దంగా కూర్చున్నారు. బాలకృష్ణ చెంపల మీద నుంచి బొట బొటా కన్నీళ్ళు జారి పడుతోనే ఉన్నాయి.

శంకరానికంతా అయోమయంగా - భయంగా అనిపించింది. బాలకృష్ణ ఎందు కింత బాధ పడుతున్నాడు?

కాసేపటికి తేరుకున్నాడు బాలకృష్ణే. గబ గబా టవల్‌తో కళ్ళు ఒత్తుకుంటూ, "ఇట్సాల్ ఫర్ ది బెస్ట్ శంకరం! నిన్ను వెళ్ళిపొమ్మనటమే మంచిదైంది. నీకూ మంచి చోటు దొరికింది. నాకూ... లోక జ్ఞానం తెలిసింది." — నిట్టూర్చాడు.

శంకరానికేం అర్థం కాలేదు. బాల కృష్ణ గారి కేదైనా ప్రమాదం జరిగిందా?

"సూరిబాబెక్కడి కెళ్ళాడండీ?"

"ఇంకెక్కడున్నాడు? రూమ్ లోంచి పొమ్మన్నాను. మొన్న తన గుడ్డలవీ తీసు కుని పోయాడు."

తెల్లబోతూ చూశాడు శంకరం.

"విమల... నీకు తెలుసు కదా?" — బాలకృష్ణ అడిగాడు శంకరం మొహంలోకి చూస్తూ.

"విమలా?... అప్పుడు ఎలక్షన్ టైంలో మీకు ఉత్తరం వచ్చిందీ..."

"ఆఁ, ఆఁ... ఆ అమ్మాయే."

"సూరిబాబూ మీరూ మాట్లాడుకొం టూంటే ఆ పేరు వినటమే గానీ... నాకేం తెలీదండీ!"

"బి ఎస్సీ ఫైనల్లో వుంది. ఎప్పుడో ఓ సారి చూసే వుంటావు. తెల్లగా, సన్నగా, చాలా అందంగా వుంటుంది. నేనూ తనూ లెటర్స్ రాసుకునే వాళ్ళం. ఆ వ్యవహార మంతా సూరిబాబుకి తెలుసు. మే మిద్దరం అప్పుడప్పుడూ విమలా వాళ్ళింటి కెళ్ళి కూర్చుని వచ్చే వాళ్ళం కూడా."

విమల్ని ప్రాణాధికంగా ప్రేమించే బాల కృష్ణ "ఉత్తరాలు రాసుకునే వాళ్ళం" అంటూ, ఏ కాలం లోనో జరిగినట్టు చెపుతూంటే శంకరానికి ఆతృత ఎక్కు వైంది. ప్రశ్నలు వెయ్యకుండా బాలకృష్ణ మొహం వేపే చూస్తూ, ఆ మాటలు వింటూ కూర్చున్నాడు.

"విమల పెళ్ళి వ్యవహారం ఏదో ప్రస్తావిస్తూ నా కో ఉత్తరం రాసిందట. సూరిబాబు ఆ ఉత్తరం నా కివ్వలేదు. తనే చదివి చించేశాడు. వాడంత జెలసీ ఫీలౌ తున్నాడని నాకేం తెలుసు?"

"మీ కొచ్చిన వుత్తరం మీ కివ్వలేదా సూరిబాబు?" అన్నాడు శంకరం తెల్ల బోతూ.

"అదే మరి, ఇవ్వలేదు. ఇంకా విను. నా కా వుత్తరమే అందలేదు కదా? నే నా వుత్తరానికి జవాబివ్వకపోయే సరికి విమలకి చాలా కోపం వచ్చింది. పెళ్ళి అనే సరికి నేను ధైర్యం లేక జవాబు రాయలేదని ఊహాగానాలు చేసింది. పైగా ఈ సూరిగా డేం చెప్పాడో తెలుసా వాళ్ళింటి కెళ్ళి? నేను రోజూ రూమ్‌లో తప్పతాగి తందనా లాడతా నట! బజారు వాళ్ళందర్నీ తెచ్చి రూమ్‌లో పెడతానట! నా ఆరోగ్యం కూడా మంచిది కాదట! చాలా క్రూయల్ ఫెలో నట! ఒకటి కాదు... ఎన్ని వాగేడో దొంగ రాస్కెల్! పాముకి పాలు పోసి పెంచినట్టయింది..."

శంకరానికి నోరు పెగలడం లేదు.

"అవన్నీ నమ్మేసి ఆవిడగారు కోపం పట్టలేక రెండు గజాల పొడుగు ఉత్తరం రాసింది... ఇదిగో, నువ్వే చూడు" అంటూ బాలకృష్ణ ఆవేశంగా లేచి డెస్క్ లోంచి ఉత్తరం తీసి శంకరం మీద పడేశాడు.

శంకరం ఆశ్చర్యంగా ఉత్తరం చూశాడు. ఇరవై పేజీలకు పైనే ఉంది. చదవమనే ఇచ్చాడు బాలకృష్ణ. కానీ చదవటానికి మన స్కరించలేదు శంక రానికి. "ఫర్వాలేదు, మీరే చెప్పండి" అన్నాడు ఉత్తరం బాలకృష్ణ దగ్గిరే పెడుతూ.

బాలకృష్ణ ఆ కాయితాలన్నీ ఇటూ అటూ తిప్పి అక్కడక్కడా చదివి విని పించడం మొదలుపెట్టాడు.

"నీకు కొంచెం చురుకుదనం ఎక్కువ. కాలేజీలో అల్లరి చేయటం తప్పితే, మరే చెడ్డ గుణమూ లేదనుకున్నాను. సూరి బాబు నీ స్నేహితుడైనా నా మేలు కోరి అంతా చెప్పాడు. అతనికి జన్మ జన్మలకీ రుణ పడి వుంటాను. ఒక త్రాగుబోతునీ, జూదరినీ, వేశ్యాలోలుణ్ణీ నమ్మి ఏ ఆడది బాగు పడింది? నా హృదయంలో నీకు చోటు ఇచ్చి దాన్ని మలినపర్చుకున్నాను. ఇవ్వాళ నీ రూపాన్ని బయటికి గెంటి నా హృదయాన్ని గాయపర్చుకుంటున్నాను" అని చదివాడు ఒక చోట.

కాస్సేపు ఆగి, "గతమంతా జ్ఞాపకం చేస్తూ నన్ను దెప్పుతూ తను ఏడుస్తూ, నన్ను ఏడిపించాలని ఇంత ఉత్తరం రాసింది" అంటూ ఆవేశంగా మళ్ళీ ఉత్త రంలో ఇంకో చోట చదివాడు. అందులో వాక్యాలెన్నో ఎత్తి చెప్పాడు బాలకృష్ణ. ఆ ఉత్తరాన్ని బాలకృష్ణ ఎన్ని సార్లు చదివాడో శంకరం ఊహకి అందలేదు.

బాలకృష్ణ కళ్ళల్లో ఎర్రటి జీరలు తేలాయి. మొహమంతా చెమట పట్టింది. బాలకృష్ణని చూస్తోంటే శంకరానికి పుట్టెడు జాలి వేసింది. "మరి... మీ రేం చేశారు?" అన్నాడు గొంతు పెగుల్చుకుని.

"ఏం చేశానా? ఉత్తరం విప్పి నాలుగు పేజీలు చదివే సరికి నా తల తిరిగింది. ఎలాగో వూపిరి బిగపట్టుకుని అంతా చది వాను. అసలప్పుడు నే నెలా అయ్యానో కూడా జ్ఞాపకం రావటం లేదు... అంతలో... తలుపులు తోసుకుని లోపలికి వస్తూ సూరిబాబు కన్పించాడు. అంతే దెయ్యంలా విరుచుకుపడ్డాను. చొక్కా పట్టుకొని ఛెళ్ళు ఛెళ్ళు మంటూ వాణ్ణి చెంపలు వాయిం చాను - 'నేను తప్ప తాగుతానా? బజారు ముండల్ని మేపుతానా? చెప్పరా దొంగ

గాడిదా?' అంటూ వాణ్ణి చితక దన్నాను.

విమల నా స్నేహం మానేస్తుందను కున్నాడు గానీ ఇదంతా నాకు తెలుస్తుం దనుకోలేదు వాడు. 'ఛ, నే నలా చెప్పలేదే' అని మొదట కాస్సేపు దబాయించాడు. తర్వాత నాన్చుతూ నాన్చుతూ కొంచెం కొంచెం చెప్పేశాడు. పరీక్షల రోజులు కదా, నేను పెళ్ళి ఆలోచనల్లో పడి వర్రీ అవుతా నని నాకు విమల వుత్తరం ఇవ్వలేదట! ఎంత పిచ్చి వాగుడో! 'అసలు నా వుత్తరం నువ్వెందుకు చించాలి?' అంటే, 'నీ మంచి కోసమే' అన్నాడు. 'నా మంచి కోసమే నా మీద అబద్ధాలు చెప్పావా' అంటే, నోరెత్తడు. ఇంకేమనను?.... అస హ్యం వేసింది. వెధవని తక్షణం పొమ్మ న్నాను. అల్మైరా లోంచి వాడి గుడ్డలవీ తీసి విసిరి పారేశాను. అన్నీ మూట కట్టుకుని ఏడుస్తూ పోయాడు. రెండు రోజులైంది. చూడు! వారం రోజుల్లో పరీక్షలు. ఈ గోలెలా వచ్చి పడిందో! ఇంకేం చదువు? ఇంకేం పరీక్షలు?"

శంకరం మౌనంగా అంతా విన్నాడు. వింటూనే వున్నాడు.

బాలకృష్ణ, మనస్సు తేలికపడేలా ఎంతో సేపు చెప్తోనే వున్నాడు.

"తర్వాత మీరు విమల గారికి ఉత్తరం రాయలేదా?" అన్నాడు శంకరం.

బాలకృష్ణ ఎర్రగా చూస్తూ, "ఎందుకూ?" అన్నాడు.

శంకరాని కేం చెప్పాలో తోచలేదు... బాలకృష్ణ కేమైనా సాయం చేయగలిగితే బాగుండును! ఏం చెయ్యగలడు తను?

"విమల గారి ఇల్లెక్కడ?" — బాల కృష్ణ మొహంలోకి చూస్తూ అడిగాడు.

"ఎందుకూ?"

"ఏం లేదు... మీ గురించి నిజా నిజా లేమిటో ఆవిడకు మాత్రం ఏం తెలుసు?"

"తెలుసుకోటాని కేం ప్రయత్నిం చింది? ఒక వ్యక్తి నా గురించి చెడ్డగా చెప్తే ఆ వ్యక్తి నాకు నిజమైన స్నేహితుడు కాదని ఎందుకు సందేహించలేకపోయింది? నన్ను గురించి సూరిబాబు చెడ్డగా చెప్తే నమ్మే సింది. మాట మాత్రం కూడా నన్ను అడ క్కుండా ఇంత కఠినంగా ఉత్తరం రాసింది. ఇవ్వాళ మళ్ళీ నువ్వెళ్ళి నా గురించి మంచిగా చెప్తే నమ్ముతుంది. క్షమించ మంటూ మరో ఉత్తరం రాస్తుంది. రేపు ఏ వెంకట్రావో మళ్ళీ చెడ్డగా చెప్తే...? వద్దు శంకరం! నన్ను నమ్మని మనిషితో నా కెలాంటి సంబంధమూ వద్దు. ఆమె ఉత్తరంతోనే తనకూ నాకూ స్నేహం పోయింది."

శంకరం కంగారుగా అన్నాడు - "అంత తొందరపడకండి బాలకృష్ణ గారూ! సూరిబాబు ఎంత నమ్మకంగా చెప్పాడో! నిజం తెలిస్తే ఆవిడెంత పశ్చాత్తాప పడు తుందో!"

"పశ్చాత్తాపాలతో సమస్యలు పరి ష్కారం కావు. ఈ ఉత్తరం వచ్చే క్షణం వరకూ నాకు విమలంటే అంతులేని ఇష్టం. విమలేదైనా ఆపదలో వుందని తెలిస్తే నా ప్రాణాలు ఇచ్చెయ్యా లనుకునేవాణ్ణి. విమల లేకుండా నా భవిష్యత్తే లేదను కున్నాను. మా నాన్న ఒప్పుకోకపోయినా విమల్ని పెళ్ళి చేసుకు తీరాలని నిశ్చ యించుకున్నాను. పతంజలి రూమ్‌లో ఏం జరిగిందో విమల చెప్తే నేను అక్షరాలా నమ్మాను. ఇవ్వాళ విమల నన్ను శంకి స్తుందా? నన్ను పిల్చి ముఖాముఖీ అడగలేకపోయిందా? ఇలాంటి ఉత్తరం రాస్తే నే నెంత బాధపడతానో ఆలోచిం చిందా? నువ్వే చెప్పు శంకరం!"

శంకరం బాలకృష్ణని తదేకంగా చూశాడు - "ఆ అమ్మాయి, తప్పే చేసిం దనుకోండి. కనీసం తను తప్పు చేసి నట్టయినా తెలియాలి కదా? చెప్పకపోతే ఎలా తెలుస్తుంది?"

"తెలుస్తుంది. ఎప్పుడో ఎలాగో తెలు స్తుంది. తెలియకపోతే పోతుంది."

"తెలియకపోతే మీ మీద దురభి ప్రాయం అలాగే వుండి పోతుంది కదా? సూరిబాబు మాటలే నిజమనుకుంటుంది కదా?"

"అనుకోనీ శంకరం! ఆమెని నా మీద దురభిప్రాయంతోటే వుండ నియ్యి!"

బాలకృష్ణ తర్కం శంకరానికి నచ్చలేదు. కానీ బాలకృష్ణ వేదనకి తనేం చెప్పాలో తోచలేదు. "నిజం చెప్పండి. విమలతో సంబంధం పోయిందనుకుంటే తర్వాత మీకు ఇంకా బాధగా వుండదూ?"

బాలకృష్ణ కొంచెం సేపు మాట్లాడలేదు. "లేదు శంకరం! నా మాట నమ్ము! విమల నన్ను సిన్సియర్‌గా నమ్మలేదని నిర్ధారణ చేసుకున్న తర్వాత నా కా బాధ కలగటం లేదు. జీవితానికి ఏది లేక పోయినా ఫర్వా లేదు గానీ, ప్రేమకీ, విశ్వాసానికీ దూరంగా బ్రతకలేం."

"మీ రనేది నిజమే గానీ, అసలు ఆమె వుత్తరమే మీకు అందలేదనే సంగతి ఆమెకి తెలియాలండీ! లేకపోతే మీరు నిజంగా చెడ్డవారనుకుంటుందండీ. ఆమె అడ్రస్ ఇవ్వండి నాకు. నిజం చెప్పేసి వస్తాను."

"ఇదుగో, ఈ వుత్తరంలోనే వుంది ఆమె అడ్రసు. కావాలంటే తీసుకో."

శంకరం, గబ గబా ఆ అడ్రస్ రాసు కుని జేబులో పెట్టుకున్నాడు.

ఇద్దరూ మౌనంగా కూర్చున్నారు.

బాలకృష్ణ మొహం రాను రాను తేట పడింది - "నన్ను నమ్మినందుకు నిన్ను అన్యాయం చేశానోయ్ శంకరం! అందుకే నేను నమ్మిన వాళ్ళు నన్ను మోసం చేశారు. రెండూ ఒకటే కదా? సూరిబాబు లాగే నేనూ చేశాను."

శంకరం మాట్లాడలేదు. బాలకృష్ణ ఎంత బాధ పడితే బాధ నుంచి అంత విముక్తుడౌతాడు — అనిపించింది.

"ఈ ఒక్క సంఘటనతో ముగ్గురు వ్యక్తుల నిజ స్వరూపాలు తెలుసుకున్నా నోయ్! విమల నన్ను ప్రేమించలేదు. సూరిబాబు నా స్నేహితుడు కాడు. ఇక నువ్వు నిజంగా నా ఆప్తుడివి, నిజమైన స్నేహితుడివి" — బాలకృష్ణ చిరునవ్వు నవ్వుతూ శంకరం చెయ్యి నొక్కాడు.

శంకరం శరీరం పులకరించింది. అను రాగపూరితంగా బాలకృష్ణ మొహంలోకి చూశాడు.

"శంకరం! నీకేం కావలసినా నన్న డుగు. ఎంత వరకు చదువుకున్నా నేను డబ్బిస్తాను, అబద్ధం కాదు. ఈ సారి నిన్ను మోసం చెయ్యను."

"అలాగే! అలాగేనండీ! అలాగే అడుగుతాను" అన్నాడు శంకరం సంతో షాతిరేకంతో. తనకు సహాయం చేసే అవకాశం బాలకృష్ణకు మళ్ళీ ఇస్తేనే, అతని బాధ తగ్గుతుంది.

బాలకృష్ణ లేచాడు — "కాస్సేపలా తిరిగొద్దాం పద. ఇప్పుడు నా మనసు చాలా హాయిగా వుంది. నీతో మాట్లాడితే ఎంత తేలిక పడిందో చూశావా? దేవుళ్ళా వచ్చావు" — గబ గబా మొహం కడుక్కు వచ్చి బట్టలు వేసుకుని తల దువ్వు కున్నాడు.

గదికి తాళం పెట్టి ఇద్దరూ వీధిలో పడ్డారు.

"శంకరం! నువ్వేదైనా కొనుక్కో వోయ్!"

"కాసిన్ని మరమరాలు కొనండి."

బాలకృష్ణ నవ్వాడు — పిడత కింద పప్పు రెండు పొట్లాలు కొనుక్కు తింటూ నడిచారు.

"బట్టలేమైనా కొనుక్కుంటావా?"

"అబ్బే, వద్దండీ! నిజంగా చాలా వున్నాయి."

"మరి... పోనీ కొత్త జోళ్ళు కొనుక్కో రాదూ?"

"ఎందుకండీ మొన్ననేగా మీరు కొన్నదీ? ఇంకా కాళ్ళకి పుళ్ళు పడుతూనే వున్నాయి."

"అలాక్కాదు, ఏదో ఒకటి కొనుక్కో!"

దారిలో వాచీల షాపు కనపడింది. "అన్నట్టు నీకు వాచీ లేదుగా?" అన్నాడు బాలకృష్ణ.

తెల్లబోయాడు శంకరం — "ఇప్పు డంత డబ్బుందా మీ జేబులో?"

"కొనడం రేపు కొందాం. ప్రస్తుతానికి నీ కేది నచ్చుతుందో చూసుకో!" అంటూ శంకరం చెయ్యి పట్టుకుని లాగాడు బాలకృష్ణ ఆ షాపు వేపు.

"అది కాదు బాలకృష్ణగారూ! నా మాట వినండీ!... ఇప్పుడు నాకు బుల్ బుల్ కొనిపెట్టండి!"

సంబరంగా చూశాడు బాలకృష్ణ — "బుల్ బుల్ కావాలా? మరి చెప్పవేం?" అంటూ మరో వేపు లాక్కుపోయాడు.

అన్నీ ఎంచి ఎంచి ఎక్కువ ఖరీదు పెట్టి బుల్ బుల్ కొన్నాడు బాలకృష్ణ — "సెలవుల్లో రూమ్ కొస్తూ వుండు. వాయించటం నేర్పుతా" అన్నాడు.

"నాకు వచ్చండీ! మీ బుల్ బుల్ మీదే నేర్చుకున్నా" అన్నాడు శంకరం నవ్వుతూ.

"అమ్మ దొంగా! ఎప్పుడూ చెప్ప లేదేం?"

ఇద్దరూ మాట్లాడుకుంటూ నడిచారు.

బాలకృష్ణ శంకరం చెయ్యి వూపుతూ కులాసాగా అన్నాడు — "నీకో చెల్లెలుంద టోయ్ నేను పెళ్ళి చేసుకుంటాను. నాకు చదువు లేదు గానీ, డబ్బుందిలే."

శంకరం నవ్వుతూ అన్నాడు.

"అయితే నన్నే చేసుకోండి."

బాలకృష్ణ పగలబడి నవ్వాడు. "నిన్నెం దుకూ? తిండి దండగ. సరే, వెళ్ళు, చాలా పొద్దుపోయింది" అంటూ వీడ్కోలిచ్చాడు.

బస్సు కోసం నడుస్తూ వుంటే, శంకరా నికి హఠాత్తుగా 'విమల గారింటికి ఇప్పుడే వెళ్తే?' అనిపించింది. 'ఇప్పుడా? చీకటి పడుతోందే... ఏం, చీకటి పడితే?... తప్పి పోతానా దారిలో?... ఆ అమ్మాయి వుంటుందా ఇప్పుడు?... ఉంటేనే మాట్లా డొచ్చు. లేకపోతే రేపు వెళ్ళొచ్చు' జేబులో అడ్రస్ కాయితం తీసి చూసుకున్నాడు.

అరగంట లోపలే విమల ముందు వున్నాడు. శంకరాన్ని విమల ఎరగదు. బాలకృష్ణ రూమ్‌లో శంకరం కూడా వుంటా డని ఆమెకి తెలుసు.

"మీతో కొంచెం మాట్లాడాలని వచ్చా నండీ" అన్నాడు శంకరం, ఆ అమ్మాయి వెంటనే దొరికినందుకు సంతోషిస్తూ.

"ఏం మాట్లాడాలని?" అంది ఆ అమ్మాయి ఆశ్చర్యపడుతూ.

"బాలకృష్ణగారికి మీరు రాసిన..."

"అతని సంగతి వొద్దు. అందుకా మీరొచ్చింది?"

"అది కాదండీ, మీరు మొదట రాసిన వుత్తరం అసలు అతనికి అందనే లేదు."

"అతని సంగతి వొద్దన్నాను కదా?"

"మీ కసలు చాలా విషయాలు తెలీవు..."

"మీకెలా తెలుసు?"

"అదంతా చెపుతాను. నాకో అర గంట టైము ఇవ్వండి. మీ ఉత్తరం బాలకృష్ణకి ఇవ్వకుండా సూరిబాబే చదివి చింపేశాడు."

విమల ఆశ్చర్య పోతున్నట్టు చూసి, "ఇక్కడ కాదు, డాబా మీదకు వెళ్దాం, రండి" అంటూ గబ గబా మెట్ల వేపు దారి తీసింది.

ఇద్దరూ డాబా మీద కూర్చున్నారు. శంకరం మొదలుపెట్టాడు, "ఇందాక నేను బాలకృష్ణ గారి రూమ్‌కి వెళ్ళాను..." అంటూ. జరిగింది జరిగినట్టు అంతా పూస గుచ్చినట్టు చెప్పాడు.

విమల నిర్ఘాంతపోతున్నట్టుగా వింది అంతా, మౌనంగా. "నేను మొదట రాసిన వుత్తరం బాలకృష్ణ చదవనే లేదా?" అంది మళ్ళీ మళ్ళీ.

"లేదండీ, మీ రెండో వుత్తరం అందాకే మొదటి వుత్తరం సంగతి తెలిసింది."

"బాలకృష్ణ ఎక్కడున్నాడు?" అని కంగారుగా అడిగింది.

"రూమ్‌కే వెళ్తానన్నారు. బజారు నించి నేను ఇటు వచ్చేశాను."

"బాలకృష్ణ గురించి మీకు నిజంగా తెలుసా?"

"అయ్యో, నేను చాలా నెలలు ఆ రూమ్‌లో, ఆయనతో వున్నానండీ. ఆయనకి చదువంటే కొంచెం అశ్రద్ధ. అల్లరంటే ఉత్సాహం. అంతకన్నా దుర్గుణాలేమీ లేవు. చాలా దయ గల మనసు. అమాయకుడనిపిస్తుంది నాకు."

"సూరిబాబు, బాలకృష్ణ స్నేహితుడేగా? లేని సంగతులన్నీ ఎందుకు చెప్పాడు నాతో?"

"అదే ఆశ్చర్యం బాలకృష్ణ గారికి. ఎందుకలా చేశాడో అర్థం కాదు."

"బాలకృష్ణ ఎలా వున్నాడు? నా మీద కోపంగా వున్నాడా?"

"కోపం కాదు....."

"మరి?"

"కొంచెం బాధగా.... విరక్తిగా వున్నారు. విమలకి నా మీద నమ్మకం లేదు అన్నారు నాతో."

"నమ్మకం ఎందుకు లేదండీ. అంత దగ్గిర స్నేహితుడే అలా చెప్తే...."

"మీరు బాలకృష్ణ గారితో మాట్లాడాకే ఒక అభిప్రాయానికి రావలసింది."

విమల మౌనంగా వుండి పోయింది.

శంకరం, చెప్పిన విషయాలే మళ్ళీ మళ్ళీ చెప్పాడు.

విమల, మొదటి కన్నా ఆసక్తిగా, ఆతృతగా వింది. హఠాత్తుగా ఆమె కళ్ళు నీళ్ళతో నిండాయి. నీటి బొట్లు జల జలా కిందకి రాలాయి.

"చాలా తొందర పడ్డాను" అంది.

"అవును... ఫర్వాలేదండీ. మీకు నిజం చెప్పాలని నాకే ఆతృత కలిగింది. బాలకృష్ణ గారు అసలు ఒప్పుకోలేదు. నేనే మళ్ళీ మళ్ళీ అడిగి మీ అడ్రస్ తీసుకున్నాను."

"చాలా మంచి పని చేశారు. మీరే ఆయనకు మంచి స్నేహితుడు."

"ఏమో, అదంతా ఆలోచించలేదు నేను. మీకు నిజం చెప్పాలని అనుకున్నాను."

"మీరింత చొరవ చెయ్యకపోతే నేను బాలకృష్ణ మీద కోపంగానే వుండేదాన్ని. నాకు చాలా మేలు చేశారు మీరు... బాలకృష్ణ ఎక్కడ వున్నాడు ఇప్పుడు?"

"రూమ్ లోనే వుంటారు. ఆయన ఇప్పుడు ఎక్కడికీ తిరగడం లేదు."

"అయ్యో, బాగా చీకటైపోయింది.

లేకపోతే ఇప్పుడే వెళ్ళేదాన్ని."

"మీరు సాయం రమ్మంటే నేనూ వస్తాను... లేకపోతే, నేనే బాలకృష్ణ గారి దగ్గిరికి వెళ్ళి మీతో మాట్లాడిన సంగతి చెప్పనా?"

"అలా వద్దు. నేనే మాట్లాడతాను. రేప్పొద్దున్నే వెళ్తాను."

"పోనీ ఇంకా రెండ్రోజులు ఆలోచించి అప్పుడో వుత్తరం రాసి నా చేతి కివ్వండి."

"అయ్యో, ఇంకా ఉత్తరాలా? ఇప్పటికే బోలెడు ఆలస్యమై పోయింది. రేపు తెల్లార గానే వెళ్తాను."

"అయితే, ఇప్పుడు నన్ను బాల కృష్ణ గారికి చెప్పొద్దంటారా?"

"ఒద్దు, నేనే హఠాత్తుగా వెళ్తాను."

"ఆయన కొంచెం కోపంగా మాట్లా డినా మీరు బాధ పడకండి!"

"మాట్లాడనివ్వండి. న్యాయమే కదా? ఆయన్ని అంత బాధ పెట్టాను కదా? ఆయన ఎలా మాట్లాడినా బాధ పడను. నా తప్పు నేను చెప్పుకుంటాను."

"ఇప్పుడు నాకు చాలా సంతోషంగా వుంది" అంటూ లేచాడు శంకరం.

అర గంట అనుకున్నది గంటన్నర దాటింది. "వెళ్తానండీ, రేపు బాలకృష్ణ గార్ని కలుస్తాను" అంటూ గబ గబా మెట్లు దిగాడు. విమల గేటు దాకా సాగనంపింది.

తను తొందరగా చేరకపోతే శ్యామల కంగారు పడిపోతూ వుంటుందని శంకరా నికి ఎప్పుడూ భయమే.

బుల్ బుల్ పట్టుకుని ఇంటికి వచ్చిన శంకరాన్ని చూస్తూ ఆశ్చర్యపడింది శ్యామల - "ఏం? ఇంత ఆలశ్యం చేశారు? ఏమైందోనని కంగారు పడుతున్నా" అంది చిరు కోపంతో.

శంకరం నవ్వాడు — "బజార్లో తప్పి పోకుండా వచ్చా లెండి" అన్నాడు.

స్నానం, భోజనం అయ్యాక బుల్ బుల్ కొనిచ్చిన బాలకృష్ణ వుదంతం అంతా చెప్పాడు శ్యామలకి. విమలతో మాట్లాడిన దంతా చెప్పాడు.

శ్యామల, ఆశ్చర్యపడి, "చాలా మంచి పని చేశారు" అంది. "బాలకృష్ణలో అణిగి పడి వున్న సంస్కారం ఇప్పటికైనా బయట పడింది. బాలకృష్ణకి కొంచెం తెలివిమాలిన తనం వుందేమో గాని నీచత్వం లేదు. తన ఆత్మాభిమానాన్ని గుర్తించు కున్నా డంటే బాలకృష్ణ బాగుపడ్డాడన్న మాటే" అంది శ్యామల బాలకృష్ణని అర్థం చేసు కొంటూ.

★ ★ ★

పరీక్ష లయ్యాయి.

చాలా బాగా రాశాననుకున్నాడు శంకరం. ఆ మాటే శ్యామలతో అన్నాడు.

సెలవుల్లో కూడా ఇంటికి వెళ్ళటం ఇష్టం లేదు శంకరానికి. రెండు రోజులు ఆలోచించి శ్యామలతో అన్నాడు - "మా వూరు వెళ్ళడం నా కిష్టం లేదండీ. మా అమ్మ లేదు కదా? అక్కడ నా కెవ్వరూ లేరు."

"పోనీ, మానెయ్యండి. వెళ్ళబుద్ధి కాకపోతే మరీ మంచిది. కథల పుస్తకాలవీ చదువుకుంటూ కూర్చోండి."

"ఊరికే కూర్చుంటే మాత్రం ఏం తోస్తుంది? పోనీ ఈ రెండు నెలలూ చిన్న వుద్యోగం ఏదైనా దొరుకుతుందేమో! పిల్ల లెవరైనా ట్యూషన్స్‌కి దొరుకుతారేమో చూస్తాను."

శ్యామల కాస్సేపు మౌనంగా వుండి అంది — "మీ రేమీ అనుకోనంటే నే నో మాట చెప్తాను."

"నేనేం అనుకుంటాను? ఈ మాటే నేనంటే మీ కెంతో కోపం వచ్చేది."

"ఇప్పుడు మీకూ వచ్చిందిగా?" — నవ్వింది శ్యామల. "కోపం రాదన్నారుగా? అయితే వినండి. మీ కో పని అప్పగిస్తాను. ఎలాగూ మీకు సెలవుల్లో కాలక్షేపం కావాలి. రేఖకీ కిశోర్‌కీ కాస్త చదువు చెప్పండి. స్కూలుకి పంపించటం తప్పితే వాళ్ళకేం ఒంటబడుతూందో తెలీదు. ట్యూషన్లు పెట్టించినా అవీ అలాగే వున్నాయి. చదువుకునే వాళ్ళకే శ్రద్ధ లేకపోతే టీచర్లేం చెయ్యగలరు? పోనీ నేనే చెప్దామా అంటే నాకా ఓపిక లేదు. ఆ పాఠాలూ, లెక్కలూ చూస్తే నాకే నిద్ద రొస్తుంది ముందు. అయినా వాళ్ళ కసలు నా దగ్గిర భయం లేదండీ! ఓ వేపు పాఠం చెపుతోంటే, బిస్కట్లో, బఠాణీలో తింటూ కూర్చుంటారు. నా నోట్లో కూడా పడేస్తారు. అదీ వరస. పాపం నాన్న గారు పైకి చెప్పరు గానీ మమ్మల్నందర్నీ పెద్ద పెద్ద చదువులు చదివించాలని ఎంతో ఆశ. నా చదువు గుంట పూలు పూసింది. నాకేం బెంగ లేదు లెండి, పోనీ అన్నయ్య అయినా నాన్న గారి ముచ్చట తీరుస్తాడేమో అంటే అది కన్పించటం లేదు. ఇప్పటికి బి.ఏ. రెండు సార్లు తప్పాడు. ఊళ్ళో వుంటే బాగా చదవటం లేదని మెడ్రాస్‌లో మా అత్తయ్య గారింట్లో పెట్టారు కదా? ఈ సంవత్సరం మరేం చేస్తాడో! ఈ చిన్న పిల్లల కైనా కాస్త చదువు ఒంటపడితే బాగుండు ననిపిస్తుంది" — శ్యామల ఎంతో చనువుగా కుటుంబ విషయాలన్నీ చెబుతోంటే వింటూ కూర్చున్నాడు శంకరం.

"రేఖని మెడిసిన్నూ, కిశోర్‌ని ఇంజనీరింగూ చదివించాలని నాన్న గారి కోరిక. ఏదో సామెత చెప్పినట్టు అన్నీ వున్నాయి, పిల్లలకి శ్రద్ధ లేదు. కాయితాలు కొంటాం, కలాలు కొంటాం, మాష్టర్లని పెడతాం, ఇంకేం చెయ్యగలం చెప్పండి?"

"రేఖా వాళ్ళింకా చిన్న పిల్లలండీ! అప్పుడే చదువు మీద శ్రద్ధేం వుంటుంది? ఇద్దరూ తెలివైనవాళ్ళే. పెద్ద చదువులు చదవకపోరు. ఇవ్వాల్టి నుంచీ నేను వాళ్ళ విషయం చూస్తాగా? మీ కెందుకు, మీరేం దిగులు పడకండి, ఆ బాధ్యత నా మీద వదిలెయ్యండి. నాకూ సంతోషంగా గడుస్తుంది."

"వాళ్ళ పరీక్షలు నెల్లాళ్ళున్నా యనుకుంటాను. ఈ ఏడాది ఫెయిలైనా మళ్ళీ స్కూలు తెరిచే సరికి బాగా వుండేలా చూడండి."

"అసలు వాళ్ళ స్టాండర్డ్ ఎలా వుందో చూడాలి ముందు."

"నిజం చెప్పొద్దూ? మీరు మా యింటికి వచ్చాక రేఖా వాళ్ళ భవిష్యత్తు గురించే ఆలోచిస్తోంది నా మనసు. మీ పరీక్షలు అయ్యేవరకూ ఈ మాట చెప్పటం నా కిష్టం లేదు. ఇక ఇప్పుడంటారా? ఫర్వా లేదు, మీకూ కాలక్షేపం."

"మీరేం దిగులు పడకండి, నేను చూస్తాను" అన్నాడు శంకరం దృఢంగా.

భోజనాలయ్యాక పిల్లలిద్దర్నీ తన గదిలోకి పిల్చాడు. ముగ్గురూ కాస్సేపు పుస్తకాల్లో బొమ్మలు చూసుకున్నారు.

"మీ ఇద్దరిలో ఎవరు గడ గడా చదవగలరు?" — వున్నట్టుండి అడిగాడు శంకరం.

"నేను చదువుతానండీ" అన్నాడు కిశోర్.

"ఛీ! వాడన్నీ తప్పులండీ! నేనే బాగా చదువుతాను" అంది రేఖ.

"అలాక్కాదు. మీ రిలా దెబ్బలాడు

కుంటే నాకేం తెలుస్తుంది? నే నో పుస్తకం ఇస్తాను. ఇద్దరూ కొంచెం కొంచెం చద వండి, వింటాను" అంటూ శంకరం టేబుల్ మీద వున్న పత్రిక తీసి రేఖకి ఇచ్చాడు.

రేఖ ఓ కాయితం తెరిచి చదవాలని ప్రయత్నించింది. చదవలేక, "ఇదేం పుస్తకం? మా మాష్టరు ఇది చెప్పారా ఏమిటి? నా పుస్తకం అయితే బాగా చదువుతాను."

"అయితే నీ పుస్తకం తెచ్చుకుంటావా? ఎంత బాగా చదువుతావో చూస్తాను."

రేఖ ఇంట్లోకి పరిగెత్తింది.

"కిశోర్! నువ్వు కూడా నీ పుస్తకాలు తెచ్చుకో! తొందరగా వచ్చెయ్. ఎవరు ఫస్టు వస్తారో చూస్తాగా?"

ఇద్దరూ పోటీల మీద పుస్తకాలు తెచ్చు కున్నారు. శంకరం దగ్గిర కూర్చుని గడ గడా చదవడం ప్రారంభించారు.

కాసేపు శంకరం వింటూ కూర్చున్నాడు. "అరె! ఇద్దరూ చాలా బాగా చదువు తున్నారే!" అంటూ సంభ్రమం వెలి బుచ్చాడు. "ఇన్నాళ్ళూ నాకు తెలీదు సుమా!" అన్నాడు విస్తుబోతూ.

ఆ సంతోషంతో పిల్లలు శంకరం లెక్కలు చెప్తే చేశారు. ప్రశ్నలు వేస్తే తప్పులో ఒప్పులో జవాబులు చెప్పారు. ఏం అడిగినా ఏడుపు మొహాలు మాత్రం పెట్ట లేదు.

"ఈ పూటకి మానెయ్యండి. మీ పుస్తకాలన్నీ ఈ గదిలోనే పెట్టేసుకోండి. రోజూ మనం ముగ్గురం కలిసి చదువు కుందాం. మీ పాఠాలన్నీ ఎంతో బాగు న్నాయి నాకు" అన్నాడు శంకరం.

పిల్లలిద్దరూ ఉత్సాహంగా పుస్తకాలు శంకరం పుస్తకాల మధ్య పెట్టుకున్నారు.

తర్వాత అడిగింది శ్యామల — "ఎలా వున్నారు మీ శిష్యులు?" అని.

"నన్ను హడలగొట్టేశారు మీరు. వాళ్ళనెలా లొంగదీయాలా అని పథకాలు వేస్తున్నాను. అంతా ఉత్తదే. ఇద్దరూ చక్కగా చదువుతున్నారు. చెప్పినట్టు వింటున్నారు. ఓ గంట చూసి మరీ విసిగించకూడదని వదిలేశాను."

శ్యామల తెల్లబోయింది — "హాస్యం కాదు గదా?"

"మీ తోనా? వాళ్ళు నిక్షేపంగా చదువు తోంటే మధ్య నా హాస్యం ఏమిటి? ఒక్క మాట. శంకరం చదువు చెప్పే మాష్టారు — అని వాళ్ళ కెప్పుడూ అనిపించకూడదు. మాష్టారి దగ్గిరి కెళ్ళి చదువుకోండి — అని మీ రెప్పుడూ అనకండి. వాళ్ళకి నేనంటే చాలా ఇష్టం! నన్ను నమ్ముతున్నారు. రేపట్నుంచీ ఎంత బాగా చదువుతారో చూడండి."

శ్యామల కెంతో సంతోషం కల్గింది.

"నిజంగా వాళ్ళిద్దరూ మంచి మంచి మార్కులు తెచ్చుకుంటూ ప్రతీ సంవత్సరం పరీక్షలు పాసౌతూ తెలివిగా చదువుతోంటే నాన్నగారెంత సంతోషిస్తారో చెప్పలేం."

శంకరాని కెంతో తృప్తి గలిగింది. ఆ ఇంటికి తను ఆ మాత్రం చెయ్యగలిగితే అదే పదివేలని పించింది.

★ ★ ★

రిజల్ట్సు వచ్చాయి.

అనుకున్నట్టే శంకరానికి క్లాసు వచ్చింది. అనుకోని విధంగా శ్యామల అన్న రమేష్ బి.ఏ. పాసయ్యాడు.

వెంకట్రామయ్య హృదయం పసి పిల్లాడిలా గంతులేసింది.

రమేష్ ఎమ్.ఏ.లో జాయిన్ అయ్యాడు. శంకరం బి. ఏ. ప్రారంభించాడు.

స్కాలర్‌షిప్‌కి అప్లై చేశాడు.

చీకూ చింతా లేకుండా చదువుకోవ టమే ధ్యేయంగా గడిచిపోతున్నాయి రోజులు.

కష్టాల ఒత్తిడీ, సుఖాల ప్రాబల్యమూ, రెండూ అనుభవించక తప్పదు మనిషికి. ఆ కష్టాలు యెవరో కల్పించినవి అయితే ఆ అనుభవం మరీ బాధాపూరితంగా వుంటుంది. అలాగే సుఖాలకు కూడా సాటి మనుషుల సహృదయాలే కారణం అయి నప్పుడు ఆ అనుభవం రెట్టింపు సుఖా న్నిస్తుంది. — శంకరం గుండెల్లో రెండు అనుభవాలూ సరి సమానంగా చోటు చేసుకున్నాయి.

★ ★ ★

మరో ఏడాది తిరిగి వచ్చే సరికి శంకరం శారీరకంగా చాలా మారాడు. ఎత్తు పెరిగాడు, పుష్టిగా బలంగా అయ్యాడు. చిన్నతనం నుంచీ ఎరగని మంచి పోషణా, సదుపాయాలూ, నిశ్చింతా — అన్నీ వాటి ప్రభావాలు అవి చూపాయి శంకరం మీద. మొహంలో నిండుతనం కుడింది. కళ్ళల్లో కాంతీ, చురుకూ పుట్టాయి. చాలా అందంగా, పెద్దింటి బిడ్డలా తయా రయ్యాడు.

శ్యామల కూడా చాలా మారింది. సహజంగా ఆ వయసులో ఆడ పిల్లకి వుండే పసితనం శ్యామలలో ఏ కదలిక లోనూ కన్పించదు. ఏ మాట లోనూ ధ్వనించదు. పెళ్ళి గాని పిల్లే అయినా ఇంటి ఇల్లాలి కుండాల్సినంత బాధ్యతలతో ఉన్నట్టు వుంటుంది.

ఇంట్లో అందరి మంచి చెడ్డలూ తెలుసుకుంటూ, ఇంటి అవసరాలు చూసుకుంటూ, పని మనుషులతో చిరు నవ్వులతో మాట్లాడుతూ తిరుగుతూ వుంటుంది.

శ్యామలంటే శంకరానికి గతాన్ని మించిన గౌరవ భావం ఏర్పడసాగింది, రోజు రోజుకీ. స్నానానికీ, భోజనానికీ మాత్రమే శంకరం ఇంట్లోకి వెళ్తాడు. లేనప్పుడు తన గదీ, విశ్రాంతిగా కూర్చోవా లంటే పోర్టికో. సాయంత్రం వేళ తోటలో కూర్చుంటాడు అప్పుడప్పుడూ.

ఎప్పుడైనా శ్యామల వీధి వేపుకు వచ్చి నప్పుడు శంకరం గది కేసి చూస్తుంది. గది గుమ్మంలోనే నిలబడి కాస్సేపు మాట్లాడు తుంది.

★ ★ ★

ఆ రోజు రాత్రి, తొమ్మిది గంటల వేళ, శంకరం భోజనం చేసి తన గదిలోకి వచ్చి కొత్త కథల పత్రిక చూస్తూ కూర్చున్నాడు.

టేబుల్ ఫేన్ తిరుగుతోంది. గాలికి శంకరం చొక్కా, స్టాండు మీద బట్టలూ అలల్లా రెప రెప లాడుతున్నాయి.

కాయితం తిప్పుతూ శంకరం తలె త్తాడు. శ్యామల కన్పించింది గుమ్మంలో.

కంగారుగా లేచాడు. "మీరు రావటం నేను చూడనే లేదు."

"అబ్బే, నే నిప్పుడే వచ్చాను" శ్యామల చనువుగా లోపలికి వచ్చింది.

"కూర్చోండి. పనంతా అయిందా?"

"ఆఁ, భోంచేసే వచ్చాను."

"రేఖా వాళ్ళు?"

"నిద్రపోతున్నారు."

"అప్పుడే?"

"నేనే పోయి పడుకోమన్నాను. తొమ్మిది కావస్తోందిగా? అన్నట్టు మీరు ఏమైనా చదువుకుంటారేమో!"

"ఫర్వాలేదు. అంత అర్జంటుగా ఏం

చదివేస్తాను? అప్పుడప్పుడూ చదువంటేనే విసుగేస్తోంది. ఈ పత్రిక తిరగేస్తున్నాను."

"విసుగు ఎందుకూ?"

"ఏమో, ఎంత సేపూ కథలూ, నవలలూ చదవాలనిపిస్తోంది."

"ఇవీ అవీ కూడా చదవాలి. దేని అవసరం దానిదే కదా?"

శ్యామల యెందుకో రోజూలా తేలిగ్గా మాట్లాడలేక పోతున్నట్టనిపించింది శంకరానికి. ఎంత ప్రయత్నించినా సంభాషణ సాగటం లేదు.

చాలా సేపటికి అంది శ్యామల అదో రకంగా నవ్వుతూ, "మీకో విషయం చెప్పాలి."

"నాకా? ఏం విషయం? చెప్పండి తొందరగా."

"చెప్తాను. కానీ..."

"అంత సంశయం ఎందుకూ? అసలది మంచి విషయమేనా?"

"వింటే మీ కెలా ఉంటుందో మరి."

"తొందరగా చెప్పండి. వినగానే నా అభిప్రాయం చెప్తాను."

శ్యామల మరో నిమిషం మౌనంగా కూర్చుంది. హఠాత్తుగా అంది "నాకు పెళ్ళి కుదిరింది."

మొదట తెల్లబోయాడు శంకరం. తేరుకుంటూ, "మీకా? పెళ్ళా? మరి చెప్పరేం?" అన్నాడు సంతోషంగా.

శంకరం మొహంలోకి బాగా చూడలేక పోయింది శ్యామల — "నా పెళ్ళి కబురు మీ కెలా వుంది?"

"వేరే చెప్పాలా? మీకు శుభం జరుగుతోంటే నాకు సంతోషం కాదూ? అయితే పెళ్ళెప్పుడు? ఎక్కడ? అసలు పెళ్ళి కొడుకు గురించేం చెప్పరేం? అన్నీ చెప్పండి, వింటాను."

శ్యామల మొహంలో చిత్రమైన గాంభీర్యం కనిపించింది. శంకరం ప్రశ్నలకు సమాధానంగా అంది — "పెళ్ళి ఇక్కడే ఔతుంది లెండి. ఇంకా లగ్నం పెట్టలేదు. ఓ వారం రోజుల కిందట వాళ్ళ దగ్గిర్నుంచి ఉత్తరం వచ్చింది. ఇవ్వాళ నాన్న కూడా జవాబు రాసేశారు."

"పెళ్ళి కొడుకు పేరేమిటి?" — కుతూహలంగా అడిగాడు శంకరం.

శ్యామల నవ్వి అంది — "శ్రీనివాస రావు. మాకు బంధువే. డాక్టర్ పరీక్ష పాసై హౌస్ సర్జన్‌గా చేస్తున్నాడు. ఆస్తీ అదీ వుంది. ఇక పెద్ద వాళ్ళకి అభ్యంతరం ఏమిటి? ఈ సంబంధానికి నాన్న చాలా సంతోషిస్తున్నారు."

"మరి మీరు?" — అప్రయత్నంగా అడిగాడు శంకరం.

శ్యామల కొంచెం కంగారుపడింది — "నాకు మాత్రం అభ్యంతరం ఎందుకూ? పెద్ద వాళ్ళు అన్నీ ఆలోచించి చేస్తోన్న సంబంధం."

"అది కాదు" — ఏదో అడగాలనిపించింది శంకరానికి. ఏం అడగాలో తెలియలేదు.

"ఆయన్ని... అంటే పెళ్ళి కొడుకుని మీరు చూశారా?"

"అక్కర్లేదు, అతన్ని నేను బాగా ఎరుగుదును. మా అమ్మ వుండే రోజుల్లో చుట్టాలు చాలా మంది వచ్చి పోతూండే వారు. నన్ను కూడా అతను చూశాడు."

"అయితే మీకు బాగా నచ్చిందన్న మాట."

శ్యామల కొంచెం నవ్వింది. నిరుత్సాహంగా నవ్వినట్టని పించింది శంకరానికి,

"నాన్నగారిష్టపడి నన్నడిగారు. నే నేమీ అభ్యంతరం చెప్పలేకపోయాను. అతను నాకు బాగానే తెలుసు. చూడటానికి

బాగుంటాడు. మంచివాడు. చిన్నతనం నుంచి శ్రద్ధగా చదివి ఒక అంతస్తుకి వచ్చాడు. అతన్ని తిరస్కరించటానికేం కారణముంది?"

శంకరం కొంచెం ఆశ్చర్యంగా చూశాడు — "మీ రేమీ అనుకోకండి గానీ, ఒక వ్యక్తిని కాదనటానికి కారణం లేకపోతే అవుననటానికి అభ్యంతరం లేనట్టేనా? ద్వేషించని వాళ్ళ నందర్నీ ప్రేమించ గలమా? ఆయన ఎంత మంచి వాడైనా, యోగ్యుడైనా, మీ భర్తగా మీ జీవితాన్ని పంచుకునే వ్యక్తిగా, ఆయన్ని మీ మనసు సంతోషంగా అంగీకరించాలి కదా?"

శంకరం అంత అభిమానంగా తన పెళ్ళి గురించి మాట్లాడుతోంటే శ్యామలకి సంతోషం కల్గింది — "మీ రన్న దంతా నిజమే. నేనూ ఆలోచించాను" — కొంచెం తల దించుకుని నేల చూపులు చూస్తూ అంది - "అతను నా జీవితంలోకి వస్తాడు, మే మిద్దరం జీవితాంతం కలిసి వుంటాము - అనుకుంటే కూడా నా మనసు వ్యతిరే కించలేదు. అతనంటే ఏ విధమైన అయి ష్టమూ లేదు. సహజంగా జరగాల్సిందేదో జరుగుతున్నట్టుగా తోస్తోంది" అంది చిరునవ్వు నవ్వుతూ.

శంకరం హృదయం తేలికపడింది. శ్యామల కేసి ఆప్యాయంగా చూస్తూ అన్నాడు — "మీరు అదృష్టవంతులండీ! చాలా సంతోషంగా వుంది నాకు" — అంత లోనే ఏదో గుర్తొచ్చినట్టు తృళ్ళిపడి ముఖ కవళికలు మార్చుకుంటూ, "మీరు పెళ్ళవగానే వెళ్ళిపోతారా?" అన్నాడు.

శ్యామల నవ్వింది — "వెళ్ళనా మరి? పెళ్ళయితే ఈ ఇంటికి నేను పరాయి దాన్నేగా?"

శంకరం దిగాలు పడిపోయాడు.

"అయితే, ఈ ఇంటి పరిస్థితి ఎలాగ? పిల్లల్ని ఎవరు చూస్తారు?"

"ఏదో జరుగుతుంది లెండి, బంధువు లావిడ ఒకావిడ వస్తుంది."

"మీరు లేకపోతే ఇక్కడ ఉండటానికి నా కెలా వీలవుతుందండీ?"

"అయితే నాతో వచ్చేస్తారా?"

తెల్లబోయి తమాయించుకున్నాడు శంకరం.

శ్యామల చాలా కొత్తగా మాట్లాడు తోంది. ఊహలన్నీ భవిష్యత్తు లోకి ఎగిరి అంతా ఆనందమయంగా కన్పిస్తూందేమో!

"మీకు స్కాలర్‌షిప్పు వస్తోందిగా? ఎక్కడ వున్నా హాయిగా చదువుకోవచ్చు."

"అది కాదు, డబ్బు గురించి ఇప్పుడు ఇబ్బంది లేదు. బాలకృష్ణ గారు కూడా సహాయం చేస్తారు. అది కాదు, కానీ ఇక్కడే వుంటే నాకు సంతోషంగా వుంటుంది."

"ఎందుకండీ అంత అమాయకంగా మాట్లాడతారు? ఇప్పుడు మిమ్మల్ని వెళ్ళి పొమ్మన్న దెవరు? మీరు వెళ్ళిపోతానంటే మాత్రం నాన్న గారు ఒప్పుకుంటారా? నే నెక్కడున్నా మీ క్షేమం గురించీ, సదు పాయాల గురించీ ఆలోచించకుండా వుంటానా? చదువు పూర్తి అయిపోయి, ఉద్యోగం వచ్చి, ఎక్కడో స్థిరపడిపోతే అప్పుడిక మీకు ఎవరి ప్రమేయమూ అక్క ర్లేదు. అంత వరకూ ఇక్కడ నేను ఉన్నా లేకపోయినా ఏ లోటూ జరుగదు మీకు" — చిన్న పిల్లాడికి నచ్చచెపుతున్నట్టు మరీ మరీ చెప్పింది శ్యామల.

శంకరం మనసు తేలిక పడలేదు. శ్యామల వెళ్ళిపోతుందన్న ఊహ నచ్చ నట్టుగా చాలా చికాకు పెట్టింది - "మీరు లేని లోటు నా కెప్పుడూ తీరదు" అన్నాడు విచారంగా.

శ్యామల సంభ్రమంగా చూసింది — "నిజం చెప్పండి, నేను లేకపోతే మీ కంత లోటా?"

అనకూడని మాట అన్నానేమోనని కంగారు పడ్డాడు శంకరం. శ్యామల మాట లకి జవాబు చెప్పకుండా వూరు కున్నాడు.

శ్యామల కాస్సేపు చూసి లేచింది — "వెళ్తానండీ! మీ చదువు పాడు చేశాను" అంటూ.

శంకరం కూడా మౌనంగా గది బయ టికి వచ్చాడు. ఇద్దరూ రెండు నిమిషాలు పోర్టికోలో నించున్నారు. శ్యామల లోపలికి వెళ్ళిపోయింది. శంకరం గదిలో కొచ్చాడు. సగంలో ఆగిపోయిన కథ సంగతి గుర్తే లేదు. మనసు చాలా ఆందోళనగా అయింది. లైటార్పి పడుకున్నాడు.

"అయినా శ్యామలకి అప్పుడే పెళ్ళెందుకూ?"

★ ★ ★

శ్యామల పెళ్ళి ఏర్పాట్లు ఇంటా బయటా అట్టహాసంగా ప్రారంభ మయ్యాయి. ఇంటి చుట్టూ పెద్ద పెద్ద పందిళ్ళు వేశారు. పందిళ్ళ మీద పచ్చటి తాటాకులు పరిచారు. పందిళ్ళ నిండా రంగు కాయితాల బుట్టలూ, పూల తోరణాలూ కట్టారు. చుట్టాలూ, పిల్లలూ - పెద్దలూ, వచ్చే పోయే వాళ్ళూ - సందడి సందడిగా ఉంది ఇల్లు. గంటకో రకం పిండి వంటలు చేస్తున్నారు. చుట్టాలంతా పైనా కిందా గదులు కిట కిట లాడుతూ సర్దుకున్నారు. శంకరం గది వేపు మాత్రం ఎవ్వరూ రాలేదు.

"బయటికి వెళ్ళేటప్పుడు తాళం పెట్టు కుని మరీ వెళ్ళండి. లేకపోతే బంధువుల పిల్లలు మీ పుస్తకాలవీ పాడు చేస్తారు" అని చెప్పింది శ్యామల ఒక సారి.

ఆ నాలుగు రోజులూ అలాగే చేశాడు శంకరం.

పెళ్ళి రోజు చీకట్నే పందిట్లో సన్నాయి ప్రారంభమైంది. శంకరం గబ గబా లేచి బయటికి వచ్చాడు. 'శ్యామల పెళ్ళి ఇవ్వాళే!' అనుకున్నాడు.

బాధగా ఆనందించింది మనసు.

ఆ రోజు బయట కెక్కడికీ వెళ్ళలేదు శంకరం. ఇంట్లో పనులకీ, వడ్డనలకీ, ఇటూ అటూ తిరగటానికీ - చాలా పనుల్లో జొరపడ్డాడు.

ఇల్లంతా ఎంత తిరిగినా శ్యామల కనిపించలేదు. శ్యామలని చూడాలని చాలా తపించింది శంకరం మనసు.

తెల్లవారు ఝామున పెళ్ళి పీటల మీద కూర్చున్నప్పుడు మాత్రమే కన్పించింది శ్యామల. లేత గులాబీ రంగు పట్టు చీర కట్టుకుంది, పెద్ద వాలు జడ వేసుకొంది. ఒంటి నిండా బోలెడు నగలు పెట్టుకుంది. ఎవరి వైపూ చూడకుండా సిగ్గుపడుతూ తల దించుకుని కూర్చుని వుంది పెళ్ళి పీటల మీద.

శంకరం శ్యామలనే చూస్తూ నించు న్నాడు. హఠాత్తుగా గుర్తు వచ్చి చూపులు మార్చి పెళ్ళి కొడుకుని చూశాడు - 'శ్రీనివాసరావు ఈయనేనా?' అను కుంటూ.

పెళ్ళి కొడుకు ముచ్చటగానే వున్నాడు. చదువుకున్నవాడు. శంకరానికి నచ్చాడు. 'మంచి వాడి లాగే వున్నాడు' అనిపిం చింది.

చాలా రోజుల నుంచీ అర్థం కాకుండా మనస్సులో ఉన్న బాధ తగ్గి, చాలా తృప్తి కలిగింది — 'ఫర్వాలేదు, శ్యామలని బాగా చూసుకుంటాడు' అనిపించింది.

పెళ్ళి తంతు అంతా ఉత్సాహంగా చూస్తూ కూర్చున్నాడు.

శ్యామల, శ్రీనివాసరావు సొత్తవుతోంటే శంకరం కూడా అందరితో పాటు సంతోషంగా ఆశీర్వదిస్తూ అక్షింతలు విసిరాడు - ఉత్సాహంగా.

పెళ్ళి పీటల మీద నుంచి లేవదీసి వధూవరు లిద్దర్నీ బయటికి తీసుకెళ్తొంటే శంకరం కూడా వెనక వెనగ్గా వెళ్ళాడు. ఆకాశంలో ఏదో నక్షత్రాన్ని చూడమన్నాడు పురోహితుడు. శంకరమూ అటు చూశాడు. ఏదీ కన్పించలేదు. ‘వాళ్ళకి కన్పించిందా’ అని ఆశ్చర్యపడ్డాడు.

పెళ్ళి వేడుకలన్నీ అయ్యే సరికి తెల్లగా తెల్లవారింది. పెరట్లో కాఫీలూ టిఫిన్లూ, హాల్లో వ్రతం హడావుడీ, శ్యామల ప్రయాణానికి ఏర్పాట్లూ అన్నీ చక చకా జరుగుతున్నాయి.

వధూ వరు లిద్దరితో వ్రతం చేయించారు. తినే వాళ్ళు తింటూంటే లేచే వాళ్ళు లేస్తున్నారు.

అప్పుడే మధ్యాన్నం అయిపోయింది. శంకరానికి చాలా కంగారు పుట్టింది. శ్యామల కే దైనా చిన్న బహుమతి ఇస్తే బాగుండును, ఒక్క సారి మాట్లాడితే బాగుండును!

ఎంత ఆలోచించినా ఏం తోచలేదు. గబ గబా బయటికి వచ్చాడు. పందిట్లో కార్లు సిద్ధంగా వున్నాయి.

పెళ్ళి కొడుకు వెళ్ళి, బాగా అలంకరించిన కారులో కూర్చున్నాడు. శంకరం నెమ్మదిగా జనాన్ని తప్పించుకొని ఆ కారు దగ్గిరికే వెళ్ళి నించున్నాడు, శ్యామల అక్కడికే వస్తుందని.

కొంత సేపటికి చాలా మంది ఆడ వాళ్ళతో కలిసి సిగ్గుపడుతూ వచ్చింది శ్యామల. లేత పసుపు పట్టు చీర కట్టుకొంది. తల నిండా పువ్వులున్నాయి. జుట్టంతా తలంబ్రాల పసుపుతో పచ్చగా ఉంది. మెడలో పచ్చటి తాడు మెలికలు పడి వుంది. చేతికి వ్రతం చేసి కట్టుకున్న తోరణం పచ్చగా వుంది. పైట కొంగు బారుగా వెనక నుంచి ముందుకు తీసి ఒడి చుట్టూ కట్టి వుంది.

‘శ్యామలేనా?’ విస్మయంగా చూశాడు శంకరం. ‘అబ్బా, యెంత పెద్దదైందీ! ఇలాంటి బట్టలు ఎప్పుడైనా కట్టిందా?’

శంకరం ముందు నుంచే నడిచి కారు దగ్గిరికి వెళ్ళింది శ్యామల, రక రకాల సువాసనలతో. శంకరం అంతరంగం పులకించింది.

శ్యామల, తల ఒంచి కారులోకి ఎక్కబోతూంటే తల లోంచి ఒక గులాబీ జారి కింద పడింది.

శంకరం అప్రయత్నంగా రెండడుగులు వేసి కారు దగ్గిరికి వెళ్ళి ఒంగి పువ్వు తీశాడు. సున్నితంగా రుమాలుతో దులిపి శ్యామలకు అందించాడు.

గులాబీ అందుకొంటూ శ్యామల శంకరాన్ని సూటిగా చూసింది. శంకరం మొహంలోకీ, కళ్ళలోకీ లోతుగా చూసింది. తన ఎదట శంకరం ఒక్కడే ఉన్నంత నమ్మకంగా చూసింది.

గులాబీని కళ్ళకి అద్దుకుని తలలో పెట్టుకొంది.

శంకరం చేతులు జోడించాడు.

శ్యామల చిరునవ్వుతో పచ్చటి చేతులు కలిపి తనూ నమస్కారం చేసింది. కారులో ఎక్కి పెళ్ళి కొడుకు పక్క... భర్త సరసన ... కూర్చుంది.

కారు కదిలింది. వెనకే ఐదారు కార్లు కదిలాయి. పందిరి బాగా ఖాళీ అయింది.

శంకరం ఒక్కడూ చాలా సేపు పంది ట్లోనే నించున్నాడు. ఒక్క సారి గట్టిగా కళ్ళు ఒత్తుకుని ఇంట్లోకి వచ్చాడు.

సాయంత్రానికి ఇల్లు బాగా ఖాళీ అయింది. చుట్టాలు చాలా మంది వెళ్ళి పోయారు.

శంకరం గది తలుపులు వేసుకుని పడుకున్నాడు. గులాబీ అందుకొంటూ శ్యామల చూసిన చూపు!... లేదు, శ్యామల తనని మర్చిపోలేదు. మర్చిపోదు. రెండు రోజుల్లో వచ్చేస్తుంది.

★ ★ ★

వధూవరు లిద్దరూ తిరిగి వచ్చారు.

సమయానికి శంకరం ఇంట్లో లేడు. ఇంటికి వచ్చే సరికి ఇల్లంతా సందడిగా ఉంది.

"అక్కయ్య వచ్చేసింది మాష్టారూ!" అన్నాడు కిశోర్ పరిగెత్తుకొంటూ వచ్చి.

"బావగారు కూడా వచ్చారండీ! ఇక్కడే వుంటారట" అంది రేఖ ఆరిందాలా చేతులు తిప్పుతూ.

శంకరం నవ్వాడు.

"బావగారు చాలా మంచివారండీ, మాకు డబ్బు లిచ్చారు" అంది రేఖే మళ్ళీ.

"బోలెడు మిఠాయిలు కూడా తెచ్చా రండీ!" అన్నాడు కిశోర్.

"మరి బావ గారికి మీరేం ఇచ్చారు?" ఇద్దర్నీ చూస్తూ అడిగాడు శంకరం.

పిల్లలిద్దరూ తెల్లబోయారు.

"నే నేమీ ఇవ్వలేదండీ! నువ్వు ఏమైనా ఇచ్చావురా కిశోర్?" — రేఖ తమ్ముణ్ణడి గింది.

"నేనూ ఇవ్వలా" — అమాయకంగా శంకరం కేసి చూశాడు కిశోర్.

నవ్వాడు శంకరం — "మీరు చిన్న పిల్లలు కదా? మీరు ఏమీ ఇవ్వక్కర్లేదు" అన్నాడు.

పిల్లలిద్దరూ పరిగెత్తుకుంటూ లోపలికి పోయారు.

శంకరం బట్టలు మార్చుకుని కాళ్ళు కడుక్కు వచ్చాడు. జానకమ్మ రెండు ప్లేట్ల నిండా ఏవేవో స్వీట్స్ తెచ్చి పెట్టింది - "శ్యామల వచ్చింది బాబూ!" అంది.

"తెలుసండీ! రేఖా వాళ్ళు చెప్పారు."

శ్యామల గురించి చాలా అడగాలని పించింది. ఊరుకున్నాడు. కాఫీ తాగి తన గదిలోకి వెళ్ళిపోయాడు.

రాత్రి భోజనాల దగ్గిర కూడా కన్పించ లేదు శ్యామల. శంకరాని కేమిటో దిగులు వేసింది. శ్యామల తనని మర్చిపోయి వుంటుందనిపించింది.

అన్నం తినబుద్ధి కాలేదు. ఎలాగో పూర్తి చేసి, చెయ్యి కడుక్కుని లేచి గదిలోకి పోయి కూర్చున్నాడు - పుస్తకం తిరగేస్తూ.

పోర్టికోలో... గాజుల గల గల విన్పిం చింది. తృళ్ళిపడ్డాడు శంకరం. గబ గబా గుమ్మంలోకి వెళ్ళి నిలబడ్డాడు.

శ్యామల...! శ్యామలే...! కన్పించింది. పండు వెన్నెల లోంచి పొరలు తీసినట్టున్న తెల్లటి చీర కట్టుకుంది. తల నిండా మల్లె పువ్వు లున్నాయి. మెడలో మంగళ సూత్రాలూ, నల్లపూసలూ స్పష్టంగా కన్పి స్తున్నాయి. ఎన్నడూ లేనంత కొత్తగా వుంది.

శ్యామల నవ్వుతూ చూసింది శంకరాన్ని - "ఈ పెళ్ళి హడావుడిలో మీ చదువు సరిగ్గా సాగి వుండదు" అంది మృదువుగా.

హమ్మయ్య! శ్యామల ఏమీ మారలేదు. తననీ, తన చదువునీ, బొత్తిగా మర్చి పోలేదు.

శంకరం - పోయిన బొంగరం దొరికిన కుర్రాడిలా ఆనందంగా చూశాడు —

"లేదండీ! ఇంట్లో ఇంత సందడిగా శుభ కార్యం జరుగుతోంటే నాకు చదువేమిటి? ఎప్పుడూ నన్ను చదువుతోనే మగ్గిపొమ్మంటారా మీరు?" — నిష్ఠూరంగా అన్నాడు.

శ్యామల నవ్వింది మనసారా. కాస్సేపటికి అంది — "మిమ్మల్ని ఆయనకి పరిచయం చేద్దామనుకున్నాను. భోజనం అవగానే నిద్ర వస్తోందని పైకి వెళ్ళిపోయారు. రేపు మీకు కాలేజీ ఉంది కదూ?"

"ఉందండీ!"

మరో పావు గంట సేపు నించుంది శ్యామల.

"మీరు చదువుకుంటారేమో, వెళ్తాను. కాస్సేపు చదువుకుని పడుకోండి" — వెనక్కి తిరిగి ఇంట్లోకి వెళ్ళిపోయింది.

శంకరం మనసు చాలా తేలికపడింది.

మర్నాడు ఉదయం - కాఫీ సమయంలో శంకరాన్ని భర్తకు పరిచయం చేసింది శ్యామల. సంకోచంగా బిడియంగా కూర్చున్న శంకరంతో శ్రీనివాసరావు చాలా చనువుగా ప్రేమగా మాట్లాడాడు. కాలేజీ విషయాలేవేవో అడిగాడు.

శ్యామలే కాదు, శ్యామల భర్త అంటే కూడా తనకి చాలా ఇష్టమని అర్థమైంది శంకరానికి.

★ ★ ★

శ్యామల ఎక్కువగా అత్తవారింట్లోనే వుంటోంది. శ్యామల లేని ఇల్లు బాగా అలవాటైంది అందరికీ. శంకరానికి బి.ఏ. లో కూడా క్లాసు వచ్చింది. రమేష్ ఎమ్.ఏ. పాసయ్యాడు.

రిజల్ట్సు తెలిశాక శ్యామల పుట్టింటికి వచ్చింది. ఇంట్లో మళ్ళీ వెలుగు వెలిగింది.

క్షేమ సమాచారాలయ్యాక శ్యామల తీరిగ్గా అడిగింది శంకరాన్ని, "మీ దీక్ష నెరవేరినట్టేనా? బి.ఏ. పాసయ్యారుగా?" అంది.

శంకరం వెంటనే జవాబు చెప్పలేక పోయాడు. శ్యామల ప్రశ్నతో గతమంతా గుండెల్లో మెదిలింది. ఎందుకో ఆవేశం పొంగి వచ్చింది. "లేదండీ! అప్పుడే నా దీక్ష నెరవేరలేదు. ఎవ్వరికీ చెప్పకపోయినా నేననుకున్నది చాలా వుంది. అనుకున్నదంతా చేయగలిగిన నాడే నా దీక్ష నెరవేరిందని సంతోషిస్తాను."

శంకరంలో అంత ఉద్వేగం, మాటల్లో అంత పట్టుదలా చూసి ఆశ్చర్యపడింది శ్యామల.

"ఇంకా మీరనుకున్నదేమిటి?" అంది ఆసక్తిగా.

"నే నొక లాయర్‌ని కావాలి" దృఢంగా అన్నాడు శంకరం. "నేను లాయర్‌ని కావాలి శ్యామలగారూ!" అన్నాడు రెట్టిస్తూ.

శంకరం 'లా' చదివితే చదవచ్చు. దానికింత ఆవేశ పడాల్సిందేముంది? శ్యామల గంభీరంగా అడిగింది - "లాయర్ కావాలనే ఎందుకనుకుంటున్నారు?"

శంకరం తడుముకోకుండా చెప్పాడు - "నేను న్యాయ వాదినై నా శక్తి కొద్దీ ఎన్నో కార్యాలు చేయాలి. ఈ లోకంలో ఉండే అన్యాయాన్ని నాశనం చెయ్యాలి. సంఘంలో ఉండే కుళ్ళుని కడిగి వెయ్యాలి. మానవుడిలో దాగున్న రాక్షసత్వాన్ని హతమార్చాలి. నా చేతి మీదుగా అలాంటి మంచి పనులెన్నో చేయటానికి నేను లాయర్‌ని కావాలి."

శంకరం ఊహాలోకం చాలా ఆశ్చర్యం కలిగించింది శ్యామలకి. కళ్ళెత్తి శంకరాన్ని అనునయంగా చూస్తూ అంది — "మీ ఆదర్శాన్నెవరూ తప్పు పట్టరు. కానీ ...

జీవితాలకు ఆదర్శాలు చాలా దూరంలో ఉంటాయని ఎక్కడో చదివాను. అభమూ శుభమూ తెలీని ఈ వయస్సులో, చదువే ప్రపంచంగా ఎంచే ఈ సమయంలో, మీ ఆలోచనలూ ఆశయాలూ, చాలా ఉన్న తంగా సున్నితంగా ఉన్నాయి. రేపు నిజంగా జీవితంలో జొరబడి, సమస్య లేమిటో ఎదుర్కొంటే, ఆదర్శాలు చేతికి అందని ఇంద్ర ధనుస్సుల్లా కన్పిస్తాయి. భవిష్యత్తు మీద అంతంత కలలు వద్దండీ! రేపు అవి నెరవేరకపోతే చాలా బాధ పడవలసి వస్తుంది. 'లా' చదవాలనిపిస్తే అదే చద వండి. ఎంత సాధ్యమైతే అంత చెయ్యండి. గొప్ప ఆదర్శాలు సాధించలేని వాళ్ళందరూ మనుషులు కారా? ఇప్పుడు ఎన్నెన్నో ఊహించినా, రేపు అవి గాలిలో కలిసి పోయినా బాధ పడకూడదు. అలాగైతే ఎన్ని కలలైనా కనండి."

శ్యామల మాటలు శంకరానికి చాలా ఆశ్చర్యం కలిగించాయి. ఒక్క సారిగా చాలా విచారం కలిగించాయి. శ్యామల మొహంలోకి చూస్తూ తీవ్రంగా అన్నాడు — "ఆశయా లేర్పర్చుకోవటం, అవి రేపు గాలిలో కొట్టుకుపోతోంటే చూస్తూ వూరు కోటానికి కాదండీ. వాటిని నెరవేర్చుకుని జీవితాన్ని సార్ధకం చేసుకోటానికి! పరిస్థితు లకు తల దించి, ఆశయాల్ని విస్మరించి, కేవలం జీవించటమే గొప్పగా ఎంచాలంటే - మనిషి దాకా ఎందుకూ? పశువు చాలదూ?"

శ్యామల కాస్సేపు మౌనంగా వూరు కుంది - "మీరు 'లా' చదివి చివరికి మీ మంచి మనసంతా పాడు చేసుకుంటా రేమోనని నాకు భయంగా ఉంది. మీరే మనుకున్నా సరే" అంది.

శంకరం ఒక్క సారిగా యధాస్థితికి వచ్చాడు. శ్యామల భయం అర్థ రహితం కాదు. నడుస్తోన్న చరిత్రే అది.

"కానీ నా నమ్మకాల విలువ, నా ఆశయాల పుటక, మీకు తెలిస్తే ఇలా మాట్లాడరు!" అన్నాడు.

"అవన్నీ తెలియక్కరలేదండీ. మీ మాటల్లో మంచే వుంది. చెడ్డేమీ లేదు. ఆదర్శాల కోసమే కృషి చేస్తానంటే ఎవరు కాదంటారు?"

"నే నెప్పుడన్నా నిరాశ పడతానేమోనని మీకు భయం. నా మీద మీ అభిమానం అది."

శ్యామల మరేమీ మాట్లాడలేదు. కొంచెం నవ్వింది.

★ ★ ★

బలమైన పునాదుల మీద లేచిన ఆశయ సౌధం లాయర్ శివ శంకరం నిర్మించుకున్నది.

తన చేతిలో వున్న పని కాబట్టి కష్టపడి చదివి బి.ఎల్.లో కూడా క్లాసు తెచ్చు కున్నాడు.

లీడింగ్ లాయర్గా పేరుమోసిన పార్వతీశం, వెంకట్రామయ్యకు బాగా తెలిసినవాడు.

శంకరం పార్వతీశం దగ్గిర ఎప్రెంటిస్గా చేరాడు. శంకరం మొట్ట మొదటగా ఆఫీసుకు వెళ్ళిన రోజు సీనియర్ చాలా ఆప్యాయంగా ఆహ్వానించాడు. ఆదరంగా మాట్లాడాడు - "రావోయ్ రా! నువ్వేనా శంకరానివి? వెంకట్రామయ్య చెప్పాళ్ళే. తప్పకుండా పంపమన్నా, కూర్చో నిలబడ్డా వేం? కూర్చో" అంటూ ఉక్కిరి బిక్కిరి చేశాడు - ముక్కు మీదికి జారుతోన్న కళ్ళద్దాల్లోంచి పైకి చూస్తూ - "మిష్టర్ శంకరం! నువ్వీ 'లా' యెందుకు చదివా వోయ్?" అన్నాడు క్రాస్ యెగ్జామినర్లా.

శంకరం కొంచెం తెల్లబోయి తమాయించుకుంటూ పట్టుదల ధ్వనించేలా, "నాకు లీగల్ ఎడ్యుకేషన్ అంటే చాలా ఇష్టమండీ!" అన్నాడు.

"అలాగా? నువ్వు చాలా బిడియస్థుళ్ళా కన్పడుతూంటే అలా అడిగాలే. అయితే నీ కీ యిష్టం జీవితమంతా ఉంటుందా?"

శంకరం ఆశ్చర్యంగా చూశాడు.

"చూడబ్బాయ్! 'లా' పరీక్షలు పాసై వేరే ఉద్యోగాలు చేసుకుంటోన్నవాళ్ళు నా నెత్తి మీద వెంట్రుక లంత మంది ఉన్నారు. అందుకని నీకు ముందే చెప్తున్నా. కష్టమైనా నిష్ఠూరమైనా నీ ఇష్టాన్ని చంపుకోకు. నీ వృత్తి మీద నీకు విశ్వాసం ఉంటే తప్పకుండా వృద్ధిలోకి వస్తావు. ... ఆఁ, అన్నట్టు ఈ సంవత్సరమంతా లా జర్నల్స్ చదువుకోవటం తప్పితే నీకు మరేం పని లేదు. లాయర్ బుర్రంతా తెలివి తేటలతో కిక్కిరిసి ఉండాలి. అసలు నీకు తెలియందేమీ ఉండకూడదు. రేపు బోనులో ఏ వ్యక్తి నుంచన్నా అతని గురించీ, అతని వృత్తి ధర్మాన్ని గురించీ, నువ్వు తేలిగ్గా అర్థం చేసుకోవాలి. లాయరూ, రచయితా, తమ చుట్టూ గిరి గీసుకుని ప్రజలకు దూరంగా ఉండకూడదు. విజ్ఞానంతో పాటు లోక జ్ఞానం కూడా సంపాదించినప్పుడే రాణిస్తావు. బహుముఖ ప్రజ్ఞాశాలి అయినవాడే లాయర్ అనుకో."

శంకరం ముగ్ధుడై వింటూ కూర్చున్నాడు.

"ఒక్క మాటోయ్! ఎప్రెంటిస్ చేస్తామంటూ మొదటి రోజు వచ్చిన వాళ్ళు మళ్ళీ ఆఖరు నాడే దర్శనం ఇస్తారు. నువ్వు మాత్రం అలా చెయ్యకు! డ్యూటీ అంటే ఎప్పుడూ అశ్రద్ధ కూడదు. ఫైల్సన్నీ శ్రద్ధగా చదువు. ప్రొసీజర్ చూస్తూ వుండు. ఆఁ, నే చెప్పినట్టు చెయ్యి."

శంకరం లేచి నిలబడి, "అక్షరాలా నేను మీ శిష్యుణ్ణండీ!" అంటూ నమస్కారం చేశాడు, మంచి విద్యార్థికి పాఠాలు చెప్పాలని తహ తహలాడే గురువు లాగా కన్పించాడు సీనియర్, శంకరానికి.

శంకరం, జూనియర్స్ రూమ్‌లోకి వెళ్ళాడు. రూమ్‌లో ఎవ్వరూ లేరు. శంకరం ఒక్కడూ అద్దాల బీరువాల మధ్య నిలబడ్డాడు. ఎటు చూసినా పుస్తకాలే! మెయిన్ హిందు-లా. ఇండియన్ కాన్‌స్టిట్యూషన్. లా ఆఫ్ ఇంగ్లండ్. క్వీన్ బెంచ్ కేసెస్. ప్రొసీజర్ కోడ్స్ — ఎన్నో! ఎన్నెన్నో!

శంకరం తల గిర్రున పది తలల్లా తిరిగింది, పుస్తకాలన్నీ చూడటానికి. బంగారు అక్షరాలతో మిల మిల లాడుతూ పెద్ద పెద్ద బైండ్లు బీరువాల నిండా అందంగా సర్ది వున్నాయి.

టేబుల్ మీద రక రకాల లా జర్నల్స్, రిపోర్టర్స్, లా టైమ్స్, ఎన్నో పత్రికలు పడి వున్నాయి. అబ్బ, ఎటు చూసినా పుస్తకాలే! ఎన్ని న్యాయ సూక్ష్మాల్ని - ఎంత మానవత్వాన్ని తమ కడుపుల్లో దాచుకున్నాయో! అన్నీ చదివెయ్యాలి. చదివి జీర్ణించుకోవాలి. శంకరం కుర్చీలో కూర్చుని, ఒక పత్రిక తీసుకుని తిరగెయ్యటం మొదలు పెట్టాడు.

ప్యూన్ ఏవో ఫైల్స్ తెచ్చి పడేశాడు. పత్రిక టేబుల్ మీద పడేసి ఓ ఫైలు తీసి చదవటంలో మునిగిపోయాడు శంకరం.

నిత్యం ఆఫీసుకు వెళ్ళటం, ఫైల్సు చూడటం, సీనియర్‌తో కలిసి కోర్టుకి వెళ్ళటం, కేసులన్నీ ఫాలో అవటం, డైరీలు రాయటం, క్రమం తప్పకుండా చేసేవాడు శంకరం.

శంకరం సిన్సియారిటీ చూసి సీనియర్ కూడా చాలా సంతోషించాడు. మనసు విప్పి చాలా పనులు శంకరానికి తెలియ జెప్పటం మొదలుపెట్టాడు. కొన్ని కొన్ని కేసుల గురించి శంకరంతో డిస్కస్ చేస్తూ కూర్చునేవాడు.

బార్ కౌన్సిల్-లా పరీక్ష కూడా పాసై ఎడ్వొకేట్‌గా ఎన్‌రోల్ అయ్యాడు శంకరం. ప్రమాణ స్వీకారం చేసి, పట్టా తెచ్చు కున్నాడు.

స్టిఫ్ కాలరూ, బ్యాండూ, గౌనూ ధరించిన శంకరాన్ని కళ్ళారా చూస్తోంటే వెంకట్రామయ్య కళ్ళు చెమర్చాయి. "శంకర్! నువ్వు లాయరు వయ్యావు. నాకు చాలా సంతోషంగా వుంది నాయనా!" అన్నాడు ముచ్చట పడుతూ.

"అంతా మీ దయ!" అంటూ కృతజ్ఞతాభావంతో ఒంగి నమస్కరించాడు శంకరం.

★ ★ ★

శంకరం పార్వతీశం దగ్గిరే జూని యర్‌గా పనిచేస్తున్నాడు రెండేళ్ళ నుంచీ.

తన నివాసం కూడా చిన్న అద్దె ఇంట్లోకి మార్చుకున్నాడు.

కోర్టులో శంకరాన్ని తెలిసిన లాయ ర్లంతా, "ఫర్వాలేదు, వృద్ధిలోకి వస్తాడు, పేరు తెచ్చుకుంటాడు" అంటోంటే శంకరా నికి చాలా వెల్తిగా ఉంటుంది.

తనకి కావలసింది ఉత్త పేరు కాదు. అడుగడుగునా అన్యాయాలతో నలిగి పోయే దౌర్భాగ్యుల కోసం ఒక న్యాయ వాదిగా తను ఉక్కిరి బిక్కిరౌతూ ఎన్నో విధాల సహాయం చెయ్యగలిగితే బాగుం డును! ఎంత నిరీక్షించినా తన కా అవకాశాలు రావేం?

కోర్టుకెళ్ళటం, సీనియర్ రాకపోతే కేసులకు వాయిదా లడగటం - ప్రోనోట్ల మీద దావాలు తేవటం - కోర్టులో పని లేకపోతే వరండాల్లో తిరగటం, విసు గనిపిస్తే బార్ రూమ్‌లో బాతాఖానీ కొట్టటం - ఓ సంవత్సరం పాటు చాలా మందకొడిగానే గడిచాయి రోజులు.

★ ★ ★

సెషన్స్ కోర్టులో కేసులు చూస్తూ కూర్చున్నాడు శంకరం.

ఎస్కార్ట్ పోలీసులు ముద్దాయిని డాక్‌లో పెట్టి ఇరుపక్కలా యమదూతల్లా నించున్నారు. ముద్దాయి కొండ ప్రాంతా లకు చెందిన కోయ జాతి వ్యక్తి. ఇరవై యేళ్ళు దాటి ఉండవు. బిరుసెక్కిన గిరజాల జుట్టు. పెద్ద గోచీ తప్పితే ఒంటి మీద గుడ్డల్లేవు. మెడలో — తాయెత్తులూ, ఇత్తడి బిళ్ళలూ రంగు రంగుల పూసలు గుచ్చిన తాళ్ళు అన్నీ పెనవేసుకుని చిక్కిరి బిక్కిరిగా ఉన్నాయి. ఓ చేతికీ, ఓ కాలికీ పెద్ద పెద్ద కడియాలు! వేషం ఎంత అనాగరికంగా ఉన్నా, ముద్దాయి మొహంలో పసితనం, కళ్ళల్లో అమాయకత్వం కన్పిం చాయి. శంకరానికి.

అమితమైన భయం వల్ల జేవురించిన మొహంతో బెదిరిన గొడ్డులా చూస్తున్నాడు ముద్దాయి కోర్టంతా. చూసి చూసి జడ్జీ మీద చూపు ఆన్చి కొయ్యబారి నించు న్నాడు.

"ఏం రావుడూ!... ఇలా చూడు! నిన్నే! నీ తరుపున చెప్పుకోటానికి ప్లీడరు గారున్నారా?" — దాదాపు గసురుకున్నట్టు అరిచాడు కోర్టు గుమాస్తా.

ముద్దాయి బిక్కమొహం వేసి చేతులు రెండూ ఎత్తి నమస్కారం పెడుతూ, "నా

కేటీ తెల్దు దొరా! అన్నేయంగా లాక్కొచ్చిన్రు. బలుసులమ్మ సాచ్చి. నానే తప్పొ చెయ్యనేదు. తవఁరే రచ్చించాల - తవరే కాపాడాల" అంటూ గజ గజా వణుకుతూ కళ్ళంట నీరు కారుస్తూ గోల పెట్టాడు.

"ఊఁ. చాల్లే! ఊరుకో" — మళ్ళీ కసిరాడు గుమాస్తా.

రాముడి వైఖరి చూస్తోన్నకొద్దీ శంకరానికి జాలి ముంచుకొచ్చింది. భయంతో గడ్డకట్టి చచ్చిపోయేలా ఉన్నాడు రాముడు. ఇంత పిరికివాడి మీద, ఇంత భయస్థుడి మీద, హత్యాభియోగమా? చిత్రంగా వుందే!

రాముడు, తండ్రిని హత్య చేశాడంటే, నమ్మబుద్ధి కాలేదు శంకరానికి.

ముద్దాయి తరుపున వాదించటానికి ప్లీడరెవరూ లేరు. ఎవరికేనా స్టేట్ బ్రీఫ్ ఇద్దామని జడ్జీ కోర్టంతా కలియ జూస్తున్నాడు.

శంకరం లేచి నించున్నాడు - "యువరానర్! ఐ మే బీ పర్మిటెడ్ టు డిఫేండ్ ది ఎక్యూస్డ్?" అంటూ సవినయంగా అనుమతి కోరాడు.

జడ్జీ ఒక్క క్షణం నిదానంగా చూసి, "అల్ రైట్!" అంటూ అనుమతించాడు.

"థాంక్స్ యువరానర్! విత్ యువర్ పెర్మిషన్... నాకు కొంచెం టైము కావాలి."

"ఓ యస్... బై ఆల్ మీన్స్! లంచ్ తర్వాత కలుసుకుందాం..."

"థాంక్యూ యువరానర్!"

శంకరం కోర్టు నుంచి ఫైల్సు తీసుకుని బార్ రూమ్ కెళ్ళి కూర్చున్నాడు. రికార్డంతా క్షుణ్ణంగా చదివాడు. ముద్దాయిని కలుసుకున్నాడు. కేసుకి సంబంధించిన వస్తువులన్నీ చూశాడు. వివరాలన్నీ సేకరించాడు. శంకరానికి చాలా ఉత్సాహం కల్గింది.

లంచ్ దాటింది. కోర్టు గడియారం మూడు సార్లు హెచ్చరించి బుద్ధిగా తన పనిలో తను నిమగ్నమైపోయింది. ఛాంబర్స్‌లో కాలింగ్ బెల్ గణ గణ మంది. కోర్టు బంట్రోతు డవాల్ సర్దుకొంటూ, "సైలెన్స్!" అంటూ గావు కేక పెట్టాడు.

జడ్జి, ఛాంబర్స్‌లోంచి వచ్చి న్యాయ పీఠం అధిష్టించాడు గంభీర ముద్ర ధరిస్తూ. ఆయన కూర్చోగానే నిలబడ్డ లాయర్లందరూ గౌన్లు సర్దుకుంటూ ఎవరి స్థానాల్లో వారు కూర్చున్నారు.

"మిస్టర్ శంకరం! ఆర్ యూ రెడీ నౌ?" అంటూ వాత్సల్యంతో చూశాడు జడ్జి శంకరాన్ని.

"యస్, యువరానర్" అంటూ లేచి నించున్నాడు శంకరం.

"దట్సాల్ రైట్! యూ కెన్ ప్రొసీడ్ మిస్టర్ పబ్లిక్ ప్రాసిక్యూటర్!" అంటూ అటు వేపు చూశాడు జడ్జి బట్టతల నిమురుకుంటూ.

పబ్లిక్ ప్రాసిక్యూటరు ధీరుడిలా లేచి, కోర్టంతా ఒక సారి చూసి, జేబు లోంచి వాచీ పైకి లాగి టైమ్ చూసుకుని మళ్ళీ దాచేస్తూ, ముక్కు మీద జారుతోన్న కళ్ళజోడు తీసి ఎడం చేత్తో పట్టుకుని ముద్దాయినో కరుకు చూపు చూసి, స్థిమితంగా ప్రభుత్వం తెచ్చిన హత్యాభియోగాన్ని వివరించసాగాడు.

"ముద్దాయి తండ్రి కోయ దొర. ముద్దాయి తండ్రికి, మొదటి భార్య పోయింది. మళ్ళీ పెళ్ళి చేసుకున్నాడు. పడుచు పెళ్ళాన్నీ, ఎదిగిన కొడుకునీ, ఒకే కొంపలో వుంచటం దొరకి ఇష్టం లేక పోయింది. కొడుక్కి వేరే గుడిసె వేశాడు. కొడుకుకి పెళ్ళి ప్రయత్నాలు కూడా సాగిస్తున్నాడు.

కానీ ముద్దాయి, పిన తల్లి మీద కోరిక పెట్టుకున్నాడు. ఆమె కాదని వారిస్తోన్న కొద్దీ కోరిక బలంగా పెంచుకున్నాడు. పిన్నమ్మ తనకి దక్కాలంటే, డేగలా కాపలా కాస్తోన్న తండ్రిని పడగొట్టి, ఆమె నా పంజరం లోంచి విడిపించాలని నిర్ణయించుకున్నాడు. ఆ దుర్బుద్ధి ముద్దాయిని మూర్ఖుణ్ణి చేసింది. ఒక అర్ధరాత్రి వేళ తండ్రి గుడిసెలో దూరి నిద్రపోతూన్న వాడి గుండెల్లో బాణం వేసి కొట్టి, పిక్క బలం కొద్దీ పరిగెత్తాడు.

భర్త చావు కేక పెట్టి గిల గిలా తన్నుకుంటోంటే భార్య లేచి పారిపోతూన్న ముద్దాయిని స్వయంగా చూసింది. లబో దిబో మని ఏడుస్తూ పది మందికీ చెప్పింది. ముద్దాయి విసిరిన బాణం కూడా కోర్టు వారి ఎదుట వుంది."

పబ్లిక్ ప్రాసిక్యూటర్ కథనం బలంగా సాగింది. చిలవలూ పలవలూ పేర్చి చెప్పీ చెప్పీ - జేబులో రుమాలుని ముట్టుకోకుండా కళ్ళల్లో వేళ్ళు పెట్టి తిప్పి, వేళ్ళు చొక్కాకి అద్దుకుని, మొహం వత్తుకుంటూ - "యువరానర్! ముద్దాయి మీద హత్యాభియోగాన్ని సమర్థిస్తూ ప్రభుత్వం సేకరించిన సాక్ష్యాలన్నీ తమ ముందుంచుతున్నాను. ప్రభుత్వానికి మొదటి సాక్షి, హతుడి రెండో భార్యా అయిన కొండమైనను పిలిపించండి!" అంటూ గుమాస్తా వేపు చూశాడు.

"కొండమైనా! కొండమైనా! కొండమైనా!" అని ముసి ముసి నవ్వులు నవ్వుతూ, అధికారంగా దీర్ఘం తీస్తూ, ఖంగు ఖంగున గంట కొట్టినట్టు మూడు సార్లు అరిచాడు కోర్టు బంట్రోతు.

కొండమైన బెదురుతూ బెదురుతూ వచ్చింది. పాదాలకి జానెడెత్తుగా రంగు రంగుల పరికిణీ కట్టుకుంది. గుమ్మటంలా మెడ నిండా పూసల దండలూ, చెవులకు పెద్ద పెద్ద పోగులూ, చూడటానికి కొంచెం వింతగా వుంది.

భయపడుతూ భయపడుతూ బోనెక్కి నించుంది. ఇరవై రెండేళ్ళకి మించి వుండవు. బలంగా పొంకంగా వుంది. మిల మిలా మెదులుతోన్న ఆ కళ్ళల్లో ధైర్యంగా వుండాలని చేసే ప్రయత్నం కన్పించింది.

"చెప్పు — దేవుని ఎదుట ప్రమాణం చేసి నిజం చెబుతాను. అనూ!" — విసుక్కున్నాడు బంట్రోతు.

కొండమైన జడ్జి కేసి దేవుడి బొమ్మని చూసినట్టు చూసింది. తల తిప్పి బంట్రోతుని పురుగుని చూసినట్టు చూస్తూ, నాలుగు ముక్కలూ చిలకలా పల్కింది - "నిజవేఁ సెబ్తాను. అబద్ధ వెందుకు సెప్పాల?" అంటూ ఎదురు ప్రశ్న వేసింది.

ఎవ్వరూ జవాబు చెప్పలేదు.

కొండమైనకి ధైర్యం వచ్చింది - "నిజం మీకు తెల్దేటి? తండ్రిని చంపిన దుర మార్గుణ్ణి ఏం చేసినా పాపం లేదు. బలుసులమ్మకి బలివ్వాల. ఎంత గోరం చేసిండు. నా కల్లారా చూచినా" అంది గబ గబా.

పబ్లిక్ ప్రాసిక్యూటరు కొండమైనతో మళ్ళీ అదే కథ చెప్పించాడు కొంత సేపు.

"మిష్టర్ శంకరం! యూ కేన్ ప్రొసీడ్!" అంటూ ఆజ్ఞ జారీ చేశారు కోర్టు వారు — శంకరానికి.

"యస్, యువరానర్!" అంటూ క్రాస్ ఎగ్జామినేషన్‌కి సిద్ధపడ్డాడు శంకరం.

కోర్టు హాలంతా నిశ్శబ్దమైంది. జడ్జితో సహా అందరూ జూనియర్ శంకరాన్ని గమనిస్తూ కూర్చున్నారు.

శంకరం కొంచెం ఇబ్బందిగా గొంతు

సర్దుకుని, కొండమైన కేసి చూస్తూ అన్నాడు - "చూడమ్మా! నిన్ను నేను కొన్ని మాట లడగాలి, సరిగ్గా జవాబు చెప్పు."

"ఏటడుగుతారో అడగండి. నా కేటి బయం?" — బింకంగా చూసింది కొండమైన.

శంకరానికి కొంచెం నవ్వొచ్చింది - "నీ కేం భయం లేదు. అందుకే సాక్ష్యం ఇవ్వ టానికి వచ్చావు. సరే! ఒక మాట చెప్పు! అర్ధరాత్రి బాణం వేసి పరిగెడుతోన్న వ్యక్తిని నువ్వెలా పోల్చగలిగేవు?"

"పోల్చలేనేంటి? నాకేం గుడ్డా?"

"ఏమో, ఎవర్నో చూసి పొరపడ్డావని నేనంటే?"

"నా మాట కొట్టెయ్యండి. చచ్చిన మా రాజు మాటో? రావుడే... రావుడే... సంపేసి నాడే ... అని గావుకేక లెట్టిండు గందా?"

"మీ గూడేనికి పెత్తందారున్నాడా?"

"ఉండడా?"

"అతని పేరేమిటి?"

"రావన్న."

"గూడెంలో అందరూ అతన్ని ఏవని పిలుస్తారు?"

కొండమైన కొంచెం ఆలోచించింది. "ఈ పెశన్లన్నీ యెందుకేంటి? నాను కళ్ళారా చూసినాను గందా?" అంది.

"నీ కళ్ళ మీద నీకు నమ్మకం ఉండొచ్చు. మాకేం నమ్మకం? అడిగిందా నికి సరిగ్గా చెప్పు. మీ పెత్తందార్ని కూడా రావుడూ అంటారు కదా?"

"అవునూ, అయితే..."

సమాధానాలు రాసుకుంటున్నారా? లేదా? — అన్నట్టు జడ్జీ కేసి చూశాడు శంకరం.

"ప్రొసీడ్ మిస్టర్ శంకరం!" — కలం ఆడించాడు జడ్జి.

శంకరం మళ్ళీ సాక్షిని అడగడం సాగిం చాడు.

"నీ భర్తకో తమ్ముడున్నాడా?"

"ఉన్నాడు."

"అతనికో కొడుకున్నాడా?"

"ఉన్నాడు."

"అతని పేరేంటి?"

"రావుండే! రావులోరి పేరు."

"ఓ నెల్లాళ్ళ కిందట నీ భర్తా, ఆ రాముడూ మొక్కజొన్న చేలో కొట్టు కున్నారా లేదా?"

"ఓ యబ్బ! యెప్పటూసో!"

"యెప్పటిదైతేనేం? పగబట్టటానికి అది చాలదా?"

"ఇది మరీ సోద్దెం! అప్పుడేదో మాటా మాటా వొచ్చి సెయ్యీ సెయ్యీ కలుపు కున్నారు గానీ, దానికే నిండు పేణాలు నిలువునా తీసుకుంటాడా?"

"మరి నీ సవితి కొడుకు మాత్రం తండ్రి ప్రాణాలెందుకు తీసుకుంటాడు?"

"ఆ ఎదవ వూసెత్తకండి. ఒల్లు కంపరం పుడద్ది. తండ్రిని సంపి నన్ను వల్లో పడేసుకుందావనుకున్నాడు దుస్ట."

"చూడు కొండమైనా! నువ్వే అతణ్ణి వల్లో వేసుకోవటానికి ప్రయత్నించావని అతనంటున్నాడు."

"ఓ లమ్మో! యెంత నిందేసిండు!" — దవడలు నొక్కుకుంది కొండమైన.

"నువ్వు నీ సవతి కొడుకు గుడిసెలోకి అప్పుడప్పుడూ వెళ్తూ వుంటావా లేదా?"

"ఏం? యెల్తే యేం? నీళ్ళు తెచ్చుకుం టానికి దారి అటే కాబట్టి ఒక సారి తొంగి చూసి, 'బాగున్నావంట్రా?' అని పలక రించి వస్తా వుంటాను."

"నీ భర్త చచ్చిపోయే రోజు పొద్దుట కూడా వెళ్ళావు కదూ?"

"యేమో, యాదస్తునేదు."

"ఫర్వాలేదు. నెమ్మదిగా గుర్తు తెచ్చుకో, రావుడి గుడిసెలోకి వెళ్ళి 'ఆ ముసలి ముండాకొడుకుతో ఏగలేను. యెటన్నా తీసుకుపో' అని పోరు పెట్టావు కదూ?"

"అయ్య దేవుడో! ఆడే నన్ను బల వంతం చేసిండు. 'సీ, ఎదవా!' అని లగెత్తు కొచ్చినా."

"ఇప్పుడేగా అక్కడికి వెళ్ళానో లేదో జ్ఞాపకం లేదన్నావ్?"

కొండమైన తడబడింది.

శంకరం కఠినంగా చూస్తూ అన్నాడు — "నీ సవతి కొడుకు నీ మాట కాదన్నాడనే కక్ష కొద్దీ ఈ అబద్ధపు సాక్ష్యం చెపుతున్నావు. నీ భర్తని చంపింది యెవడో ఇంకో రాముడై వుంటాడు. సమయం దొరికింది కదా అని ఆ నేరం ఈ అమాయకుడి మీదకి గెంటావు."

"అయ్యబాబో! ఇదే వన్నేయం!" అంటూ నెత్తి బాదుకుంది కొండమైన, శంకరం కేసి ముద్దాయిని చూసినట్టు చూస్తూ.

"దట్సాల్ యువరానర్! ఈ సాక్షిని అడగాల్సిందేమీ లేదు" అంటూ కూర్చు న్నాడు శంకరం.

తర్వాత మరో రెండు రోజులు ప్రాసి క్యూషన్ సాక్షుల్ని పరీక్షించాడు శంకరం. చాలా వరకు ముద్దాయికి అనుకూల సాక్ష్యం సేకరించగలిగాడు. సాక్ష్యం ముగి సింది.

ఆర్గ్యుమెంట్ ప్రారంభమైంది.

పబ్లిక్ ప్రాసిక్యూటరు ప్రభుత్వాభి యోగాన్ని బలపరుస్తూ ముద్దాయి శిక్షార్హు డని మనవి చేసి కూర్చున్నాడు.

శంకరం ఆర్గ్యుమెంట్ ముక్తసరిగా చెప్పాడు - "యువరానర్! ఈ కేసు గురించి ఒక్క మాటలో చెప్పాలంటే మరో సారంగధర నాటకం."

"వెల్ సెడ్ శంకరం! వెల్ సెడ్" అన్నాడు జడ్జీ అభినందిస్తోన్నట్టు తల తాటిస్తూ.

"ప్రభుత్వాభియోగానికి సరియైన సాక్ష్యం లేదనీ, ముద్దాయే నేరస్థుడని నిర్ణయించటానికి తగినంత ఆధారం లేదనీ, మరెవరేనా ఈ నేరం చేసి వుండ టానికి అవకాశం ఉందనీ, నేను చూపించ గలిగితే చాలు."

"ఎగ్జాక్టిలీ... యూ ఆర్ కరెక్ట్!" — జడ్జి.

ఉత్సాహంతో ప్రారంభించాడు శంకరం — "ముద్దాయి ఈ బాణం ఎం.ఓ. నెం. 2 తో హతుణ్ణి కొట్టి చంపాడని అభియోగం. కానీ అది నూటికి నూరు పాళ్ళూ కల్పన. హతుణ్ణి చంపిన బాణం ఇది మాత్రం కాదని నేను రుజువు చెయ్య గలను" అంటూ పబ్లిక్ ప్రాసిక్యూటర్ కేసి చూశాడు శంకరం.

ఆయన తల తాటించి వూరుకోవటంతో శంకరం తన ఆర్గ్యుమెంటు సాగించాడు - "శవ పరీక్ష చేసిన డాక్టరుగారు - వూండ్ సర్టిఫికెట్టూ, పోస్టుమార్టమ్ రిపోర్టూ పంపిం చారు. హతుడి గుండె మీద గాయం లోతు నాలుగంగుళాలు. నిటారుగా కత్తి గుచ్చి నట్టు తెగిన కట్ వూండ్."

"బాణం కూడా కత్తి లాగే కోస్తుంది" — ఖయ్యిమన్నాడు ప్రాసిక్యూటరు.

"కానీ ఈ బాణానికి వున్న అలుగు పూర్తిగా నాలుగంగుళాలు లేదు."

"లేకపోతేనేం? బలంగా గుచ్చితే ఎంత లోతుకయినా దిగుతుంది" — మొహం చిట్లించాడు ప్రాసిక్యూటరు.

"నిజమే. కానీ ఆ దిగిన బాణాన్ని

వెనక్కి లాగినప్పుడే మౌతుందో కొంచెం ఆలోచించండి. ఈ బాణం అలుగుకి రెండు వైపులా చంద్రవంకలా మెలికలు తిరిగి వున్నాయి మొనలు. ముద్దాయి కక్ష కొద్దీ హతుడి గుండెల్లో ఈ బాణం గుచ్చి నప్పుడు నాలుగంగుళాల లోతు దిగిం దనుకుందాం. ముద్దాయి పారిపోయాడు. ఎవరో వచ్చి బాణాన్ని పైకి లాగేశారు. అప్పుడేమవ్వాలి? గాయానికి రెండు వైపులా మాంసం, చర్మం, చీలికలై వుండాలి. లేకపోతే బాణం పైకి వూడి రాదు. కానీ గాయం అలా వున్నట్టు డాక్టరు గారి సర్టిఫికెట్టులో రాసి లేదు."

"యువర్ ఆర్గ్యుమెంటీజ్ వెరీ గుడ్! వెరీ గుడ్!" అన్నాడు జడ్జి వికసించిన మొహంతో.

శంకరం ఉత్సాహంతో విజృంభించాడు - "యువరానర్! ఇది కేవలం ముద్దాయి మీద కక్షతో నిండిన నేరం. హతుడి గుండె ల్లోంచి నిజంగా వూడదీసిన బాణాన్ని ఎక్కడో పారేశారు. ముద్దాయి బాణాన్ని సంపాదించి తెచ్చి హతుడి దగ్గిర పెట్టారు. అనుమానం రాకుండా గాయం లోంచి కారుతూన్న రక్తం దీనికి పూశారు. ఈ బాణం మీద ముద్దాయి పేరూ ఏవేవో గుర్తులూ వున్నాయి. దాన్ని ఆధారం చేసుకుని పోలీసులు ముద్దాయిని అరెస్టు చేశారు.

ముద్దాయే దోషి అనటానికి ఎలాంటి ఆధారమూ లేదు. సాక్ష్యంలో ఏ మాత్రం అనుమానం వచ్చినా ఆ అనుమాన ప్రయోజనాన్ని ముద్దాయికే వినియోగించా లని శాస్త్ర నిబంధన. కోర్టు వారు ముద్దా యిని కరుణించగలరని నా విశ్వాసం" అంటూ కొన్ని హైకోర్టు తీర్పులు కూడా వివరించి, "దట్సాల్ యువరానర్!" అంటూ ముగించాడు.

ముద్దాయిని యెంత మాత్రం కరు ణించ కూడదని వాదిస్తూ ప్రాసిక్యూటరు చివరి వరకూ ప్రయత్నించాడు.

నాలుగు రోజుల తర్వాత తీర్పు చెప్పారు.

"ముద్దాయే నేరస్థుడని నిస్సందేహ ముగా రుజువు కానందున ముద్దాయిని విడిచిపెట్టక తప్పదు" అంటూ తీర్పు చదివాడు జడ్జి. చిట్ట చివర శంకరాన్ని ఉద్దేశిస్తూ, "మిస్టర్ శంకరం! కొంచెం వినండి" అంటూ ఆఖరి పేరా చదివాడు - "ఈ తీర్పు ముగించే ముందు నే నో విధి నిర్వర్తించాలి. ఈ కేసులో ప్రత్యేక శ్రద్ధ వహించి ముద్దాయి తరఫున వాదించి నిజా నిజాలు చూపించి, న్యాయసిద్ధికి పాటు పడిన యువకుడు శంకరానికి నేను కృతజ్ఞత చూపిస్తున్నాను. అతడి సహా యమే లేకుంటే ఈ కేసులో నేను న్యాయం సాధించలేక పోయేవాడిని. ఐ వన్స్ ఎగైన్ థాంక్ ది యంగ్ ఫ్రెండ్ మిస్టర్ శంకరం యెట్ ది బార్ అండ్ విష్ హిజ్ సక్సెస్ ఆల్వేస్."

"థాంక్స్ యువరానర్!" అంటూ సవిన యంగా తల దించాడు శంకరం.

"కంగ్రాట్యులేషన్స్ మిస్టర్ శంకరం!" అంటూ చిరునవ్వుతో అభినందించాడు ప్రాసిక్యూటరు.

శంకరం పొంగి పొర్లుతూన్న సంతో షంతో - లాయర్ల నందర్నీ తప్పించు కుంటూ గబ గబా కోర్టు బయటికి వచ్చాడు.

వరండాలో తచ్చాడుతున్న రాముడు అమాంతంగా వచ్చి శంకరం కాళ్ళ మీద పడిపోయాడు. సాష్టాంగపడి పాదాలు రెండూ కళ్ళకి అద్దుకుని లేచి, మాట్లాడ

లేనంత కృతజ్ఞతతో దీనంగా చూస్తూ నించున్నాడు.

శంకరం అతణ్ణి చెయ్యి పట్టుకున్నాడు. లోకంలో వున్న అనాథలందరికీ తను అండగా నిలబడగలనన్న ధైర్యం కల్గింది. "ఒక్కో సారి భరించలేనంత కష్టాలూ, నిందలూ వచ్చి పడతాయి. ధైర్యంగా నిలబడాలి మనం" అన్నాడు రాముణ్ణి ఓదార్చుతూ.

"దొరా! నన్ను రచ్చించినావు. భగవంతుడివి నువ్వు" అన్నాడు రాముడు చెమర్చిన కళ్ళతో.

"మరేం ఫర్వాలేదు, ఇక నీకేం భయం లేదు. తిన్నగా మీ వూరెళ్ళిపో!" అంటూ ధైర్యం చెప్పాడు.

రాముడు కాస్సేపు వూరుకుని - "సేతిలో సిల్లిగివ్వ లేదు. యెలా యెళ్ళమంటావు?" అన్నాడు అమాయకంగా.

"నిన్నెక్కణ్ణించి తీసుకొచ్చారో అక్కడ వదలటం పోలీసు వారి డ్యూటీ! కోర్టాఫీసులో నీ దారి ఖర్చులకు డబ్బిస్తారు. వెళ్ళి జడ్జి గారి గుమాస్తాని అడుగు. వెళ్ళే ముందు నాకో సారి కనపడు" అంటూ రాముడికి వివరాలు చెప్పి పంపించి తను బార్ రూమ్‌లోకి వెళ్ళాడు శంకరం.

ఓ పావుగంట కల్లా రాముడు వెళ్ళిన వాడు వెళ్ళినట్టే ఉత్త చేతుల్తో వెతుక్కుంటూ వచ్చాడు. బొటనవేలికి రాసిన సిరా చూపించి, "కాయితం మీద అంటించి పొమ్మన్నాడు. డబ్బు గిబ్బూ లేదన్నాడు" అంటూ ఏడుపు మొహంతో ఆపద్బాంధవుడికి మొర పెట్టుకున్నట్టు చెప్పాడు.

శంకరానికి చాలా కోపం వచ్చింది.

రాముణ్ణి వెంటబెట్టుకుని గుమాస్తా దగ్గిరికి వెళ్ళాడు. శంకరం మాట్లాడక ముందే గుమాస్తా శంకరాన్ని నిష్ఠూరంగా చూస్తూ, "ఏవిటండీ మీరు మరీనూ. అడ్డమైన వాళ్ళకీ ఇలా మప్పితే మే మెలా బతకాలండీ?" అంటూ రుస రుస లాడాడు.

"ఇంతకీ మీ రతని కివ్వాల్సిన డబ్బిస్తారా లేదా చెప్పండి!"

"వేలి ముద్ర పడేశాడుగా? ఎప్పుడో ఇచ్చేశాను. పొమ్మనండీ!" అన్నాడు గుమాస్తా నిర్లక్ష్యంగా.

"మీ రంతా ఆరితేరినవాళ్ళండీ! జూనియర్లని మీ రెక్కడ ఖాతరు చేస్తారు లెండి" అంటూ శంకరం బయటికి వచ్చేశాడు.

జేబు లోంచి రెండు రూపాయలు తీసి రాముడి కిస్తూ, "అలా కాస్త బయటికి వెళ్ళి కుడి వేపున భోజనాల హోటలుంది, అన్నం తిని రా! ఈ లోపులో నే నీ పని చూస్తాను" అంటూ గేటు దాటించి హోటలుకి దారి చూపించి వెనక్కి వచ్చాడు.

బార్ రూమ్‌లో కూర్చుని జడ్జికో పిటీషన్ రాసి ఛాంబర్స్‌లోకి పంపించాడు.

అది చదివిన జడ్జి మహోగ్రుడై గుమాస్తాని పిలిపించి ఛెడామడా తిట్టి పోశాడు - "నీ ఉద్యోగం కాస్తా పీకేస్తే ఎవడితో చెప్పుకుంటావయ్యా?"

మహా గడ్డు ప్రశ్నే! గుమాస్తా కిక్కురమన లేదు. తిట్లన్నీ కమ్మగా తిన్నాడు. తన సీటులోకి వెళ్ళీ వెళ్ళగానే రాముడి దారి ఖర్చుల డబ్బు బంట్రోతుతో శంకరం దగ్గిరికి పంపించేశాడు.

రాముడు కడుపు నిండా తిని భారంగా నడుస్తూ వచ్చాడు - "మొదటైతే పెట్టనందు దొరా! కాసు చూపించిన. కిమ్మనలే. తిన్నంతా పెట్టిందు" అంటూ హోటల్లో అన్నం తిని వచ్చినందుకు ఘనకార్యం చేసినట్టు చెప్పాడు.

శంకరం చిరునవ్వు నవ్వుతూ, "పోనీలే.

అసలు పెట్టాడు. అఁ, నీ డబ్బిచ్చేశారు. తీసుకో. జాగ్రత్తగా వెళ్ళు, డబ్బు జాగ్రత్తగా చూసుకో." అంటూ అప్పగింతలు చెప్పి, ఎలా వెళ్ళాలో నూరిపోసి గేటు వరకూ స్వయంగా వెళ్ళి పంపించాడు. రాముడు కన్నీళ్ళు చిప్పిల్లేంతగా మనసు వెళ్ళబెట్టుకొని కోటి దండాలు పెట్టి మరీ కదిలాడు.

శంకరం భారంగా వెనక్కి తిరిగాడు. సీనియర్ అభినందన పరంపరలో మునిగి తేలి, రూమ్ కొస్తూనే శ్యామలకో ఉత్తరం రాశాడు చేట భారతంలా. ఎప్పటికప్పుడు మనసంతా విప్పుకుని శ్యామలకి ఉత్తరాలు రాయటం కూడా తన కర్తవ్యాలలో ఒకటి అన్నట్టుగా చేస్తాడు శంకరం.

★ ★ ★

సీనియర్ ప్రత్యేకాభిమానంతో శంకరానికి సెషన్స్ కేసులు కూడా అప్పగించటం ప్రారంభించాడు.

శంకరం విజయ చరిత్రంతా శ్యామలకు తెలుసు. అయినా ఎప్పటికప్పుడు - "మీ ఆదర్శ జీవితం ఎలా వుంది?" అంటూ ఆప్యాయతా, హాస్య ధోరణీ మేళవించి అడుగుతూ వుంటుంది.

నిజమే, ఆదర్శం అంటే ఇంతేనా? ఏదో క్లూ దొరకబుచ్చుకుని ముద్దాయి తరపున వాదించి కేసులు గెలిపిస్తూ వుండటం ఒక్కటేనా ఆదర్శ జీవితానికి నిర్వచనం? తను వ్యక్తిగతంగా ఎవరికో ఏదో చేయలేడా? తన జీవితానికి ఇంకా ఏదో గొప్ప మార్పు రాదేం?

★ ★ ★

ఆ రోజుకి కోర్టు గొడవలన్నీ ముగించుకుని కాయితాలన్నీ ఎక్కడివక్కడ సర్ది స్నానానికి వెళ్ళాడు శంకరం. పని కుర్రాడు కారియర్ విప్పి అన్నం వడ్డించాడు. భోజనం ముగించి కారియరు ఇచ్చి కుర్రాణ్ణి పంపించేసి తిరిగి వచ్చి చీడీల మీద కూర్చున్నాడు.

వెన్నెల పుచ్చ పువ్వులా వుంది. ఆకాశం అంతా గాజు పలకలా నిర్మలంగా కాంతు లీనుతోంది. చందమామ కేసి చూసిన కొద్దీ చూడాలనిపిస్తోంది.

శంకరం స్థిరం లేనట్టు లేచి పచార్లు సాగించాడు. మనసు చాలా చికాకుగా అశాంతిగా అయింది. ఒళ్ళంతా భారంగా జ్వరం వచ్చినట్టు వేడిగా అయింది. ఎవరేనా వచ్చి నవ్వుతూ హాయిగా చొరవగా మాట్లాడితే బాగుండు ననిపించింది. ఎక్కడెక్కడి వాళ్ళో మనసులో మెరుపుల్లా మెరిసి మాయమౌతున్నారు. ఎప్పటెప్పటి సంఘటనలో మస్తిష్కంలో అడ్డదిడ్డంగా కొట్టుకులాడుతున్నాయి.

ఎప్పుడో చిన్నప్పుడు తిరపతయ్య గొడ్లచావిడి కెదురుగా చింత చెట్టెక్కి ఆడుకునే రోజుల్లో ఎర్ర పరికిణీ కట్టుకుని పరుగెత్తుకుంటూ వచ్చి చెట్టు కింద నిలబడి చింతకాయల కోసం చేతులూ చాచే బంగారం... కొట్టవచ్చినట్టు కనిపించింది కళ్ళల్లో. చిన్నప్పుడే బంగారం... నల్లగా వున్నా... నొక్కుల జుట్టూ అదీ ఎంతో బాగుండేది. పైటలు వేసుకుంటోన్నప్పుడు కూడా చూశాడు. చాలా అందంగా వుంది. ఇప్పుడైతే ఇంకా అందంగా ఉంటుందేమో! పెళ్ళీ గిళ్ళీ అయిపోయి ఉంటుంది. అవును, ఆడ పిల్లలకి ఎదిగీ ఎదక్కుండానే పెళ్ళిళ్ళు చేసేస్తారు.

బంగారం స్మృతి దానంతటదే మాయమై - తర్వాతెప్పుడో తను కాలేజీలో చేరిన కొత్త రోజుల్లో, వారాలు చేసుకునే రోజుల్లో, అన్నం వడ్డిస్తూ మీది మీదికి

ఒంగుతూ జడో పైట కొంగో మీద పడేస్తూ మొహంలోకి గుచ్చి గుచ్చి చూస్తూ అదోలా నవ్వే ఆవిడ... గుర్తొచ్చింది - పేరేమిటో జ్ఞాపకం లేదు. ఆవిడ ఎందుకు సిగ్గు పడేది కాదో ఆలోచించి అర్థం చేసుకుంటే మాత్రం ఇప్పుడేం ఆశ్చర్యంగా అని పించదు. కొందరు తెలివి తక్కువగా అలా చేస్తారనిపిస్తుంది.

తెల్ల చీరలు కట్టుకుని, తట్టెడు పువ్వులు పెట్టుకుని తమల పాకులు నములుతూ రోడ్ల మీద తారట్లాడే ఆడ వాళ్ళని ఏ నాటి నుంచో చూస్తూనే వున్నాడు. వాళ్ళ దగ్గి ర్నుంచి నడిస్తే చాలు చౌకబారు సెంటు వాసనకి డోకొచ్చినట్టుం డేది.

అప్పుడంతా అయోమయం! ఎలాంటి ఊహలకీ, అపోహలకీ తావు లేనంత పసి మనసు అది! ఆలోచిస్తున్న కొద్దీ చాలా లోతులు అంతు చిక్కుతోన్నట్టు తోస్తోంది. ఒకప్పుడు అతి సహజంగా కన్పించిన అనేక సంఘటనల్లో, నిజంగా ఎంతో కృత్రిమత్వం వుంది. కనీసం దాన్ని గుర్తించకుండా ఎన్నో ఘట్టాలు దాటవేసుకొంటూ వచ్చాడు తను.

ఆలోచనలన్నీ ఎక్కడి కక్కడ తెగి చిక్కులు పడుతూ మరీ చికాకు పెట్టాయి శంకరాన్ని. ఏదో జ్ఞాపకం వచ్చినట్టు గబ గబ గదిలోకి వెళ్ళి బుల్ బుల్ తెచ్చుకుని వరండా చివర వెన్నెల్లో కూర్చున్నాడు.

ఏదో గుర్తుకు వచ్చిన పాట వాయిస్తూ చందమామలోకి గుచ్చి గుచ్చి చూస్తోంటే వెన్నెల క్షణ క్షణానికీ మరీ తెల్లగా కన్పిం చింది.

శంకరం అలవాటుగా పాట వెనక పాట వాయించుకుంటూ కూర్చున్నాడు.

హఠాత్తుగా శంకరం దృష్టి గేటు వేపుకి మళ్ళింది. ఉలిక్కిపడి బుల్ బుల్ ఆపు చేశాడు. ఎవరో అమ్మాయి గేటు పట్టుకుని నిలబడి వుంది. తెల్లటి పైట చెంగు రెప రెపా గాలి లోకి ఎగురుతూ వుంది.

కొంచెం సిగ్గు పడ్డాడు శంకరం. ఏదో సరదాకి వచ్చీ రాకుండా తను వాయించు కుంటోంటే... ఎవరో వినటానికి రావడం కూడానా?

వాయించటం మానినా ఆ అమ్మాయి కదల్లేదు. అలాగే గేటు పట్టుకుని వుంది. ఒక్క క్షణం శంకరాని కేం చెయ్యాలో తోచలేదు. బుల్ బుల్ని కింద పెట్టి లేచాడు. నెమ్మదిగా అడుగులో అడుగు వేసుకుంటూ వెళ్ళి గేటుకి కొంచెం దూరంగా నిలబడ్డాడు - "ఎవరు కావా లండీ?"

జవాబు లేదు. అంత ముఖాముఖీ అడిగినా మాట్లాడకుండా ఆ మనిషి అలాగే నించుంది. ఇంకో అడుగు దగ్గిరికి వెళ్ళాడు — "మీ కెవరైనా కావాలా?" అన్నాడు కొంచెం గట్టిగా.

ఆ అమ్మాయి తలెత్తి, కళ్ళెత్తి శంకరం మొహంలోకి చూసింది మూగగా. వెన్నెల్లో... తెల్ల బట్టల్లో... ఆమె మెడా, మొహమూ, చేతులూ, నాజూగ్గా మెరుస్తున్నాయి. జుట్టు బాగా రేగి గాలికి ఎగురుతోంది. జుట్టయినా సర్దుకోకుండా శంకరాన్ని తదేకంగా చూస్తోంది. అంత ఏకాంతంగా సూటిగా - ఒక మగ వాణ్ణీ - అపరిచితుణ్ణీ చూస్తోన్నా, ఆ చూపుల్లో సిగ్గు గానీ కలవరం గానీ కన్పించటం లేదు.

శంకరాని కేం తోచలేదు. ఏదో గట్టిగా అడగాలని తిన్నగా చూశాడు.

"మీరు ఆ వీణ వాయిస్తోంటే ఎంతో బాగుంది" హఠాత్తుగా అంది. నెమ్మదిగా స్వచ్ఛంగా, ధైర్యంగా, గంభీరంగా అంది.

శంకరం కొంచెం తేరుకుని - "మీరు ఎవరి కోసం వచ్చారు?" అన్నాడు.

"మీరు వీణ వాయిస్తోంటే నా కెంత బాగుందనుకున్నారూ? మళ్ళీ వాయించ రాదూ?" ప్రాధేయతగా చూసింది శంకరం కళ్ళల్లోకి.

శంకరం నిజంగా సిగ్గు పడ్డాడు. "అది వీణ కాదండీ. వీణ తెలీదా మీకు?"

"అప్పుడే మానేశారు గానీ కొంచెం వాయిస్తే మీదేం పోతుంది?" నిష్టూరంగా అంది తల తిప్పకుండా.

'పెద్దింటి పిల్ల'లా ఉంది. మెడలో సన్నటి గొలుసూ, కుడి చేతికో తెల్లరాతి ఉంగరం ఉన్నాయి. మాట కూడా శుద్ధిగా వుంది. ఈ రాత్రి వేళ ఇలా ఒక్కతీ రావటం నిజంగా పాటకేనా?

ఆ అమ్మాయి అలాగే నిలబడే వుంది ఎదురుచూస్తూ.

శంకరాని కెందుకో భయంగా అని పించింది. ఇంత రాత్రి పూట ఆడ పిల్లతో మాట లేమిటి? కంగారుగా అన్నాడు. "అబ్బే! అసలు నాకు బాగా రాదు. ఏదో... అలా తోచటం లేదనీ... అలా..."

ఆ అమ్మాయి కుతూహలంగా చూసింది - "ఓ సారి నా కది చూపిస్తారా? నేను వాయిస్తే ఎలా వుంటుందో!"

"మీకు బుల్ బుల్ వాయించటం వచ్చునా?"

"దాన్ని బుల్ బుల్ అంటారా? భలే వుంది. వీణ అనుకున్నా."

తెల్లబోయాడు శంకరం. ఏవిటీ అమ్మాయి?

ఆ అమ్మాయి గేటు పట్టుకొని నించునే వుంది. ఇంత బహిరంగంగా వెన్నెల్లో గేటు దగ్గిర ఈ అమ్మాయీ, తనూ...

"చూడండీ! నాకు చాలా పని వుంది. మీ రిక్కడ నించుంటే బాగుండదు. వెళ్ళండి!"

"ఛీ, ఇంటి దగ్గి రెవరున్నారు? చక్కగా మీరు వీణ వాయిస్తోంటే వింటూ ఇక్కడే వుంటా."

అదిరిపడ్డాడు శంకరం. అమ్మాయి మొహంలోకి పరకాయించి చూశాడు. ఆ అమ్మాయి కూడా అంత సూటిగానూ చూసింది. ఆ చూపుల్లో సహజత్వమేమీ లేదు. జవాబు కోసం చూస్తోనే వుంది కళ్ళెత్తి.

అబ్బ! ఆ మొహంలో కళ యెక్కువై అలా పెద్ద పెద్ద కళ్ళలోంచి పొంగి వచ్చి తనని ముంచెత్తుతోన్నట్టు, అలా చూస్తున్న కొద్దీ చూడబుద్ధి వేసింది శంకరానికి.

హఠాత్తుగా తోచింది 'ఈ అమ్మా యికి... కొంచెం... మతి స్తిమితం... లేదా? అయ్యో పాపం! అలాగే వుంది' అప్ర యత్నంగానే గేటు తీశాడు — "రండి!"

శంకరం వెనక నెమ్మదిగా నడిచి వచ్చింది. కంగారుగా వరండా లైటు వేశాడు. గబ గబా గది లోంచి చాప తెచ్చి గేటు ఎదురుగా వరండాలో పరిచాడు. చెప్పకుండానే చాప మీద కూర్చుంది.

"మీ పేరేమిటి?" అమ్మాయిని ధైర్యంగా మాటల్లోకి దించాలని బుల్ బుల్ ఒళ్ళోకి తీసుకుంటూ అడిగాడు శంకరం.

"మీ పేరో?" నిర్లక్ష్యంగా అడిగింది.

"నా పేరా? - శంకర్!"

"శంకరా? శంకరేమిటి? టింకర్ లాగా? రామూ అయితే బాగుంటుంది."

ఒక్క క్షణం ఆ అమ్మాయి కేసి నిదా నంగా చూసి,

"మీ పేరేమిటో చెప్పలేదేం?" అన్నాడు అనునయంగా.

"నా పేరు... గృహలక్ష్మి!"

తెల్లబోయాడు శంకరం. నమ్మబుద్ధి కాలేదు.

"ఛీ! గృహలక్ష్మి కాదండీ! అబ్బ!... నా పేరేమిటో గుర్తు రావటం లేదు" —మొహ మంతా చిట్లించుకొంటూ విసు క్కొంది.

శంకరం జాలిగా చూశాడు. ఇంత చిన్న వయసులో ఏమిటీ ప్రారబ్ధం? ఎంత దురదృష్టవంతురాలు! శంకరం చంటి పిల్లని చూసినట్టు ఆ అమ్మాయిని వాత్సల్యంగా చూస్తూ వుండిపోయాడు.

"వాయించరేం?" — చూసి చూసి చిరాకు పడిందా అమ్మాయి.

శంకరం తేరుకుని బుల్ బుల్ మెట్లు నొక్కుతూ ఓ సినిమా పాట ప్రారంభిం చాడు. వాయించిందే వాయిస్తూ ఐదారు నిమిషాల వరకూ కాలం దొర్లించాడు.

అంతసేపూ నిశ్శబ్దంగానే కూర్చుందా అమ్మాయి. పాట అయిన వెంటనే ఒక్క సారా అమ్మాయి కేసి చూసి మరో పాట ఎత్తుకున్నాడు.

అమ్మాయి సగంలో లేచి నించుంది హఠాత్తుగా.

".... వెళ్ళిపోతా."

తెల్లబోయాడు శంకరం - "వెళ్ళి పోతారా? పాట వింటా నన్నారుగా?"

"వద్దు లెండి. నాకేం బాగా లేదు" — గబ గబా మెట్లు దిగి చక చకా నడుస్తూ గేటు దగ్గిరికి వెళ్ళిపోయింది.

"ఉండండి. వుండండి, నేనూ వస్తున్నా."

బుల్ బుల్ మంచం మీద పడేసి, గది తలుపులు వేసి తాళం నొక్కి పరుగు లాంటి నడకతో వెంటబడ్డాడు శంకరం. ఆ అమ్మాయి ఎక్కడా ఆగకుండా ఒక్క మాట కూడా మాట్లాడకుండా నడిచి పోతోనే వుంది. శంకరం కూడా మౌనంగా నడక సాగించాడు వెనకాలే.

హఠాత్తుగా ఆగింది - "అదీ! జ్ఞాపకం వచ్చిందండీ! నా పేరు భారత లక్ష్మి" అంది శంకరాన్ని చూస్తూ. "ఏం? నా పేరు బాగుందా?" అంది.

"బాగుందండీ! చాలా బాగుంది" — ఆ పేరు కూడా నమ్మలేదు శంకరం.

"మీరు మళ్ళీ ఓ మంచి పాట వాయించరాదూ?"

"అబ్బే! మనం చాలా దూరం వచ్చేశాం."

"అయితే మాత్రం..."

"రేపు వాయిస్తా లెండి."

"నా క్కూడా నేర్పరాదూ?"

"అలాగే."

అయిష్టంగానే కదిలింది.

సందు మలుపు తిరిగి మెయిన్ రోడ్డు ఎక్కే సరికి జనం గుంపులు గుంపులుగా వస్తున్నారు, సినిమా కబుర్లు చెప్పుకొంటూ.

థియేటర్ ముందు నుంచి వెళ్తోంటే లైట్ల కేసి చూస్తూ మళ్ళీ ఆగి - "నే నీ సినిమా చూళ్ళేదండీ! మనిద్దరం సినిమా కెళ్దామా?" అంది ఆసక్తిగా.

శంకరం కంగారు పడ్డాడు. ఇటూ అటూ చూశాడు. జనం కిట కిట లాడుతూ ఒకళ్ళ నొకళ్ళు తోసుకుంటూ నడుస్తు న్నారు. తెలిసిన వాళ్ళెవరూ కనపడలేదు.

"సినిమాకి మనిద్దరం వెళ్తే బాగుం డదు. రేపు వెళ్ళండి మీరు" అన్నాడు కొంచెం విసుగ్గా.

ఆ అమ్మాయి ఎగా దిగా చూసింది. మొహం తిప్పుకుని లైట్ల కేసీ, సినిమా బొమ్మల కేసీ చూస్తూ నించుంది.

"చూడండి, అయినా నా దగ్గిర డబ్బులు లేవుగా?" శంకరం కొంచెం నెమ్మదిగా మృదువుగా అన్నాడు.

"డబ్బుల్లేవూ? - అలా చెప్పరేం?" అంటూ కదిలింది.

శంకరం కడుపు నిండా గాలి పీల్చుకున్నాడు.

ఆ అమ్మాయి మళ్ళీ ఆగి, "డబ్బులెందుకు లేవూ? మీరు మగ వాళ్ళు కదా?" అంది ఆశ్చర్యపోతూ.

"పర్స్ రూమ్‌లో ఉండిపోయిందిగా? డబ్బులు తీసుకోకుండా వచ్చేశాను." — మాట మారుస్తూ, "మీ ఇల్లింకా ఎంత దూరం?" — వీధి పొడుగునా చూస్తూ అడిగాడు శంకరం.

".... మీ రెండు కొస్తున్నారూ?" — కొత్తగా విస్తుబోయింది.

శంకరం తడబడ్డాడు - "అబ్బే! ఏం లేదు. మీ క్కొంచెం, సాయంగా."

"ఛీ! నా కెందుకూ సాయం? నేనేం పాపాయినా? కావాలంటే మీ ఇంటి దాకా సాయం వస్తా పదండీ, మిమ్మల్ని దిగబెట్టి వచ్చేస్తా" అంటూ వెనక్కి తిరిగింది.

"అబ్బే! అది కాదండీ! మీకు సాయం కాదు. మీ ఇల్లు చూద్దామనీ."

"మా ఇల్లేం చూస్తారు? మీ ఇల్లు లాగానే ఉంటుంది గాని మా ఇల్లేం తల్లకిందులుగా వుంటుందా?"

శంకరాని కేమీ తోచలేదు.

ఆ అమ్మాయి ఒక్కడుగు కూడా ముందుకు వెయ్యటం లేదు. ఖరాగా నించుంది.

"అయితే నన్ను వెళ్ళిపొమ్మంటారా? సరే, జాగ్రత్తగా వెళ్ళండి" అంటూ వెనక్కి తిరిగాడు శంకరం.

"పోనీ లెండి మా ఇల్లు చూపిస్తా. ఇక్కడేగా? రండి" అంటూ గట్టిగా పిల్చింది.

శంకరం వెనక్కి వచ్చాడు.

ఆ అమ్మాయి చక చకా నడక సాగించింది, శంకరం వస్తున్నాడో లేదో వెనక్కి తిరిగి చూస్తూ.

ఓ ఫర్లాంగు దూరంలో హఠాత్తుగా ఓ ఇంటి ముందాగి, చొరవగా తలుపులు గెంటుకుని లోపలికి వెళ్ళిపోయింది.

వీధి అరుగు మీద పడుకున్న వ్యక్తి చటుక్కున తల యెత్తి, "మాలా! ఎక్కడి కెళ్ళావమ్మా?" అన్నాడు అభిమానంతో విసుక్కుంటూ.

ఏం సందేహం లేదు. తను ఊహించింది నిజమే! ఆ అమ్మాయికి... మన స్తిమితం పోయింది.

మాలతి మాట్లాడనే లేదు. లోపలి కెళ్ళిపోయింది. ఇంకా వుండాలో అక్కర్లేదో అర్థం కాలేదు శంకరానికి. తటపటాయిస్తూ కొంచెం దూరంగా నించున్నాడు.

"ఎవరండీ?" అంటూ మంచం మీద నుంచి లేచాడా వ్యక్తి, శంకరాన్ని ప్రశ్నించి, అరుగు మీద లైటు వేస్తూ.

"మీ అమ్మాయి మా యింటి కేసి వస్తే దిగబెట్టి వెళ్దామని..." అంటూ రెండడుగులు ముందుకు వచ్చాడు శంకరం.

"రండి, రండి" — కృతజ్ఞత వ్యక్తం చేస్తూ అభిమానంగా ఆహ్వానించాడు అతను — "ఇలా వచ్చి కొంచెం సేపు కూర్చోండి, అసలు మా చెల్లి మీ కెలా కన్పించింది? తిన్నగా మీ ఇంటికే వచ్చిందా? ఎప్పుడైనా వస్తూంటుందా?" అంటూ ఆదుర్దాగా ప్రశ్నలు వేశాడు.

శంకరం బిడియపడుతూనే మంచం వార కూర్చుని అంతా చెప్పాడు. తనేం చేస్తున్నాడో, ఎక్కడ వుంటున్నాడో కూడా వివరంగా తెలియబర్చాడు. అంతా చెప్పి చివర కన్నాడు — "ఇది వరకెప్పుడూ మా యింటికి రాలేదండీ! పేరు అడిగినా సరిగా చెప్పలేదు."

అంతా విని మాలతి అన్న కాస్సేపు

మాటా పలుకూ లేకుండా కూర్చున్నాడు.

"మా మాలతికి అప్పుడప్పుడూ కొంచెం మనసు బాగుండదండీ! అంతే, మరేం లేదు" — చెల్లెలి చేష్టల్ని సమర్థించుకుంటోన్న ధోరణిలో అన్నాడు.

"నేనూ అలాగే అనుకున్నాను. ఏదో మెంటల్ షాక్ వచ్చి ఉంటుందని" — సానుభూతిగా అన్నాడు శంకరం - "మరి... డాక్టర్స్‌కి..."

"అన్నీ చేస్తున్నాం. స్పెషలిస్టులకు కూడా చూపించాం. తగ్గినట్టే తగ్గి మళ్ళీ మామూలవుతోంది. అసలా వైద్యాలన్నింటి కంటే... డాక్టర్లు చెప్పింది... ఏమైతేనేం లెండి... జరిగేది కాదు." — ముభావంగా వూరుకున్నాడతను.

శంకరాని కేం అర్థం కాలేదు. రెట్టించి అడగలేక పోయాడు.

అతనే అన్నాడు - "సాధారణంగా ఈ వయసులో పెళ్ళయి సంసారం చేసు కుంటూ వుంటే ఇలాంటి వేవీ ఉండ వన్నారు డాక్టర్లు."

శంకరానికి ఆశ్చర్యం వేసింది - "అయితే పెళ్ళి చేయటానికేం? రంభలా మిడిసి పడుతోన్న పిల్లని ఎవడైనా కళ్ళకద్దుకుని నెత్తి మీద పెట్టుకుంటాడు" — నోటి చివర వరకూ వచ్చిన మాటలు బలవంతంగా ఆపుకున్నాడు, మాలతి అన్న ఏం చెప్తాడో వినాలని.

"మాలతి భర్త పోయాడండీ! రెండేళ్ళ యింది."

తుళ్ళిపడ్డాడు శంకరం. అత్యాశ్చర్యంతో తల మున్కలయ్యాడు. ఎంత ప్రయత్నించినా ఒక్క మాట కూడా రాలేదు. స్తంభించి పోయినట్టు కళ్ళు పెట్టుకుని చూస్తూ వుండిపోయాడు.

"పెళ్ళయి నాలుగేళ్ళయింది. వాడు మా మేనత్త కొడుకే. ఓ కానీ కట్నం యివ్వక పోయినా పిల్లని కావాలని మా అత్తతో దెబ్బలాడి మరీ పెళ్ళి చేసుకున్నాడు. మా చెల్లిలికి కూడా వాడంటే ప్రాణం. వాడా మాత్రం తెగించినందుకు సంతోషించాం. కానీ కొడుకు చదువు పూర్తయితే గానీ కాపరం పెట్టడానికి ఒప్పుకోలేదు మా అత్త. సెలవలకీ, పండగలకీ వస్తూ ఉండేవాడు. ఇద్దరూ సరదాగా సినిమాలనీ, షికార్లనీ తిరుగుతూ ఉండేవారు. ఇక ఆఖరి సంవత్సరం - పరీక్షలు రాయాలే గానీ ఎమ్.ఏ. ఫస్టు క్లాసులో పాసౌతానని చెప్పాడు. రామం చాలా తెలివైనవాడు. పరీక్షలు రాస్తాడు, ఉద్యోగం వస్తుంది, వాళ్ళ బతుకేదో వాళ్ళు బతుకుతా రను కున్నాం. హాస్టల్లో వాడు హాస్టల్లోనే ఏదో జ్వరం వచ్చి చచ్చిపోయాడు. రామం రేపో మాపో వస్తాడని యెదురు చూస్తోంటే ఈ చావు కబురు... అందింది మాకు."

వినలేకపోయాడు శంకరం, ఒళ్ళంతా కంపించింది. "అబ్బ, ఎంత దారుణం!"

"అసలు మాలతి ఆ మనో వ్యాధి తోనే చచ్చిపోతుందనుకున్నాం. చచ్చిపోయినా బాగుండేది. వాణ్ణి మర్చిపోయినట్టే దీన్నీ మర్చిపోయే వాళ్ళం" — అతని కంఠం భారంగా ఆగిపోయింది. "దాని ఖర్మ ఇలా ఉంటే ఇంకెలా అవుతుంది?" అన్నాడు విరక్తిగా.

శంకరం ఏదో విచిత్రమైన గాథ వింటోన్నట్టు వింటూ వూరుకున్నాడు.

"రామం పోయాడన్న కబురు వింటే ఈ పిల్ల ఏడవనే లేదు. నమ్మలేనట్టు అయిపోయింది. ఆ షాక్ అప్పటికీ ఇప్పటికీ అలాగే వుంది. వాడు గుర్తొస్తే చాలు, ఎవ్వరి తోటీ మాట్లాడకుండా వెళ్ళి ఓ మూల కూర్చుంటుంది. లేకపోతే మాటకీ

మాటకీ పొంతన లేకుండా పిచ్చి పిచ్చిగా మాట్లాడుతుంది. ఒక్కో సారి ఇంట్లోంచి బయటికి వెళ్ళిపోయి యెటు బుద్ధి పుడితే అటు తిరిగి ఏ అర్ధ రాత్రికో ఇంటికి వస్తుంది. మొదట్లో చాలా గాభరా పడ్డాం. నయానా భయానా చెప్పాం. డాక్టర్లకి చూపించాం. ఏమీ లాభం కనపళ్ళేదు. రోజు లిలాగే వెళ్ళిపోతున్నాయి."

అతనా చరిత్రంతా చాలా మందికి చెప్పే వుంటాడు. కనీసం రోజుకోసారైనా నెమరు వేసుకుంటూ వుండి వుంటాడు. చర్విత చర్వణం అవుతోన్నట్టు తన బాధ నంతా లోలోపల అణుచుకొని అలవాటు పడిపోయిన వ్యక్తి మాట్లాడుతోన్నట్టు మాట్లాడాడు.

"ఇలా తిరుగుతోంటే యెప్పుడైనా... యెవరైనా..." సందేహం వచ్చింది శంకరా నికి.

"అదేనండీ మా భయం. ఓ సా రెవడో చెయ్యి పట్టుకుంటే రక్తాలు కారేలా కొరికే సింది. వాడి అరుపులకి అందరూ చేరి ఇద్దర్నీ విడిపించి, తెలిసిన వాళ్ళెవరో మాలతిని ఇంటికి తీసుకొచ్చి అప్పగిం చేశారు. ఒక్కతీ అలా మనసు కుదురు లేక తిరిగి తిరిగి ఇంటికి వచ్చేస్తూంటుంది."

వింటోంటే ఆశ్చర్యం అయింది శంకరా నికి.

"ఏమో! అన్ని రోజులూ మనవి కావు. ఏ రోజెలా వుంటుందో! ఇంట్లో ఇరవై నాలుగ్గంటలూ కాపలా కాయలేం కదా? ఎప్పుడేం జరిగినా దాని జీవితం ధ్వంసమై పోతుంది. నలుగురి మధ్యా తలెత్తుకు తిరగలేం. పోనీ రెండో పెళ్ళి చేద్దామా అనుకున్నాం కూడాను..."

శంకరం తేలిగ్గా - "అవునండీ! నేనూ అదే అందా మనుకున్నాను" అన్నాడు.

"రెండో పెళ్ళంటే మొదట్లో నిజంగా మా కిష్టం లేదు, కానీ రాను రాను ఈ వ్యవహారమంతా చూస్తోంటే నేనే బాగా ఆలోచించుకుని మా అమ్మని కూడా ఒప్పించాను. మా అత్త మాత్రం ససేమిరా ఒల్ల కా దంటోంది. అసలు కొడుకు పోయిం దగ్గిర్నుంచీ కోడల్ని సూటీ పోటీ మాటలతో కొంత మతి చెడగొట్టింది. ఇప్పుడిక రెండో పెళ్ళి మాట ఎత్తితే, 'ఈ పెళ్ళేదో అప్పుడే చెయ్యలేక పోయారా? నా కొడుకు నాకు దక్కేవాడు, మీ ముచ్చటా మీకు తీరేది' అని అందర్నీ దెప్పి పొడు స్తోంది. ఆవిడ సాధింపుని నే నెప్పుడూ లక్ష్య పెట్టలేదు గానీ, మాలతి కూడా పెళ్ళికి ఒప్పుకోవటం లేదు — ఛీ నాకేం పెళ్ళి? నే నంత చెడ్డదాన్నా? బావ నెలా మర్చి పోతాను? పది మందీ నన్ను చూసి నవ్వ టానికా? — అని ఏడుస్తూ కూర్చుంటుంది. ఎంత నచ్చజెప్పినా వినదు. సరే! భగ వంతుడే ఉన్నాడు. ఎలా జరుగుతుందో జరగనీ! ఏదీ మన చేతుల్లో లేదు. లేకపోతే మాణిక్యం లాంటి వాడెందుకు మట్టిలో కలిసిపోతాడు? — అని నేనూ నిరాశ చేసు కున్నాను" — విసుగొచ్చినట్టు ఆగాడు మాలతి అన్న.

అంతా వింటే శంకరానికి వూపిరి సలపలేదు. ఇంకా కాస్సేపు ఆ పిచ్చి పిల్ల కబుర్లు వినాలనిపించింది. చెప్పాల్సిం దంతా అయిపోయినట్టు మౌనంగా కూర్చున్నా డతను. తనెలాంటివాడో ఏమిటో తెలీకపోయినా ఎంతో ఆప్తుడిగా ఎంచి - కడుపులో బాధంతా చెప్పేశాడు. తనేం చెయ్యగలడు? ఎలా ఓదార్చగలడు?

"వెళ్తానండీ! మీ పేరు...." అంటూ ఆగాడు శంకరం.

"అన్నట్టు మర్చేపోయాను. నా పేరు

కృష్ణమూర్తండీ. రైల్వేలో పని చేస్తున్నాను" అంటూ అతనూ లేచి శంకరంతో కొంచెం దూరం నడుస్తూ -" మీ మేలెప్పుడూ మర్చి పోలేం శంకరం గారూ! మాలతి మళ్ళీ అటు ఎప్పుడైనా వస్తే కొంచెం మందలిం చండి" అంటూ నిలబడ్డాడు.

"అలాగే, వెళతానండీ!"

శంకరం రూమ్‌కి వచ్చేశాడు.

తలుపులు తీస్తే బుల్ బుల్ కన్పిం చింది.

అంతా కలలా అయింది. మననం చేసుకుంటూ పక్క సర్దుకుని పడుకున్నాడు. కుదరలేదు. ఇటూ అటూ దొర్లాడు. బొత్తిగా నిద్రపట్టలేదు. పడుకో బుద్ధి కాలేదు.

లేచి లైటు వేసి ఉత్తరం రాయటానికి కూర్చున్నాడు.

"శ్యామల గారికి......

మీకు చాలా విచిత్రమైన విషయం రాస్తున్నాను. ఇందాక తొమ్మిది గంటల వేళ నేను వరండాలో వెన్నెల్లో కూర్చుని బుల్ బుల్ వాయించుకుంటోంటే ఏమైందనుకున్నారూ?..." అంటూ ప్రారంభించి పూస గుచ్చినట్టు రాశాడు - తొమ్మిది పేజీ లయింది.

"నిజంగా ఆ అమ్మాయి విషయమంతా మనసులో తిష్ట వేసుకుని నాకే పిచ్చెత్తినట్టు ఉంది. పాపం! ఇంత చిన్న వయసు! ఏమైపోతుందో! ఎలా గడుస్తుందో జీవితం? - ఇదంతా మీకు రాయాలనిపించింది, రాస్తే గానీ నా భారం తీరలేదు. ఇప్పుడు కొంచెం తేలిగ్గా వుంది. జవాబు రాయండి" అంటూ ముగించాడు.

పక్క మీద పడుకుంటే కాస్సేపటికి నిద్ర పట్టేసింది.

★ ★ ★

మర్నాడూ మూడో నాడూ కూడా మాలతి వస్తుందేమోనని ఎదురు చూశాడు శంకరం బుల్ బుల్ వాయిస్తూ.

మతి లేక కాళ్ళు ఎటు తీసుకుపోతే అటు పోయి కాకతాళీయంగా వచ్చింది గానీ, మళ్ళీ రావటానికి ఈ ఇల్లు ఆ అమ్మాయికేం గుర్తు వుంటుంది?

తనే ఓసారి వెళ్తే....? ఎందుకూ?

పాపం ఎలా వుందో? - ఎలాగో వుంటుంది. తను వెళ్ళి మాత్రం ఏం చెయ్య గలడు?

వారం పది రోజుల తర్వాత, అనుకోకుండా హోటల్లో ఎదురు పడ్డాడు మాలతి అన్న కృష్ణమూర్తి. "గుర్తున్నానా?" అన్నాడు నవ్వుతూ.

ఇద్దరూ కలిసి కాఫీ తాగుతూ కూర్చున్నారు.

"మీ సిస్టర్ బాగున్నారా?" అన్నాడు శంకరం.

"అదే బాగు. ఓ సారి రండి. మళ్ళీ మీరు రానే లేదు."

"ఈ మధ్య ఖాళీ లేక..." అంటూ వూరుకున్నాడు శంకరం.

కాఫీ అయ్యాక, "రండి. మా యింటికి వెళ్దాం. దగ్గిరే." — కృష్ణమూర్తి మళ్ళీ అన్నాడు.

కాదనలేదు శంకరం.

ఇద్దరూ ఏవేవో కబుర్లు చెప్పుకుంటూ నడిచారు.

శంకరానికి చాలా కుతూహలంగా వుంది. మాలతిని మామూలుగా వున్నప్పుడు చూస్తే ఎలా వుంటుందోనని.

"మీ చెల్లెలి పేరు మాలతి ఒక్కటేనా? ఇంకా ఏమైనా వున్నాయా? అప్పుడు పేరడిగితే గృహలక్ష్మి అని ఓ సారీ, భారతలక్ష్మి అని ఓ సారీ చెప్పింది" అన్నాడు శంకరం.

కృష్ణమూర్తి ఆశ్చర్యపడుతూ - "అదే నండీ చిత్రం! ఉత్తప్పుడు మర్చిపోయిన విషయాలన్నీ మనస్థిమితం లేనప్పుడు పూసగుచ్చినట్టు గుర్తువస్తూ వుంటాయి. మొగుణ్ణి గురించి అడగాలే గానీ పూస గుచ్చినట్టు చెప్పేస్తుంది. అసలు వాళ్ళా యనే హాస్యానికి ఏవేవో పేర్లు పెడుతూండే వాడు దీనికి. కాకిలా కల కాలం బతికే కంటే, హంసై ఆర్నెల్లు బ్రతికినా చాలం టారే, అలాగే కొన్నేళ్ళే అయినా చాలా అన్యోన్యంగా బతికారు లెండి. వాడు పోయిన్నాడే అదీ పోయింది. ఇంకేం వుంది దాని బతుక్కి?"

"మీరు కూడా అలా నిరాశపడితే ఎలా కృష్ణమూర్తి గారూ?" అన్నాడు శంకరం ఆరిందాలా.

ఇద్దరూ ఇంట్లోకి వెళ్ళారు.

మధ్య గది కొంచెం విశాలంగా, చూడ గానే ప్రాణానికి హాయిగా అనిపించింది. టేబులూ, కుర్చీలూ పరి శుభ్రంగా అను వుగా సర్ది వున్నాయి.

"కూర్చోండి" అంటూ కృష్ణమూర్తి మర్యాద చేశాడు.

"మాలతీ! కొంచెం మంచి నీళ్ళు తీసుకురా!" అంటూ కేక వేశాడు.

శంకరం టేబుల్ మీద వున్న పేపరు అందుకుని చూస్తూ కూర్చున్నాడు.

మాలతి రెండు గ్లాసులతో మంచినీళ్ళు పట్టుకుని వచ్చింది.

శంకరం పేపరు పేజీ తిప్పుతూ మాలతిని చూశాడు కుతూహలంగా.

తెల్ల చీర - పెద్ద జుట్టు ముడి - తెలుపుతో కలిసిపోతోన్న తెల్లటి ఒంటి రంగు - నవ్వూ, నవ్వే ప్రయత్నమూ ఏమీ లేక........ పైగా నవ్వు అంటే బద్ధ విరోధం లాగా మూతి ముడుచుకుని - కళ్ళు దించుకుని, గ్లాసులు తీసుకొచ్చి టేబుల్ మీద పెట్టి వాళ్ళన్నయ్య కుర్చీ దగ్గిర నించుంది.

అందానికి అలాంటి దీన స్థితి సంభ విస్తే చూడటానికే అమానుషంగా అని పించింది శంకరానికి.

మంచి నీళ్ళు అందుకుని కొంచెం తాగి గ్లాసు టేబుల్ మీద పెట్టేశాడు.

"మాలతీ! ఈయన శంకరం గారనీ .... లాయరు. నువ్వెప్పుడైనా చూశావా?" అన్నాడు కృష్ణమూర్తి మంచి నీళ్ళు అందు కుంటూ.

మాలతి ఆశ్చర్యపోతూ అడ్డంగా తల వూపింది లేదని.

కృష్ణమూర్తి కొంచెం నవ్వాడు - "పాపం ఆయన్ని విసిగించి దగ్గిర కూర్చుని బుల్ బుల్ కూడా వాయించుకున్నావు. ఎన్ని ప్రశ్నలు వేస్తున్నా విసుక్కోకుండా సమా ధానాలు చెప్తూ, నిన్ను జాగ్రత్తగా తీసుకొచ్చి అప్పగించారు ఈయనే మరి. అప్పుడే మర్చిపోయావా?"

మాలతి తప్పు చేసి సిగ్గుపడుతున్నట్టు, కష్టం మీద దుఃఖం ఆపుకుంటున్నట్టు, నిశ్శబ్దంగా నిలబడింది.

కృష్ణమూర్తి ధోరణి మార్చి, "గ్లాసులు తీసుకుపోమ్మా!" అన్నాడు.

మాలతి యాంత్రికంగా కదిలి గ్లాసులు తీసుకుని వెనక్కి తిరిగింది.

"చూశారా? మామూలుగా ఉంటే ఇలా దిగులుగా విరక్తిగా ముభావంగా ఉంటుంది. ఒక్కో రోజు ఏమౌతుందో, అందరి కళ్ళూ కప్పి ఎటో వెళ్ళిపోతుంది. ఏం చెయ్యాలో ఏమిటో మాకేం పాలు పోవటం లేదు. మాలతి మూలాన్న ఇంట్లో మునుపట్లా ఎవ్వరికీ సుఖం లేదను కోండి."

ఒక అప్పుడి ముందు బాధ వెళ్ళబోసు కుంటున్న ధోరణిలో కృష్ణమూర్తి కంఠ స్వరంలో కంపన వచ్చింది. "పోయిన వాళ్ళతో పోతామా చెప్పండి? గుండె ధైర్యం చేసుకుని మాలతి బాగు పడితే చాలు మాకు."

"మీ రంతా ఆవిడకు నమ్మకంగా అనునయంగా చెప్పలేదా?"

"అయ్యో! ఎన్ని చెప్పినా మారు మాట్లాడ కుండా వింటుంది. తనకి కూడా గత మంతా మర్చిపోవాలనే ఉంది. కానీ అది కూడా అలా చెయ్యలేక పోతోంది. ఒక్కటే మాట, ఆ షాక్ నుంచింకా తేరుకోలేదు."

"ఇలా ఒంటరిగా విచారిస్తూ కూర్చుంటే ఎన్ని సంవత్సరాలైనా ఇలాగే ఉంటుం దేమో! అన్నట్టు ఆవిడేం చది వారు?"

"పి. యు. సి. పోయింది. మళ్ళీ చదవ మంటే చదవనంది. అంతలో పెళ్ళైంది. రామం చెప్పినా వినలేదు. పెళ్ళయిం తర్వాత బొత్తిగా చదువు మీద ఆసక్తి పోయింది. ఒక్క సంవత్సరమేగా గడి చింది? అంతలో వాడు పోయాడు. అప్పుడే రెండేళ్ళయింది. మళ్ళీ చదువుకోమ్మా అని ఆ మధ్య ఒక సారి చెప్పాం. అప్పటికి వూరు కుంది గానీ చదివే వుత్సాహం లేదు. చెప్పొద్దూ? ఈ పరిస్థితుల్లో కాలేజీకి పంపిం చటం మాకూ ఇష్టం లేదండీ!"

కృష్ణమూర్తి కేం సలహా ఇవ్వాలో శంకరాని కేం తోచలేదు.

"నాన్నా!" అంటూ కృష్ణమూర్తి పిల్లలు వచ్చారు వీధి లోంచి. ఇద్దరూ మొగ పిల్లలే. ఒకడు తెల్లగా తండ్రిలా వున్నాడు. ఒకడు నలుపు. తల్లి ఛాయేమో.

"ఇలా రా బాబూ!" అంటూ శంకరం పిల్లల్ని పిలిచి కాస్సేపు వాళ్ళతో కాలక్షేపం చేశాడు.

"వెళతానండీ!" అంటూ లేచాడు పేపరు టేబుల్ మీద పెట్టి.

కృష్ణమూర్తి కూడా కొంచెం దూరం వచ్చాడు.

"మీ సిస్టర్‌ని పోనీ ఇంట్లో ప్రైవేటుగా చదివించండి. అవసరమైతే ట్యూషన్ పెట్టించండి" అన్నాడు, మంచి ఆలోచన వచ్చినంత వుత్సాహంగా.

"అవును మరి. ఏదో చెయ్యాలి. నేనూ అదే అనుకుంటూ వున్నా... మీరు అప్పు డప్పుడూ వస్తూండండి. మీతో మాట్లాడు తోంటే నా కెంతో ధైర్యంగా వుంది."

"అలాగే నండీ! నా కెప్పుడు ఖాళీ వున్నా వస్తూ వుంటాను. మీరేం బాధ పడకండి. ఏదీ మన చేతుల్లో లేదు. ఎవరి డ్యూటీ వాళ్ళు చెయ్యాలి, అంతే" అంటూ ధైర్యం చెప్పాననుకొని శంకరం ఆలోచించు కుంటూ నడిచాడు.

★ ★ ★

ప్రియమైన శంకరం గారికి...

మీ వుత్తరానికి ఎంత తొందరగా జవాబు రాయాలనుకున్నానో అంత ఆలశ్యం అయింది. పనీ లేదు, తీరుబడీ లేదు అన్నట్టు. ఖాళీగా వున్నాను కదా అని యెప్పుడు ఉత్తరం మొదలు పెట్ట బోయినా, అనంగీకారం ప్రకటిస్తున్నట్టు చంటి వెధవ రాగాలాపన! లేకపోతే కొంప లంటుకుంటున్నట్టు ఎవరో వచ్చి పిల వటం! కాకపోతే నాకే బద్ధకం ముంచుకు రావటం! ఈ మధ్య నాకు కొంచెం ఒంట్లో బాగా లేదు లెండి.

ఇన్ని చికాకులు జయించి ఇప్పటికైనా మీకు జవాబు రాస్తున్నాను. మా ఆయన వూళ్ళో లేరు. ముద్దు బిడ్డ నిద్ర పోతున్నాడు. పాప స్కూలుకు వెళ్ళింది.

ఇదీ వాతావరణం.

నిజం చెపుతున్నాను, మీ ఉత్తరంలో ఆ అమ్మాయి పరిస్థితి చదివితే చాలా జాలి వేసిందండీ! ఇంత చిన్న వయసులో - అసలు జీవితంలో అడుగు పెట్టగానే హఠాత్తుగా ఇలా అయిందంటే ఎవరికి మాత్రం అయ్యో అనిపించదు? పువ్వులతో కళ కళ లాడే చెట్టు హఠాత్తుగా కూలిపోయి నట్టుగా అయింది పరిస్థితి. సృష్టికర్తని విమర్శించే శక్తి మన కెక్కడిది? అన్నిటికీ ఆమోదించి తల దించటం ఒక్కటే మనం చెయ్యాల్సింది.

మాలతి మనసులో అనంతంగా అనురాగ రసం వూరుతూ ఉంటుందేమో అన్పిస్తోంది నాకు. లేకపోతే గాయాల నింత పచ్చి పచ్చిగా చేసుకుని గతాన్ని తవ్వు కుంటూ బతకడంలో మరో అర్థం లేదు. ఆమె హృదయం ఏ నాటికీ బండ బారదు. ఎండి బీటలు పడదు. బాధలో సుఖం అనుభవించే అనురాగమయి ఆమె. ఆలో చిస్తే ఇదే అనిపించింది నాకు.

కొంత కాలం ఆమె దృష్టి గతం లోంచి మళ్ళితే బాగుంటుంది. మీ కెలాగూ పరిచయం అయింది కాబట్టి కొంచెం ఆమె పరిస్థితి కనిపెట్టి వుండండి. మంచి మంచి పుస్తకాలు చదవటం అలవాటైతే ఆమె మానసికంగా కొంత ఎదుగుతుంది.

మళ్ళీ యేమైనా కొత్త విషయాలు జరిగితే రాయండి. శెలవు

శ్యామల

శంకరానికి దారి దొరికింది.

నిజమే! కథలూ నవలలూ చదువు కోవటం ఎంత హాయి! ఏవైనా పుస్తకాలు తీసుకెళ్ళి ఇస్తే చదువుతుంది. చదవకపోతే అప్పుడు చూడొచ్చు. అయినా ఎందుకు చదవదు?

శంకరం అల్మైరాలో వున్న కాసిన్ని పుస్తకాలూ వెదికాడు, చలం పుస్తకాలు యెక్కువగా ఉన్నాయి. ఆ అమ్మాయికి ఈ పరిస్థితుల్లో చలం పుస్తకాలిస్తే ఈత మొహం యెరగని వాళ్ళని బలవంతంగా నీళ్ళల్లో ముంచి నట్టవుతుంది.

మిగతా పుస్తకాలు వెతికాడు.

తాతాజీ రాసిన పుస్తకం ఒకటి బయటికి తీశాడు.

★ ★ ★

సాయంత్రం శంకరం వెళ్ళే సరికి కృష్ణమూర్తి ఇంట్లో లేడు.

మాలతి చిన్న మేన కోడల్ని యెత్తుకుని ముందు గదిలో తిరుగుతోంది. తెల్ల బట్టలే. వాలు జడ వేసుకుంది. శంకరాన్ని చూసి కొంచెం బిడియపడ్డట్టు నించుని, “మా అన్నయ్య లేడండీ!” అంది. మళ్ళీ, “ఫర్వాలేదు. కూర్చోండి. వచ్చేస్తాడు” అంటూ మర్యాదగా కుర్చీ చూపించింది.

“కూర్చోటం కాదు, వెళతానండి. ఏవైనా మంచి పుస్తకాలుంటే తెచ్చి పెట్ట మని కృష్ణమూర్తి గారు చెప్పారు. ఈ పుస్తకం ఇచ్చి వెళ్దామనీ...” అంటూ చేతిలో పుస్తకాన్ని టేబుల్ అంచున పెట్టాడు.

మాలతి రెండడుగులు ముందుకు వచ్చి పుస్తకం తీసుకుంటూ – “మా అన్నయ్య రాగానే చెప్తానండీ! అసలు వస్తోనే వుంటాడు. మీరు కూర్చో రాదూ?” అంది.

శంకరం మరేమీ అనకుండా కూర్చు న్నాడు కాస్సేపు. తర్వాత “ఈ పుస్తకం మీరు చదివారా?” అన్నాడు.

మాలతి కాస్సేపు పుస్తకం అటూ ఇటూ తిప్పి చూసి - “లేదండీ, నా కంత అల వాటు లేదు పుస్తకాలు చదవటం” అంది.

"ఫర్వాలేదు, చదవండి. చాలా మంచి పుస్తకం. ఎన్నో కొత్త కొత్త విషయాలు తెలుస్తాయి. కాస్త విశాలంగా ఆలోచించా లంటే మంచి పుస్తకాలు చదవాలి" — సమయం దొరికింది కదా అని మనసులో వున్న మాట కాస్తా అనేశాడు.

మాలతి మాట్లాడలేదు.

"నా దగ్గిర ఇంకా కొన్ని పుస్తకా లున్నాయి. లైబ్రరీ నుంచి కూడా తెచ్చి చదువుకుంటూ ఉంటాను. మీ అన్నయ్య మీ కోసమే పుస్తకా లడిగారేమో! మీరు చదువుతానంటే నాకు వీలు అయినంత వరకూ తెచ్చి పెడతాను."

శంకరం మాటల్లో ఆదరం, మంచి తనం మాలతి మనసుకి చల్లగా తోచాయి.

"ఎందుకండీ మీకు శ్రమ..." అంది కళ్ళు దించుకుంటూ.

శంకరం కొంచెం నవ్వాడు - "పోనీ శ్రమే అనుకోండి. కృష్ణమూర్తి గారు అడిగి నందుకైనా నా కిలా శ్రమ పడాలని ఉంది. ప్రతి చిన్న పనినీ కష్ట సుఖాలతో లెక్కలు కట్టగలమా చెప్పండి?" — కుర్చీ లోంచి లేస్తూ - "ఈ పుస్తకం మాత్రం తప్పకుండా చదవండి. కాలక్షేపానికి కాదు, శ్రద్ధగా మనసుకి పట్టించుకుంటూ చదవండి. తర్వాత శరత్ పుస్తకాలవీ ఇస్తాను. వెళతానండీ! కృష్ణమూర్తి గారికి చెప్పండి."

తీరా శంకరం వీధి లోకి వెళ్ళిపోయాక మాలతికి అనిపించింది — 'కాఫీ అయినా ఇవ్వలేదు. ఛ! ఆ మాటే గుర్తు రాలేదు' — యెంత సరిపెట్టుకుందా మనుకున్నా మనసు చాలా వేధించింది. శంకరం రోడ్డు దాటగానే పుస్తకం తీసుకుని లోపలి కెళ్ళి పోయింది.

★ ★ ★

బజారులో స్నేహితు లెవరో కన్పిస్తే మాట్లాడి శంకరం బాగా ఆలశ్యంగా రూమ్‌కి బయల్దేరాడు. గేటు ముందు చీకట్లో కునికిపాట్లు పడుతూ కూర్చుని వున్న వ్యక్తిని చూస్తూ, "ఎవరూ? వీరన్నా?" అని సంభ్రమంగా పలకరిం చాడు బాగా దగ్గిరికి వెళ్తూ.

వీరన్న ఉలిక్కిపడ్డాడు. మోకాళ్ళ మీద నుంచి తల యెత్తి చూస్తూ, "వచ్చావా బాబూ? సందాల్నించీ కాచుక్కూచున్నా" అంటూ బద్ధకంగా ఆవలించాడు.

"అరె! ఓ కార్డు ముక్కయినా రాయించేవాడివిగా? నే నేవూరైనా పోతే ఇంతేనా? తెల్లవార్లూ ఇలా కూర్చుని ఉంటావా? పద లోపలికి" అంటూ శంకరం గబ గబా గేటు తాళం తీశాడు.

వీరన్న లేచి తుండు గుడ్డ దులుపుకుని శంకరం వెనకాలే వెళ్ళి మళ్ళీ వరండా మీద చతికిలబడ్డాడు. శంకరం వరండాలో లైటు వేసి గది తాళం తియ్యబోతూ వెనక్కి తిరిగి - "ఇప్పుడు తలుపులు తియ్యటం ఎందుకూ? మర్చేపోయాను. ముందు హోటలు కెళదాం పద" అన్నాడు.

"నేను ఓటెల్లోనే తినొచ్చా బాబూ! ఒంటరి గాడివి, ఇంటి పట్టున ఉంటావో లేదో అని. నువ్వు భోంచెయ్యాలా? అయితే పద" అంటూ లేవబోయాడు వీరన్న.

"అబ్బే! నేను భోంచేసే వస్తున్నా. ఇవ్వాళ ఆలస్యంగా వస్తానేమోనని కుర్రాణ్ణి కారియరు తీసుకురావద్దని చెప్పేశాను. నువ్వు నిజంగా తిన్నావా?" — శంకరం రెండడుగులు వేసి ఆప్యాయంగా అడి గాడు వీరన్నని.

"ఒట్టు బాబూ! నీ కాడ సిగ్గేంటి? నా కాకలైతే నీ కడుపులోది తీసుకు తింటా."

"సరేలే, వుండు. తలుపులు తీస్తాను

కూర్చుందాం" అంటూ గది తాళం తీశాడు శంకరం.

బట్టలు మార్చుకుని మంచం దగ్గిర చాప వేసి దుప్పటి పరిచాడు.

వీరన్నని చూసిన దగ్గిర్నుంచీ శంకరం మనసు చెప్పలేని తహ తహతో కొట్టుకు లాడుతోంది. ఐదు సంవత్సరాల నుంచీ స్వగ్రామం వెళ్ళటం పూర్తిగా మానేశాడు. ఆర్నెల్లకో, ఏడాదికో వీరన్న ఏవైనా వ్యవసాయం పనుల మీద బస్తీకి వస్తే శంకరాన్ని చూడకుండా వెళ్ళడు. పూస గుచ్చినట్టూ, కళ్ళకి కట్టినట్టూ, వూళ్ళో వాళ్ళ భోగట్టాలన్నీ చెప్తాడు నమ్మకంగా. ముఖ్యంగా ఇంట్లో వాళ్ళవి.

"వీరన్నా! ఇలా రా!" శంకరం మంచం మీద కూర్చుంటూ పిల్చాడు.

"అదేంటి బాబూ, నువ్వే పక్కేసినావా? బలే వోడివే" అంటూ వచ్చి దుప్పటి మీద కూర్చున్నాడు వీరన్న.

"కబుర్లేంటి వీరన్నా? గబ గబా చెప్పు! అందరూ బాగున్నారా?" — శంకరం వీరన్న మొహంలోకి చూస్తూ అడిగాడు.

నిజంగా శంకరానికి వీరన్న సరసన కూర్చోవాలనిపించింది. చిన్నప్పటిలా వీరన్నని అంటిపెట్టుకుని కబుర్లాడుకోవా లని పించింది. ఎప్పటి వీరన్న! తను వీరన్న చేతుల్లో పెరిగాడు. వీరన్నతో పొలాలూ పుట్రలూ తిరిగాడు. తన కష్టసుఖాలకి వీరన్నే సాయం అయ్యాడు. వీరన్నని చూస్తే చాలు, శంకరం ప్రాణం తేలిక పడుతుంది. ఏవేవో జ్ఞాపకాలు - తియ్యగా, బాధగా, తరుముకొచ్చి, పసివాడిలా వీరన్నని కావి లించుకోవా లనిపిస్తుంది. "చెప్పు వీరన్నా!" అన్నాడు శంకరం ముందుకు వొంగి.

"ఏం చెప్పమన్నావు శివయ్యా? నా చిన్నప్పట్నించీ మనిల్లే కదా అంటిపెట్టు కున్నాను? నీకు తెలవందేంటి చెప్పు? మీ అయ్య ఉండమని ఒక్క ముక్కన్నా అన్నాడు కాదే! రత్తప్ప మానిపించేసింది."

"ఏవిటీ, నువ్వు మా ఇంట్లో మానేశావా? ఛీ, మా ఇల్లేంటి? అక్కడ మానేశావా? ఏం, ఏమైంది?"

"ఇంకేమవ్వాల? ఎవసాయం ఎత్తేసింది. బండీ ఎడ్లూ అమ్మేసింది. ఇంకా నే నెందుకు?"

"వ్యవసాయం ఎత్తేయటం ఏమిటి? సరిగా చెప్పు, ఇప్పుడు ఆ పొలం ఎవరు చేస్తున్నారు?"

"పొలం ఎక్కడుందయ్యా? మీ అయ్య పేర మెరకేదో కొంచెం వుంటే అమ్మేసి అప్పులోళ్ళకి కట్టాడు. గోచీకీ మొల్తాడుకీ అందలా. రత్తప్ప పేర్నే వుంది పొలం. ఈ ఏడాది మగతాకి అవిర్చేసింది. మీ అయ్య చేసిన అప్పు ఇంకా వుందంట. తల దాచుకున్న కొంపొక్కటే కనపడతా వుంది కళ్ళకి. అదెలా అమ్ముతాడు? ఎవసాయం ఎత్తెయ్యటమే మంచిదిలే. పెట్టుబడే కానీ దక్కుబడి లేదు" — పొలం గురించీ, అప్పు గురించీ వీరన్న చెపుతూనే ఉన్నాడు.

శంకరానికి నిలకడగా కూర్చోబుద్ధి కాలేదు. వినబుద్ధి కాలేదు. వీరన్న మాట లకి అడ్డు పడుతూ, "అయితే నువ్వూ వదిలేశావా అక్కడ?" అన్నాడు వీరన్నని గుచ్చి గుచ్చి చూస్తూ.

శంకరం మొహం చూస్తే వీరన్నకి ఆశ్చర్యం వేసింది. మంచానికి కొంచెం దగ్గిరికి జరిగి కోడు మీద చెయ్యి వేస్తూ, "నన్నేం చెయ్యమంటావు శివయ్యా? ఆళ్ళే మాన్పించేశారు గదా? సమయానికి జీతం కొలిచినా కొలవకపోయినా సరిపెట్టు

కున్నానే గానీ నా నోటితో నేను పాలేరు తనం మానతా నన్నానా? నా తోటిగాళ్ళంతా పదేసిళ్ళు మారారు. నిజంగా నా తల కొట్టేసినట్టయిందనుకో పని మానటం" అంటూ బుజ్జగిస్తోన్నట్టు చెప్పాడు - "యెక్కడుంటే ఏంట్లే బాబూ? నా కంఠంలో పేణం ఉండగా నిన్ను చూడ కుండా ఉండను" అంటూ నచ్చ చెప్పాలని ప్రయత్నించాడు.

శంకరం కొంచెం సేపు వూరికే కూర్చు న్నాడు — "ఇంతకీ యెవరి పనిలో కుది రావు?" అన్నాడు గుర్తొచ్చి.

"తిరుపతయ్యా దగ్గిర బాబూ! పిలిపించి మరీ అడిగాడు. యెక్కడో అక్కడ పని చేసుకోవాలి కదా? కాదంటం యెందుకులే, పెద్దింటోరని ఒప్పుకున్నా. అప్పుడే ఆర్నెల్లయింది."

"వాళ్ళమ్మాయికి పెళ్ళయిందా?"

"ఎతుకుతున్నారు సమ్మంధాలు. మాటలేంటి బాబూ ఆడ పిల్ల పెళ్ళంటే."

"వాళ్ళ కేం? బోలెడు ఉందిగా?"

"నీకు తెల్దులే బాబూ? యెంత సెట్టు కంత గాలి!"

"అన్నట్టు కాంతమ్మత్త యెలా వుంది?"

"ఆ యమ్మ కేం? కోడ లొచ్చింది. మేనరికమేం చేసింది కొడుక్కి. మా తల్లి సుఖపడతా వుంది."

"అప్పారావున్నాడా, వెళ్ళిపోయాడా?"

"యెక్కడికి పోతాడు? అడూ నేనూ కాటికి పోవాల ఒక్క సారే."

"పోనీ... పొలం వేరే రైతుకి ఇవ్వకపోతే అప్పారావే వ్యవసాయం చేసుకోలేడూ?"

"నీ పిచ్చి దొంగల్దోలా! ఆడి మొకానికి ఎవసాయం ఒకటా? పండేది కూడా యెండిపోద్ది. అయినా ఆడు ఒళ్ళొంచి పనిచేస్తే సెంటులూ అత్తర్లూ పూసుకుని వూళ్ళో ఆడ పిల్ల లెనకాల తిరిగేదెవరు?" — వీరన్న కంఠం తగ్గించి ఇటూ అటూ చూసి, ఇంకా కొంచెం జరిగి గుస గుసలాడుతూ చెప్పాడు — "కరణంగారి రొండో పిల్ల తెల్సా నీకు, రాధమ్మ? పెళ్ళీ గిళ్ళీ లేదు. కడుపొచ్చింది. అప్పారావే. ఆడి ఏషాలూ, ఆడు తీసే బొమ్మలూ చూస్తే ముక్కు మీద ఏలేసుకుంటావు. అలా ఎలుగుతా వుంది ఆడి దీపం."

"మరి ఊళ్ళో పెద్ద వాళ్ళంతా యెలా వూరుకుంటున్నారు? నలుగురూ కలిసి వాణ్ణి గట్టిగా చివాట్లెయ్య లేదూ?"

"అక్కడే ఉందయ్యా గమ్మత్తు. ఇలా జరుగుతా వుందని పెద్ద మొగోళ్ళకి తెలవదు. ఆడోళ్ళకి తెలిసినా చెప్పరు. అడ పిల్లల్ని లోపల్లోపల సివాట్లేస్తే ఏం లాబం? రెండు రోజులు వూరుకుంటారు, మూడో నాటికి అంతా మామూలే. రాధమ్మకి కడుపొచ్చాక అళ్ళమ్మ నెత్తీ నోరూ బాదు కుని మందులూ మాకులూ మింగించిం దంట. పని జరగలా. పైగా పేణాల మీద కొచ్చింది. అప్పుడు తెలిసిందంట కర ణానికి. పలుపుతాడు పట్టుకుని పెళ్ళాన్నీ కూతుర్నీ చావబాదాడంట. ఏం సచ్చారో! పిల్లకి కడుపులో ఏదో కాయ పుట్టిందని పది మంది తోటీ చెప్పి అప్పటికప్పుడు బండి కట్టుకుని ఈ వూరే వచ్చారు. ఆస్ప టేల్లో నెల్లాళ్ళున్నారు. ఈ కబురెప్పుడు పాకిందో అప్పారావు గుండేసినా అంద కుండా రేత్రికి రేత్రి పారిపోయాడు. మొన్నీ మధ్యే మళ్ళీ వచ్చాడు. ఇప్పుడు రాధమ్మ యెక్కడికీ రావటంలా, మిగతా యెర్రి నాగమ్మలు మామూలే. యెవళ్ళ దాకా వస్తే గానీ ఆళ్ళకి నెప్పి పుట్టదు గదా? అయినా రత్తప్ప తమ్ముణ్ణి కూక లేసే దమ్మెవడి

కుందయ్యా? అది నోరేసుకు పడతదయ్యా! 'నా తమ్ముడి కేంటి? మొగోడు. నీ పిల్లని నువ్వు కాయిదా చేసుకో' అని తిట్టి పోయింది కరణం పెళ్ళాన్ని. నలుగురూ ఇంటే సిగ్గుచేటని దాని కడుపూ కాళ్ళూ పట్టుకుని బతిమాలి పంపించేశారంట. అయినా వూళ్ళ పెద్ద పెద్ద మొగోళ్ళందరూ దాని చేతికిందోళ్ళే. దానితో తిరగనోడు లేడు. పెత్తనం చెయ్యదా మరి?"

శంకరం వూపిరి బిగబట్టుకుని విన్నాడు. అణుచుకోలేని అసహ్యం పొంగింది. "నిజంగానా వీరన్నా? ఇలా అని ఈయనకి తెలుసా?"

ఆవేశంలో తొందరపడి మాట జారినందుకు నొచ్చుకొంటున్నట్టు వీరన్న - "ఏం టింటావులే బాబూ? ఎవరి కర్మ ఆళ్ళది. అవును గానీ... నువ్వు బొత్తిగా ఇలా సమ్మందం తెంచేసికున్నా వేంటి బాబూ? అప్పుడప్పుడూ మనూరు రారాదా?" అంటూ ప్రసక్తి మార్చేశాడు.

"ఎందుకూ? ఇవన్నీ కళ్ళారా చూడ్డానికా? ఇంతకన్న అక్కడేం వుంది?" — శంకరం కంఠం దాదాపు పూడుకుపోయింది.

"అదేంటి బాబూ? అయ్య వున్నాడుగా? ఏడాది కో మాటైనా చూడ్డానికి రావా?"

"ఎందుకూ? నన్ను చూడాలని ఆయనేం అలమటిస్తున్నాడా?"

"ఏమో, ఎవరి మనసులో ఏవుందో యెవరికి తెలుసు? నువ్వు చదువుకున్నావనీ, పరీచ్చలు పేసయ్యావనీ, ప్లీడరు బాబు వయ్యావనీ, అంతా ఆయన కెరికే. 'శివయ్యని సూసొచ్చా బాబూ' అని చెప్తే యినీ యిననట్టూరుకుంటాడు. రత్తప్ప మాత్రం లచ్చ పెశ్నలడుగుద్ది. పెళ్లి చేసుకున్నాడా, కట్నం ఎంతొచ్చింది' అంటా వుంటది."

వీరన్న ఏవేవో చెపుతూనే వున్నాడు చాలా సేపు. ఉన్నట్టుండి, "కబుర్లేవన్నా చెప్తావేంటి బాబూ?" అన్నాడు.

"ఏం ఉన్నాయ్? కాంతమ్మత్తని అడిగానని చెప్పు. ఎప్పుడైనా ఈ వూరొస్తే తప్పకుండా ఇక్కడికి రమ్మన్నానని చెప్పు. చాలా సేపైంది మళ్ళీ నువ్వు చీకట్నే లేవాలి. ఇక పడుకో" అంటూ లైటు తీసేసి తనూ మంచం మీద వాలాడు శంకరం.

"మా నాయనమ్మ సంగతులేవన్నా తెలుస్తున్నాయా?" అని అడిగాడు.

"బాగానే వుందంట బాబూ! మొన్న కాంతమ్మగారెల్తే కనపడ్డదంట."

"బాగుందా? పోనీలే. చల్లటి మాట చెప్పావు. ఎప్పుడన్నా చూడాలి."

"అంతా బాగానే వుంది గానీ నువ్వు పెల్లి కూడా చేసుకో బాబూ! ఇంకా వొంటరి బతు కెందుకు?... అమ్మ పోయిన కాణ్ణించీ తోడూ నీడా లేకండా ఇన్నేళ్ళమట్టీ గడుపుకొచ్చావు. మంచి పిల్లని... అందవైన పిల్లని చూసి పెళ్ళి చేసుకో బాబూ!" — పడుకున్నవాడే చీకట్లో లేచి కూర్చుని చెప్పాడు వీరన్న.

శంకరానికి నవ్వొచ్చింది. వీరన్న ఆప్యాయతకి మనసు పులకరించింది. పట్టి మీద మొహం పెట్టుకుని వీరన్న కేసి చూస్తూ, "నువ్వే ఎక్కడన్నా పిల్లని చూడు వీరన్నా! నీకు నచ్చితే నాకూ నచ్చినట్టే. పెళ్ళి చేసేసుకుంటా" అన్నాడు నవ్వుతూ.

"ఆసికాలేంటి శివయ్యా? ఇంకా యెన్నాళ్ళుంటావు? అయినా ఏం కొరతనీ? కష్టాలన్నీ గడిచి గట్టెక్కావు. చిలకా గోరింకల్లాగా సుఖపడే వయస్సిది" — వీరన్న కొంచెం కోపంగా మందలించాడు.

"అబ్బే, హాస్యం కాదు వీరన్నా! నిజం గానే అంటున్నా. నాకు పెళ్ళి చేసుకోవా లనే వుంది. నచ్చిన పిల్ల కుదిరితే రేపే చేసుకుంటా" అన్నాడు నవ్వుతూనే శంకరం.

"బస్తీలో పిల్లల కేంటి బాబూ? ఏ పిల్లని చూసినా బంగారం బొమ్మ లా గుంటది. - నీ కోసం నిలబడి పిల్లని చూసి పెళ్లి చేసేవోళ్ళు మాత్రం యెవరున్నారు? పెద్దోడి వయ్యావు. నీ పెళ్లి నువ్వే చేసు కోవాల. నాకు మాత్రం ఓ ముక్క రాసి పడెయ్ శివయ్యా! పది రోజులు ముందొస్తా" — కమ్మగా ఆలోచిస్తూ పడు కున్నాడు వీరన్న.

వీరన్నతో తెల్లవార్లూ మాట్లాడాలనే వుంది శంకరానికి — "సరే! పడుకో" అంటూ తనూ తలగడ మీదికి జరిగి బలవంతంగా కళ్ళు మూసుకున్నాడు.

మధ్యాన్నం ఆఫీసులో, కొత్త క్లయింటు సావిత్రి తన గోడంతా వెళ్ళబోసుకోవటం మళ్ళీ మళ్ళీ వింటున్నట్టే గుర్తొచ్చింది. సీనియర్ సావకాశంగానే విన్నాడు. నీకేం ఫర్వాలేదని ధైర్యం చెప్పాడు.

"శంకరం! ఈవిడ చెప్పేదంతా నోట్ చేసుకో" అంటూ తనకి పురమాయిం చాడు.

ఆవిడ చెప్పేది వింటోంటే చిన్నప్పుడు అమ్మ మాటలు వింటున్నంత నిజం అన్పించింది. శ్రద్ధగా విన్నాడు.

"ఫరవాలేదు, మళ్ళీ రండి" అన్నాడు.

ఆవిడ పుట్టెడు ఆశ పెట్టుకుని వెళ్ళింది.

వీరన్న అప్పుడే గుర్రు పెడుతూ నిద్రపోతున్నాడు.

శంకరం మత్తుగా కళ్ళు మూసు కుంటూ నమ్మకంగా అనుకున్నాడు — "ఫరవాలేదు. సావిత్రి కష్టాలు తీరతాయి."

★ ★ ★

ప్రియమైన శ్యామల గారికి...

ఏవేవో "గొడవల్లో మునిగి మీకు ఉత్తరం రాయటం చాలా ఆలశ్యం చేశాను. ఈ మధ్య, ఊరు నుంచి వెంకన్న వచ్చాడు. ఊళ్ళో కబుర్లన్నీ చెప్పాడు. నన్ను పెళ్ళి చేసుకోమని ఆజ్ఞ జారీ చేసి మరీ వెళ్ళాడు. కాదంటే దెబ్బలాడతాడని బుద్ధిగా ఒప్పేసుకున్నాను.

అన్నట్టు ఈ మధ్య మాలతి కొంచెం చనువుగా మాట్లాడుతోంది. ఓ సారి అన్నా చెల్లెళ్ళిద్దరూ నా రూమ్‌కి వచ్చి కాస్సేపు కూర్చున్నారు. ముగ్గురం కలసి సినిమాకి వెళ్ళాం. ఆ మర్నాడు సాయంత్రం వాళ్ళింటికి వెళ్తే కొంచెం తీరిగ్గా కూర్చుని మాట్లాడింది. భర్త విషయం తెచ్చి, ఏదో చెప్పాలని చెప్పలేక కంఠం పూడిపోయి నట్టు, మాటలు రాక మూగ దానిలా కూర్చుంది. నేనేమీ రెట్టించలేదు. అసలా అమ్మాయి భర్తని మర్చిపోతే గాని తేరు కోదు. పూర్వం కన్నా కొంచెం నయం. కాస్త పుస్తకాలు చదవటంలో శ్రద్ధ చూపిస్తోంది. మొన్న నొక రోజు రాత్రి వేళ మళ్ళీ ఎటో వెళ్ళిందట. వాళ్ళన్నయ్య వూళ్ళో లేడు. ఆడవాళ్ళు కంగారు పడ్డారట. చాలా సేపటికి వచ్చి ఏం అడిగినా జవాబు చెప్పకుండా పడుకుందట. ఆ కబురు వింటే నాకు చాలా బాధనిపించింది. డాక్టర్ ఫ్రెండ్ ఒకతనితో ఈ విషయం మాట్లా డాను. కృష్ణమూర్తితో చెప్తే మాలతిని తీసుకొచ్చాడు ఆ డాక్టర్ దగ్గిరికి. మందు లేవో రాసి ఇచ్చాడు కొత్త డాక్టరు. ఇలా వుంది మాలతి విషయం.

సావిత్రి అనే మా క్లయింటు గురించి కూడా మీకు రాయాలని అనుకుంటు న్నాను. పాపం చాలా అమాయకురాలు. ఇల్లాలిగా, పిల్లల తల్లిగా, నూటికి నూరు

పాళ్ళూ సంసారంలో ఇమిడిపో గలిగే వ్యక్తి. ముప్పై ఏళ్ళు దాటి వుంటాయి. బక్క పలచగా చామనఛాయగా వుంటుంది. ప్రస్తుతానికి ఆరుగురు పిల్లలు. పుట్టెడు సంసారం. పాపం చాలా దయనీయమైన పరిస్థితిలో వుంది. భర్త, వ్యసనాలకి లొంగి పోయి సావిత్రిని దాదాపు వదిలేశాడు.

సావిత్రికి పన్నెండేళ్ళ వయసులోనే పెళ్ళయిందట. చదువూ సంధ్యా మాని పించి అత్త వారింటికి పంపించారు. పెళ్ళిలోనే కట్నాల దగ్గరేదో పేచీ వచ్చింది. లాంఛనాలు కూడా ఘనంగా జరపలేక పోయారు సావిత్రి తల్లి దండ్రులు. అసలు కలతలు అక్కడ బయల్దేరాయి. ఏడెనిమి దేళ్ళ వరకూ కాపరానికే తీసికెళ్ళ లేదట.

ఎలాగో వెళ్ళింది. అతనికి వెనక ఆస్తేమీ లేదు. ఏదో చిన్న వుద్యోగం చేస్తున్నాడు. బాధ్యతలు గుర్తించిన వ్యక్తి అయితే లేమిలో కూడా ఒక రకమైన సుఖాన్ని అనుభవించగలడని నా అభి ప్రాయం. కానీ అతని లేమి భార్యని వేధించటానికీ, దండించటానికీ, బాగా సహకరించింది. సంపాదించలేని సంపద కోసం అర్రులు చాస్తూ క్షణ క్షణమూ ఇంటినీ ఇల్లాలినీ అసహ్యించుకొంటూ, పదేళ్ళు సంసారం సాగించాడు.

ఆ సంసార చరిత్రలో జరగని సంఘ టన లేదు. ఎదుర్కోని సమస్య లేదు. ఇద్దరికీ సుఖంగా గడచిన రోజు లేదు.

ఇక పిల్లల సంగతా? అధ్వాన్నం. నిత్యం ఎవడికో జబ్బు. ఆకలి జబ్బు. ఎదిగి వచ్చిన పిల్లాడు కూడా చదువుకోవడం లేదు. తల్లిని లక్ష్య పెట్టడు, చెప్తే వినడు, వినే విధంగా చెప్పే శక్తి ఏ విధంగానూ ఆవిడకు లేదు.

ఓ పూట పస్తుతో అయినా రోజు గడుపు కోవటమే ఆ ఇల్లాలి అభిమతం. అదే అసంభవమైంది. భర్తకి వున్న అలవాట్ల గురించి ఆవిడకు తెలియని దేమీ లేదు. తెలీకుండా వుంచాల్సిన అగత్యం కూడా ఆ మగ మహా రాజుకి లేదు. అతణ్ణి నోరు మూయించటానికి ఆవిడ దగ్గిర డబ్బు లేదు.

నానా రకాల వ్యాపారాలూ చేసి కొంచెం డబ్బు కూడ బెట్టిన ఒక పెద్ద వయస్సు ఆడది అతణ్ణి దగ్గిరికి తీసింది. బాగా మచ్చికయ్యాడు. సంసార మంటే అంత రాంతరాల్లో ఎప్పుడేనా కలుక్కుమనే మమకారం కాస్తా మంటకలిసి పోయింది. పెళ్ళాన్నీ పిల్లల్నీ ఎలాగైనా వదిలించుకోవా లనే ఆశతో తనకి చేతనైనంత వరకూ ప్రయత్నించాడు. ఈ పెళ్ళాం భారత నారీమణా, మరెవరోనా? బైట దిక్కు లేదు కదా? ' మీ రేం చేసినా నేను అడ్డు రాను. నన్ను వెళ్ళగొట్టకండి. పిల్లలకీ నాకూ రోజు కొక్క పూట కూడు పెట్టండి. రోజులు వెళ్ళ మార్చేస్తాము. ఇల్లు దాటి బయటకెళ్తే ఈ పాడు ప్రపంచంలో బతకలేము' అందా ఇల్లాలు.

అంత రాజీకి సిద్ధపడినా, వాళ్ళకి తిండి పెట్టటానికి కూడా అతను ఇష్టపడలేదు. తనే ఇల్లు విడిచి వెళ్ళి పోయాడు.

ఆరుగురు పిల్లలు! ఆవురావురు మనే ఆకలి కడుపులు! పీక్కు తినే పుట్టెడు అప్పులు! ఇల్లు గల ఆసామీ గిన్నీ ముంతా బయటపడేసిన తర్వాత మాత్రమే ఆవిడ వీధిలో కాలు పెట్టింది. పుట్టిల్లంటూ లేదు. తండ్రి నాలుగేళ్ళ కిందటే దిగులుతో మంచం పట్టి పోయాడు. అన్న దమ్ములు లేరు. ఉంటే ఉద్ధరించే వారన్న ఆశ లేదు. కను చూపు మేరలో ఎవరూ లేరు. అయినా పుట్టిన వూరే వెళ్ళింది. ఇక్కడే

దగ్గిర్లో ఏదో పల్లెటూరు. నాలుగు రోజుల పాటు కాస్త ముక్కూ మొహం తెలిసిన వాళ్ళు ఓదార్చి తిండి పెట్టారు. పిల్లలు అవురావురు మంటూ పూట పూటా సంబ రంగా తిండి తిన్నారు.

చుట్టాల మర్యాద అయిపోయింది.

ఎన్ని పూటలు ఎవరు చూస్తారు? ఎన్ని పొట్టలు నింపుతారు? చిన్నా పెద్దా సలహా లివ్వటం మొదలు పెట్టారు. "పెళ్ళాం బిడ్డల్నిలా వదిలేస్తాడా? వాడాడిన ఆటల్లా సాగాల్సిందేనా? వెధవని కోర్టు కెక్కించు. లెంపలు వాయించి మరీ బుద్ధి చెపుతారు. ఎన్నాళ్ళిలా కొంపలట్టుకు తిరుగుతావు?" అంటూ పూదరగొట్టి, మొత్తంగా ఆవిణ్ణి కోర్టుకి లాకొచ్చారు.

బీదవాళ్ళని ఓ కంట కని పెడతాడని మా సీనియర్‌కి పేరుంది. ఓ పెద్ద మనిషి సావిత్రిని వెంట పెట్టుకుని మా ఆఫీసుకు వచ్చి ప్లీడరు గార్ని చూపించి వెళ్ళి పోయాడు.

మా సీనియరు సావిత్రి గాధంతా నన్ను వినమన్నాడు. ఆవిడ ఎదురుగా నేను ఎక్కడ ఏడ్చేస్తానో నని హడలిపోతూ విన్నాను మారు మాటాడకుండా.

అంతా చెప్పింది. చెప్పిందంతా రాశాను. నా మొహంలోకి పుట్టెడాశతో చూసింది. నేను మాట్లాడకుండా ధైర్యం చెప్పాలని ప్రయత్నించాను. మా సీనియర్ ఏదో చెప్పాడు. మళ్ళీ రమ్మన్నాడు.

భారమంతా మా నెత్తిన పారేసి గుండెలు తేలిక చేసుకుని వెళ్ళి పోయింది.

ప్రస్తుతం ఆవిడ పుట్టిన వూళ్ళోనే ఓ పాకలో ఉంటోంది. తెలిసిన వాళ్ళ యిళ్ళల్లో ఆడవాళ్ళకి సాయం చేస్తోంది. అంట్లు తోముతుంది. బియ్యాలు బాగు చేస్తోంది. కారాలు దంపుతోంది. పెద్ద పిల్లాణ్ణి ఓ రైతు దగ్గిర పాలేరుతనానికి కుదిర్చింది. కేసు కోసం రమ్మన్నప్పుడల్లా మా దగ్గిరికి వస్తోంది.

సావిత్రి గాధ బాగా ఆకళింపు చేసుకుని కోర్టు వారికో పిటిషన్ పెట్టాను. సావిత్రి భర్త ఆవిణ్ణి అన్యాయంగా వదిలేశాడనీ, ఆవిణ్ణి తిరిగి భర్త యేలుకునే యేర్పాటు చెయ్యమనీ కోరాను, లాయరుగా.

ఆ పిటిషన్ ఇంకా కోర్టు వారి ముందుకు రాలేదు. రేపో మాపో వస్తుంది. చూడాలి కోర్టు వా రేం చేస్తారో!

ఈ విషయమంతా మీకు ఎప్పుడో రాయాల్సింది. ఆలస్యం చేశానని మొదటే రాశాను.

చిరంజీవు లిద్దరూ క్షేమమని తలు స్తాను. జవాబు రాయండి...

మిత్రుడు - శంకరం

ఉత్తరం పూర్తి చేసి కవరు అంటించి మిగతా వాటితో పాటు జేబులో వేసుకుని దారిలో పోస్టు చేద్దామని బయల్దేరాడు శంకరం.

★ ★ ★

"రండి, రండి" అంటూ నవ్వుతూ ఆహ్వానించింది మాలతి శంకరాన్ని.

"కృష్ణమూర్తి గారు లేరా?" అందా మనుకుని మానేశాడు శంకరం. కృష్ణమూర్తే ఉండాల్సిన అగత్యం లేదు. శంకరం తనతో మాట్లాడటానికే వస్తాడని మాలతికి బాగా తెలుసు.

కుర్చీలో కూర్చుంటూ, శంకరం "సావిత్రని మా క్లయింట్ ఒకావిడ గురించి చెప్పాగా? గుర్తుందా?" అన్నాడు.

"ఆఁ, ఆ, భర్త వదిలేశాడనీ... పిల్ల లనీ..."

"ఆవిడే. డిక్రీ ఇచ్చారు, ఇవ్వాళే."

"అంటే?"

"కోర్టు వారు సావిత్రి మొగుణ్ణి బాగా చివాట్లు పెట్టి భార్యని తక్షణం తీసికెళ్ళి ఏలుకోవాలని తీర్పు చెప్పారు."

"ఆహాఁ! ఏమన్నా డతను?"

"ఏమంటాడు కోర్టులో? మొహం దించుకుని వూరు కున్నాడు."

"పోనీ లెండి, ఆవిణ్ణి గట్టెక్కించారు. పిల్లలతో నానా బాధలూ పడుతోంది. అయితే ఎప్పుడు వెళ్తుంది?"

"ఎప్పుడోనా? ఈ పాటికీ మూటా ముల్లే సర్దేసి వుంటుంది. ఏనుగెక్కినంత సంబరంగా వుందావిడకి. మీ రుణం తీర్చుకోలేనంటూ నాకు తెగ నమస్కారాలు చేసింది. ఎంత చెప్పినా వినదే!"

"పాపం ఆవిడ తాపత్రయం మీకేం తెలుస్తుంది? పరాయి వాళ్ళ పంచన పడి వుండే కన్నా ఆ మొగుడి దగ్గరే వుండటం ఆడవాళ్ళకి తృప్తి కదా?"

"చూడండీ, మీరిలా మాట్లాడటం నాకు నచ్చలేదు. బొత్తిగా నచ్చలేదు. నిజం చెప్పాలంటే, ఇలాంటి ఆడవాళ్ళుంటే నాకు అసహ్యం. ఒక్కటి చెప్పండి. సావిత్రి ఏం చూసుకుని భర్త దగ్గిరికి పరిగెడుతోంది?"

"అవుననుకోండీ; సంసారం అన్న తర్వాత ఎన్నో వస్తుంటాయి. కష్టసుఖాల్ని సమంగా భరించాలంటారుగా?"

"ఎవరు? తీరి కూర్చున్న వాళ్ళా?"

"మీకు బాగా కోపం వచ్చేస్తోందే! అయితే మీరీ కేసెందుకు చేశారు?"

"నా డ్యూటీ కాబట్టి, ఆవిడ అడిగిందే చేశాను. శ్రద్ధగానే చేశాను. సావిత్రి కేసు వింటున్నప్పుడే అనిపించింది నాకు - ఇప్పు డేదో బంధువుల ఇళ్ళల్లో పనులు చేసుకుని బతుకుతోంది కదా? పిల్లల్ని కూడా పనుల్లో పెట్టింది. వాళ్ళ రెక్కల మీద వాళ్ళు బతుకుతున్నారు. అలాగే చేసుకుంటూ వుండొచ్చు కదా, మళ్ళీ ఆ భర్తగాడిని యాచించడం ఎందుకు అనిపించింది."

"అదేమిటి? పిల్లల్ని వదిలేశాడు తండ్రి. మరి అతన్ని అలా వదిలెయ్యడ మేనా? ఏదన్నా శిక్ష వుండొద్దూ?"

"వాడికి మరణ శిక్ష వెయ్యడం కూడా నాకు ఇష్టమే. కానీ, ఈ కోర్టుల ద్వారా ఎంత సాధించగలం అనేది ముఖ్యం."

"పోనీ మీ అభిప్రాయాలు ఆమెకి చెప్పారా?"

"చెప్పలేదు. చెప్తే ఆమెకు నచ్చుతుం దనే నమ్మకం లేక చెప్పలేదు. పోనీ, ఆ సంగతి వదిలేద్దాం. ఇప్పుడు తీర్పు రాగానే ఈమె అతని దగ్గిరికి బయల్దేరుతా నం టోంది. అప్పుడే వద్దు, అతనే పిలుస్తాడేమో చూడండి - అన్నాను."

"అతను పిలుస్తాడా? పిలవక పోతే?" అంది మాలతి ఆత్రుతగా.

"పిలవని వాడు, ఈమె అక్కడికి వెళ్తే మాత్రం చూస్తాడా? అతను పిలవక పోతే అప్పుడు మెయిన్‌టెనెన్స్‌కి వేస్తాం. పిల్లల పోషణకైనా అతను ఇవ్వాలి కదా?

"ఆమెకి చెప్పారా? ఏ మంది?"

"ఫర్వాలేదండీ, నా ఇంటికి నేను వెళతాను అంది. ఆవిడ అడియాసే గానీ ఇల్లూ లేదు, వాకిలీ లేదు. మరి ఎక్కడికి వెళ్తుందో!"

"మాలతీ! కాఫీ తీసుకెళ్ళమ్మా!" ఇంట్లోంచి పిలుపొచ్చింది.

మాలతి లేచి వెళ్తోంటే తల్లే కాఫీ గ్లాసు తీసుకుని ఎదురువస్తూ, "మూర్తి మీ గురించి చాలా సార్లనుకున్నాడు బాబూ నిన్న" అంటూ శంకరానికి గ్లాసు అందించింది.

"ఇవ్వాళ కన్పించే వెళతానండీ"

అన్నాడు శంకరం. "కబుర్లలో పడి మర్చే పోయాను, పిల్లలేరీ?" అంటూ నాలుగు పక్కలా చూశాడు.

"వాళ్ళమ్మతో పేరంటానికి వెళ్ళారు."

"మీరు... వెళ్ళ..." సగంలో ఆపేసి నొచ్చుకుంటూ తమాయించుకుంటూ కాఫీ తాగటం మొదలు పెట్టాడు. భర్త పోయిన వాళ్ళు పేరంటాలకు వెళ్ళరని గుర్తొచ్చింది.

మాలతి లోపలికి వెళ్ళి చలం పుస్తకం తీసుకొచ్చింది.

"చదివేశారా? ఎలా వుంది?" అన్నాడు.

"బాగానే వుంది. నాకు మాత్రం ఏమీ అర్థం కాలేదు."

"అంత అర్థం కాని దేముంది? చలం వివరంగానే చెప్తాడే!"

మాలతి శంకరానికి ఎదురుగా టేబుల్ నానుకుని నించుంది.

"చదివింది అర్థం కాలేదని కాదు, అలా రాయటంలో అతని తర్కం అర్థం కాలేదు. మీరే వున్నారనుకోండి. మీకు అక్క కూతురు వుంటే పెళ్ళి చేసుకోవచ్చును. అన్న కూతురు ఉంటే కూడా పెళ్ళి చేసుకోవచ్చునట. ఎలా వుంది?"

"అవును. ఆయన తార్కికంగా చెప్పాడు. సైన్సు అయితే, అంత దగ్గిర సంబంధాన్ని ఎటూ ఒప్పుకోదనుకోండీ. అక్క వేపూ ఒప్పుకోదు, అన్న వేపూ ఒప్పుకోదు."

"సైన్సు దాకా ఎందుకండీ? మనకు కూడా తెలీదూ? ఒక ఆడ మనిషికి, ఒక మొగ మనిషికీ మధ్య వరసలూ వాయిలూ వుండవా? పెళ్ళి జరగటానికి పనికి రాని వరసలు వుండవా?"

"ఎందుకు వుండవు? తండ్రినీ, సహోదరుల్నీ పెళ్ళి చేసుకోకూడదు కదా? చలం కూడా అది ఒప్పుకుంటాడు."

"అంటే తండ్రి వరసకీ, అన్నదమ్ముల వరసకీ వ్యతిరేకమైన వరస కలవాడే భర్త అవ్వాలని అర్థం కదా? దీన్ని కూడా ఒప్పుకుంటాడా?"

"ఒప్పుకుంటాడేమో. కానీ స్వంత అన్న దమ్ములూ అక్క చెల్లెళ్ళూ అయితే తప్ప, మిగతా బంధువుల వరసలన్నీ, మనం పెట్టుకున్నవే కదా?

"మేనత్తల్నీ పినతండ్రుల్నీ కూడా మనమే సృష్టించు కున్నామా?"

"ఏవిఁటో మీ రివ్వాళ లాయర్లని మించి పోయి వాదిస్తున్నారు."

"అలా దాటవెయ్యకండి. స్వంత తండ్రితో సంబంధం తప్పయినట్టే, పిన తండ్రితో సంబంధం తప్పు అవదా?"

"తప్పు అని మనకి అనిపిస్తోంది గానీ, ఆ తప్పొప్పులు మన సాంప్రదాయాల్ని బట్టి వుంటాయి. మేనమామని పెళ్ళి చేసు కోవడం తప్పుగా అనిపించదు మనకి. మరి, తండ్రి తమ్ముడితో సంబంధం తప్పయితే, తల్లి తమ్ముడితో సంబంధం మాత్రం తప్పు అవదా?"

మాలతి ఒక్క క్షణం ఆగి ఏదో తోచి నట్టు అంది. "అది వేరండీ! మేనమామ వరస, తండ్రి వరసకి వ్యతిరేకమైన వరస. పిన తండ్రి వరసైతే, తండ్రి వరసతో సమానమైన వరస. రెండూ ఒకటే కాదు కదండీ?"

మాలతి మాట్లాడుతోంటే శంకరం కుతూహలంగా విన్నాడు - "అవును, మీ పాయింటేదో ఆలోచించదగ్గట్టే వుంది. అయినా అప్పుడే తేలిపోయిందనుకోకూడదు. మనకు తోచిన పాయింటు అంత రచయితకి తెలీలేదు అనుకోవాలా? ఆ కథలో ఆయన వాదం ఏమిటో ఇప్పుడు మళ్ళీ చూడాలి. పోనీ మిగతా కథలు ఎలా అనిపించాయి?"

"ఈ కథ అయినా రాయడం ఎంత బాగుందో! ఆ పాయింటే నాకు ఆశ్చర్యం వేసింది గాని..."

"చలం సనాతనాచారాల మీద కోపంతో కసితో, ఆవేశంతో ఏది తోస్తే అది రాసినట్టనిపిస్తుంది. అదే మంచిది లెండి. మనం కూడా ఆలోచిస్తాం కదా? కొన్ని చోట్ల ఆయన వాదాలు బాగుంటాయి. కొన్ని చోట్ల ఇలాగే ఆశ్చర్యంగా ఉంటాయి. ఆయన పుస్తకాలు నాకు చాలా ఇష్టంగా ఉంటాయి" అన్నాడు శంకరం.

"నిజమే. చలం కథలు నాక్కూడా ఇష్టమే" అంది మాలతి.

"హమ్మయ్య! ఇప్పటికైనా మీరు నాతో ఏకీభవించారు."

"అదేం మాట? ముందు మీరే నాతో ఏకీభవించారు!" అంది నవ్వుతూ మాలతి. "మా బావకి కూడా ఇలా రచయితల్ని గురించి మాట్లాడుకోవటం చాలా ఇష్టం. అప్పుడు నాకు బాగా తెలిసేది కాదు. ఏవేవో చెప్పి... వినమని... గొడవ పెడుతూ వుండేవాడు"- చెపుతూ చెపుతూనే మాలతి మొహం చిన్న బోయింది ; దిగులు ఆవరించినట్టు నవ్వు మాయమైంది.

శంకరం ఓదార్పుగా, "ఆయన బాగా పుస్తకాలు చదివేవారా?" అన్నాడు.

"బాగా ఏమిటి? అదో పిచ్చి. డబ్బంతా పుస్తకాలకే తగలేస్తావని మా అత్త తిట్టేది. చినిగిపోయిన బట్టలతో కాలం గడుపుతూ ఎక్కడికో రాసి బోలెడు పుస్తకాలు తెప్పించుకునేవాడు. మొన్నటి వరకూ ఆ పుస్తకాలన్నీ మా అత్త దగ్గిరే వుండేవి. నా కిమ్మంటే ఇవ్వనంది. పోనీ తనైనా వుంచుకుందా? ఎవరో చవగ్గా కొనుక్కుంటామంటే అమ్మేసింది."- గిర్రున కన్నీళ్ళు తిరిగాయి మాలతి కళ్ళల్లో. చటుక్కున ఒత్తుకుంది.

"బాధపడకండి!" ఓదార్చటం కూడా అన్యాయంగానే తోచింది శంకరానికి. బాధ పడకుండా ఎలా వుండగలదు?

ఇద్దరూ హఠాత్తుగా మాటలు మానేసి కూర్చున్నారు.

ఎంతకీ కృష్ణమూర్తి జాడలేదు.

"మరి నేను వెళ్తాను, కృష్ణమూర్తి వస్తే చెప్పండి" అంటూ లేచాడు శంకరం. బల్ల మీద పుస్తకం తీసుకున్నాడు. మృదువుగా మాలతి మొహంకేసి చూశాడు. విషాదం ఘనీభవించినట్టూ, ప్రేమ రాశిని పోత పోసినట్టూ అనిపించింది.

చంటి బిడ్డని బుజ్జగించినట్టు బుజ్జగించాలని పించింది. నిజంగా రామమే దురదృష్టవంతుడు! దురదృష్టం మాలతిది కాదు.

★ ★ ★

శ్యామల శంకరానికి చాలా పెద్ద ఉత్తరం రాస్తూ, శంకరం పెళ్ళి విషయం ప్రస్తావించింది - "మొన్న నాన్న గారు కూడా మీ మాటే అన్నారు. 'అతను తండ్రి అండ ఏ నాడో వదులుకున్నాడు. మనం కూడా ఇలా ఊరుకోవటం బాగా లేదమ్మా! నే నడిగితే సిగ్గుపడతాడేమో! నువ్వు రాసి చూడు. అతను కూడా ఓ ఇంటి వాడయితే గాని నాకు తృప్తి లేదు' అంటూ చాలా సేపు ఆలోచించారు మీ విషయం.

మిమ్మల్ని కూడా ఓ కొడుకుగా ఎంచుకుని, అన్నయ్యా పెళ్ళి చేసినట్టే ఆర్భాటంగా మీ పెళ్ళీ చెయ్యాలని ఉంది నాన్నకి. అయినా మీ కిప్పుడేం కొరత? ఏ వయసులో జరిగేది ఆ వయసులో జరగాలి. మీరేమీ అపార్థం చేసుకోరనే ధైర్యంతోనే ఇలా రాస్తున్నాను. నా దృష్టిలో ఇద్దరు ఆడపిల్లలున్నారు, చదువుకున్న

వాళ్ళే. ఒక అమ్మాయి కొంచెం రంగు తక్కువ గానీ మంచి పిల్ల. చక్కని పిల్ల. కుదురైనది. ఆమెతో అయితే మీ జీవితం సుఖంగా సాగుతుందని పిస్తుంది నాకు. ఆ పిల్లని చూసినప్పుడల్లా మీరే జ్ఞాపకం వస్తారు. ఎవరూ యెత్తుకు పోకుండా ఆ పిల్ల నెలాగైనా మీకు దక్కించాలని నా తాపత్రయం.

మీ అర్ధాంగి అయే అమ్మాయి మంచి అమ్మాయి అయి వుండాలి - ఇది నా షరతు.

చదువుకున్నదై ఉండాలి - ఇది మీ షరతు.

గుణం - అనేది ఎవరూ నిర్ణయించ గలిగేది కాదు. అయినా ఓ గయ్యాళి పిల్లని తెచ్చి మీకు కట్టినా మీ మంచి తనానికి మూడు రోజుల్లో మంత్రం వేసినట్టు మారిపోతుందని నేను రాసి ఇస్తాను. నమ్మకం లేకపోతే ఈ ఉత్తరం జాగ్రత్తగా దాచండి. అలాంటప్పుడు ఇక ఆ పిల్లలో మంచితనం కోసం వెతకడం ఎందుకు అంటారేమో! ఆ మాటా నిజమే.

మీ కేమీ అభ్యంతరం లేకపోతే ఓ సారి ఆ అమ్మాయిని చూడటానికి రండి. యేమో రాశానని అశ్రద్ధ చెయ్యవద్దు. వెంటనే ఆలోచించుకుని ఉత్తరం రాయండి.

అన్నట్టు మీ క్లయింటు సావిత్రి కాప రానికి వెళ్ళిందన్నారు కదా? మీ కేమైనా ఉత్తరం రాసిందా?

ఆమె సంసారం చక్కదిద్దిన పుణ్యంతో ఈ సంవత్సరం మీకు తప్పకుండా పెళ్ళవు తుంది" అంటూ సరదాగా రాసింది ఉత్తర మంతా.

శంకరం ఆలోచించాడు. పెళ్ళి గురించి కొత్తగా ఆలోచించాల్సిందేముంది? తను ఎప్పుడూ సుముఖుడే. ఇప్పుడు ఆర్థికంగా ఇబ్బంది లేదు, ఫర్వాలేదు, ఏదో సంపా దిస్తున్నాడు. ముందు ముందు కాస్త తల ఎత్తుకు నిలబడగలిగే సూచనలున్నాయి.

తనేమీ సన్యాసం తీసుకోదల్చుకోలేదు. ఎన్నో రాత్రిళ్ళు ఊహలతో కాలక్షేపాలు చేస్తూనే వున్నాడు. అమ్మాయి నచ్చితే, ఇష్టపడి పెళ్ళి నిర్ణయించుకోవాలి. వెంటనే ఇల్లు మార్చేసి పెద్ద యిల్లు తీసుకోవాలి. ఇంట్లోకి యేం కావాలో అన్నీ కొనమని శ్యామల గారితో చెప్పాలి.

ఆ అమ్మాయి ఇంటికి వచ్చేసరికి దేనికీ లోటు లేకుండా అమర్చాలి. తననీ ఇంటినీ చూసి ఆ అమ్మాయి ఆశ్చర్యంతో ఆనం దంతో వుక్కిరి బిక్కిరై తనంటే నమ్మకం ఏర్పర్చుకోవాలి.

జీవితమంతా ఆమె అభిప్రాయాలు సడలిపోకుండా కాపాడుకోగలగాలి తను.

తనని పెళ్ళి చేసుకోవటానికి ఇష్టపడే ఆ అమ్మాయి తన జీవన జ్యోతి! ఎక్కడో పుట్టి పెరిగి, ముక్కూ మొహమూ తెలియని తనని నమ్మి, తన వెంటపడి వచ్చి జీవితమంతా తనని అంటి పెట్టుకు వుండే వ్యక్తి విలువ సామాన్యమైనదా? తన సహచరిని, తన భార్యని, ఎంతో అపు రూపంగా చూసుకోవాలి. తన తండ్రిలా కాదు, సావిత్రి మొగుడిలా కాదు.

శంకరం, శ్యామల ఉత్తరం చేతుల్లో పట్టుకుని ఆలోచనల్లో మునిగాడు. శ్యామల గారికి జవాబు రాసేస్తే? వీలు చూసుకుని వెళ్ళి, ఆ 'చక్కని' అమ్మాయిని చూస్తే?

గేటు తీసుకుని మాలతి, మేనల్లుడు హరిని వెంట బెట్టుకుని వస్తూ కన్పించింది, గది కిటికీ లోంచి. కంగారుగా లేచాడు శంకరం. గది లోంచి చీడీల వరకూ వెళ్ళే

సరికి మాలతే ఎదురైంది.

చేతిలో 'బడదీద్' ఉంది. "ఇది ఇచ్చేసి ఇంకేదైనా పట్టుకెళదామని వచ్చాను" అంది.

"ఈ మాత్రానికి... మీరు వచ్చారా? రేపు నేను వచ్చేవాణ్ణిగా? రండి, రండి" అంటూ లోపలికి ఆహ్వానించాడు, మాలతిని ఎగాదిగా చూస్తూ అనుమానంగా.

మొదటి సారి వచ్చినప్పుడు వున్నట్టు లేదు కదా? - అని పరకాయించి చూశాడు. అలా అనిపించలేదు.

హరిని చూస్తూ నవ్వి, "చిన్న చుట్టం కూడా వచ్చాడే! ఇంకేం, కూర్చోండి" అంటూ కుర్చీలు గుమ్మం దగ్గిరికి జరి పాడు.

"ఇక్కడ కూర్చుంటా లెండి" అంటూ మాలతి గదిలో కిటికీ దగ్గిర కూర్చుంది. హరి కిటికీలో ఎక్కి వీధిలోకి చూస్తూ కూర్చున్నాడు.

"మీ రెక్కడికైనా వెళదామనుకుంటు న్నారా?" అంది.

"లేదు. ఏవో ఉత్తరాలు రాద్దామను కున్నాను, ఫర్వాలేదు."

"పోనీ నా కేదైనా పుస్తకం ఇవ్వండి, వెళతాను. అమ్మ కూడా తొందరగా వచ్చెయ్యమని చెప్పింది."

"అంత తొందరేం? నా ఉత్తరాలకేం అర్జంటు లేదు."

"అయినా చీకటిపడితే వెళ్ళలేను."

"ఫర్వాలేదు, నేనూ వస్తాను."

శంకరం లేచి అలమారులోంచి బిస్కెట్ల పేకెట్ తీసి రెండు ప్లేట్లలో పెట్టాడు.

"బాగుంది, మీకీ శ్రమ కూడానా?" అంది మాలతి చిరునవ్వు నవ్వుతూ.

మాలతి అలా నవ్వినప్పుడు శంకరం తన్మయంగా చూస్తాడు. పెదిమలు ముడుచుకుని కళ్ళతో నవ్వుతుంది. మొహం నిండా ఎంత కాంతి వస్తుందో! మాలతి ఒంటి తెలుపూ, ముఖ కవళికలూ, కళ్ళెత్తి చూసే చూపూ - అంతా ఎంతో అపురూపంగా తోస్తుంది. నవ్వే మాలతిని చూస్తున్నంత సేపూ ఎక్కడో బొమ్మల్లో కనపడే దేవకన్యను చూస్తున్నట్టే వుంటుంది శంకరానికి

"శ్రమేమిటండీ? సమయానికి ఇవైనా ఉన్నాయి. మీకూ నాకూ అక్కర్లేకపోయినా పిల్లాడున్నాడు కదా ?" అంటూ ప్లేట్లు టేబులు మీద పెట్టాడు శంకరం.

"అంటే నన్ను తినొద్దనా?" అని నవ్వింది మాలతి.

"అనండి. మీరు అతిధి కదా? ఎన్నన్నా గృహస్తు పడాలి."

"అబ్బా, ఏం గృహస్థు! రెండేసి బిస్కెట్ల ఆతిధ్యమే కాబోలు."

"పోనీ నా స్వహస్తాలతో వండి పెడ తాను, ఉండిపోతారా?" మాలతి మొహం కేసి చూస్తూ అన్నాడు శంకరం.

"ఉంటాను. ఏం కూర ఒండుతారు?"

"మీకేం కావాలో చెప్పండి, క్షణాల మీద వండేస్తాను"

"నాకా? నా కేమో... ఆకాకర కాయ వేపుడూ... పనసపొట్టు పులుసూ... కరివేపాకు పచ్చడీ..."

నిర్మొహమాటంగా చెప్పేశాడు శంకరం - "ఈ మర్యాదలు నా వల్ల కావు, నేనేం వండితే అదే తినాలి."

"కబుర్లతో కడుపు నింపారు గానీ కొంచెం మంచి నీళ్ళివ్వండి... ఓహో ఇక్కడే ఉందిగా కూజా! నే తెచ్చుకుంటా లెండి."

మాలతి లేచే సరికే శంకరం మంచి నీళ్ళందించాడు.

"నేను వచ్చి మీ పనులేం పాడు చెయ్యలేదు కదా?" మళ్ళీ అంది బిడియ పడుతూ.

"ఎందుకండీ అంత మొహమాటపడ తారూ? నేను వచ్చి మీ ఇంట్లో గంటల తరబడీ కూర్చోవటం లేదూ?"

"అది వేరు, నా కేం పనీ పాటా లేదు. మీ కెన్నో వ్యవహారా లుంటాయి."

"అయితే మాత్రం? ఈ అర గంటా నా రాచ కార్యాలేమీ ఆగి పోవు. మీరు మాత్రం ముళ్ళ మీద కూర్చున్నట్టు కూర్చోకండి. 'బడదీదీ' ఎలా వుంది?" అన్నాడు.

వెంటనే మాట్లాడలేదు మాలతి. కొంచెం ఆలోచిస్తున్నట్టు ఆగి తర్వాత అంది - "చదువుతోంటే బాగానే వుంది. కానీ అలా జరగటం నా కేమిటో అబద్ధం లాగా అన్పించింది."

"అంటే?"

"పెళ్ళయి భర్తతో కొన్నేళ్ళు అన్యో న్యంగా కాపరం చేసిన ఆడది, భర్త పోతే మాత్రం, మరో మగాడి కోసం అంత బాధ పడటం సహజంగా ఉందా?" — చూస్తోండ గానే మాలతి మొహం చిన్నబోయింది. తన గురించే ఎవరో అన్యాయంగా కథ రాసినట్టు దిగులుగా, పౌరుషంగా చూసింది.

శంకరం మృదువుగా అన్నాడు — "చూడండి, ఈ కథ గురించి మీ దగ్గిర మాట్లాడాలంటే చాలా డెలికేట్‌గా వుంది నాకు. కొంత మంది రచయితల మీద నాకు అపారమైన విశ్వాసం వుంది. అందులో శరత్ ఒకడు. అత నేం రాసినా అకారణంగా అసమంజసంగా రాయడని పిస్తుంది నాకు. 'బడదీదీ' లో మాధవే కాదు, మరే ఆడ దైనా, మొగ వాడైనా, తన అనుభూతుల్ని కలకాలం బంధించి దాచు కోలేరు. ఆ శక్తి అసలు మానవులకు వుండదు. పోయిన వాళ్ళని పూజిస్తూనే, బతికిన వాళ్ళ మీద మమత లేర్పర్చు కోవటంలో అసహజత్వం ఏమీ వుండదు."

"అది వాదం వరకే. నిజంగా అలా మారటం సాధ్యం కాదు. ఒక మనిషి మీద అభిమానాలూ అనురాగాలూ అంత అబద్ధం అయిపోతే, ఆ మనిషి పోగానే అవి కూడా పోతే, ఇక మనిషికి మిగిలే దేమిటి?"

"అబద్ధం అని ఎందుకనుకుంటారు? అవి ఒకప్పుడు నిజమైనవే. కానీ గడిచి పోయినవి. తిరిగి రానివి. ఆ మనిషి జీవించి వున్నప్పుడు ఈ మనిషి వల్ల ఆ మనిషికి అన్యాయం జరగలేదు కదా? ఆ మనిషే లేనప్పుడు, జీవించి వున్న మనిషి తన అనురాగాన్ని ఎలా చూపించాలి? పోయిన వాళ్ళ కోసం, కృంగి కృశించి పోతూ వుంటేనే అది నిజమైన ప్రేమ అవుతుందంటారా? అలా అయితే పోయిన భర్తల కోసం, భార్యల కోసం, తల్లుల కోసం, మిగతా వాళ్ళు విరక్తితో కృంగి పోతే, ఇక లోకం ఇలా సాగేదా? ఒక కష్టం సంభవించినప్పుడు బాధ పడటం ఎంత సహజమో, క్రమంగా దాన్ని మర్చిపోవటం కూడా అంత సహజంగానే వుండడం చూస్తున్నాం. లేకపోతే మనుషులు ఏ నాడో అంతరించి పోయేవారు."

శంకరం తనకేదో బోధించాలని ప్రయ త్నిస్తున్నట్టు అనిపించింది తప్ప అతని మాటల్లో నమ్మదగ్గదేమీ కన్పించలేదు మాలతికి. ఆ ప్రసక్తి తన కిష్టం లేనట్టు వూరుకుంది.

"పోనీ ఒకటి చెప్పండి! మీరు పోయి, ఆయనే వుంటే, ఇన్నాళ్ళు ఇంత జ్ఞాపకంగా మిమ్మల్ని తల్చుకునేవారేనా?" అన్నాడు శంకరం పట్టుదలగా.

మాలతి శంకరం మొహం కేసి సూటిగా నిష్ఠూరంగా చూసింది — "మా బావ గురించి మీ కేమీ తెలీక అలా అనేశారు. నిజంగా నేనే పోయి తనే వుంటే, దిగులుతో కొన్ని నెలల కన్నా ఎక్కువ బతికి ఉండే వాడు కాదు. నేను కాబట్టి... మోడులా జీవచ్ఛవంలా..." తల దించేసుకునే సరికి కన్నీళ్ళు రాలి పడ్డాయి.

శంకరం కంగారుపడ్డాడు. మాలతిని తదేక ధ్యాసతో నిశ్శబ్దంగా చూస్తూ వుండి పోయాడు కొంచెం సేపు. "ఆయన్ని నేనేదో అన్నానని మీరు బాధపడొద్దు. సాధా రణంగా మగ వాళ్ళు ఎలాంటి కష్టాన్న యినా తొందరగా మర్చిపోతారని అలా అన్నానంతే. మరేం లేదు" అన్నాడు దోషిలా.

"దానికేం లెండి. అందరూ అన్నట్టే మీరూ అన్నారు. మా బావ మనసు నాకు తెలిసినట్టు మీకెలా తెలుస్తుంది? తనకి తోడబుట్టిన వాళ్ళెవరూ లేరు. నే నంటే చాలా ఇష్టం. మరే పిల్లనైనా చేసుకుంటే కట్నం బాగా ఇస్తారని మా అత్త ఎంత చెప్పినా వినకుండా నన్ను చేసుకున్నాడు" — మాలతి వూరుకుంది. కాస్సేపటికి, "నన్నెంత అపురూపంగా చూసేవాడో ఇప్పుడు చెప్పలేను" అంది. "నిజంగా ఒక్కో సారి ఆ అభిమానం వెక్కసమై విసుగొచ్చేసేది. 'నీ మంచితనంతో నన్ను ఏడిపిస్తున్నావు' అంటే, 'అయితే నేను చెడ్డవాణ్ణే, ఏడిపించటం మంచి వాళ్ళ లక్షణం కాదు' అనేవాడు."

కాసేపటికి మాలతి మొహం నిండా విషాదం ఆవరించింది. కలలో ఎవరితోనో మాట్లాడుతోన్నట్టు, దిగ్భ్రమగా, "ఇప్పుడు తల్చుకుంటే... అంతా కల లాగ అయో మయంగా వుంటుంది. బావతో ఒక్క సారి కూడా సరిగా మాట్టాడలేదనిపిస్తుంది. దేవుడు బావని ఒక్క సారి నాకు చూపిస్తే నేను ఎన్ని తప్పులో ఒప్పుకుంటాను" — మాలతి కంఠం బరువుగా అయిపోయింది. దుఃఖం తొణికిసలాడుతోన్న ధ్వనితో, "చూస్తోండగానే ఎంత మార్పు! పాషాణం కన్నా బండబారి పోయానండీ. ఇక నా మీద పిడుగు పడ్డా ఫర్వాలేదు" — తనని తను నిందించుకుంటూ దిగులుగా నవ్వింది.

శంకరం మనసు విలవిల్లాడింది. అనునయంగా అన్నాడు — "మిమ్మల్ని చూస్తోంటే నాకే పుట్టెడు దుఃఖం వస్తోంది. ఇక మీ రెలా భరిస్తున్నారో! ఎందుకిలా మిమ్మల్ని మీరు బాధ పెట్టుకుంటారు? ఎంత ఆప్తులు దూరమైపోయినా, బతికి వున్న వాళ్ళం తినక తప్పదు, తిరక్క తప్పదు. ఎంత ప్రేమ వుంటే మాత్రం చావు వస్తుందా? ఇవ్వాళ ఈ కష్టం మీ కొక్కరికే వచ్చిందా? ఒక్కో జీవితం ఒక్కో రకంగా అవుతుంది. గతమంతా మనసులో వుండ నివ్వండి. కానీ దాన్ని ఇలా తవ్వుకుంటూ దిగులు పడొద్దు. మీ కాలమంతా ఇలాగే జరుగుతుందని మీకు నమ్మకం వుందా? రోజులన్నీ ముందే వున్నాయి. మీరేదో ఒక దారిన పడాలి. చదువో, ఉద్యోగమో, ఒక గమ్యం ఏర్పరచుకోవాలి. అన్నిటికీ మూలం మీ రాయన్ని కొంచెమన్నా మర్చి పోవాలి" — ధైర్యంగా అన్నాడు శంకరం.

"ఎవర్ని? మా బావనా?" కళ్ళెత్తి ఆశ్చర్యంగా చూసింది. "బావనే మర్చి పోయిం తర్వాత నే నిక బతక్క పోతేనేం?" అంది నిర్లక్ష్యంగా.

"అదేం మాట? తనని తల్చుకుంటూ మిమ్మల్ని కృంగి పొమ్మని ఆయన మాత్రం అంటాడా?"

"అతను అనకపోయినా అతన్ని తల్చు కోడానికే నేను బతుకుతున్నాను."

"ఇలా క్కాదు. మిగతా కాలం ఎలా గడపాలో ఒక నిర్ణయం చేసుకోవాలి మీరు. మనసు తేలిక చేసుకోకపోతే మీ ఆరోగ్యం మాత్రం ఎలా బాగుపడుతుంది?"

"అసలు బాగుపడకూడదు. ఇంకా ఎంత తొందరగా చెడిపోతే అంత సంతోషం నాకు. చివరికి ఎలాగూ పోవాల్సిందే. జీవిత మంతా ఏకాకిగా బ్రతికే కంటే తొందరగా ఈ జీవితం అయిపోతే బాగుండునని ప్రతీ క్షణం కోరుకుంటున్నాను."

శంకరం ఇక మాలతితో వాదించ దల్చ లేదు. శాశ్వితంగా దూరమై పోయినవాళ్ళని అంతరంగంలో ఇంత సజీవంగా నిలుపుకో గలిగే ఆర్ద్రత ఎంత మందికి వుంటుంది!

లేచి అలమారు తీసి పుస్తకాలల్నీ వెతికి 'అన్నా కెరినీనా' తీసి మాలతి దగ్గిరికి తీసి కెళ్ళాడు. "ఇది చదవండి, బాగుంటుంది" అన్నాడు పొడిగా.

మాలతి పుస్తకం తిరగేస్తూ కూర్చుంది.

"అత్తా! వెళ్ళిపోదామే" అంటూ కిటికీ దిగి నించున్నాడు పిల్లవాడు.

ఉలిక్కిపడుతూ లేచింది మాలతి — "చాలా సేపైంది. చీకటి పడిపోతోంది. వెళ్తామండీ!" అంటూ కంగారుగా వరండా లోకి వెళ్ళింది.

"ఉండండి, నేనూ వస్తాను" — శంకరం, గదికి తాళం పెట్టి బయల్దేరాడు.

"మీ కెందుకండీ శ్రమ? మేం వెళ్తాం కదా?" అంది మాలతి అయిష్టంగా.

"నా కేం శ్రమ లేదు. అలా బజారు క్కూడా వెళ్ళాలి" అంటూ మెట్లు దిగాడు శంకరం.

మాలతి మౌనంగా నడక సాగించింది. నవ్వుతూ వచ్చిన మాలతి దిగాలు పడుతూ వెళ్ళటం చాలా కష్టంగా అనిపించింది శంకరానికి. శాశ్వితంగా దూరమైపోయిన భర్త పట్ల చెక్కు చెదరని ఆమె గాఢాభి మానం ఎంతో ఉన్నతంగా తోచి ముగ్ధ డయ్యాడు.

"మిమ్మల్నొక మాటడగనా?" అన్నాడు కొంత సేపటికి.

పరాకుగా వుంది మాలతి. "ఏమ న్నారూ?" అంది మొహం తిప్పి.

"విసిగిస్తున్నాననుకోరుగా?"

శంకరం స్నేహ పూర్వకంగా మాటాడు తోంటే మాలతి మనస్సెంతో సేద తీరింది. కృతజ్ఞతగా అంది — "అంత చెప్పాలా మీరు? మీరేం మాట్లాడినా నేనేమీ అనుకోను."

శంకరం పది అడుగులు మౌనంగా నడిచాడు — "ఇద్దరికీ పెళ్ళి పీటల మీద తాళి కట్టిన సంబంధం తప్ప ఏమీ లేదని విన్నాను. దీక్ష పట్టినట్టు మిమ్మల్ని మీరిలా ఆహుతి చేసుకోవటంలో ఏం అర్థం వుంది?... నే నంటున్నానని కాదు. ఆలో చిస్తే మీకు తెలీదా?"

చూస్తోండగా మాలతి పెదవుల మీద మందహాసం చిందింది. మొహమంతా కాంతి అలుముకుంది. "ప్రేమ సంబం ధమే మా సంబంధం. అంత కన్నా ఏం వుండాలి?" అంది.

"మీ కేం కోపం రాలేదు గదా నా మాట లకి?" ఆశ్చర్యంగా అడిగాడు శంకరం.

"అయినా ఎవరు చెప్పారు మీకు?" అంది చిరునవ్వుతో.

మాలతి మందహాసం చూస్తే ప్రాణం తేట పడింది శంకరానికి.

"మీ అన్నయ్యే. రామం చదువు పూర్తయ్యే వరకూ దూరంగా వుండాలని మీ అత్త గారు అన్నదట కదా?"

నవ్వి వూరుకుంది మాలతి.

★ ★ ★

సావిత్రి కథ మళ్ళీ మొదటి కొచ్చింది. "నా బతుకేం చేస్తారో మీరే దిక్కు బాబూ!" అని మళ్ళీ గోల పెట్టింది.

"చూడవోయ్ శంకరం! ఇలా రా!" అని పిల్చాడు సీనియర్.

బయటికి వచ్చి సావిత్రిని చూశాడు. మొహం పీక్కు పోయి ఒళ్ళంతా కృశించి పోయి, రెండు చేతులు నెత్తి మీద పెట్టు కుని ఉసూరుమంటూ కూర్చుని వుంది సావిత్రి.

"శంకరం! నాకు టైమవుతోంది. బాగా ఆలోచించి పిటీషన్ రాయి" అంటూ సీనియర్ శంకరానికి పురమాయించి సావిత్రిని ఓదార్పుగా చూస్తూ, "నీకేం ఫర్వాలేదమ్మా! మళ్ళీ జడ్జీ గారికి రాసి పడేద్దాం" అంటూ లేచాడు. గొనేసుకుని కాలర్ పెట్టుకుని హాల్లోంచి వెళ్ళి పోయాడు. కారు కదిలే వరకూ బయట నించుని సీనియర్ చెప్పిందంతా విని లోపలికి వచ్చాడు శంకరం.

అల్మైరా తెరిచి సావిత్రి కేసు ఫైల్ వెదికి తెచ్చి టేబుల్ ముందు కూర్చుని పెన్ను చేతిలోకి తీసుకున్నాడు.

సావిత్రి కేసి చూడటానికి భయం వేసింది. కదిపితే భోరు మనేలా వుంది. ఫైలంతా తిరగేస్తూ కాస్సేపు మాట్లాడ కుండా కూర్చున్నాడు.

"నన్నెళ్ళొద్దని చెప్పారు మీరు. ఆయనే వచ్చి పిలుస్తా డన్నారు. చూశారా బాబూ ఏం చేశారో?" అంది సావిత్రి ప్రారంభిస్తూ.

"ఏం, ఏమైంది?" అన్నాడు శంకరం ఆసక్తి లేకపోయినా, డ్యూటీగా.

సావిత్రికి దుఃఖం ముంచుకొచ్చింది. తమాయించుకుంది — "కోర్టు వారు నా సంసారాన్ని చక్కదిద్దారని ఎంతో సంబర పడ్డాను! పిల్లల్ని తీసుకుని ఆ మర్నాడే వెళ్ళాను."

"ఎక్కడికి?"

"ఆయనెక్కడుంటాడో నాకు తెలుసుగా?"

"ఆమె ఇంట్లో వుంటున్నాడుగా? అక్కడికి వెళ్ళారా?"

"ఆఁ, అక్కడికే వెళ్ళాను. ఇంట్లో ఆయన లేడు. ఆవిడే వుంది."

"మిమ్మల్ని ఆమె ఇంటికి వెళ్ళమని కోర్టు వారు చెప్పారా?" అన్నాడు లాయరు శాంతం తెచ్చి పెట్టుకుని.

కొంచెం తెల్లబోయింది — "ఆయన వుంటాడని వెళ్ళానండీ."

"సరే, ఏమైంది?"

"వెళ్ళగానే నవ్వుతూనే పలకరించింది. పిల్లలకి అన్నాలు పెట్టింది. నాకు వొద్దన్నా కేకలేసి పెట్టింది. తర్వాత చెప్పడం మొద లెట్టింది. 'కొంచెం డబ్బిస్తాను. ఏ కొట్టన్నా పెట్టుకోరాదా? మీ ఇద్దరికీ ఎలాగో తెగి పోయింది. మళ్ళీ ఇప్పుడెందుకు?' అనటం మొదలెట్టింది, అంతలో ఆయనొచ్చాడు — నా గుండెలు దడదడా కొట్టుకుంటూనే ఉన్నాయి బాబూ! కంఠం పెగుల్చుకుని, "నా మాటేం చేశారు?" అన్నాను, అంతే.

శివమెత్తినట్టు మొహం పెట్టి, "యెవ ణ్ణడుగుతావే? యెవడున్నాడని వచ్చావు?" అన్నారు. రాయిలా అయి పోయాను. పుట్టెడు దుఃఖం వచ్చేసింది - "అదేం మాట? మీకు ధర్మంగా వుందా? పుస్తె కట్టి పెళ్ళి చేసుకున్న భర్త దగ్గిరికి వచ్చాను గానీ..." అన్నాను.

"ఆఁ, అయిందిలే మా గొప్ప పెళ్ళి. భర్త దగ్గిరికి వచ్చావు, భర్త దగ్గిరికి! కోర్టుకు లాగి పదిమందిలో నించోబెట్టినప్పుడు భర్త మాట గుర్తు రాలేదా? నలుగుర్లో అంత నవ్వులపాలు చేశావే, మళ్ళీ నీ వెధవ

మొహం చూడమన్నావా ముండా?" అంటూ నానా తిట్లూ తిట్టారు. "యెలా వచ్చావో అలా ఫో! నీకూ నాకూ సంబంధం ఏ నాడో తెగిపోయింది. ఏం చేసుకుంటావో చేసుకో" అనేసి బయటికి వెళ్ళిపోయారు.

ఆ ఆడ మనిషి తగులుకొంది — "మొగుడితో మాట్లాట్టం అయిందిగా? నీ దారి నువ్వు చూసుకో. ఒక పని మీద వూరెళ్ళాలి నేను. ఇంటికి తాళం పెట్టుకుని పోతాను" అంటూ తాళాలు తీసుకుని బైల్దేరింది.

ఏం చెయ్యను బాబూ? చేతిలో చిల్లి గవ్వ లేదు. తనే పది రూపాయ లిచ్చింది. పిల్లల్ని తీసుకుని వచ్చేశాను." గుక్క తిప్పు కోకుండా జరిగింది యావత్తూ పూసగుచ్చి నట్టే చెప్పింది.

ఆమె చేసిన పని శంకరానికి ఎంత నచ్చకపోయినా చాలా జాలేసింది.

"నా కేదన్నా దారి దొరుకుతుందా బాబూ? ఇక ఇంతే అంటారా? ఈ పిల్లల్ని నేనెలా పెంచను?" అంది సావిత్రి భయంగా. "మీ కష్టానికి తగ్గట్టు నే నేమీ ఇవ్వలేను బాబూ! నన్నూ నా పిల్లల్నీ గట్టెక్కిస్తే మీ మేలు మర్చిపోను. మీ బొమ్మ దేవుడి పటం దగ్గిర పెట్టి పూజించు కుంటాను" అంది నమ్రతగా.

"అయితే ఇప్పుడేం చెయ్యమంటారు? మెయిన్‌టెనెన్స్‌కి పడెయ్యమంటారా?"

"మీరే చెప్పండి బాబూ!"

"సీనియర్ గారేం చెప్పారో విన్నా రుగా? మళ్ళీ పిటీషన్ పడెయ్యమన్నారు. పోషణకి పడేస్తే, కోర్టు వారు కొంత ఇప్పిస్తారు. అది కూడా సవ్యంగా నడవ దండీ. మొదట్లో రెండు మూడు నెలలిచ్చి తర్వాత ఎగ్గొడతాడు. అతనికి పెర్మనెంట్‌గా వుండే గవర్నమెంటు వుద్యోగం అయితే, జీతంలో నుంచి కొంత భాగం ఆఫీసు వాళ్ళే మీకు పంపే లాగా చెయ్యాలని కోర్టు వారు ఆర్డరు ఇవ్వొచ్చు గానీ, ఇతనికి అలాంటి వుద్యోగం లేదు కదా? అతన్నించి నెల నెలా డబ్బెలా వస్తుంది?"

"అలాగైతే నా పిల్లల గతేంటి? తిండి కైతే ఎలాగో బతుకుతాం గానీ, ఈళ్ళకి పెళ్ళిళ్ళెలా గవుతాయి? నన్ను మొగుణ్ణొది లేసిన దాన్నంటారు. నా పిల్లలకి సంబంధా లొస్తాయా?"

"అమ్మా! ఇప్పుడా భయాలన్నీ ఎందుకు? మీరూ మీ పిల్లలూ ఏదో ఒక పని చేసుకుంటూ స్వశక్తితో బతకండి. అతన్నే తప్పుపడతారు గానీ, మిమ్మల్ని ఎవరు తప్పు పడతారు? పెళ్ళిళ్ళంటారా? అదెప్పటి మాట! అవే అవుతాయి. మీ వూళ్లో పది మందీ కలిపి మీకో పూరిల్లి చ్చారు. రెక్కల కష్టంతో బతుకుతూనే వున్నారు. పెద్దవాడు చేతికందనే అందాడు. ఓ పూట తిని ఓ పూట పస్తున్నా చీకూ చింతా లేదు! పెత్తనం చేసేవాళ్ళు లేరు. కొన్నాళ్ళు కష్టపడితే మీ పిల్లలంతా అందు కొస్తారు. ఇదంతా కాదనుకుని మళ్ళీ అక్క డికి వెళ్ళి ఏం బావుకుంటారు? — మీకు మాత్రం అభిమానం వుండదా? కోర్టులో మనం చేసే పని మనం చేద్దాం. పోషణ కోసం పడేద్దాం, కాని దాని మీద ఎక్కువ ఆశలు పెట్టుకోవద్దు. మీ కష్టంతోనే మీరు బతికే లాగ చూసుకోండి."

సావిత్రి బాగానే ఆలోచించింది. కళ్ళొత్తు కుంటూ అంది — "మీ అక్క చెల్లె ల్లాంటి దాన్ని బాబూ! పోనీ అదే రాసి చూడండి. తర్వాత నా ఖర్మకి నేను పోతాను."

శంకరం జవాబు చెప్పలేదు. సావిత్రిని ఎగా దిగా చూశాడు.

★ ★ ★

"శ్రీ శంకరం గారికి,

మాలతి, నమస్కరిస్తూ,

ఊళ్ళో ఉండి ఉత్తరం రాసిందేమిటా అని ఆశ్చర్య పోతున్నారా? మరేం చెయ్యను? మీరు వేసిన ప్రశ్న వెంటాడి వెంటాడి ఈ పని చేయిస్తోంది.

ఆ రోజే మీకు నిజం చెప్పేద్దామను కున్నాను. కానీ, ఎలా చెప్పాలో తోచలేదు. చెప్పాలని మాత్రం అనిపిస్తోంది. మీతో ముఖాముఖీగా చెప్పలేను. అందుకే ఉత్తరం రాద్దామని ప్రారంభించాను.

మీరేమన్నారో గుర్తుందా? మా ఇద్దరికి తాళి కట్టిన సంబంధం తప్ప మరేమీ లేదని మా వాళ్ళంతా అనుకుంటున్నారు. మీతో అలాగే చెప్పారు. అందుకే నాకు మళ్ళీ పెళ్ళి చెయ్యాలని నానా ప్రయత్నాలూ చేస్తున్నారు, కానీ అది నిజం కాదు.

అసలు మా ఇద్దరికీ పెళ్ళి చెయ్యటం మా అత్త కిష్టం లేదు. కానీ మా బావ పట్టుదల వల్ల చివరికి ఒప్పుకుంది. కాని, చదువంతా అయ్యేదాకా సంసారాలూ అవీ వద్దంది. 'అలాగే లే' అని మా బావ ఒప్పుకున్నాడు. పెళ్ళయ్యాక ఆ మర్నాడు రాత్రికి... మా వాళ్ళంతా ఏవేవో ఏర్పాట్లు చెయ్యబోతోంటే మా అత్త మా అమ్మతో నెమ్మదిగా చెప్పేసింది. తర్వాత మా కందరికీ తెలిసింది. వాళ్ళబ్బాయికి చదు వంతా అయిపోయి ఉద్యోగం వస్తే గానీ, సంసారం... బాదరబందీ పనికిరావట. పిల్లలూ జెల్లలూ పుడతారట. చదువు చట్టుబండ లవుతుందట. ఇప్పుడే వాణ్ణి ఈ లంపటాల్లోకి దింపొద్దు అంది.

మా బావ కెంత కోపం వచ్చిందో నాకు తర్వాత చెప్పాడు.

'అత్త చాలా మంచి ఆంక్ష పెట్టింది' అన్నాను నేను.

సెలవుల్లో మా బావ తల్లి దగ్గిరికి వస్తే నన్ను కూడా వాళ్ళ వూరు తీసి కెళ్ళాలని మా అత్త ప్రయత్నం చేసేది కాదు. బావే మా ఇంటికి వస్తే మా అమ్మా వాళ్ళు కూడా మమ్మల్ని ఒంటరిగా ఎక్కడికీ వెళ్ళనిచ్చే వారు కాదు, మా అత్తకి జడిసి. "ఆ పరీక్ష లవీ అయిపోతే సరి. కలిసి బతకడానికి గంపెడు కాలం వుంది" అంటూ అల్లుడికి వినపడేలా స్వగతాలు చెప్పుకునేది మా అమ్మ.

అందుకే ఇప్పుడు తల్చుకు ఏడు స్తుంది. "ఉన్న నాలుగు రోజులైనా వాళ్ళ ముద్దూ ముచ్చటా చేసుకోలేక పోయాం. ముక్కుపచ్చ లారని బిడ్డ బతుకు అన్యాయం అయిపోయింది" అంటూ ఉంటుంది.

పెళ్ళయి వెళ్ళిపోయాక మా బావ నాకు చాలా ఉత్తరాలు రాసేవాడు. ఎలా జవా బివ్వాలో తెలీని ప్రశ్నలు కురిపించేవాడు. నేను కూడా ధైర్యంగా సిద్ధ పడితే, ఎక్కడికయినా తీసుకుపోతానని పెద్ద వాళ్ళందరి మీదా కుట్రలు పన్నేవాడు. నాకు జవాబులు రాయటం తెలీక వూరు కునేదాన్ని. నాతో యెప్పుడైనా రహస్యంగా మాట్లాడాలని ప్రయత్నిస్తే భయం వేసేది. తప్పించుకునే దాన్ని.

అదంతా మా బావకేం నచ్చలేదు. పెద్ద వాళ్ళ మీద కోపం ఎక్కువై పోయింది. చివరి కా కోపం తీర్చుకునే అవకాశం వచ్చింది. బావ స్నేహితుడొకాయన తిరు పతి నుంచి ఉత్తరం రాస్తూ మా బావతో ఏదో పని ఉందని అర్జంటుగా రమ్మనీ, నన్ను కూడా తీసుకురమ్మనీ, చాలా ప్రేమగా రాశాడు. తన కష్టా లీడేర్చటానికే స్నేహితు డలా రాశాడని మా బావకు తెలుసు. నాకూ కొంచెం అనుమానం వచ్చింది.

నన్ను కూడా పంపటానికి మా అమ్మ భయపడింది. "మీ అమ్మకి తెలిస్తే మా మీద నిందలు వేస్తుంది నాయనా!" అంది. "లేదండీ! పెళ్ళి అయ్యాక ఇద్దరం కొండకి వస్తామని మొక్కుకున్నాను" అంటూ మా బావ ఏవేవో అబద్ధాలు చెప్పి నమ్మించాడు. మూడో నాటికల్లా తిరుపతిలో స్నేహితుడి ఇంట్లో దిగాం. రాజ్యలక్ష్మి గారని ఆవిడ చాలా మంచిది. వాళ్ళకీ మా బావకీ, ఎలా స్నేహం కలిసిందో నాకు బాగా గుర్తు లేదు.

వెళ్ళింది మొదలూ మా ఇద్దర్నీ పెళ్ళి వార్ని చూసినట్టు చూడటం మొదలు పెట్టారు. మాకో గది ఇచ్చారు. మొక్కు తీర్చుకోవడానికి అని మా ఇంట్లో చెప్పి వెళ్ళాం గానీ, కొండకి వెళ్ళనే లేదు.

ఆ సాయంత్రం పూట ఇంటి వాళ్ళి ద్దరూ, "మాకో అర్జంటు పని వుంది. ఒకాయనకి బాగా లేదు. చూసి రావాలి. రేపొద్దున్న వస్తే వస్తాం, లేకపోతే లేదు. మేం రాక పోతే మీరేదన్నా హోటల్ కెళ్ళి తినండి మేం వచ్చేదాకా" అని జాగ్రత్తలన్నీ చెప్పి వెళ్ళి పోయారు.

అక్కడ రెండు రోజులున్నాం. మూడో రోజు వచ్చారు వాళ్ళు.

"కొండకి వెళ్దాం" అన్నారు వాళ్ళు.

"మొక్కూ లేదు, ఏమీ లేదు" అన్నాడు బావ.

"పోనీ దేవుణ్ణి చూద్దాం" అన్నాను నేను.

"నేను నీ దేవుణ్ణి, నువ్వు నా దేవతవి. ఇంకో దేవుడెందుకు మనకి?" అన్నాడు.

అయినా గుడి చూశాం. కొండలు చూశాం. ఏవేవో చూశాం. వాటిని నే నెప్పుడూ తల్చుకోను, మా బావని తప్ప!

ఇంటికి తిరిగి వచ్చాం.

మొక్కు తీర్చుకుని వచ్చామని మా వాళ్ళు ముచ్చట పడ్డారు. బావ కాలేజీకి వెళ్ళిపోయాడు.

మే మిద్దరం తిరుపతి వెళ్ళి వచ్చామని మా అత్త అగ్గి గుగ్గిలం అయింది. పని గట్టుకుని వాళ్ళ వూరు నుంచి వచ్చి, మా అమ్మతో జగడం పెట్టుకుంది. నన్నెన్ని ప్రశ్నలు వేసినా జవాబు చెప్పకుండా నవ్వేసి వూరుకున్నాను.

"ఎందుకే ఆ కులుకు?" అంటూ చనువుగా కేక లేసి మర్నాడు వెళ్ళింది. వెళ్ళే ముందు అభిమానంగా నా కేసి చూస్తూ, "ఇంకెన్నాళ్ళులే? వాడి చదువు కాస్తా అయిపోతే నిన్ను తీసుకురాక పోతాడా? కోడంటికం పెట్టకపోతానా?" అంటూ నవ్వుతూ బండెక్కింది.

తర్వాత పది రోజులు కూడా తిరగ లేదండీ. మా బావకి హఠాత్తుగా ఏదో జ్వరం వచ్చింది. అదేం జ్వరమో! మాకు తెలిసేటప్పటికే అంతా అయిపోయింది. ఆ ఘోరం ఎలా జరిగిందో, అంత జరిగినా నే నిప్పటి వరకూ ఇంత సురక్షితంగా ఎలా వున్నానో నాకు తెలీదు. తిని తిరుగుతూ క్షేమంగానే వున్నాను.

ఏ మనిషికైనా ఏది మహా భాగ్యమో అది నాకు లభించి అవలీలగా జారి పోయింది. ఇంత విలువంటూ లేని మనిషిని, నా కోసం జీవితమంతా ధార పోయ గలిగే ప్రేమ మూర్తిని... నా జీవిత సహచరుణ్ణి, నా భర్తని కోల్పోయాను శాశ్వితంగా.

ఎటు చూసినా అంధకారం తప్ప ఏమీ లేదు నాకు. ఈ అంధకారంలో చిన్న దీపం వెలిగించుకోమని మీరు సానుభూతితో చెప్పారు. మీ వంటి స్నేహపాత్రులతో నా బాధ పంచుకోవాలని పించింది."

ఉత్తరం ముగించేటప్పటికి చాలా

బరువెక్కింది శంకరం గుండె.

అన్ని విధాలా వాళ్ళిద్దరూ భార్యా భర్తలు. నూరేళ్ళ జీవిత మాధుర్యాన్ని ముచ్చటగా మూడు క్షణాలలో పంచుకున్నారు. హఠాత్తుగా జీవితం ఎంత చీకటి అయిపోయినా, గాఢాంధకారంలో కూడా మాలతికి కళ్ళ నిండా వెలుగూ... మనసు నిండా మమతా వెల్లి విరుస్తూనే వున్నాయి. అందుకే... మాలతి ఇన్నాళ్ళూ... ప్రాణాలతో ఉండగల్గింది.

"శంకరం గారూ...!" ఎవరో పిల్చినట్టయింది.

తృళ్ళి పడి ఇటూ అటూ చూశాడు శంకరం చేతిలో వుత్తరంతో.

"శంకరం గారూ!"

కృష్ణమూర్తిలా వుంది.

శంకరం లేచి తలుపులు తీశాడు. కృష్ణమూర్తే.

"మాలతి వచ్చిందా?" — కృష్ణమూర్తి కంగారుగా అడిగాడు.

"లేదే! ఏం, ఎక్కడి కెళ్ళింది?"

"తెలీదండీ! అమ్మా వాళ్ళకి చెప్ప లేదట. నేను ఇంటికి వచ్చే సరికి చెప్పారు, ఇక్కడికి రాలే దన్నమాట."

అప్పటికే శంకరం తాళం తీసుకుని బయటికి వచ్చాడు.

"పదండి, చూద్దాం."

"ఈ మధ్య బాగానే ఉంటోందండీ! కొంచెం మారిందనుకున్నాను."

శంకరం మాటల్లోకి దిగకుండా చకచకా నడుస్తూ కళ్ళతో రోడ్డు నాలుగు వేపులా గాలిస్తూ ముందుకు సాగాడు.

"ఏదైనా సినిమాకి వెళ్ళిందేమో!" అన్నాడు కృష్ణమూర్తి.

"వెళ్ళదండీ. సినిమా చూసేంత ఉత్సాహం ఏదీ?" అన్నాడు శంకరం, మాలతి తనకే బాగా తెలిసినట్టు.

హఠాత్తుగా ఒక అనుమానం వచ్చింది శంకరానికి. మాలతి తనకు ఉత్తరం రాసిన సంగతి కృష్ణమూర్తికి చెప్పాలా? చెప్తే బాగుంటుందా?

ఎటూ తేల్చుకోలేక అప్పటికా విషయం వెనక్కి పెట్టాడు.

కృష్ణమూర్తి చాలా విసుగ్గా, "ఏం సమస్యండీ ఇది? తనే కొంచెం సర్దుకోవాలి గానీ, దీనికి ఎవరు మాత్రం ఏం చెయ్యగలం?" అన్నాడు.

"నిజమే గానీ, పాపం ఆ అమ్మాయి మాత్రం ఏం చెయ్యగలదు? అప్పుడప్పుడూ మనస్థిమితం పోతోంది."

రాత్రి పది గంటల వరకూ వీధులన్నీ తిరిగినా కన్పించ లేదు మాలతి.

"లాభం లేదు, పోదాం పదండి. ఎక్కడని వెతగ్గలం? అదే వస్తుంది లెండి, అలవాటే" అంటూ విసుక్కుంటూ నించున్నాడు కృష్ణమూర్తి.

శంకరానికి మనస్కరించలేదు — "రండి, ఈ రోడ్డు దాటి హాస్పిటల్ దగ్గిర్నుంచి చూసుకుంటూ వెళ్దాం. అట్నించి నేను వెళ్ళిపోతాను" అన్నాడు.

కృష్ణమూర్తి కదిలాడు.

ఎంత దూరం తిరిగినా మాలతి జాడ లేదు. "మీరిక వుండండి, నే నింటికి పోతాను" అన్నాడు విసుగ్గా కృష్ణమూర్తి.

"సరే అయితే" అంటూ శంకరం వెనక్కి తిరిగాడు.

రూమ్ తాళం తీసి నీరసంగా కూర్చున్నాడు. కుర్రాడు కేరియర్ తెచ్చి తీసుకుపోయి వుంటాడు. తిరుగుతున్నంతసేపూ తిండి మాటే గుర్తు రాలేదు.

లేచి రెండు బిస్కట్లు తిని కడుపు పట్టినన్ని చల్లటి నీళ్ళు తాగి పక్క మీద

కూర్చున్నాడు. మనసంతా చాలా చికాకుగా అయింది. తననెంతో సన్నిహితంగా భావించి, ఎవరికీ చెప్పని విషయం తనకి చెప్పింది మాలతి. ఆమె దిగులు తీరేలా ఏమీ చెయ్యలేడా తను? ఆ అమ్మాయి అలా మతి పోగొట్టుకుంటూ, పిచ్చిదై పోతూ, ఏడుస్తూ తిరగాల్సిందేనా?

మాలతిని తన మాటలతో మార్చ గలిగితే ... ఎంత బాగుండును!

లైటార్పి పడుకున్నాడు — ఆలోచనలు సాగుతూనే వున్నాయి.

తన మటుకు తను నిశ్చింతగా వచ్చి పడుకున్నాడు. అన్నగారు మాత్రం ఎంతకని ఓపిక పట్టగలడు? అతని జీవితం అతనికి లేదా? మాలతి భర్తే వుంటే... అతనే వుంటే ఈ సమస్యే వుండదు గానీ... ఇలా ఇంటికి వచ్చి నిద్ర పోతాడా? కాళ్ళకి బలపాలు కట్టుకుని, కళ్ళల్లో వత్తులు వేసుకుని, మాలతి కన్పించే దాకా గాలించి తెచ్చుకోడా? దిగుళ్ళతో ఆరోగ్యాలు పోగొట్టుకున్న వాళ్ళని, ఎంత సానుభూతితో - ఎంత అనురాగంతో - ఎంత బాధ్యతతో రక్షించుకోవాలి! సాధ్యం కాదా అది?

గబ గబా లేచాడు శంకరం. టార్చి చేతిలోకి తీసుకుని, గదికి తాళం పెట్టి రోడ్డు మీదికి వచ్చాడు.

కృష్ణమూర్తి వాళ్ళ ఇంటి తలుపులు వేసి వున్నాయి.

కొంచెంసేపు తటపటాయిస్తూ నించు న్నాడు — "కృష్ణమూర్తి గారూ!" అప్ర యత్నంగానే తలుపు తట్టాడు.

రెండు మూడు పిలుపులకు కృష్ణమూర్తి పలికి తలుపు తీశాడు, నిద్ర మత్తుతో.

"నే నండీ, శంకరాన్ని, ఒక సారి కనుక్కు వెళ్దామని పించింది. మాలతి వచ్చేసిందా?"

"అయ్యో! మీరా? ఇప్పుడొచ్చారా? — మాలతి వచ్చేసిందండీ! మీరటు వెళ్ళగానే వచ్చింది. ఏడుస్తూ పడుకుంది. ఏమీ అడగలేదు. అడిగినా చెప్పదు. ఇంత అర్ధరాత్రి వచ్చారేమిటి? రండి లోపలికి..." అంటూ తలుపులు బార్లా తియ్య బోయాడు కృష్ణమూర్తి.

"అబ్బే, వొద్దు. వెళ్తా! తలుపేసుకోండి" అంటూ చక చకా మెట్లు దిగి రోడ్డు ఎక్కాడు శంకరం. రూమ్‌కి వచ్చి టైం చూస్తే రెండు దాటింది. మంచి నీళ్ళు తాగి పడుకున్నాడు. మనసెంతో తేలిక పడింది.

★ ★ ★

శంకరం సీనియర్ ఆఫీసుకి బయ ల్దేరబోతూ తాళం తీసుకుని గది బయటికి వచ్చాడు. చొరవగా గేటు తోసుకొని వస్తూన్న పెద్ద మనిషిని కొంచెం ఆశ్చర్యంగా చూస్తూ నిలబడ్డాడు. సాధారణంగా క్లయిం ట్లెవరూ ఆఫీసుకే గానీ ఇంటికి రారు.

మల్లు పంచీ, జరీ కండువా, బుగ్గ మీసాలూ, వేళ్ళ నిండా వుంగరాలూ, చేతిలో వెండి పిడి చేతి కర్రా — వస్తోన్న వ్యక్తిని ఆశ్చర్యంగా చూస్తూ నిలబడ్డాడు శంకరం. ఎవరో పల్లెటూరు మోతుబరిలా వున్నాడే! ఎక్కడో చూసినట్టు... అవును ఈయన ఈయన... జ్ఞాపకాలతో సతమత మవుతూ చూస్తూ నించున్నాడు శంకరం.

వచ్చిన వ్యక్తి కూడా శంకరాన్ని ఎగాదిగా చూశాడు. సూటూ బూటూ, యెత్తుగా - చెట్టంత వున్న శంకరాన్ని, నోరు తెరిచి గుడ్లప్పగించి చూస్తూనే వున్నాడా పెద్ద మనిషి.

మెరుపు మెరిసినట్టు గుర్తు వచ్చింది శంకరానికి... తిరపతయ్య అని... అరె! ఈయన రావటం ఏమిటి? ఏం కేసు వచ్చి

పడిందో! " రండి, ఎవరో అనుకున్నారు" అన్నాడు.

తిరపతయ్య కూడా శంకరాన్ని చూస్తూ విస్తు పోయాడు. " అరి నీ తస్సాదియ్యా! ఎంతోడి వెంతోడి వయ్యావూ? దొర బాబులా నించుంటే పోలికే దొరకందే!" అన్నాడు ఆశ్చర్యపోతూ.

ఆఫీసుకి పోయే టైము. ఇప్పుడీ తద్దినం ఏమిటి — అనుకుంటూ శంకరం, గది తలుపులు బార్లా తీసి కుర్చీలు సర్దాడు.

" కూర్చోండి" అన్నాడు ముభావంగా.

"ఎలాగా వూళ్ళో కొచ్చాను గందా, నిన్నో సారి చూసి పోదారని..." అంటూ తిరపతయ్య కుర్చీలో కూర్చుని చేతి కఱ్ఱ ఒళ్ళో పెట్టుకున్నాడు.

శంకరం టేబుల్ కానుకుని నిలబడి, " మిమ్మల్ని చూసి చాలా కాల మైపోయిం దండీ!" అన్నాడు కొంచెం నవ్వుతూ.

" ఏదీ? నువ్వసలు వూళ్ళో కొస్తేనా? గొప్పోడి వైపోయావ్. బస్తీలో వుండే వోడివి పల్లెటూరు ముఖం చూస్తావా?" అన్నాడు తిరపతయ్య, నవ్వుతూనే దెప్పుతూ. తల బంతిలా తిప్పుతూ గదంతా తనిఖీ మొద లెట్టాడు.

"అత్త కులాసేనా?" అన్నాడు శంకరం, ఇంకేం మాట్లాడాలో తోచక.

" ఆఁ, అదే కులాసా. నీకు తెలవందే వుంది? బతికిందీ కాదు, సచ్చిందీ కాదు."

ఆ ధోరణి కొత్త కాదు శంకరానికి. ఇంత కాలానికి మళ్ళీ వింటోంటే కొంచెం సరదాగా కూడా అనిపించింది.

తిరపతయ్య మళ్ళీ అలమారులో పుస్త కాల వేపూ, టేబుల్ మీద రేడియో వేపూ, దోమ తెర ఎత్తి వున్న మంచం వేపూ, నలువేపులా చూస్తూ కూర్చున్నాడు.

శంకరం, బుట్ట లోంచి ఒక యాపిల్ పండూ, చాకూ తీసి, ప్లేటు నిండా ముక్కలు కోసి, తిరపతయ్య ఎదరగా టేబుల్ మీద పెట్టాడు. గ్లాసుతో మంచి నీళ్ళు పక్కనే పెట్టాడు. — "తీసుకోండి మావయ్యా!" అంటూ.

" ఆఁ, ఇయ్యన్నీ ఎందుకూ?" అంటూ తిరపతయ్య యాపిల్ ముక్కలు గుప్పిట నిండా తీసుకున్నాడు. పర పరా నములుతూ, "అచ్చంగా జామకాయి లాగే వుంది సుమా! మా పెద్ద పిల్ల తిరపతెల్లినప్పుడు ఇలాంటి కాయలే నాలుగైదు తెచ్చిందిలే. ఊళ్ళో అందరికీ రుచి చూపించాం. మా బాగుంటాయి. మంచి బలవంటగా?" — మిగతా ముక్కలు కూడా మళ్ళీ గుప్పిటితో పట్టుకుని ప్లేటు దూరంగా పెట్టాడు.

" నువ్విప్పుడు సొంతంగానే కేసులయీ పడతన్నావంటగా? మొన్న ఏదో పని మీద మా పెద్దల్లుడు కోర్టు కొచ్చినపుడు, నువ్వు వాదించటం అదీ చూశాడంటలె. ఝమా యించి ఏదో అడిగే సరికి జడ్జి నోరెత్త లేదంటగా?"

శంకరానికి నవ్వొచ్చింది. చిరునవ్వు నవ్వి వూరుకున్నాడు.

"చదూకున్నోడు చదూకున్నోడే. నీ ఇసయం, నీ తెలివితేటలూ మా కొచ్చి సస్తయ్యా? అవుతే నువ్విప్పుడు పెద్ద ప్లీడరు గారి దగ్గిర మానేసి నట్టేనా?"

" లేదండీ! అక్కడే ఉన్నాను."

" నెలకే మాత్రం వస్తదేంటి నీకు?"

" ఐదారు వందల పైమాటే" — అబ ద్ధాన్ని అతిశయంగా శంకరం.

" ఓరినీ! కాలు మీద కాలేసుకుని మరీ సంపాదిస్తన్నావ్! డబ్బంతా ఏంటి చేస్త న్నావు?"

" ఇలా వస్తే అలా ఖర్చయి పోతుం దండీ! రేపు గడించలేమన్న భయం

ఉంటేగా వెనకేసుకోటానికి?" — తిరప తయ్య ముందు అలాగే మాట్లాడాలనిపిం చింది శంకరానికి.

"అదీ! మొగోడై పుట్టాక అలాంటి ధైయిర్యం లేకపోతే యెందుకూ? అవుతే... నీ తిండీ... అదీ..."

"హోటళ్ళే."

శంకరం మాట్లాడుతూనే ఒక కప్పు కాఫీ తయారు చేసి, బల్ల మీద పెట్టి "తీసుకో మావయ్యా, చల్లారి పోతుంది" అన్నాడు.

"ఫర్వాలేదులే చల్లారినా బాగానే ఉంటది నాకు. మీ అత్త యెప్పుడన్నా వేడి వేడిగా ఇచ్చి చచ్చిందా ఏంటి?" అంటూ మళ్ళీ మాటలు సాగించాడు.

"నువ్వు మంచి పనోడివని నా కెప్పుడూ నమ్మకమే" అన్నాడు.

"పెద్దోళ్ళొదిలేస్తే నువ్వు గామట్టి ఇంత వృద్ధిలో కొచ్చావు గానీ... మరెవడన్నా అయితే మట్టి గొట్టుకుపోను" అన్నాడు మళ్ళీ.

శంకరం కొంచెం నవ్వుతూ అన్నాడు — "మీరన్న మాట నిజమే. ఎవరయినా పాడైపోతే చూద్దామని సరదాపడే మహాను భావుల మధ్య ఇంకెవడయినా అయితే ఏమయిపోయేవాడో!"

"అదేగా నేనూ అంటన్నానూ! నీ తెలివి తేట లెక్కడా, నీ గడుసుదనం యెక్కడా!... అఁ, నీ ఇదే ఏరు."

తిరపతయ్య పొగుడుతోంటే వళ్ళు మండింది శంకరానికి.

"మీనాన్న కవుఁ రేదన్నా తెలిసిందా నీకు?" — ఉన్నట్టుండి జాలి పడుతున్నట్టు చూశాడు తిరుపతయ్య. "పాపం, శానా యాతన పడతన్నాడయ్యా!" అన్నాడు.

శంకరం మాట్లాడలేదు.

"దొంగ ముండ, ఉన్నన్నాళ్ళూ నూని పిండుకున్నట్టు పిండుకుంది. ఇప్పుడు నానా బాధలూ పెడతంది. తిండికి కూడా మల మల మాడతన్నాడంట! ఊళ్ళో అందరూ సెప్పుకొంటన్నారు.... ఇంకా ఏం టేంటో సవాలక్ష పుకార్లు బయల్దేరాయిలే, నిజం నిమ్మళం మీద తెలవాల."

దానికీ మాట్లాడలేదు శంకరం.

"ఏదో, దేవుడి దయ వల్ల నువ్వూ గడికట్టావు... పెళ్ళీ అదీ అయిందనిపించు కుని... అ ముసిలోణ్ణీ కూడా తెచ్చేసుకో, బాగుంటది. లోకం మెచ్చుద్ది."

శంకరం టేబుల్ మీద కాయితాలేవో సర్దుకుంటూ నించున్నాడు.

తిరుపతయ్యకేం అంతు చిక్కలేదు. ఇటూ అటూ చూసి చప్పుగా చల్లారిన కాఫీ కప్పు తీసుకుని గడ గడా తాగేసి కుర్చీ పక్కన పెట్టాడు. మీసాల మూతి తుడుచు కుంటూ, హుషారుగా కుర్చీలో అటూ ఇటూ కదులుతూ, "చల్ల కొచ్చి ముంత దాచటం యెందుగ్గానీ శివయ్యా" అన్నాడు నవ్వు లొలకబోస్తూ.

శంకరం కాయితాలు సర్దడం ఆపి వెనక్కి తిరిగి నవ్వుతూ, "చెప్పండి. దాని కేం?" అన్నాడు.

"అవున్లే. నీ గుణం నాకు తెలవదా? మా బంగారాన్ని యెరుగుదువుగా?... బంగారంటే నవ్వుతావేమో, ఏదో ఆ రోజుల్లో పెట్టేశాం. బాగుండకపోతే ఏ సినిమాలో పేరో పెట్టుకోవచ్చులే, నీ ఇష్టం. ఇంతకీ బంగారి నీకు తెలుసు కదా?"

శంకరం నవ్వి, "బంగారం తెలియక పోవటం ఏమిటి?" అన్నాడు.

"అదేనయ్యా! దాని కెక్కడా మంచి సంబంధం కుదర్లేదు. బొత్తిగా చదువూ చట్టుబండలూ లేని పల్లెటూరు మొద్దులకి పిల్ల నివ్వాలంటే... ప్రేణం వప్పదు... పై

సంబంధాలేవీ అత్త కిష్టం లేదు. అందు కనీ... నిన్నడగమనీ... అసలు బంగారి క్కూడా నువ్వంటేనే ప్రేణంలే."

శంకరం మ్రాన్పడి పోయాడు. వింటున్నది నమ్మలేనంత ఆశ్చర్యపోయాడు. ఆశ్చర్యంతో పాటు కోపం కూడా ముంచు కొచ్చింది.

తిరపతయ్య మళ్ళీ అన్నాడు — "మొన్నోసారి మీ నాన్న దగ్గిరి కెళ్ళి కదిపి చూశాలే. చంక లెగరేసినంత పని చేశాడు. చిన్నోడివైనా నిన్నూ అడిగి ఊఁ అని పించుకు పోదామనీ...

వూఁ అన్నావో... వారం తిరక్కండా అన్ని ఖర్చుల తోటీ పెళ్ళి చేయించేస్తా... నేను మాత్రం మంచీ చెడ్డా ఎరగనోణ్ణ ఏంటయ్యా? కాలం ఎలా మండిపోతందో ఎరగనా? ఓ ఎయ్యి రూపాయిలు యెక్కువే గానీ... తక్కువ చెయ్యను. బంగారికి ఒంటి నిండా బాల తొడు గుందా? పెద్ద పిల్ల కిచ్చినట్టుగానే దీనికీ పదెకరాల మాగాణి — రెండెకరాల మామిడి తోటా ఇస్తాను. కాదంటే ఇంకో ఎకరం యేసుకో. నా పిల్లే కదా తింటది?... నీ ముద్దు ముచ్చట్లు మాత్రం నాకు తెలవ్వా? మోట్రు సైకిలూ... వాచీ గడియారం — ఇంకేంటేంటి కావాలో నాకేం తెలుస్తది? నీ ఇష్టవే. కాదంటే పది మందిలో చెప్పుచ్చుక్కోట్టు."

శంకరం స్థాణువులా నించున్నాడు.

"బంగారి నిప్పుడు చూస్తే ఆశ్చర్య పడతా వనుకో. అచ్చం బస్తీ పిల్ల లాగే వుంటది. రెండు జళ్ళేసుకుంటది. కతల పుస్తకాలయ్యా చదువుద్ది. అసలు నువ్వు వూళ్ళోకి రావటం మానేశావు గానీ, బంగార్ని చూస్తే నువ్వే పెళ్ళి చేసుకుంటానని అడిగే వాడి వనుకో."

కోపం నవ్వూ కలగలుపుగా వచ్చాయి శంకరానికి.

"నీ మనసులో మాటేంటో చెప్పేస్తే బాగుంటది శివయ్యా!"

"ఏం చెయ్యమంటారు?" — ఘాటుగా చూశాడు శంకరం. – "మీరు భాగ్యవంతులు. భూఖామందులు. మీ లాంటి వారి దగ్గర ఒక పాలేరులా వుండాల్సినవాణ్ణి గానీ మీ అల్లుణ్ణి అవ్వాల్సిన వాణ్ణా?... అబ్బే, అలాంటి పిచ్చి పిచ్చి ఆశలు లేవండీ నాకు."

తెల్ల బోయాడు తిరపతయ్య. అంత వరకూ నవ్వుతూ వింటున్న శంకరం అంత నిర్మొహమాటంగా మాట విసరడంతో, "ఇహిహిహి" అంటూ పళ్ళు వెళ్ళ బెట్టి మరీ నవ్వాడు. "అప్పుడేదో ఆసికానికంటే ఇంకా గ్నేపకం పెట్టుకున్నావా? నీ అసాధ్యం గూలా!" అంటూ ధైర్యం తెచ్చు కున్నాడు. "చూడబ్బాయ్! నా కూతురికి లక్షా తొంభై సమ్మందా లొస్తానే ఉన్నయ్. నువ్వు మంచోడివనీ, గుణవంతుడివనీ, అన్నిందాలా తెలిసినోడివనీ, నా తాపత్రయం గానీ — ఇంకేటీ కాదు. కాలూ చెయ్యీ ఉన్నన్నాళ్ళూ సంపాదిస్తావు. బాగానే వుంటది. కీడెంచి మేలెంచాలంటారు. ఏ రోజు కెలా మారుద్దో! నరుడికి నాలుక్కాలాలు. అన్ని కాలాలూ సుఖంగా నడవాలి గందా? పొలం పుట్రా, అండా దండా వున్న పిల్లని కట్టుకోటం నీకూ మంచిదే. మా పెద్దల్లుడేదో సమ్మంధం కుదురుస్తానంటే కాదూ కూడదని నీ కోసం వచ్చాను. నువ్వేమో చిన్న కుర్రోడిలా యెప్పుడో ఏదో అయిందని ఆ వూసే గ్నేపకం పెట్టుకున్నావు."

శంకరం తాళాలు చేతిలోకి తీసు కుంటూ నిర్మొహమాటంగా అన్నాడు -

"జరిగిందేమిటో నాకూ గుర్తుంది, మీకూ గుర్తుంది. చదువు సాగించలేని పరిస్థితిలో ముష్టి వాడిలా మీ ముందు చెయ్యి చాచాను. నా చెయ్యి ఖాళీగా వెనక్కి తీసుకున్నందుకు బాధ పడలేదు. నన్ను హేళన చేసి అవమానించి మరీ పంపించారు. ఆ శంకరాన్నేనా నేను? ఈ నాడు చదువుకుని లాయర్నై కాస్త నిలబడ్డానని పిల్లనిస్తానంటూ వచ్చారా? అభిమానం వున్న ఏ మనిషైనా ఈ పరిస్థితిలో ఎలా ప్రవర్తిస్తాడో తెలిస్తే మీరీ గడప ఎక్కేవారు కాదు. వేలూ ఎకరాలూ ఎరపెట్టి కొనేస్తారా నన్ను? ఆ నాడు నా చేతిలో ఒక్క పది రూపాయిలు పెట్టి ఓదార్చి పంపించి వుంటే జీవిత మంతా మిమ్మల్ని గుర్తు పెట్టుకునే వాణ్ణి."

తిరపతయ్యకి మాట తిరగలేదు. ఏడవ లేక నవ్వుతూ, "అది మరిసిపొమ్మన్నాను గదంటయ్యా? అప్పుడేదో చేతిలో కాణీ లేక... తర్వాతెంత ఇదయ్యాననుకున్నావ్? మణియార్డరు చేద్దామా అనుకున్నాను. నా మాట నమ్ము. అంత కోపం తెచ్చుకుంటే యలాగ చెప్పు" అన్నాడు.

"అబ్బే! మీ మీద కోపం తెచ్చుకొనే హక్కు నా కేం లేదండీ! సందర్భం వచ్చింది కాబట్టి అడిగాను. మీ పిల్లని చేసుకునే అభిప్రాయం లేదు. అభిమానంతో నన్ను చూడ్డానికి వచ్చారని సంతోషించాను. నేను వెళ్ళాలి. కోర్టుకి టైమైపోతోంది" — నల్ల కోటు చేతి మీద వేసుకుని తాళాలు ఆడిస్తూ గది లోంచి బయటికి వచ్చేశాడు శంకరం.

తిరపతయ్య మొహం కళ మారి పోయింది. లేచి బయటికి వచ్చాడు. ఇద్దరూ గేటు వరకూ ముభావంగా నడిచారు.

"వెళతానండీ!" అన్నాడు శంకరం విడి పోతూ.

తిరపతయ్య మాట్లాడలేకపోయాడు. వెళ్ళిపోతున్న శంకరాన్ని తెల్ల మొహం వేసుకుని చూస్తూ నుంచున్నాడు.

★ ★ ★

కోర్టు వారెంత ప్రయత్నించినా సావిత్రి మొగుడు, పెళ్ళాన్ని తీసికెళ్ళటానికి ఒప్పుకోలేదు — "నా కిష్టం లేదు. మా యిద్దరికీ పొత్తు కుదరదు" అని తెగేసి చెప్పేశాడు.

సావిత్రి ఏడుస్తోంటే శంకరానికి చికాకేసింది. "మీకు విడాకులు తేలిగ్గా యిచ్చేస్తారు. అలాంటి దుర్మార్గుడితో ఇంకా సంబంధం కూడా ఎందుకు? విడాకుల పిటీషన్ పెట్టేస్తాను" అన్నాడు కోర్టు దాటి బయటి కొస్తూ. సావిత్రి తలాడించలేదు. ఏడుస్తూనే మాట్లాడింది — "ఏ నాడు పడిందో ఆ ముడి. తెంపుకుంటే తెగుతుందా? నా రాత మారితే ఆ మనిషి మనసే తిరుగుతుంది. అప్పుడే చేరదీస్తారు. విడాకులెందుకు లెండి, నా కేదో దారి చూడండి" అంది, పోషణకే వెయ్యండి అన్నట్టు.

శంకరం మాట్లాడలేక పోయాడు. ఇష్టం లేక పోయినా తనకి తను నచ్చ జెప్పుకుని జవాబు చెప్పక తప్పలేదు. "మనం ఇంతకు ముందే మాట్లాడు కున్నాం. మనోవర్తి యిప్పించమని అడిగితే పదో పరకో ఇప్పిస్తారు. అంతకన్నా యెక్కువ రాదు. అతనికి పెద్ద రాబడేం లేదు, వుద్యోగం లేదు, ఆస్తి లేదు, అందుకని చాలా తక్కువే వస్తుంది. కాని... అతను పిల్లల మీద అయినా ప్రేమ లేకుండా కోర్టు ఆర్డరు వల్ల తప్పదు కాబట్టి ఏడుస్తూ ఇచ్చే

ఆ డబ్బు తీసుకోవటానికి మీ కెలా మనస్కరిస్తుంది?" అన్నాడు.

సావిత్రి, మొహం కొంచెం పక్కకి తిప్పుకుంది. నేల చూపులు చూస్తూ ఎంత సేపటికీ మాట్లాడలేదు. చూసి చూసి సావిత్రి జవాబు శంకరమే వూహించుకున్నాడు.

"యెలా బాబూ? ఈ పిల్లల్ని నే నెలా పెంచను? ఆడదాన్ని బతుక్కి పౌరుషం కూడానా?" అంటుంది.

ఆ మాటా నిజమే సావిత్రి విషయంలో.

"సరేనమ్మా! దిగులు పడకండి, అలాగే చేద్దాం" అన్నాడు.

సావిత్రికి పుట్టెడు ధైర్యం వచ్చింది.

సావిత్రి వెళ్ళిపోయాక శంకరం కోర్టు డైరీ రాస్తూ కూర్చున్నాడు. రాస్తున్నాడే గాని బుర్ర నిండా ఆలోచనలు విజృంభిస్తూ నిలకడ లేకుండా చేశాయి.

★ ★ ★

సాయంత్రం సీనియర్‌తో వాదం పెట్టుకున్నాడు శంకరం.

"మొగుడు, పెళ్ళాన్ని ఏలుకోనంటే ఏమీ చెయ్యలేక పోయింది కోర్టు. అంతేనంటారా?" అన్నాడు ఆవేశంగా.

"మరేం చెయ్యాలంటావ్? ఇష్టం పోయిన వాడు ఎలా కలిసివుంటాడు?"

"మరి అలాంటప్పుడు, కోర్టు మొదట ఆ మాటే చెప్పరాదూ? 'భార్యని ఏలుకోవలిసిందే. కాపరానికి తీసుకెళ్ళ వలసిందే' అని ఎందుకు చెప్పారు? అది ఆమెకి చాలా ఆశ కలిగించింది. అలా గాక, అతనితో, 'నీ కిష్టం లేదంటున్నావు కదా ; అయితే, వాళ్ళకి పోషణ ఇచ్చెయ్యి' అని మొదటే చెప్తే, ఆవిడ ఆలోచన ఇంకో రకంగా వుండేది."

"కోర్టు అయినా మొదట ఇద్దర్నీ కలపాలనే చూస్తుంది. అందుకే 'భార్యని తెచ్చుకో' మని చెప్పింది. అది జరక్కపోతే, అప్పుడెలాగా విడాకులూ పోషణలూ తప్పవు. భార్యా భర్తల కేసు కోర్టుకి వచ్చీ రాగానే, 'సరే, విడిపోండి' అని మొదటే చెప్పాలంటావా? — కాదు. మొదట సర్దుకోమనే చెపుతారు. అది కుదరకపోతే వాళ్ళెలాగూ విడిపోతారు. కాస్తో కూస్తో పోషణా ఇప్పిస్తారు."

"ఆఁ, ఇప్పిస్తారు. సావిత్రి లాంటి గతి లేని, అభిమానం లేని వ్యక్తి తప్పితే, ఏ ఆడది ఈ ముష్టి పోషణ కోసం దేవిరిస్తుంది?"

"ఓయ్ పిచ్చివాడా! ఆడ వాళ్ళలో సగానికి పైగా సావిత్రి లాంటి గతి లేని వాళ్ళే. మొగుడు వదిలేసినా ఇంత తిండి ఏర్పాటు లేకపోతే వాళ్ళెలా బతుకుతారు?"

"ఆ పోషణలు మాత్రం సరిగా అందుతాయా? అర్థం లేని చట్టాలు చేసి ఆడ వాళ్ళ కాళ్ళూ చేతులూ కట్టేశారు. పెళ్ళి మాట ఎత్తిన దగ్గర్నుంచీ అన్నీ అవకతవకలే. కట్నాలు ఇవ్వకూడ దన్నారు, పుచ్చుకోకూడ దన్నారు. దానికి చట్టాలు చేశారా? ఏమైంది? ఇంకా ఎక్కువైంది. ఆడ పిల్లకి పది మంది మధ్యనే తృణమో ఫణమో ఇచ్చుకోటానికి బదులు దొంగ తనంగా లగ్నానికో నెల్లాళ్ళ ముందే అయ్యవార్లకి మూట లందించాల్సి వస్తోంది. ఆడ పిల్లకి 'నే నింత తెచ్చుకున్నాన'నే ధైర్యం లేకుండా పోతోంది. 'వరకట్న నిషేధం' అంటూ వీళ్ళు చేసిందేమిటి? కట్నం ఇచ్చినవాడో, పెళ్ళికూతురో ఫిర్యాదు చెయ్యాలట చూడండి, ఎంత సొగసుగా ఉందో! కట్నం ఇచ్చిన వాడు, ఇచ్చానని చెప్తాడా? రెంటికీ చెడ్డ రేవడిలా పిల్ల

కాపరం పాడు చేసుకుంటాడా? చట్టాలు చేయడమే గానీ ఏ పద్ధతిలో ఖచ్చితంగా అమలు పర్చాలో ప్రభుత్వం ఆలోచించొద్దూ? ఒక పెళ్ళి జరిగిందంటే అందులో వరకట్నం ఇచ్చారా లేదా అనే సమాచారం ప్రభుత్వం సేకరించనే లేదా? ఖూనీలు ఎక్కడో రహస్యంగా జరిగితే వూరుకుంటోందా? నానా హైరానాపడి ఖూనీ చేసినవాణ్ణి పట్టుకోవటం లేదూ? అలాగే వరకట్నాల విషయంలో కూడా ఏ మేజిస్ట్రేట్‌కో, జడ్జికో కాగ్నెజన్స్ ఎందుకివ్వ కూడదూ? ప్రభుత్వం ఇదెందుకు ఆలోచించదో చెప్పండి ముందు?" — బల్ల మీద ఒక్క గుద్దు వేసి ఖరాగా లేచి నుంచున్నాడు శంకరం.

సీనియర్ నవ్వుతూ, "నీ ఆర్గ్యుమెంటంటే నాకూ చాలా ఇష్టం. పూర్తిగా కానీ! తర్వాత నేను మాట్లాడతాను. ఊఁ, చెప్పు" అంటూ సోఫాలో వెనక్కి వాలి కూర్చున్నాడు.

శంకరం సూటిగా చూస్తూ, "నే నేదో కేసు కోసం ఆర్గ్యూ చెయ్యటం లేదండీ. నా సందేహాలన్నీ మిమ్మల్ని అడుగుతున్నాను. చట్టాలు మాత్రం అడుక్కొకటీ, అంగుళానికొకటీ ఉన్నాయ్! తాగ కూడదు, జూద మాడ కూడదు, వ్యభిచరించ కూడదు. ఒక భార్య ఉండగా రెండో పెళ్ళి పనికి రాదు, కట్నాలు తీసుకోకూడదు, లంచాలు పట్ట కూడదు, ఓహోహో! ఎన్ని శాసనాలో, ఎన్ని ధర్మ పన్నాలో! ఎందుకూ? ఏదైనా ఒక్క చట్టం నిజంగా అమలు జరుగుతోందా?"

సీనియర్ మందహాసం చిందించాడు, తన కాయితాలు తను చూసుకుంటూ.

శంకరం మళ్ళీ సాగించాడు — "సరే! కట్న మిచ్చి, పిల్ల నిచ్చి, కాళ్ళు కడిగి, పెళ్ళి చేస్తారు. ప్రతి వాడినీ హీరోని చేసి కన్యాదానం చేస్తారు. కోతికి కొబ్బరికాయ దొరికినట్టు వాడికో ఆడ ప్రాణం దొరుకుతుంది. కొట్టటం, తన్నటం, పొడవటం, చివరికి చంపటం, సర్వ హక్కులూ వాడివే. కన్యాదానం పట్టిన మహానుభావుడాయె!

సావిత్రి మొగుడేం చేశాడు? పిల్లల్ని కని, పెళ్ళాన్ని వదిలేస్తాడా? ఇప్పుడు నా కిష్టం లేదంటాడా? పెళ్ళాం పిల్లలకి ఒక్క పూటకు కూడా చాలీ చాలని ముష్టి పడేస్తే పడేస్తాడా? తను దర్జాగా స్వతంత్రంగా తిరుగుతూ జీవితం గడిపేస్తాడా? ఈ పిల్ల లేమై పోవాలి? తల్లి పెంచుతుందా? ఎలా పెంచుతుంది? వాడు తాళి కట్టి నాశనం చెయ్యబట్టి కదా, ఆమె జీవితం ఇలా అయింది? పెళ్ళికి అర్థం తెలియని వెధవ, భార్యకి విలువ ఇవ్వని దౌర్భాగ్యుడు, అసలు పెళ్ళెందుకు చేసుకున్నాడు? పిల్లల్నెందుకు కన్నాడు? ఆ బాధ్యతలన్నీ ఒంటరి దాని పీదికి తోస్తాడా? ఈ నేరం, ఒక ఖూనీ నేరం కన్నా చిన్నదా? ఇలా ఎంత మంది ఆడవాళ్ళని ఉంచుకుంటాడు? ఎంత మందిని ఇష్టం లేదని వదిలేస్తాడు? వాడు ఆడింది ఆటా, పాడింది పాటానా? వాడికి శిక్ష పడిందా? సావిత్రికి న్యాయం జరిగిందా?

ప్రభుత్వం, స్త్రీ హక్కుల కోసం, స్త్రీ సంక్షేమం కోసం పాటు పడుతున్నానంటుంది, ఇదేనా? తనకు సాధ్యం కాని పనుల్లో ప్రభుత్వం ఎందుకు తల దూర్చాలి?

మొగు డొదిలేశాడని సావిత్రి పుట్టినూరు పోతే అక్కడ ఏమన్నారో తెలుసా? 'కోర్టుకి వెళ్ళు, ఆ వెధవకి బుద్ధి చెప్తారు. నీకు న్యాయం చెప్తారు' అన్నారు. కానీ కోర్టేం చెయ్యగలిగింది?

అసలు ప్రభుత్వం కొన్ని పనుల్లో తల

దూర్చకుండా వుంటేనే బాగుంటుంది. ప్రజలు వాళ్ళ దారి వాళ్ళే వెతుక్కుంటారు. కష్టం వచ్చినా, మనిషి తనకింత కష్టం వచ్చిందని కావలసిన వాళ్ళందరి దగ్గిరా గోల పెడితే ఏదో న్యాయం దొరికేది. మనిషన్నవాడు స్వతహాగా వాడెంత వెధవైనా మిగతా వెధవల విశృంఖలత్వాన్ని సహించడు. నలుగురూ కలిసి సావిత్రి మొగుడికి గడ్డి పెట్టి, సావిత్రికేదో న్యాయం చేసేవారు. ఈ కోర్టులకు రావడం కన్నా అది నయం!"

శంకరం ఆవేశంతో కొట్టుకుపోతూ పిల్ల తరహాగా వాదిస్తున్నాడని సీనియర్ మొహం మీద నవ్వు మెరిసింది. "శంకరం! అన్యాయంగా కోర్టుల్ని తిడతా వెందుకోయ్! ప్రభుత్వం చేసిన శాసనాల్ని అక్షరాలా అమలుజరపటం కోర్టుల పని. కోర్టుకి స్వతంత్రం వుండదు. చట్టాల పరిధి లోనే తిరగాలి అది. నీకు ఓపికున్నంత వరకూ, చేతనైనంతవరకూ ప్రభుత్వాన్నే తిట్టు. ఈ సాయంత్రం వేళ తృప్తిగా వింటూ ఆనందిస్తాను. పోనీ నువ్వు కాస్సేపు రెస్టు తీసుకో, నేను తిడతాను."

"సార్! మీ రెందు కింత తేలిగ్గా తీసుకుంటున్నారు? న్యాయవాదులం అని బోర్డులు కట్టుకుని కోర్టుల చుట్టూ తిరగట మేనా మన పని? ఆ కోర్టులు, చట్టాలకు లొంగి పడి ఉంటాయా?"

"మరి అంత కన్నా ఎలా చేస్తాయి? నాకీ వృత్తిలో తల పండిపోయింది. కొన్ని వందల కేసుల్లో నీ లాగ నేనూ బుర్ర బద్దలు కొట్టుకున్నాను. ఏం లాభం? నా జీవితం అయిపోయింది. కొన్నాళ్ళకి నీ జీవితమూ అయిపోతుంది. ఆవేశపడి సాధించేదేమిటి? 'లా' చేతిలో, ఆ కబంధ హస్తాల్లో వున్నాం మనం. కోర్టులే లేకపోతే ఇక మిగిలేది ఆటవిక న్యాయమే. అది ఇంత కన్నా గొప్పగా వుంటుందని కలలు కనకు."

శంకరం ఆశ్చర్యపడుతూ చూశాడు. వింటూ నించున్నాడు.

"ప్రభుత్వం గుడ్డి దన్నావ్. దానికి బుర్ర లేదన్నావ్. అంత వరకూ నాకు నచ్చింది! ప్రభుత్వానికి ఇంకా ఏవేవో వున్నాయని నీ అభిప్రాయం అయితే అది నాకేం నచ్చ లేదు. ఈ చట్టాల్ని ఎవరు చేస్తారో నీకూ తెలుసు. మన శాసన సభ్యులూ పార్ల మెంటు మెంబర్లూ, దేశాన్ని కొల్లగొట్టి స్వంత ఖజానాలు నింపుకునే బురఖా రాయుళ్ళు! వీళ్ళు చేస్తోందేమిటి? వెళ్ళటం మాత్రమే ప్రజల్లోంచి. మళ్ళీ ప్రజల మొహం చూడరు. ప్రజల సుఖ దుఃఖాలు ఆలోచించరు. వాళ్ళ స్వంతానికీ, వాళ్ళ ముతా శ్రేయస్సుకీ, ఏ శాసనం చేస్తే అనువుగా వుంటుందో అవి తయారు చేస్తారు. ఆ మందిలో అనేక రకాల వాళ్ళు వుంటారని మర్చిపోకు. వాళ్ళ సొంత వూరు దాటి బయటి కొస్తే తూర్పేదో పడమరేదో తెలీదు. శాసన సభల కొచ్చి మాటా మంచీ లేకుండా బిక్కచచ్చి కూర్చుంటారు. అలాంటి వాళ్ళంతా బయల్దేరి మన న్యాయ సూత్రాలు తయారు చేస్తున్నారంటే ఎంత హాస్యాస్పదంగా వుందో ఆలో చించు... ఆ చట్టాల్ని మర్నాటి నుంచీ అమలు జరపాలి కోర్టులు."

చంటి పిల్లాడు ఏడు చేపల కథ వింటున్నంత ఆసక్తిగా విన్నాడు శంకరం.

"మనది ప్రజాస్వామ్యం. ప్రజలే పాల కుల్ని ఎన్నుకునే దేశం. ఇలాంటి దేశంలో ఓటు అంటే ఏమిటో తెలిసి, దాని విలువని గుర్తించి, దాన్ని సద్వినియోగం చేసే వివేకం వుండాలి ఓటర్లకి. అది ఎలా వస్తుంది?

చదువూ, రాజకీయ పరిజ్ఞానం కావాలి. ఓ పావలా కల్లుకీ, అర్ధ రూపాయి లంచానికీ ఓటుని అమ్ముకునే ఓటర్లు కొల్లలు. ఓటు ఎలా వెయ్యాలో తెలియక, చెప్పినా బోధ పడక ఓటుని ఇన్‌వాలీడ్ చేసే ఓటర్లూ ఎక్కువే. పిచ్చి వాడి చేతికి కత్తి ఇస్తే ఏం జరుగుతుందో, అలాగే వుంది మన వయోజన ఓటింగు హక్కు. ప్రభుత్వాన్ని స్థాపించటానికి, వచ్చే పోయే ప్రాణాలతో మతి తప్పి మూల పడి వున్న ముసలమ్మకి కూడా హక్కుంటుంది. అలాంటి స్థితిలో వున్న ముసలమ్మ ఎంత బాధ్యతతో, ఎంత వివేకంతో ఓటు చేస్తుంది? అలాంటి ఓటర్లందరూ ఎన్ను కున్న ప్రజా ప్రతినిధుల మీదా, వాళ్ళు చేసే చట్టాల మీదా, మనకు పెద్ద పెద్ద ఆశ లెందుకు? శుద్ధ దండగ." — నిరాశతో వెనక్కి జారబడ్డాడు సీనియర్. ఏదో గుర్తొచ్చినట్టు చప్పున ముందుకు వంగి, "మనకి స్వరాజ్యం వచ్చినప్పుడే చెప్పాడోయ్ రాజేంద్రబాబు. విన్నాడు కాడు నెహ్రూ పండితుడు. 'నా దేశం, నా ప్రజలు' అనే అభిమానంతో కొట్టుకుపోయి మన గొర్రెల మంద అర్హతలను గుర్తించ కుండా వయోజన ఓటు హక్కు వుండా లన్నాడు. దేశానికి జరిగిన మొట్టమొదటి అనర్థం అదే."

శంకరం, కొత్త విషయాలు వింటు న్నట్టు వింటూ నించున్నాడు.

"అన్ని విధాలా గొప్పవనుకున్న దేశా ల్లోనే నిన్న మొన్నటి వరకూ అందరికీ ఓటింగు హక్కు లేదు. వాళ్ళనే మనం అనుకరించాలా అంటావేమో! అది కాదు నే ననేది. మన విద్యా ప్రమాణాలు పెరిగి, నూటికి తొంభై మందైనా చదువుకున్న వాళ్ళుంటే, అప్పుడందరికీ ఓటింగు హక్కు ఇస్తే ఎవడు కాదంటాడు? ఇప్పటికైనా మనం బాగు పడాలంటే మొట్ట మొదట ఈ వయోజన ఓటింగు హక్కుని రద్దు చెయ్యాలి. చదువులో కనీసపు క్వాలిఫి కేషన్ లేని వ్యక్తికి ఓటు చేసే అధికారం ఉండకూడదు. అలాగే అసెంబ్లీకీ, పార్ల మెంటుకీ నిలబడే మెంబర్లకి కూడా ఏవో క్వాలిఫికేషనులు నిర్ణయించాలి. అలా అయితే కొంత తాహతు కలవాళ్ళే దేశాన్ని పాలించటానికి పైకొస్తారు. అలాంటి వాళ్ళు చేసే చట్టాలు ఇప్పటి కన్నా సరైనవిగా వుంటాయి. ప్రభుత్వం చట్టాలు చేసే టప్పుడు రాష్ట్రాల్లో న్యాయవాదుల తోటీ, న్యాయమూర్తుల తోటీ సంప్రదిస్తే, బార్ అస్సోసియేషన్స్ ఇచ్చే సలహాలు పరిశీలిస్తే, లాభమే గానీ నష్టం ఉండదు! ఎలాంటి అవకతవకలూ రావు!"

"చాలా బాగుందండీ!" అని ఉత్సాహ పడ్డాడు శంకరం. అంతలోనే ఏదో అనుమానం తలెత్తినట్టు, "చదువుకున్న ఓటర్లు ఎంచుకునే, చదువుకున్న శాసన సభ్యులు చేసే శాసనాలైతే, అన్ని కేసు ల్లోనూ న్యాయం జరుగుతుందంటారా?... సావిత్రి కేసులో ఏం జరుగుతుంది? వాడు, పోషణ కూడా ఇవ్వకుండా దాట వేస్తాడు. అప్పుడు ఆ మంచి చట్టం ఏం చేస్తుంది?"

"ఎందుకు చెయ్యదూ? వాణ్ణి జైల్లో పడేస్తుంది."

"....... వాణ్ణి జైల్లో పడేస్తే... ఆమెకేం కలిసొస్తుంది? ఆమె సమస్యేలా తీరు తుంది?"

"వాడి తప్పుకి శిక్ష పడాలా లేదా? పడుతుంది. ఇక ఆమె బతకడమా? తన కష్టంతో తను బతకాలి. పిల్లలకైతే ప్రభుత్వం ఏదో ఏర్పాటు చేస్తుంది. అర్థి కంగా కొంచెం సాయం చేస్తే చాలదూ?"

శంకరాని కంతా గందరగోళంగా అని

పించింది. అతని కంగారూ అసంతృప్తీ అతని మొహంలో ప్రతిఫలించాయి.

"శంకరం! నెమ్మదిగా అన్నీ తెలుస్తాయిలే. ముందు, నీ డ్యూటీ మీద నువ్వు దృష్టి పెట్టు! మనం బొత్తిగా పొట్టకూడే దృష్టిలో పెట్టుకుని ఫీజులు నొల్లుకోటానికే అంకితమై పోకూడదోయ్! ప్రజలకి సేవ చేసే బాధ్యత ఉండేది మొట్ట మొదట ఉపాధ్యాయులకీ, రచయితలకీ, డాక్టర్లకీ, లాయర్లకీనూ. ఇలా కొంత మంది, ఈ ప్రజాస్వామ్యంలో ఎప్పటికప్పుడు ప్రజల హక్కుల కోసం పోరాడి వాటిని నిల బెడుతూ ఉండాలి. ప్రభుత్వాన్ని సద్విమర్శలతో అంకుశం పోట్లు పొడుస్తూ సన్మార్గంలో నడవమని హెచ్చరికలు చేస్తూ వుండాలి. అలాంటి వాళ్ళు లేరని కాదు. నీ లాంటి ఆవేశ పరులు వున్నారులే. దేశం ఎప్పుడూ గొడ్డు పోదు."

శంకరం చిరునవ్వుతో చేతిలో ఫైల్ మూసి, అలమారులో పెట్టాడు.

★ ★ ★

"ఏంటి శివయ్యా! అరిజెంటుగా రమ్మని రాసినావూ?" అన్నాడు వీరన్న తిండి తిని చాప మీద నడ్డి వాలుస్తూ తీరిగ్గా.

శంకరం నవ్వి, "అర్జంటుగా రమ్మని రాస్తే పది రోజుల కొచ్చావ్, వచ్చిన గంటన్నరకి అడుగుతున్నావ్" అన్నాడు మంచం మీద కూర్చుంటూ.

"నీ ఉత్తరం వచ్చిన మర్నాడే బయల్దేరదా వనుకున్నాను శివయ్యా! తర్వాత చెప్తాలే; ముందు నీ కవురు చెప్పు... యెక్కడన్నా పిల్ల కుదిరిందా?"

"ఆఁ. కుదిరింది. ఆ మాట చెప్పాలనే రమ్మన్నాను."

"యెక్కడా? పెళ్ళెప్పు డేంటి?" — ఉత్సాహంగా లేచి కూర్చున్నాడు వీరన్న.

"మనూళ్లోనే. మొన్న తిరపతయ్య వచ్చి కూతుర్ని చేసుకో మన్నాడు."

"తిరపతయ్యా? నీ దగ్గిరి కొచ్చాడా? ఒప్పేసుకున్నా వేంటి?" అని కంగారు పడ్డాడు వీరన్న.

"ఒప్పుకో మంటావా?"

"నన్నడుగుతా వేంటి? కుదిరిం దన్నావుగా?"

"ఉత్తదే వీరన్నా, హాస్యాని కన్నాను. నీ కూతుర్ని చేసుకునే తాహతు నాకు లేదులే — అని చెప్పి పంపించాను."

"బతికించావు బాబూ! వొప్పేసుకున్నా వేంటో అని కంగారు పడి చచ్చా."

"ఏం, ఒప్పుకుంటే? బాగా డబ్బిస్తాడుగా?"

"ఛీ, ఆడి డబ్బు సిగ తరగా! డబ్బు లేకపోతే సచ్చి పోతా రేంటయ్యా?"

"పోనీ పిల్ల బాగానే వుంటుందిగా?"

"ఇదిగో శివయ్యా! ఆళ్ళ కాడే పని చేస్తన్నా. తిన్నింటి వాసాలు లెక్క పెడతన్నా నని తిడితే తిట్టు కానీ, అసలు కబురు చెప్పెయ్యనా?" - వీరన్న కొంచెం మంచం దగ్గరగా జరిగాడు. కంఠం తగ్గించి గుస గుస లాడుతూ, "అసలు బంగారమ్మేం చేసిందో తెలుసా!" అన్నాడు.

"ఏం చేసింది?"

"నగలూ డబ్బూ అన్నీ సంచీలో పెట్టుకుని ఆ అప్పారావు గాడితో చేల కడ్డం పడి యెల్లి పోతా వుంటే యెవరో చూసి పట్టుకున్నారు. అసలే అప్పారావు మీద అనుమానా లున్నాయి గందా? పక్కన ఆడపిల్ల లాగ వుందేంటా అని చీకట్లో నలుగురూ నాలుగేపులా పరిగెత్తారు. ఆ ముండా కొడుకెలా తప్పుకున్నాడో,

సిటికిలో మాయమై పోయాడు. బంగా రమ్మ దొరికి పోయింది. ఏడుస్తా నిల బడింది. ఇంటికి లాక్కొచ్చారు. నా సావిరంగా! ఆళ్ళ బాబు కొట్టాడు గందా, రత్తాలు కారి కాలవ కట్టిందనుకో; పిల్ల తెలివి తప్పి పడిపోయింది. రాత్తిళ్ళు కూడా నే నింటోనే తొంగుంటాను కాబట్టి అంతా నా కళ్ళారా చూశా, 'అయిందేదో అయిం దిలే అయ్యా! సిన్న పిల్ల! దానికేం తెలుస్తది? ఇన్నాళ్ళూ ఆడెంటబడి పోటో లని తిరుగుతా వుంటే మీ రెండు కూరు కోవాల? ఇంక కొట్టకు; పిల్ల సచ్చి పోద్ది' అని బంగారమ్మని లాక్కుపోయా. నెల్లా ళ్ళకి గాని పిల్ల తేరుకోలేదు. అమ్మా, బాబూ, ఈది మొకం సూట్టం లేదు. యెలాగైనా పెళ్ళి చేసేద్దావని ఇక్కడా అక్కడా సమ్మందా లెతికారు గానీ యెవరూ మొగ్గలేదు. డబ్బుకి ఆశ పడి లొంగి నో డొకడు ఈళ్ళకి నచ్చలేదు. అందుకని, నీ దగ్గిరి కొచ్చాడన్న మాట" అంటూ కతంతా ఒక్క గుక్కలో చెప్పేశాడు.

శంకరం ఆశ్చర్యంతో తల మున్క లయ్యాడు — "అసలు ఇన్నేళ్ళ వరకూ పెళ్ళి చెయ్యకుండా వుంచారేం? పల్లె టూళ్ళల్లో అలా వుంచరు కదా?" అన్నాడు.

"కట్నం యెక్కువివ్వకండా పెద్ద పెద్ద సమ్మందాలు తెచ్చి పెళ్ళి చేద్దామని చూశా డిన్నాళ్ళూ. రెండు మూడేళ్ళ బట్టి యెన్ని ప్రెయత్నాలు చేసినా పిల్ల మీద పుకార్లు తెలిసి యెవరూ ఆమోదించటం లేదు. నిజంగా ఆ రోజు అప్పారావు దొరికితే నరికేసి, కప్పెట్టేసి, పోలీసోళ్ళకి లంచాలు పారేసి, గప్‌చిప్‌గా మాపీ చేసేద్దురనుకో. అలా ఉడికిపోయింది వూరు. పోనీలే బాబూ! ఈ కబురు నీకు తెలవకపోయినా ఎదవ డబ్బుకి కక్కుర్తి పడకండా మా బాగా చెప్పావు. అందుకే గావును వూరి నుంచొ చ్చిన కాణ్ణించీ, 'చదూ కున్నోళ్ళ కన్నా సాకలోళ్ళు మే' లని బూతులు తిడ తన్నాడు. ఎవర్నో ఏటో అనుకున్నా."

శంకరం ఆశ్చర్యం తగ్గి యెప్పటికో తేరుకున్నాడు.

"అవును గానీ నువ్వేదో చెప్తా నన్నావే?" అని జ్ఞాపకం చేసి అడిగాడు.

వీరన్న కాస్సేపు తటపటాయించి, "అయ్యకేం బాగో లేదు బాబూ!" అన్నాడు చివరికి.

"................"

"రెండేళ్ళ కిందటే దగ్గు మొదలెట్టింది. రాగవులిచ్చే మాత్తర్లు మింగుతా గడిపేశా డిన్నాళ్ళు. తగ్గటం మానేసి యెక్కువై పోయింది. మందుకి డబ్బులు కూడా ఇవ్వటం లేదని రాగవులూ మాత్తర్లివ్వటం మానేశాడు. పెద్దాసుపత్రికి ఎళ్ళయ్యా అని లక్ష సార్లు చెప్పాను. ఇన్నాడు కాడు. చేతిలో డబ్బు మాత్రం యేదీ? చివరి కిప్పుడు మంచం పట్టి లేవ లేకుండా అయి పోయాడు. గళ్ళు గళ్ళు మని దగ్గుతూ, ఆ వసారాలో కుక్కి మంచంలో పడుకుని వుంటాడు. సరిగ్గా సమయం కాసుకుని రత్తప్పేం చేసిందో ఇన్నావా?"

"ఏం చేసింది?" అన్నాడు శంకరం పట్టీ పట్టనట్టు.

"యెళ్ళిపోయింది! మా అప్పని చూసొస్తానని చెప్పి బండి కట్టించు కెళ్ళింది. వారం పది రోజులైనా రాలేదు. తూర్పేదిలో దుకాణం సెట్టి లేడూ? ఆయన దస్తావేదు లయీ పట్టుకుని రత్తప్ప పొలంలో కొచ్చాడు. 'ఈ పొలం నేను కొనుక్కున్నా' నన్నాడు. కాయితాలు చూపించాడు. ఇంకేం చెయ్యాల? సెట్టి మాట మీ అయ్యా కెవరో చెప్తే, చెప్పినోళ్ళని తిట్టి పోసి

పొమ్మన్నాడు. సెట్టి అప్పుడే పొలం లోకి పెంట తోలించుకుంటున్నాడు. చూడు బాబూ! ఎన్ని ఇచిత్రాలు నా కళ్ళ ముందు జరిగి పోతన్నాయో! నీకు చెందవలసిన పొలం. మీ అయ్య అప్పులోళ్ళకి యెగ నామం పెట్టి ముండకి రాశాడు. అది గప్‌చిప్‌గా అమ్మేసి డబ్బు చేసుకుని పారి పోయింది. మూడో కంటోడికి తెలవదు బాబూ! అంత దయిర్యంగా చేసేసింది. ఊళ్ళో, దానికీ, దాని తమ్ముడికీ కూడా పరపతి పోయింది. ఉంచుకున్న మనిషి రోగంతో మంచం పట్టాడు. ఇంక నొల్లుకో టాని కేవుంది? పీడ వొదిలించుకుంటే చాలనుకుంది! మాట మాత్రవేనా పైకి పొక్కలేదు సుమా! ఇంట్లో గిన్నీ ముంతా అన్నీ పెట్టిల్లో సర్దుకుని పట్టుకు పోయింది. 'తగులుకున్నోడు మొగు డౌతాడా, తాటి చెట్టు నీడౌతాదా' అని మీ అయ్యని రోజుకి పది సార్లు దెప్పి పొడిచేది. చివరి కెలా చేసిందో చూశావా? తగులుకున్నది పెళ్ళా వవుతదా? ఆ మాట అదే నిజం చేసింది. ఇంట్లో గిద్దెడు గింజల్లేవు, గుక్కెడు గంజి కాసి పోసే వోళ్ళు లేరు. క్షయ దగ్గేమో నని రాగవులు అందరికీ అనుమానం పుట్టిం చేశాడు. ఇరుగు పొరు గోళ్ళెవరూ తొంగి చూట్టం లేదు. రోజూ సాయంత్రం యేళ నేనే పోయి చూసొస్తా. నా చేతు లట్టుకుని బావురు మంటాడు. యేంటి లాబం ఇప్పుడు?"

శంకరం ఒక్క మాటకి కూడా బదులు లేకుండా మౌనంగా వుండి పోయాడు.

"ఇంటన్నావా బాబూ? నిద్దరోత న్నావా?" అన్నాడు వీరన్న అనుమానంగా.

శంకరం చటుక్కున తలెత్తి, "లేదు వీరన్నా! నువ్వు మాట్లాడుతున్నావు కాబట్టి వింటున్నాను."

"ఏంటి చెప్పను? ఆయన వూసెత్తితే నువ్వు మాటాడవు. నీ వూసెత్తితే ఆయన మాటాడడు. మద్దిలో నా ప్రేణం వూరు కోదు" అంటూ నిట్టూర్చాడు వీరన్న.

శంకరం నిరుత్సాహంగా నవ్వి, "నువ్వు మనిషిని కాబట్టి మా కోసం బాధ పడుతున్నావు" అన్నాడు.

ఆ మాట లేం అర్థం కాలేదు వీరన్నకి. తన ధోరణిలో తను చెప్పుకు పోయాడు — "మనింట్లో కాలెడితే కడుపులో చల్ల చేసినట్టవుతది బాబూ! చిలకా గోరింకల్లాగ కొడుకూ కోడలూ తిరగాల్సిన యిల్లు. పాడడిపోయింది. బొత్తిగా మనిషిని ఈది లోకి గెంటలేక కనికరించి వూరుకుంటు న్నారు అప్పులోళ్ళు. యెప్పుడో ఆ పనీ చేస్తారు. ఆ లోపున కన్ను మూసేశాడా బతికిపోతాడు. లేకపోతే దేవు డేం దారి చూపిస్తాడో! ఇల్లు పడగొట్టేసి పాటిమట్టి తోలుకోవాలని చూస్తున్నాడు అప్పిచ్చి నాయన. ఏ క్షణంలో పొమ్మంటాడో! ఇక నువ్వు తప్పితే మీ అయ్యకి దిక్కు లేదు బాబూ!"

శంకరం మాట్లాడలేదు. తలగడ మీద మొహం అన్నుకుని మౌనంగా వుండి పోయాడు.

వీరన్న మాట్లాడుతూ మాట్లాడుతూ నిద్ర పోయాడు.

శంకరానికి నిద్ర పట్టలేదు.

కళ్ళ ముందు ఒకే ఒక్క దృశ్యం... యెంత వద్దనుకున్నా... కళ్ళు గట్టిగా మూసుకున్నా... వెంటాడుతున్నట్టు కని పిస్తోంది — పాడుబడ్డ వసారాలో — నులక తెగి, పోగులు పడ్డ కుక్కి మంచంలో ఖంగు ఖంగున దగ్గుతూ ఆ మనిషి. లేవలేడు. గుక్కెడు మంచి నీళ్ళిచ్చే దారి లేదు. ఇంట్లో దీపం వెలిగించే దిక్కు లేదు.

రాత్రిళ్ళూ పగళ్ళూ గాఢాంధకారం! మనిషి అలికిడి లేని నిశ్శబ్దం! ఒంటరితనం! ... దగ్గు... దగ్గు... దాహం... ఆకలి! ఒక్కడే... తల్లి లేదు... భార్య లేదు... కొడుకు లేడు... ఆప్తులు లేరు... నమ్మిన వాళ్ళు లేరు... ఏకాకి... రోగిష్టి... చీకటిల్లు... దగ్గు... దగ్గు!

కళ్ళు రెండూ చేతులతో కప్పుకున్నాడు శంకరం. లేచి వీరన్న పక్కన పడుకుందా మనిపించింది. లేవలేక పోయాడు.

ఆ దృశ్యం మాయమై ఇంకో దృశ్యం కళ్ళ ముందు నిలిచింది.

ఆ రాత్రి... అమ్మ... ఎంత జబ్బు! చూపు లేదు... మాట లేదు... బాధ! ఏడుపు!... ఎంత నిస్సహాయంగా కన్ను మూసిందో! చంటి పిల్ల తల్లి మీద పడి పాల కోసం ఆరాట పడుతూనే వుంది! స్వంత మనిషి ఎంత ఆదుకున్నాడు?

ఎప్పటికో నిద్దర పట్టింది.

★ ★ ★

శంకరం ఆఫీసు నుంచి వస్తూ మాలతీ వాళ్ళింటి కెళ్దామని బయల్దేరాడు. సినిమా హాలు ముందు నుంచి మెయిన్ రోడ్డు దాటి సందు లోకి మళ్ళుతూంటే ఒక తాటాకు లింటి ముందు పెద్ద గుంపు కన్పించింది.

మొగ వాడెవరో నానా బూతులూ తిడుతూ ఆడ మనిషిని పట్టుకుని కొడుతున్నాడు.

గబ గబా అడుగు లేస్తూ గుంపులో కెళ్ళాడు శంకరం.

కళ్ళకి కన్పిస్తోన్న దారుణం చూస్తూ కొయ్యబారి పోయాడు.

ఆడ దాని జుట్టంతా మొగ వాడు గుప్పిటితో బిగించి పట్టుకుని వున్నాడు. ఎంత సేపట్నుంచీ అలా పట్టుకున్నాడో జుట్టు కుదుళ్ళు పొంగి నుదురూ మెడా ఉబ్బరించి వున్నాయి. కింద పెదవి లోంచి రక్తం చిమ్మి గడ్డం మీద నుంచి కారి బొట్టు బొట్టుగా చీర నిండా పడుతోంది. కుడి చెయ్యి నెత్తురు చారికల్తో బోడిగా వుంది, ఎడం చేతి కో పగిలిన గాజు వేళ్ళాడుతోంది. నేల మీద నల్ల గాజు పెంకులు మట్టిలో కూరుకుపోయి కన్పిస్తున్నాయి. ఊడి పోయిన చీర కుచ్చెళ్ళన్నీ ఎడం చేత్తో పట్టుకుంది. రవిక, వీపు మీద చీలికలూ వాలికలూ అయిపోయింది. పైట అస్త వ్యస్తంగా వేళ్ళాడుతోంటే కుడి చేతితో గుండెల మీద గుడ్డ సర్దుకుంటోంది.

మొగ వాడికి కాకీ నిక్కరూ, గళ్ళ బనీనూ, దుబ్బు జుట్టూ, రాక్షసుళ్ళా కన్పిం చాడు. తాగిన వాడి లాగే వంకర టింకరగా మాట్లాడుతున్నాడు. ఆగి గుంపులో ఎవరికో ఫిర్యాదు చేస్తున్నట్టు ఏదో చెప్తున్నాడు. శంకరం చెవుల కేమీ విన్పించలేదు. ఆడ మనిషిని గుచ్చి గుచ్చి చూశాడు. రెండు చేతుల తోటీ గుడ్డలు పట్టుకోవటం తప్పితే జుట్టు విడిపించుకోవటానికి దారి లేదు. వాడు వూపే వూపులకి ఇటూ అటూ తూలుతూ నరకయాతన అనుభవిస్తోన్న దౌర్భాగ్యురాలిలా ఏడుస్తోంది.

వాడు మొగుడూ, అది పెళ్ళాం - అని అర్థమైపోయింది. అంత బహిరంగంగా, పది మంది మధ్యా ఆడ దాన్ని కొట్టే జన్మ హక్కు ఒక్క మొగుడికి తప్పితే ఎవడి కుంది?

వాడు సంజాయిషీ చెప్పటం అయింది. ఒక్క సారి చేతిలో జుట్టు గుంజి, "ఇంటి కొచ్చే తలకి ఇరుసుకు పడతావే ముండా! నీ అమ్మా మొగుడి సొమ్ము తెచ్చి పెడ తన్నావా?" అంటూ వీపు మీద గుద్దు లెయ్యడం మొదలెట్టాడు.

“ బాబూ! బాబూ! రచ్చించండి బాబూ! కాపాడండి బాబూ! సచ్చి పోతన్నాను బాబూ!” అంటూ గోల గోలగా ఏడుస్తోంది ఆడది.

శంకరానికి కాళ్ళూ చేతులూ ఆడలేదు. ఎటు చూసినా ఎవ్వరూ కిక్కుర మనటం లేదు. వయసు మళ్ళిన ఆడవాళ్ళు కూడా మొహాలు ముడుచుకుని చోద్యం చూస్తు న్నారు. ఆ మూలా ఈ మూలా చిన్న చిన్న గొణుగుళ్ళు తప్ప ఎవరూ నోరెత్తటం లేదు.

ఏడుస్తూ ఏడుస్తూ ఆ మనిషి జుట్టు వదిలించుకోవటానికి కొంగు వదిలేసింది. అది నేల మీదికి జారి కాళ్ళ కడ్డంపడి తూలి ముందుకు పడింది. పడ్డ దాన్ని పడ్డట్టుగానే కాళ్ళతో తన్నటం మొదలెట్టాడు మొగుడు.

శంకరం జనాన్ని తోసుకు వెళ్ళి ఇద్దరి మీదా పడ్డాడు కోపంతో వుడికి పోతూ. “వదులు, ముందా జుట్టొదులు. అది మనిషనుకున్నావా, గొడ్డనుకున్నావా? కాళ్ళా చేతులా కుమ్మేస్తే ఏమౌతుందను కున్నావ్?” అంటూ పిచ్చి ఆవేశంతో మొగ వాడి చేతులు విడదీసి దూరంగా గెంటాడు.

వా డా అవమానం సహించలేక, “ నీ కెందుకయ్యా మద్దిన? నా పెళ్ళాన్ని నేను తన్నుకుంటాను, చంపుకుంటాను” అంటూ విసురుగా వచ్చాడు.

శంకరం ఆడ దానికి అడ్డం నిలబడి, నిప్పులు కురిసేలా చూస్తూ, “ నీ పెళ్ళాన్ని నువ్వు తన్నుకుంటావా? చంపుకుంటావా? ఏదీ, నడు. ఈ మాటలు నాలుగూ కోర్టులో చెప్పు! డొక్క చీల్చేస్తారు. చెమ్డా లూడ గొడతారు. చేతకాని ఆడ దాని మీద నీ గొడ్డు బలం చూపిస్తావా? తన్నమనీ, చంపమనీనట్రా నీకు పెళ్ళాన్నిచ్చిందీ? నీ చొక్కా నువ్వు చింపుకో, నీ బుఱ్ఱ నువ్వు గొరుక్కో, సాటి మనిషిని పట్టుకుని చంపుతానంటే నీ కున్న హక్కేవింటి?” అంటూ విరుచుకుపడ్డాడు.

శంకరం విజృంభించటంతో గుంపులో వాళ్ళందరూ ధైర్యంగా తలో మాటా అనటం మొదలెట్టారు.

“ అసలు తప్పేంటో నలుగురికీ చెప్పి చివాట్లెయ్యాలి గానీ అలా చావబాదితే ఏమైపోతుంది?” అన్నదో ముసలమ్మ.

“ ఏ కణతకో తగిలి ప్రాణం పోతే... నిజంగా ఆయనన్నట్టే కోర్టుకి లాక్కు పోతారు” అన్నాడొ కాయన.

“ అయినా అంత చేటా? రామ రామ! గొడ్డుని బాదినట్టు బాదేశాడు!”

“ ఈ ఆడ మనిషి క్కూడా తెలివి తేటల్లేవండీ. మొగ మనిషి దగ్గిర ఎలా మసులుకోవాలో తెలిసి మసిల్తే పోయె!”

గంప నెత్తి మీద పెట్టుకున్న మరో ఆడ మనిషి గబ గబా గుంపులో జొరబడింది. దాన్ని చూస్తూనే, “ సూడే అప్పా!” అంటూ చేతులూ ఒళ్ళూ చూపిస్తూ బావురుమంది దెబ్బలు తిన్న మనిషి.

“ ఏంట్రా? మళ్ళీ దాని మీద చెయ్యి సేసుకున్నావంట్రా?” అంటూ గంప కింద పడేసి దగ్గిరి కొచ్చిందా మనిషి.

“ చెయ్యా కాలూ అన్నీ చేసుకున్నాడు. తెగించి ఆ కుఱ్ఱాయన అడ్డు పడకపోతే ప్రాణాలు తీసేవోడే” అంది ముసలమ్మ.

“ అసలేంటైందే?” అంది గంప మనిషి, కూలబడి వున్న చెల్లెల్ని చూస్తూ.

అది వెక్కి వెక్కి ఏడుస్తూ, “ తిండి తిని యెళ్ళిపోతూ డబ్బులడిగాడు. నా కొళ్ళు మండి, ‘ నీ సారాకి డబ్బులుంటే నేను పస్తెందుకుంటానూ, వొండిందంతా నీకే ఎట్టాను, కడుపులో కాళ్ళెట్టుకు పడుకుం టానూ, ఇంటద్దె మాటెత్తకండా నీ దార్ని నువ్వు పోతే ఎలాగ, ఈ పొద్దయినా

ఇయ్యకపోతే అప్ప వూరుకోదు' అన్నాను. అంతే అప్పా! 'యేటే నంజా! పేల్తన్నావ్!' అని జుట్టు పట్టుకుని బైటికి లాక్కొచ్చాడే' అంటూ బావురుమంది దెబ్బలు తిన్న మనిషి.

"అవున్రా, నీకేం పోయేకాలవేంట్రా? నెలకి నూర్రూపాయలు తెచ్చుకుంటావు గందా! సారాకీ ముండలకీ పోస్తావ్. కట్టుకున్న ఆడ కూతురేవై పోతదనుకున్నావ్? యే పూటా కడుపు నిండా కూడు లేదు. గుడ్డ యిడిస్తే గుడ్డ లేదు. పేడ పిసుక్కుని, పిడకలమ్ముకుని, దాని పొట్లేదో అది పడ తానే వుంది. దాన్నే సారాకి డబ్బులడిగితే యెవడి దగ్గిర కెల్తదిరా? పస్టెల్లి పది రోజులైనా యింటద్దిచ్చావు కావు. సందేల యిచ్చి తీరాలని నేనే చెప్పిపోయాను. అది నిన్నడిగిందని పట్టుకు చావబాదుతావా? యెంత మొగ ముండా కొడుకువైనా దర్మం లేదంట్రా?" అంటూ గంపంత నోరు పెట్టుకుని చేతులు ఝాడిస్తూ దులిపి పోసింది గంప మనిషి.

"సాలు గానీ లెగే! యెదవ మొగుణ్ణి ఒగ్గేసి యెటన్నా పోయే అంటే ఇంటావా? అనుబగించు! బాగోతం చాలు గానీ లెగిసి ఇల్లు దూరు" అంటూ కూలబడ్డవానికి చెయ్యి ఆసరా యిచ్చి లేవదీసింది. నెమ్మదిగా నడిపించుకుని గుడిసిలోకి తీసుకు పోయింది.

మొహం వాల్చుకుని నిలబడ్డ మొగ మహారాజుని చూడటం మొదలెట్టారు అందరూ.

" తిండీ గుడ్డా ఇచ్చి కష్టం సుఖం చూడటానికి పెళ్ళాం కాక పోయింది గానీ నడి వీధిలో ప్రతాపం చూపించటానికి పెళ్ళాం అయిందా? కాస్త బుద్ధి తెచ్చుకో, మనిషి పుటక పుట్టావ్" అనేసి చర చరా గుంపులోంచి బయట పడ్డాడు శంకరం. యెటు వెళ్తోందీ తెలీకుండానే కృష్ణమూర్తీ వాళ్ళ మెట్లు ఎక్కాడు.

" అలా వున్నారేం?" అంది మాలతి శంకరాన్ని చూస్తూనే.

శంకరం మాట్లాడకుండా లోపలికి వెళ్ళి కూర్చున్నాడు. కొంచెం సేపు వూరుకుని, "మీ ఇంటి కవతల సందులోనే నండీ! నే నొస్తోంటే... దున్నపోతులా వున్నాడో వెధవ..." అంటూ కసితీరా తిడుతూ సంగతంతా పూసగుచ్చినట్టు చెప్పాడు. అంతా చెప్పి చివర "ప్రతీ తల మాసిన వెధవకీ ఓ పెళ్ళాం! 'నా పెళ్ళాం' అని వాడేదో గవర్నరయినంత మిడిసిపాటు. ఏది చాతకాక పోయినా పెళ్ళాన్ని తన్నటం మాత్రం చక్కగా చేతనౌతుంది. ఇలాంటి వెధవల్ని పట్టుకుని చేతులు విరగదీసి కూర్చోబెట్టాలి" అంటూ కోపం అంతా వెళ్ళగక్కాడు.

మాలతి కొంచెం నవ్వింది — "మీకు బాగా కోపం వచ్చినట్టుంది!"

"కోపమా? ఉత్త కోపమా? చెప్పటానికి మాటలు రావటం లేదు. పది మంది నించుని చూస్తూండగా తనని పట్టుకుని మరో వ్యక్తి కొడుతోంటే, జుట్టు పట్టుకుని గుంజుతోంటే, ఆ ఆడదాని మనస్సెలా అయిపోతుందో ఊహించగలమా? మీకు బాధగా లేదూ?"

"ఎంత బాధగా వున్నా మీరు చూసింది చాలా నయం" అంది మాలతి తేలిగ్గా.

శంకరం ఆశ్చర్యపడ్డాడు - "అది నయమా? అయితే ఇంకేం జరగాలి?" అన్నాడు.

"పొద్దున్న మా పక్క వాళ్ళింట్లో ఏం జరిగిందో చెప్పనా? వింటే మీరు వెర్రెత్తి పోతారు."

భయం వేసింది శంకరానికి — "ఏం జరిగింది?" అన్నాడు జంకుతూ.

"ఎనిమిది నెలల కడుపుతో వున్న పెళ్ళాన్ని వాకిట్లో ఏదో పని చేసుకుంటూ వుండగా మొగుడు వెళ్ళి కోపంగా గెంటి ఒక్క తన్ను తన్నాడట. ఆవిడ సిమ్మెంటు దిమ్మ మీద పడిపోయింది. అతను విస విసా బయటి కెళ్ళిపోయాడు. పడిపోయిన దానికి తెలివి తప్పిపోయింది. అంతా అత్త గారు చూస్తోనే వుంది. 'ఆఁ, యేదో టక్కు వేసింది. అదే లేస్తుంది' అని తనకేం పట్టనట్టు వూరుకుంది. ఆవిడ యెంతకీ లేవదు సరికదా వాకిలి నిండా రక్తం కాలువలు కడుతోంటే, అప్పుడు తీరిగ్గా చూసి, ఇరుగమ్మనీ పొరుగమ్మనీ కేకలేసి కోడలు కాలు జారి పడిందని చూపిం చింది.

అందరూ కంగారుపడి టాక్సీ తీసుకొచ్చి పడ్డదాన్ని పడ్డట్టుగా ఆస్పత్రికి తీసుకు పోయారు. వెంటనే ఆపరేషన్ చేసి చచ్చి పోయిన పిల్లని తీశారు. ఇప్పటికీ తల్లికి తెలివి రాలేదు."

"ఇదంతా మీకెలా తెల్సింది?" — నమ్మలేక అడిగాడు శంకరం.

"మా వదిన వాళ్ళింట్లోనే వుందండీ అప్పుడు. మా తిరగలి కొయ్య విరిగి పోయిందని కొంచెం రవ్వ విసిరి తీసుకు వద్దామని వెళ్ళింది. వరండాలో బియ్యం విసురుతోనే వుందట. ఆవిడ వాకిట్లో కెళ్ళటం, అతను కూడా వెనకాలే వెళ్ళటం, తన్నటం అంతా చూసిందట. కంగారెత్తి బియ్యం వదిలేసి పరిగెత్తి కొచ్చింది. అంతలో మా అమ్మని వాళ్ళత్త గారు పిలవనే పిల్చింది."

శంకరం ఆశ్చర్యపోతూ వింటున్నాడు.

"పెళ్ళయి ఏడేళ్ళయిందట. ముగ్గురు పిల్లలు. ఇప్పుడు మళ్ళీ కడుపు. పుట్టింటి వాళ్ళు నాలుగు వేలు కట్నం ఇచ్చి పెళ్ళి చేశారు. లాంఛనాలూ అవీ బాగానే జరిపా రట. కట్నం డబ్బంతా వీళ్ళేవో అప్పులు తీర్చేసుకున్నారు. చిల్లి కానీ మిగల్లేదు. ఈ ఏడేళ్ళ లోనూ ఆవిడ గాజూ పూసా కూడా అమ్మేశాడు. ఎప్పుడైనా ఆవిడకో పావలా డబ్బులు ఇచ్చే దిక్కు లేదు."

"అతను ఇవ్వడా?"

"సరి! ఆయనే వుంటే విస్తరెందు కనీ... అతని కంత వివేకం వుంటే ఈ గొడవలన్నీ ఎందుకు? జీతం తెచ్చి తల్లి కిస్తాడు. పెద్దది కాబట్టి ఇస్తే యివ్వచ్చు. పెళ్ళాం ఓ అణా అడిగితే తనివ్వాలి గానీ, 'మా అమ్మ నడుగు' అంటాడు. కోడలు అత్త గార్ని అడగదు. అడిగినా ఆవిడ ఇవ్వదు. 'ఎందుకు? యేం చేస్తావ్? ఇప్పుడా పువ్వులు కొనకపోతేనేం?' అని లక్ష ప్రశ్నలు వేస్తుంది. చివరికి లేవు పొమ్మంటుంది. అందుకని కోడలు అడగనే అడగదు. పదో పరకో పంపించమని పుట్టింటికి రాస్తే, రెండు మూడు సార్లు పంపించారు. తర్వాత వాళ్ళూ మొండి చెయ్యి చూపించారు. 'వాళ్ళ మొహాన నాలుగు వేలు పోశాం... అదంతా దిగమింగి నీకు అణా డబ్బులు లేకుండా చేస్తే చేతకాని దానిలా వూరుకుం టావా? వాళ్ళనే అడుగు. ఇక్కడికి మాత్రం డబ్బు కోసం ఉత్తరాలు రాయకు' అని ఆవిడ అన్న నిర్మొహమాటంగా రాసేశాడట, ఇక ఆవిడకి డబ్బు లెక్కణ్ణుంచి వస్తాయి?"

"చెల్లెలికి ఉత్తరం రాశాడు గానీ, ఓ సారి తనే బయల్దేరి వచ్చి అతన్ని నిలదీసి అడగకపోయాడా? అడిగినా లాభం లేదనేది నిజమే గానీ, కొంతన్నా పట్టించు కోవాలి కదా? ఇక్కడే వస్తుందండీ చిక్కు. ఆడ పిల్లకి పెళ్ళి చేశారూ అంటే ఇక అది

చచ్చిందానితో సమానం అనుకుంటారు. అత్తగారెన్ని తిప్పలు పెడుతోన్నా, మొగుడెంత కాల్చుకు తింటోన్నా, పుట్టింటి వాళ్ళు పట్టించుకోరు. కనీ పెంచీ పెద్ద చేసిన పిల్ల గురించి ఆ మాత్రం బాధ్యత వుండొద్దా? పుట్టింటి ఆసరా వుందని తెలిస్తే అత్తింటి వాళ్ళు కొంచెమన్నా హద్దుల్లో వుండరూ?" అన్నాడు శంకరం.

"అసలు పొద్దున్నేం జరిగిందంటే" అని మాలతి చెప్పుకొచ్చింది. పెద్ద పిల్లాడు బడికి వెళ్ళనని పేచీ పెడుతోంటే నెమ్మదిగా మంచి మాటలు చెప్పి వెంటబెట్టుకుని బయల్దేరిందట తల్లి. వాడు కొంచెం దూరం నడిచి దుకాణం ముందు నిలబడి పోయాడు. తినటాని కేదైనా కొని పెట్టమని వాడి పేచీ. ఆవిడ దగ్గిర డబ్బుల్లేవు. పిల్లాడికి ఎన్నో విధాల చెప్పింది, వినలేదు వాడు. ఈ గొడవంతా దుకాణం తాత చూస్తూనే వున్నాడు - "రా బాబూ! కొంచెం బఠాణీలు పెడతాను" అని పిల్చాట్ట. ఈవిడ, "వద్దు, వద్దు" అంటోనే వుంది. పిల్లాడు పరిగెత్తి కెళ్ళి బఠాణీలు జేబులో పోయించు కున్నాడు. తమ్ముడి చేతిలో కూడా నాలుగు గింజలు పోసి తను బళ్ళోకి పరిగెత్తుకు వెళ్ళిపోయాడు. ఈవిడ చిన్న కొడుకుని తీసుకుని ఇంటికి వచ్చేసింది. వాడి చేతిలో బఠాణీ గింజలు నాయనమ్మ చూసింది. "ఎక్కడివిరా?" అంది. కోడలు కలుగజేసుకుని, "పెద్ద వెధవ పేచీ పెడుతోంటే దుకాణం తాత పెట్టాడు" అని చెప్పింది.

అత్త గారు దవడలు నొక్కుకుంటూ, "వెధవ బఠాణీ గింజలు వాళ్ళనీ వీళ్ళనీ అడుక్కు తినాలటే? ఓ అర్ధణా డబ్బు లడిగితే నే నివ్వనూ?" అంటూ కొడుక్కి వినిపించేలాగ పురాణం విప్పింది. కోడలికి కోపం వచ్చి, "వాడు బళ్ళోకి వెళ్ళననీ ఏమైనా తినటానికి పెట్టమనీ, ఇక్కడే పేచీ పెట్టాడు. మీరూ విన్నారు కదా? విని వూరుకుని తెలియనట్టు మాట్లాడతారేం? అర్ధణా ఇమ్మని మిమ్మల్ని నే నడగాలా?" అంది.

"వాడే వూరుకుంటాడనుకున్నాను గానీ నువ్వు అడ్డమైన వెధవల్నీ ముష్టడుగుతావనుకున్నానా?" అని అరవటం మొదలెట్టింది అత్త. గది లోంచి కొడుకొచ్చాడు. "నా పిల్లలకి ముష్టెత్తటం నేర్పుతావా?" అంటూ పెళ్ళాం మీద లేచాడు. "నేనేం ముష్టెత్తలేదు. ఆ తాతే పిల్చి పెట్టాడు. కావాలంటే మీరు వెళ్ళి అడిగి రండి. అయినా ఒక్క అర్ధణా డబ్బులు మిమ్మల్నడిగితే మీరు ఇవ్వరు. ఆవిడా ఇవ్వరు. మా వాళ్ళ నడిగితే వాళ్ళూ ఇవ్వరు. ఈ పిల్లలు నన్ను పీక్కుతింటారు. నా నోరైతే కట్టుకుంటాను, వాళ్ళనెలా ఓదార్చను? మా వాళ్ళూ ఒదిలేశారు, మీరూ వదిలేశారు. నా కెవరున్నారు? దయ దల్చే వాళ్ళ దగ్గిర ముష్టెత్తకపోతే నా కెలా గడుస్తుంది?" అంటూ ఆవిడ ఏడుస్తూ వాకిట్లోకి పోయింది. ఆవిడ వెనకాలే అతనూ విస విసా వెళ్ళి ఏదో తిడుతూ, ఒక్క తన్ను తన్నాడట. అంతే, ఆవిడ పడిపోయింది."

శంకరం ఒళ్ళు జలదరించింది. రెండు చేతులూ చెవుల కడ్డం పెట్టుకున్నాడు.

ఇద్దరూ నిశ్శబ్దంగా కూర్చున్నారు. నెమ్మదిగా మాలతే అంది — "అత్త గారే చేస్తోందండీ. కొడుకుని పాడు చేస్తోంది ఆవిడే."

శంకరం కోపంగా చూస్తూ, "ఇప్పుడంటే అన్నారు గానీ ఇంకెప్పుడూ ఇలా మాట్లాడకండి. తల్లి పాడు చెయ్యడానికి వాడేం చంటి వాడా? ఆడ పిల్లని పెళ్ళి చేసింది మొగుడికా, అత్తగారికా? ఆవిడ

పెత్తనం ఏమిటి మధ్య? తల్లి అయితే తల్లిలా వుండ మనండి, తల్లి గౌరవం పొంద మనండి. తల్లి కిచ్చే స్థానం ఏమిటో తెలుసుకోలేని మూర్ఖుడికి పెళ్ళాం ఎందుకూ, కాపరం ఎందుకూ? ఆవిడ మంచి చెడ్డ లెవరు చూడాలి? తల్లికి చెప్పలేక పెళ్ళాన్ని దండిస్తాడా? వాడి జ్ఞానం వాడికి వుండొద్దూ?"

మాలతి బాధగా నవ్వింది - "మీ లాగే మా బావ కూడా ఇలాంటి కబుర్లు వింటే కోపంతో వుడికిపోయే వాడు. ఆ కష్టం తనకే వచ్చిపడ్డట్టు తల్చుకు తల్చుకు బాధ పడేవాడు."

శంకరం మౌనంగా వింటూ కూర్చు న్నాడు.

మాలతే అంది — "ఇందాక మీరు చూసింది కొంచెమన్నా నయం. అక్కడ పది మందీ గుమి గూడారు. ఆమెని ఎవరో ఒకరు ఆదుకున్నారు. మీరు తెగించి అడ్డు పడితే వాడు నోరు మూసుకున్నాడు. కోర్టు మాటెత్తితే జడిశాడు. నలుగురూ చివాట్లు పెడితే పడ్డాడు. దెబ్బలు తిన్న బాధ వున్నా, ఆ ఆడ మనిషికి పది మందీ ఓదార్చారన్న తృప్తి కలిగింది. ఇక్కడో? - మనం ఎన్ని అనుకున్నా మనలోనే గానీ, ఆ మొగుడి మొహాన్నో అత్త మొహాన్నో అనగలమా? అంతా రహస్యం! జారి పడిందని పైకి చెపుతున్నారు. మనం నమ్మినట్టు వుండ వలసిందే కదా?"

"నమ్మినా మానినా, ఇంట్లో జరిగినా వీధిలో జరిగినా, అందరి బాధలూ ఒకటే. ఈ కథ లిలా సాగాల్సిందే!" — నిరాశగా అన్నాడు శంకరం.

మాలతి ఆశ్చర్యపడింది - "అదేమిటి? మీరు కూడా ఇలా అనేస్తే ఏం బాగుంది?" అంది.

"అవును, నాకే బాగా లేదు, కానీ నాకు ఊహ తెలిసింది మొదలూ నా తల్లి దగ్గిర్నించీ ఇదే చూస్తూన్నాను. దీని కేదైనా పరిష్కారం ఉందా అని ఆలోచిస్తున్నాను. ఇంత వరకూ నా కేమీ అంతు చిక్కలేదు. మంచి కాలం చూడకుండా మనం ఇలా బాధ పడుతూ అసంతృప్తిగానే పోతాం, అనిపిస్తోంది."

★ ★ ★

ప్రియమైన శ్యామల గారికి,

మీ ఉత్తరాలన్నీ అందుతోనే ఉన్నా యండీ! మొన్న మీరు పంపిన ఫొటో కూడా అందింది. ఈ ఉత్తరంతో దాన్ని తిరిగి పంపిస్తున్నాను. నేను ఇష్టపడితే వాళ్ళకి చెప్తానని రాశారు. తొందరపడి అలా మాత్రం చెయ్యకండి. నన్ను అర్థం చేసు కుంటారనే విశ్వాసంతో రాస్తున్నాను.

నా మనస్సేమిటో నాకే అంతు చిక్కటం లేదు. పెళ్ళికి నేను వ్యతిరేకంగా లేను. నాకో జత కావాలని మనసు కలలు కంటోంది. తోడు తెచ్చుకొని గూడు కట్టు కోవాలని హృదయం వువ్విళ్ళూరుతోంది. చూశారా? కాబోయే శ్రీమతిని తల్చుకుంటే ఎలా కవిత్వం పుడుతోందో! అందుకని పెళ్ళి మీదా, దాని విలువ మీదా, మీరు వేరే చెప్పనవసరం లేదు. ఏ అమ్మాయి నీకు నచ్చదా? నువ్వేం మన్మథుడివా, నలకూబరుడివా? — అని మీరు నిలదీసి అడుగుతారేమో! నిజం చెప్పనా? ఈ ప్రశ్న లన్నీ నేనే అడిగేస్తున్నాను. నాలో శివుడు ఏం జవాబు చెప్తున్నాడో విన్నారా? - 'నేను మనిషిని! నాకు మనసుంది! అది తృప్తి పడకుండా నేను ఏదీ నిర్ణయించుకోను' అంటున్నాడు. చూశారా వాడి బడాయి?

శ్యామల గారూ! ఇదండీ కథ! ముక్కూ

మొహం తెలియని మనిషితో జీవితం ఏమిటి — అనిపిస్తోంది. నన్నేం చెయ్యమంటారు? ఇందులో నా తప్పేమైనా ఉందా? ఉంటే చివాట్లు పెట్టండి. కిక్కురు మనకుండా తింటాను. నా మీద కరుణించి మీరు ప్రస్తుతానికి పిల్లని చూచే ప్రయత్నాలు విరమించుకోండి. నన్ను అపార్థం చేసుకోరుగా?

అన్నట్టు ఈ మధ్య మాలతి చాలా మారినట్టు కన్పిస్తోందండీ. బావ కబుర్లు చెప్పినా దిగులుతో కృంగి పోకుండా, గడిచిపోయిన స్మృతులు నెమరు వేసు కుంటున్నట్టు బావ పట్ల ప్రేమతో అయినా విచారాన్ని సహిస్తూ మాట్లాడుతోంది. ఆ మధ్య మాలతి నాకో పెద్ద ఉత్తరం రాసిన విషయం మీకు రాశాను కదూ? అప్పటి నుంచే మాలతి కొంచెం మారినట్టు భావిస్తు న్నాను నేను. ఒక్కో సారి ఆ అమ్మాయిని చూస్తుంటే ఎందుకో చెప్పలేని భయం వేస్తుంది నాకు. రాగద్వేషాలకు అతీతమై పోవటం అంటారే... అలా కొన్నాళ్ళకి విరాగిణిగా ఐపోతుందేమో అన్పిస్తుంది.

నిజం చెప్పాలంటే - మాలతి కన్నా అంత నిర్మలంగా ప్రేమించే భార్యని శాశ్వితంగా వదిలి వెళ్ళి పోయిన వాడే ఎక్కువ దురదృష్టవంతుడని పిస్తుంది నాకు. ఎంత సంతోషాన్నయినా క్షణంలో మర్చిపోయే తత్వం మనిషిది. ఒక నాడెంత సుఖంగా గడిచినా అది మాసిపోగానే నిశ్చింతగా మరో సుఖాన్ని వెదుక్కునే స్వార్థం మనిషిది. ఈ రెండూ చేత కావు మాలతికి. ఆమె హృదయ ఫలకం మీద పడిన ముద్ర చెరగదు. ఆలయంలో భగవంతుడి ప్రతిమ లాగ ఆ హృదయంలో పడిన రూపం కంటికి కనిపించని పూజ లందుకొంటూనే వుంటుంది. అంత అణు వణువునా పొందికా, హృదయ సౌకు మార్యమూ కలబోసి మలిచాడేమో సృష్టి కర్త మాలతిని. ఇవ్వాళ ఉత్తరం నిండా కవిత్వం చెప్పి మిమ్మల్ని విసిగించేస్తు న్నాను. ఏదో రాయాలని మరేదో రాశాను.

దారిలో పడుతున్నా లెండి. మొన్న మా బార్ మీటింగులో నే నో చిన్న ఉపన్యాసం ఇచ్చా సుమండీ! "ప్రజాస్వామ్యంలో న్యాయవాది" అనే తలకట్టు పెట్టి మా సీనియర్ చెప్పిందానికి నా అభిప్రాయాలు మేళవించి రాత్రంతా కూర్చుని ఇరవై కాయితాలు చించి, పది పేజీలు రాశాను. రెండు రోజులు దాన్ని కంఠతా పట్టి ఓ ముహూర్తాన అనర్గళంగా మాట్లాడేశాను. మా వాళ్ళంతా ఓహో అంటే ఓహో అన్నారు. తర్క వితర్కాలు చేశారు. నా ఉత్సాహంలో ఇన్ని నీళ్ళు పొయ్యకుండా మెచ్చుకుని వదిలేశారు.

శ్యామల గారూ! నేను 'లా' చదవాలి అనుకున్నప్పుడు మీతో వాదం పెట్టు కున్నాను, గుర్తుందా? న్యాయ వాదినై లోకంలో ఎక్కడా అన్యాయం జరక్కుండా చేస్తాననీ, సంఘంలో కుళ్ళంతా కడిగేస్తా ననీ, మానవుడిలో దాక్కున్న దానవత్వాన్ని హత మార్చేస్తాననీ, ఇంకా ఏమిటేమిటో అన్నాను. కట్టలు తెచ్చుకుంటోన్న ఆవే శంతో, ఉద్వేగంతో, మిమ్మల్ని మారు మాటాడ నివ్వకుండా చేశాను.

కానీ ఆ నాడు నేను అనుభవ రహి తంగా మాట్లాడానని ఇప్పుడు ఒప్పేసు కుంటున్నాను. ఏ వ్యక్తి కానీ, ఏ వృత్తిలో వుండనీ, ఎంత ఆదర్శంగా బ్రతకనీ, అతను చెయ్యగలిగింది తన చేతిలో వున్నంత వరకే. అలాగే లాయరనే వాడైనా! ప్రో నోట్ల మీద డబ్బు వసూలు చెయ్య గలడు. పెరటి జాగా తగాదా లొస్తే హోరా

హోరీ వాదించగలడు. అరిటి చెట్టెవరి కెళ్తుందో, ములగ మొక్కెవరి కొస్తుందో తర్కించగలడు. యాక్సిడెంటయితే నష్ట పరిహారం ఇప్పించగలడు. ఇలాగే ఇంకాస్త పెద్దా చిన్నా కొన్ని తగూల్లో తప్పితే, దీన్ని మించి చేయగలిగిందేమీ వుండదు. మహా పెద్ద పెద్ద లాయర్లు కూడా ఇంత కన్నా చెయ్యలేరు. మనుషుల తత్వాలు దిద్ద లేరు. వ్యక్తిత్వాలు మార్చలేరు. సంస్కారం పంచలేరు. ఒక అన్యాయాన్ని అరికట్టే శక్తి ఏ మానవ మాత్రుడికీ వుండదు.

ప్రతి మనిషికీ మనిషిలా బతకాలనే తపన పుట్టాలి. ఎవరికి వారే ధర్మానికీ, న్యాయానికీ కట్టుపడాలి. మానవత్వంలోని సుఖాన్నీ, ఆనందాన్నీ, తృప్తినీ అనుభవిం చాలి. మనుషుల్లో నాకు ఎప్పుడూ నమ్మకం వుంది. ఈ నమ్మకంతో, నేను కూడా కొంచెం మంచి మనిషిలా బ్రతకా లనే కోరిక తప్పితే ఇంకేమీ లేదు.

మీ స్నేహితుడు
శంకరం

★ ★ ★

మాలతి, ఫోటో ఆల్బమ్ చూసు కుంటూ ఒక్కతీ గదిలో కూర్చుంది. పెళ్ళిలో తీసిన ఫొటోలూ, తిరపతిలో తీసిన ఫొటోలూ ఎక్కువగా వున్నాయి. రామం మిత్రుల ఫొటోలు కూడా కొన్ని ఉన్నాయి.

మాలతి మళ్ళీ మొదటి పేజీ తీసి రామం ఫొటో తదేకంగా చూస్తూ కూర్చుంది. రామం జుట్టు కొంచెం నొక్కు. రేగితే అందంగా కన్పిస్తుంది. మొహం గుండ్రం. కళ్ళు కొంచెం చిన్నవి. నవ్వితే మరీ చిన్నవవుతాయి. ముక్కు ఎత్తు. గర్వంగా నిలబడ్డట్టుంది. గడ్డం నున్నగా, అందంగా, చిరునవ్వు నవ్వుతూ... మాలతి కళ్ళలోకి గుచ్చి చూస్తున్నాడు రామం.

అప్రయత్నంగా ఆల్బమ్‌ని గుండెలకు హత్తుకుంది. మాలతి కన్నీటి బొట్లు జల జలా రాలిపడ్డాయి. "బావా! ఎక్కడి కెళ్ళి పోయావు? నీ దారిన నువ్వు వెళ్ళావు. నే నేమైపోతా ననుకున్నావు?" అంది మనసు. "నువ్వు లేక నెలలూ సంవత్సరాలూ గడిచి పోతున్నాయి. నే నిలా నిర్విచారంగా బ్రతికే వున్నాను. నువ్వు ఎక్కడికి వెళ్ళి పోయావో నేనూ అక్కడికే రావాలని ఎన్నో సార్లు ప్రయత్నించాను బావా! నన్ను నమ్ము. నాకు దేవుడు దీర్ఘాయుష్షు పోశాడు. ఇంకా ఈ బ్రతుకు ఎంత భారమో! ఎంత అనంతమో! నువ్వు లేకుండా ఇదెలా గడుస్తుందో అంతు చిక్కటం లేదు. నువ్వు నా దగ్గిర లేకపోయినా, అసలు ఎక్కడైనా ఏ లోకంలోనైనా ఉన్నావా? ఎక్కడా లేకుండా ఏమై పోయావు? నీ చదువు... నీ తెలివితేటలు... నీ ఆదర్శాలు... నీ ఔన్నత్యం అన్నీ ఏమైపోయాయి?

నిజం చెప్పనా? నువ్వు ఎక్కడో ఎలాగో ఉన్నావని నా కెందుకో నమ్మకంగా ఉంది. గుడ్డి వాళ్ళు జ్యోతిని చూస్తున్నామని భ్రమించే నమ్మకమా ఇది? ఎవరేమను కున్నా సరే, నువ్వు వున్నావు, ఎక్కడో కాదు, నా మనసులోనే, నా మనసు నిండా వున్నావు. నా మనసులో నుంచి నిన్ను పోగొట్టుకోను. నువ్వు ఎన్ని జన్మలెత్తినా నీ మాలతిని మర్చిపోవు కదా? నేనూ అంతే."

మాలతి కంపిస్తున్న పెదవులతో రామం ఫోటోని ముద్దు పెట్టుకుంది.

"అత్తా! అత్తా! చుట్టాలొచ్చారు!" అరుస్తూ గాలి దుమారంలా గదిలో కొచ్చాడు హరి.

హరి వెనకాలే శంకరం గుమ్మంలో నిలబడి వున్నాడు.

మాలతి కంగారుగా ఒళ్ళో ఫొటో

ఆల్బమ్ టేబుల్ మీద పెట్టి, కళ్ళు తుడుచుకుంటూ లేచింది.

"అలా ఉన్నారేం?" అంటూ లోపలికి వచ్చాడు శంకరం.

మాలతి మాట్లాడలేదు. హరిని దగ్గిరికి తీసుకుని కాలర్ సరిగా లేదని సర్దింది. గుండీలు వూడదీసి పెట్టింది.

"ఆడుకుంటాను" అంటూ పరి గెత్తాడు హరి. "ఫొటో ఆల్బమ్‌లా ఉందే! నేను చూడొచ్చా?" అన్నాడు శంకరం కుర్చీలో కూర్చుంటూ.

"చూడండి" అన్నట్టు ఆల్బమ్ అందిం చింది మౌనంగా.

ఆల్బమ్ మీద ఫొటో చూసి, "ఎవరు?" అని అడగబోయి మానేశాడు శంకరం. రామం ఫొటోలు కొన్ని చూసే వున్నాడు. పోలికలు స్పష్టంగా తెలుస్తు న్నాయి. మాలతి ఎందుకలా వుందో అర్థమైంది.

మొదటి పేజీ తిప్పాడు. పెళ్ళి ఫొటో. ఇద్దరూ పెళ్ళి పీటల మీద వున్నారు.

శంకరం కుతూహలంగా చూశాడు.

మాలతి... పెళ్ళి కూతురు! బుగ్గన చుక్కా, కళ్యాణం బొట్టూ, పట్టు చీరా - అంతా అదే రకం ముస్తాబు. మోకాలి మీదకి మొహం ఆన్చుకుని - కనుకొలకు ల్లోంచి చూస్తూ - మూతి బిగించి, కళ్ళతో నవ్వుతూ కూర్చునుంది. మొహంలో కొంచెం అమాయకత్వం, చిన్నతనం, కన్పిస్తున్నాయి.

పెళ్ళి కొడుకు రామం కళ్ళు చిన్నవై పోయేలా నవ్వుతున్నాడు. రెండు చేతులతో మంగళ సూత్రాలు పట్టుకున్నాడు. — అదో ఫొటో. అతను ఇప్పుడు జీవించి లేడు! చాలా జాలి కలిగింది శంకరానికి.

పెళ్ళి పెద్దలూ, పేరంటాళ్ళూ, పెళ్ళి పందిరీ - అన్నీ వున్నాయి ఫొటోల్లో.

పేజీ తిప్పాడు శంకరం.

మాలతీ, రామమూ పూల దండలతో నించుని వున్నారు. రామం ఎడం చేయి కన్పించకుండా మాలతి రామాన్ని అంటి పెట్టుకుని నించుని వుంది. రామం చేయి మాలతి జడ మీదుగా వేసి పైట వేసుకున్న భుజాన్ని పట్టుకున్నాడు. మాలతి సిగ్గుతో మొగ్గ అయి ముడుచుకుని నించుంది. మొహాన్న గుండ్రటి బొట్టు ఉంది.

మరో పేజీ తిప్పాడు శంకరం.

ఎక్కడో చెట్ల మధ్య కొండల్లో తీసి నట్టుంది.

చుట్టూ విశాలంగా పెద్ద పెద్ద చెట్లు న్నాయి. ఆకాశం ఎంతో దగ్గిరగా పెద్ద పెద్ద మబ్బులతో కన్పిస్తోంది. అక్కడక్కడా పక్షులేవో యెగురుతున్నాయి. మాలతి, మొహం పైకెత్తి నవ్వుతూ ఆకాశంలోకి చూస్తోంది. రామం మాలతి భుజం మీద చెయ్యి వేసి కుడి చేయి చాచి చూపుడు వేలుతో ఏదో చూపిస్తున్నాడు. మాలతి చిన్న చిన్న పువ్వుల చీర కట్టుకుని వుంది. మొహాన్న దోస గింజ లాంటి బొట్టు వుంది. తలలో పువ్వు లున్నాయి. అంత ఆహ్లాద కరమైన ప్రకృతిలో పరవశిస్తోన్న ఆ జంటని చాలా సేపు చూశాడు శంకరం.

వాళ్ళు భార్యా భర్తల్లా లేరు. రెండు పక్షుల్లా వున్నారు. ఉన్నట్టుండి — "ఇదెక్కడ తీశారు?" అన్నాడు.

మాలతి ఆల్బమ్ అందుకుని, ఆ ఫొటోని చూసి "తిరుపతిలో మా బావ ఫ్రెండు తీశాడు. అతను ఫొటో తీస్తున్నాడని మాకు తెలీదసలు" అంది నిరుత్సాహమైన నవ్వుతో.

"ఆయనలా చెయ్యెత్తి చూపిస్తున్నా రేమిటి?"

"ఏదో రంగు రంగుల పక్షి. చాలా అందంగా ఉందట, మా మీద నుంచి యెగురుతూ వెళ్ళిందట. నేను చూడనే లేదు. అది దూరంగా చెట్టు మీద వాలిం దని చూడమంటే ఆ కంగారులో చెప్పిం దేమిటో అర్థం గాక నేను ఆకాశంలోకి చూస్తున్నాను. కాస్సేపటికి కన్పించింది చెట్టు కొమ్మ మీద."

శంకరం, ఆ పేజీ తిప్పబోయాడు.

మాలతి ఆ ఫొటో మీద చెయ్యి పెట్టి ఆపింది — "ఇదే మా బావతో చివరి ఫొటో. ఈ ఫొటో తర్వాత మా బావ పది రోజులు కూడా లేడండీ. ఆ రోజే తిరపతి నుంచి వచ్చేశాం. తర్వాత మా బావ వెళ్ళి పోయాడు. వెళ్ళాక... వారం రోజులకే..."

శంకరం, ఆల్బమ్ పేజీలు తిప్పకుండా మౌనంగా కూర్చున్నాడు.

మాలతిని నెమ్మదిగా మాటల్లో పెట్టా లనిపించింది. ఇంకా కొన్ని పేజీలు తిప్పాడు. ఒక చోట మాలతి వింతగా కన పడింది.

అది కలర్ ఫొటో. మాలతి ప్రబంధ నాయకిలా, కట్టూ బొట్టూ, నించున్న తీరూ అంతా, విచిత్రంగా వుంది. వెడల్పు జరీ అంచు పట్టుచీర బిళ్ళ కుచ్చెళ్ళతో వెనక్కి గోచీ పోసి కట్టింది. కొంత జుట్టు మెడ మీదికి దిగజారేలా పెద్ద సిగ చుట్టింది. చక్రంలా పువ్వులు అలంకరించుకొంది. చేతుల నిండా గాజులున్నాయి. చీర జరీ అంచు పాదాల మీద జీరాడుతోంది. చేతిలో తెల్లటి కలవ పువ్వు పట్టుకొని దానితో సంభాషిస్తున్న దానిలా చెక్కిలికి ఆనించుకుని తన్మయత్వం చెందుతూ అరమోడ్పు కన్నులతో పరిసరాల్ని చూస్తూ వయ్యారంగా నిలబడి వుంది.

శంకరం ఆ ఫొటోని విస్మయంగా చూశాడు. ఎదరగా దిగులుగా వున్న మాలతినీ, ఫొటోలో జీవ కళతో వున్న మాలతినీ, మార్చి మార్చి చూశాడు.

"ఈ ఫొటో... ఏదైనా డ్రామాలో సీనా? కాలేజీ ఫంక్షన్‌లోనా?"

"... అదేం కాదండీ!" — మాలతి కొంచెం నవ్వింది - "ఏదో హిందీ పత్రిక్కి పంపించాలని మా బావ, ఎంత రానన్నా వినకుండా స్టుడియోకి తీసికెళ్ళి మేకప్ చేయించాడు. అలా నించోటం చేత గాక అర గంట సేపు కాల్చుకు తిన్నాను."

"మరి ఏదైనా పత్రికలో వచ్చిందా ఈ ఫొటో?"

"ఎక్కడికో పంపా నన్నాడు గానీ రాలేదు. తర్వాత తనే లేడు..."

శంకరం మళ్ళీ ఆ ఫొటో చూసి, మాలతి మొహంలోకి చూస్తూ, "ఈ ఆల్బమ్ ఎప్పుడూ చూపించలేదేం?" అన్నాడు.

"ఇన్నాళ్ళూ మా ఇంట్లో లేదు. ఎన్నో ఉత్తరాలు రాస్తే మొన్నే మా అత్త పంపిం చింది ఒకాయన వస్తోంటే."

శంకరం మిగతా ఫొటోలు కూడా చూస్తూ కూర్చున్నాడు.

మాలతి తల్లి గదిలోకి వచ్చి ఏదో వస్తువు తీసికెళ్ళింది. మాలతి వదిన గుమ్మంలో నిలబడి మాలతిని ఏదో అడిగి వెళ్ళింది. ఏదీ గమనించలేదు శంకరం. కొన్ని ఫొటోల్ని మళ్ళీ మళ్ళీ చూడటంలో మునిగిపోయాడు. మాలతి అంటే ఏమిటో, ఎలా వుంటుందో అప్పుడే అర్థమై నట్టని పించింది. ఎంతో సంతోషంగా వుండే ఈ అమ్మాయి, ఇంత నిర్వికారంగా ఇంత విరాగిణిలా జీవితమంతా గడిపేస్తుందా? మళ్ళీ ఎప్పటిలా నవ్వుతూ సింగారించు కొని కళ కళ లాడుతూ... ఏం? అలా

వుండకూడదా? ఉండడం సాధ్యం కాదా?

శంకరం వచ్చి మాలతితో ఎంత సేపు మాట్లాడుతూ కూర్చున్నా, ఇంట్లో వాళ్ళు ఏమీ అనరు, అనుకోరు. పైగా మెంటల్ జబ్బు నుంచి పిల్ల తేరుకుంటుందని శంకరానికి చాలా మర్యాదలు చేస్తారు.

శంకరం, ఆల్బమ్ మూసి టేబుల్ మీద పెడుతూ మాలతిని చనువుగా చూశాడు. "అప్పటికీ ఇప్పటికీ మీకు పోలికే లేదు. ఆశ్చర్యంగా వుంది. అప్పుడు కళ్ళలో ఏదో కాంతి తేడాగా వుంది" అన్నాడు.

"తేడా కాకపోతే ఏం కన్పిస్తుంది? జీవితమే తల్లక్రిందులై పోయింది కదా? అప్పుడు తను ఉన్నాడు, ఇప్పుడు లేడు."

"కొన్నాళ్ళకి మీరూ వుండరు. నేనూ వుండను. ఇప్పుడు వున్న వాళ్ళల్లో ఎవరూ వుండరు. ఆ సంగతి తెలీదా మీకు?"

"వృద్ధాప్యంలో పోవడం ఎవరికైనా జరుగుతుంది. పాతికేళ్ళకే పోతే, దాన్ని కూడా 'అది అంతే' అనుకోమంటారా?"

"మీరు నన్ను అపార్థం చేసుకుంటు న్నారు. కొందరు వృద్ధాప్యం దాకా సుఖంగా బతుకుతారు. కొందరు చిన్న వయసులోనే అనారోగ్యాల పాల బడతారు. కొందరు ప్రమాదాల పాల బడతారు. మా అమ్మ నాకు ఎంతో చిన్నప్పుడే పోయింది. అప్పుడు మా అమ్మకి ఇరవయ్యారేళ్ళని చెప్పారు. మా చెల్లెలు, ఏడాది నిండకుండా పోయింది. ఆ రోజుల్లో నే నెప్పుడూ ఏడుస్తూ, దిగులు పడుతూ వుండేవాణ్ణి. కడుపు నిండా తిండి వుండేది కాదు, నిద్ర వుండేది కాదు. మా నాన్న నా వేపు అసలు చూసేవాడు కాదు. మా నాయనమ్మ కూడా వెళ్ళిపోయింది. అంత చిన్నతనంలో, అంత దుఃఖంతో సంవత్సరాలకు సంవత్సరాలే గడిపాను. క్రమంగా తేరుకున్నాను. తేరుకున్నానంటే, మా అమ్మని మరిచి పోయానా? ఇప్పటికే కాదు, ఎప్పటికీ మరిచిపోను. మా చెల్లెల్ని కూడా మరిచి పోను. మా నాయనమ్మని కూడా మరిచి పోను. ఏదీ మరిచిపోను.

"కానీ ఆ నాడు వున్నంత దుఃఖంతోనే వుంటే, ఎలా బతుకుతాను? నెమ్మదిగా సరిపెట్టుకున్నాను. 'మా అమ్మ నా మనసులో వుంది కదా' అనుకుంటాను ఎప్పుడూ. మనకు దక్కకుండా పోయిన ఆప్తుల గురించి అలా అనుకోకపోతే బతకలేము. పోయిన వాళ్ళని పూర్తిగా మరిచిపోతే అది దుర్మార్గమే. వాళ్ళని మనసులో పెట్టుకుని మన బతుకులు మనం బతకడంలో దుర్మార్గం ఏమీ వుండదు..."

మాలతి కొత్త కొత్త మాటలు చెవిన పడుతున్నట్టు ఆశ్చర్యంగా చూసింది. అలాంటి మాటలు అందరూ చెప్పారు. అయినా శంకరం మాటలు కొత్తగానే అనిపించాయి.

మాలతి కళ్ళు దించి మౌనంగా కూర్చుంది.

శంకరం ఆత్మీయత వుట్టిపడే కంఠంలో మృదువుగా అన్నాడు — "కష్టాల్ని తల్చు కుంటూ విచారిస్తూ కూర్చోవటం వివేకం అవదు. మానసిక బలంతో యెంత క్లిష్ట పరిస్థితినైనా లొంగ దీసుకోవచ్చు, మార్పు తెచ్చుకుందామనే కోరిక మాత్రం వుండాలి."

"మార్పే యిష్టం లేకపోతే?"

"మూర్ఖత్వం అవుతుంది. మూర్ఖుల్ని చూస్తే సానుభూతి కలగదు."

"నా కష్టం మీకు మూర్ఖత్వంగానే అనిపిస్తోందా?" అంది మాలతి నిష్ఠూరంగా.

"మీ రలా అపార్థాలు చేసుకుంటే నే

నేం చెప్పగలను? ఇలాంటి కష్టం మీకు ఒక్కరికే వచ్చిందా? ప్రపంచం పుట్టినప్పటి నుంచీ ఈ చావు బతుకులు వున్నాయి. క్రమంగా విచారాల నుంచి తేరుకున్న వాళ్ళందరూ మూర్ఖులా? జ్ఞాపకాలూ, ప్రేమలూ గుండెల్లో లేకుండా పోతాయా?"

వింటూ వుండిపోయింది మాలతి.

శంకరం కొంచెం ముందుకు ఒంగి మాలతిని ప్రేమగా చూస్తూ అన్నాడు — "మీ గురించి నాకు తెలిసినంత కూడా మీకు తెలీదు. మీ లాంటి వ్యక్తులు ప్రేమానురాగాలకు దూరంగా బ్రతకలేరు. వాటికి తప్పితే జీవితంలో దేనికీ ప్రాధాన్యం ఇవ్వరు. అందుకే మీ రంటే నాకు ఇంత ఇష్టం. జరిగిందంతా ఒక మధుర స్వప్నం అనుకోండి. దాన్ని అలాగే హృదయంలో వుంచుకోండి. కానీ మీ ప్రేమని ప్రకటించ డానికి అవతల ఒక ఆధారం వుండాలి. మీరు మళ్ళీ పెళ్ళి చేసుకోండి!"

మాలతి ఉలిక్కిపడింది. చటుక్కున తల ఎత్తింది. చాలా నిర్లక్ష్యంగా చూస్తూ అంది — "ఎవర్ని? మిమ్మల్నా?"

తెల్లబోయాడు శంకరం.

నిర్ఘాంత పోయాడు శంకరం.

మాలతి తల ఒంచేసుకుంది. అనరాని మాట అన్నంత భీతితో ముడుచుకు పోయింది.

శంకరం తేరుకుని సంభ్రమంగా మాలతిని చూశాడు. మొహం నిండా మందహాసం చిందులాడింది. లేచి నిల బడ్డాడు. మాలతికి కొంచెం దగ్గిరికి వెళ్ళాడు. అనునయంగా అన్నాడు. — "మీ బావకు ఇచ్చినంత ఉన్నతమైన స్థానం ఎవ్వరికి ఇవ్వగలరో వాళ్ళని చేసుకోండి, ఆ మనిషి కూడా ఇష్టపడితే."

'ఎంత అనాలోచితంగా అన్నాను!' అన్నట్టు, మాలతి తల వంచి శిలా ప్రతిమలా వుండిపోయింది.

"మాలతీ! నా మాటలు మీ కేమైనా కష్టం కలిగిస్తే క్షమించండి! బాధ పడకండి! వెళతాను" అన్నాడు శంకరం.

ఒక్క నిముషం నించుని కదిలాడు.

★ ★ ★

"నిజంగా, అబ్బ! అంత ధైర్యంగా అందా మాలతి?" అంది ఆశ్చర్యంగా శ్యామల.

శంకరం నవ్వుతూ చెప్పాడు — "నిజంగా అంది. కానీ కోపంగా అంది. మీ లాగే నేనూ ఆశ్చర్యపడ్డాను. అసలు మాలతి మనసులోకి ఆ ఊహ వచ్చి నందుకే విస్తుపోయాను."

శ్యామల పుట్టింటికి వచ్చినప్పుడు, ఒక సాయంత్రం వేళ, తోటలో చెట్టు కింద అరుగు మీద, మాలతితో జరిగిన సంభాషణ అంతా చెప్పాడు శంకరం.

"మీ ఉత్తరాల ధోరణి చూస్తే నా కేదో అనుమానం వచ్చింది" — శ్యామల శంకరం మొహంలోకి తేరిపార చూస్తూ, నవ్వుతూ అడిగింది — "మీకు కూడా ఆ వుద్దేశ్యం వుంది కదూ? నిజం చెప్పండి!"

శంకరం కొంచెం సంకోచించాడు — "మీ దగ్గిర దాచుకోటానికేముంది? మొట్ట మొదటి సారి నేను వెన్నెల్లో కూర్చుని బుల్ బుల్ వాయించు కుంటోంటే మాలతి వచ్చింది. అప్పటికి ఆ అమ్మాయి గురించి నా కేమీ తెలీదు కదా? ఎంతో నిర్మలంగా వుందనుకున్నాను. ఎందుకో ఆ మొదటి రోజే నాకు మంచి అభిప్రాయం కలిగింది. తర్వాత ఆమె కష్టం గురించి విన్నప్పుడు విపరీతమైన జాలి కలిగింది. నిజంగా మొదట్లో ఆ జాలి తోటే అన్ని సార్లు వెళ్తూ

వుండే వాడిని వాళ్ళింటికి. ఓదార్పుగా మాట్లాడితే తేరుకుంటుందేమో అనిపించేది. ఇదంతా మీకు తెలుసనుకోండీ, ఆ అమ్మాయి విచారం చూస్తోంటే, నా అభిమానం మరీ ఎక్కువైంది.

శ్యామల గారూ! నిజం చెప్పేస్తాను. మాలతిని గురించి ఆలోచిస్తూ ఎన్నో రోజులు జాగారాలు చేశాను. నా కిలాంటి వుద్దేశ్యం వుందని ఆ అమ్మాయి కే మాత్రం తెలిసినా నన్ను శత్రువుని చూసినట్టు చూస్తుందని భయపడ్డాను. ఆ అమ్మాయికి వాళ్ళ బావ మీద ఎంత ఇష్టమంటే... ఆ ప్రేమకి అవధుల్లేవు. గత జ్ఞాపకాల్ని తల్చుకుంటూ మిగిలిన జీవితమంతా నిర్వికారంగా గడపగల్గేంత శక్తి ఉంది ఆ ప్రేమకి. ఎన్నో సార్లు తర్క వితర్కాలు చేశాను. నా అభిప్రాయం అర్థం చెయ్యాలని ప్రయత్నించాను. నా వశం కాలేదు. చివరికి మొన్న... చెప్పానుగా? ..... సంభ్రమంతో తల మున్కలై పోయాను. వెంటనే మీకు ఉత్తరం రాద్దామనుకున్నాను. సరిగ్గా ఆ నాడే మీ ఉత్తరం వచ్చింది, మీరొస్తు న్నట్టు. మీతో స్వయంగా మాట్లాడాలని ఉత్తరం మానేశాను."

శ్యామల శ్రద్ధగా వింది శంకరం మాటలు - "మిమ్మల్ని నేను శంకించటం లేదండీ. కానీ ఒక్క మాట చెప్పండి. మాలతంటే మీ కెందుకంత ఇష్టం? అందంగా ఉంటుందనా?"

శంకరం, ఎటో చూస్తూ ఆలోచించాడు — "అందం అనేది ఎవరినైనా ఆనంద పరుస్తుంది, నిజమే గానీ, నే నిష్టపడేది కేవలం ఆ కారణంతో కాదండీ... ఆమె స్వభావం నాకు నచ్చింది. నిర్మలంగా నిజాయితీగా ప్రేమించే స్వభావం అది. అదే నాకు ఆమె అంటే గౌరవం కలిగించింది... నన్ను మీ రంతా 'పెళ్ళి చేసుకో' మంటున్నారు. నాకూ, ఒక కుటుంబం ఏర్పర్చుకోవాలనే వుంది. మా అమ్మ పోయిన తర్వాత నుంచీ ఒంటరి పక్షి లాగే బతుకుతున్నాను. మా అమ్మే కావాలంటే రాదు కదా? అందుకే ఈ ఆలోచనలు. ... నా ఆలోచన మాలతి వేపు ఎలా తిరిగిందో నేను సరిగా చెప్పలేను.

ఒక స్త్రీ మనసులో అపురూపమైన స్థానం దొరకటం కన్నా మగవాడికి కావలసిందేముంది? ఆ స్త్రీ భార్యే అయితే ఇక జీవితంలో కోరాల్సిందేముంది? అలాంటి ప్రేమ కోసం ఎందుకు ఆశించ కూడదు? మాలతి ఈ కష్టంలో నుంచి నిజంగా తేరుకుని నన్ను ఇష్టపడితే నాకూ అంత ప్రేమ దొరుకుతుంది కదా అని నా ఆశ. కానీ... మళ్ళీ చాలా సందేహం."

"ఏమిటి?" — ఆతృతగా చూసింది శ్యామల.

"స్త్రీ లైనా, పురుషు లైనా, ఒకర్ని గాఢంగా ప్రేమించిన వాళ్ళు, ఏదో కారణంగా ఆ సంబంధం తెగిపోతే, ఇంకో మనిషిని కూడా అంత గాఢంగానూ ప్రేమించగలరా? ఒక అమ్మాయికి పెద్ద వాళ్ళు నిర్ణయించిన వ్యక్తితో సాంప్రదాయంగా పెళ్ళయిం దనుకోండీ. ఆ భర్త ఏ ప్రమాదం వల్లనో పోతే, ఆమెకు ఇంకో వివాహం జరిగితే, ఆమె రెండో భర్తతో సఖ్యంగా వుండగలదా లేదా అనే సందేహం అక్కర లేదు. అది వేరు.

ఇంకో వుదాహరణ చూడండి. ఇద్దరూ చాలా ఇష్ట పడే పెళ్ళి చేసుకున్నా రనుకుందాం. కానీ కొంత కాలానికి అతను చాలా వ్యసనాలకు లోబడిపోయి, ఆమెతో చాలా దుర్మార్గంగా ప్రవర్తించడం మొదలు పెట్టాడను కుందాం. ఆ కారణంగానే

వాళ్ళు విడిపోతారు. ఆ అమ్మాయికి అతని మీద ప్రేమ అంతా పోతుంది. అప్పుడు ఇంకో పెళ్ళి చేసుకుంటే, రెండో వ్యక్తితో ఆమె సఖ్యంగా వుంటుందా లేదా అనే సందేహానికి ఆస్కారం వుండదు. అది కూడా వేరు.

కానీ, మాలతి విషయం, అలాంటి సందర్భాల్లోకి రాదు కదా? అతణ్ణి తన ప్రేమ తోనే పెళ్ళి చేసుకుంది. ఆ ప్రేమ ఇగిరి పోయే విధంగా అతనేమీ చెడ్డగా ప్రవర్తించలేదు. మరి అలాంటప్పుడు, ఆ అమ్మాయి ఇంకో వ్యక్తిని పెళ్ళి చేసుకుంటుందా అసలు? చేసుకుంటే, రెండో మనిషితో ఇష్టంగా వుండగలుగుతుందా? అలాంటి అమ్మాయి మీద ఎంత ఇష్టం వున్నా, ఆమెతో జీవితం ఏం సంతోషంగా వుంటుంది? ఇలాంటి ఆలోచనల తోటే నాకు భయంగా అనిపిస్తోందండీ."

అంత సేపూ శ్యామల శంకరం మాటలు మౌనంగా వింది. అప్పుడప్పుడూ ఆశ్చర్యపోతూ వింది. ఎంతో కొత్త వ్యక్తిని చూస్తున్నట్టే చూసింది శంకరాన్ని. కళ్ళు దించుకుని అర చేతిలో గీతలు పరీక్షించు కుంటూ వుండి పోయింది.

శంకరం కొంచెం సిగ్గు పడుతూనే అన్నాడు — "స్త్రీ, హృదయ పూర్వకంగా ఒక్క పురుషుణ్ణి మాత్రమే ప్రేమించ గల దంటారు. నిజమేనని నేనూ నమ్ముతున్నాను. మరి మాలతిని చేసుకొని... నే నేం సంతోషించాలి?"

శ్యామల మౌనం వదిలించుకుని తల ఎత్తింది — "నా మాటల మీద మీకు విశ్వాసం ఉందా?"

"అందుకే కదా నే నింతగా అడిగేది?"

"నా అనుభవం ఏదైనా చెప్తే, మీరు ఎలాంటి అభ్యంతరాలూ లేకుండా మీ అభిప్రాయం మార్చుకుంటారా?"

శంకరం కొంచెం నవ్వాడు — "మీ రిలా ముందు కాళ్ళకు బంధా లేస్తే ఎలా? నా అభిప్రాయాన్ని తల్లక్రిందులు చేయ గల్గేంత బలం మీ అనుభవానికి వుండా లంటాను."

శ్యామల చిరునవ్వు నవ్వింది — "మీరు లాయర్ లాగే మాట్లాడుతున్నారు" అంది.

ఇద్దరూ నిశ్శబ్దంగా కూర్చున్నారు కొంచెం సేపు. శ్యామల మొహంలో, కళ్ళలో ఎన్నడూ ఎరగని చిత్రమైన భావం... సిగ్గు లాంటిది... ప్రేమ లాంటిది... ఆత్మీయత లాంటిది... చూడ గలిగాడు శంకరం.

శ్యామల గంభీరంగా అంది — "ఈ రహస్యం జన్మంతా నా తోనే దాచుకుందా మనుకున్నాను. ఎప్పుడూ ఎవ్వరికీ చెప్ప కూడ దనుకున్నాను. కానీ... ఇది నా కోసం కాదు... మీ కోసం బయట పెట్టక తప్పటం లేదు. మీ చేత ఒక మంచి పని చేయించా లంటే, మీ కీ నిజం చెప్పెయ్యాలి."

శంకరాని కేమీ అర్థం కాలేదు. అయోమయంగా శ్యామల గాంభీర్యాన్ని చూస్తూ వుండి పోయాడు.

"నే నేం చెప్పినా మీరు సందేహాలు లేకుండా, ఎదురు ప్రశ్నలు వెయ్యకుండా వినండి! లేకపోతే నేను చెప్పలేనేమో!"

శ్యామలని కొత్త మనిషిని చూసినట్టు చూస్తూ, "అలాగే, నే నడగను, చెప్పండి" అన్నాడు శంకరం.

నీ రెండ ఎప్పుడో పోయింది.

వెన్నెల ఎప్పటి నుంచో పరుచుకుంది, చెట్ల మీద.

శ్యామల, కళ్ళు నేలకి వాల్చి, చిన్న కంఠంతో చెప్పడం ప్రారంభించింది —

"చిన్నప్పుడు... అంటే... నాకు పదహారు సంవత్సరాల వయసులో... మా ఇంట్లో.... ఒక బీద విద్యార్థి ఉండేవాడు. అతణ్ణి నే నెంత ప్రేమించానో భగవంతుడి కొక్కడికే తెలుసు. ఇంకెవరికీ తెలీదు. అతని పేరు చెప్పటం నా కిష్టం లేదు. ఏదో మారు పేరు... పోనీ శంకరం... అంటాను."

తృళ్ళిపడ్డాడు శంకరం. శ్యామల మొహంలోకి చూడబోయి ఎంతో స్థైర్యంతో ఆ కోరిక ఆపుకున్నాడు. తల వాల్చి కూర్చున్నాడు.

శ్యామల చలించకుండా చెప్పింది. "శంకరాన్ని నేను సోదరుడిలా ప్రేమించ లేదు, స్నేహితుడిలా ప్రేమించలేదు, ఈ అబ్బాయి నన్ను పెళ్ళి చేసుకుంటే ఎంత బాగుంటుంది అనే వూహ లల్లుకుంటూ... కలలు కంటూ... ప్రేమించాను."

శంకరం ప్రమాన్పడి పోయాడు.

"ప్రతీ ఆదివారం శంకరం గేటు తీసుకుని నడిచి వస్తోంటే నాకు కన్నుల పండుగలా వుండేది. శంకరం మాట్లాడు తోంటే శంఖారావంలా విన్పించేది. శంకరం నవ్వుతూంటే నా కేదో తన్మయత్వం కల్గేది. శంకరాని కేదైనా సమస్య వస్తే, నాకు పిచ్చెత్తిపోయినట్టుగా వుండేది. 'శంకరం శంకరం... శంకరం' అంటూ నా హృదయం ఎప్పుడూ తపించి పోయేది. ఆ పేరునే జపిస్తూ వుండేది. శంకరం కంటి చూపు కోసం నాలో ప్రతి అణువూ ఎదురు తెన్నులు చూసేది."

శంకరం నిర్ఘాంత పోయాడు. అన్న దానమూ, వస్త్ర దానమూ, విద్యా దానమూ చేసిన ఈ శ్యామల, తనకు ప్రేమ దానం కూడా చేసిన దేవతా? బలంగా రాబోయిన నిట్టూర్పుని శాంత పరిచి నిశ్శబ్దంగా వుండి పోయాడు శంకరం.

"'నిన్ను చూస్తే నా కేదో తన్మయత్వం కలుగుతుంది శంకరం' అని శంకరానికి చెప్పాలని నా మనసు ఉవ్విళ్ళూరేది. శంకరం ఏమంటాడో వినాలని ఆరాట పడేది. కానీ శంకరం అంటే నాకు ఉత్త ప్రేమే కాదు. అపారమైన గౌరవం కూడా. అతను ఎంతో మంచి అబ్బాయి అని నా నమ్మకం. కానీ అతని ముందు ధైర్యం చెయ్యలేనంత పసి పిల్లనై పోయేదాన్ని. నా గురించి శంకరాని కేమీ చెప్పకుండా, శంకరం నా దగ్గిర ఎంతో వినయంగా మాట్లాడుతోంటే విచిత్రమైన సంతోషం కలిగేది నాకు."

శంకరం పెదవుల మీద చిన్న నవ్వు నిలిచింది. ఆసక్తిగా వింటూ వుండి పోయాడు.

"నాకు మా నాన్నగారు పెళ్ళి సంబంధాలు చూస్తున్నారు. శంకరం నా కలల్లో రాజ కుమారుడని ఆయన కేం తెలుసు? తెలిస్తే ఆయన సంతోషిస్తారనే నమ్మకం నా కెంత మాత్రం లేదు. 'నాన్నా! నా కే సంబంధాలూ చూడొద్దు. నేను శంకరాన్నే పెళ్ళి చేసుకుంటాను. ఇంకో నాలుగేళ్ళాగి, శంకరం బాగా చదువుకున్న తర్వాత, మా పెళ్ళి చెయ్యండి' అని నాన్నగారికి చెప్పేద్దామా అనుకున్నాను రెండు మూడు సార్లు. కానీ నా ఆవేశం నా లోనే ఆగిపోయేది. నేను ఏ విషయంలోనూ తొందరగా ఒక నిర్ణయానికి రాలేను. నాలో నేను తర్జన భర్జన పడుతోంటే నా కోరిక ఎంత హాస్యాస్పదం అయిపోతుందో బాగా అర్థమైంది. ఆ మాట నే నంటే నాన్నగారు నన్నే మంటారో తెలియదు గానీ, సాధ్యమైనంత తొందరలో శంకరాన్ని పంపించేస్తా రనిపించేది. చాలా భయం వేసేది. ఆయన, నాకు తెలియకుండా

శంకరంతో తప్పకుండా చెపుతారు. 'చూడు శంకరం! ఈ గది ఎవరికో ఇవ్వాల్సి వచ్చింది. నువ్వెక్కడైనా బస చూసుకుంటే బాగుంటుంది. నీ తిండికీ వాటికీ కావల సిన డబ్బంతా ప్రతి నెలా పంపిస్తూ వుంటాలే. అన్నీ ఆ బస లోనే చూసుకో' అని చెప్పేసి శంకరాన్ని పంపేస్తారేమోనని భయపడే దాన్ని. డబ్బు ఇస్తానన్నా, ఎంత కాలం ఇస్తారు? కొన్నాళ్ళకి మానేస్తారేమో, పట్టించుకోరేమో అనిపించేది. శంకరాన్ని పంపించేశాక నా కేం చెపుతారు? 'శంకరమే వెళ్ళి పోతానన్నాడు, ఎవరో స్నేహితులతో వుంటా నన్నాడు, అతను బైటికి వెళ్ళినా డబ్బు పంపిస్తూ వుంటా లేమ్మా' అని నాతో చెపుతారేమో. అదంతా నిజం కాదని నాకు తెలిసినా అప్పుడు నే నేం చెయ్యగలను? శంకరం దగ్గిరికి వెళ్ళిపోతానా? అమ్మో, అదంతా జరిగే పనా? అసలు శంకరం చదువుకి అంత ఆటంకం వస్తే అతను ఎంత దిగులు పడిపోతాడో కదా? మళ్ళీ ఏ బట్టల కొట్లోనో పనికి చేరతాడేమో! అతని భవిష్యత్తంతా పాడై పోతుంది — అని, అలాగ ఎన్ని భయాలతో ఆలోచించే దాన్నో!

శంకరం బైటికి వెళ్ళిపోతే, అతనికి కొంచెం డబ్బు పంపిస్తోన్నా, అదే సరి పోతుందా? ఇల్లూ, తిండీ, బట్టలూ, చదువూ, ఎన్ని కావాలి! ఇక్కడ అన్నీ సుఖంగా జరుగుతున్నాయి. శంకరం ఇక్కడ దిగులు లేకుండా వుంటున్నాడు. నాన్నగారు అలా చెప్పేస్తే, ఏమై పోతాడు శంకరం? మళ్ళీ వూరు మీద చందాలు పోగు చేసుకుంటాడా? వారాలు అడుక్కుం టాడా? చదువే ధ్యేయంగా నిశ్చింతగా రోజులు గడిపేస్తున్నాడే! కల్పవృక్షం లాంటి ఆశ్రయం దొరికిందని మురిసి పోతున్నాడే! అలాంటి శంకరాన్ని... నాన్నగార్ని నిర్మ లంగా నమ్ముకున్న శంకరాన్ని నేను నవ్వుల పాలు చెయ్యనా? ఆశ్రయం పోగొట్టి దిక్కు లేని పక్షిని చెయ్యనా? శంకరం అభివృద్ధి కన్నా, శంకరం భవిష్యత్తు కన్నా, శంకరం సంతోషం కన్నా, నేను కోరాల్సిందేముంది? నా ప్రేమ శంకరానికి విషంలా తయారైతే అదేం ప్రేమ?

ఆ నాడు ఇంకా ఎలా ఆలోచించానో ఇప్పుడు చెప్పలేను.

నేను శంకరాన్ని ఎంతో గాఢంగా ప్రేమించానండీ. అందుకే అతణ్ణి పెళ్ళి చేసుకోవాలనే ఆలోచనంతా మాను కున్నాను. నా ఊహలన్నీ శంకరం క్షేమం కోసమే... నా మనసు లోంచి తుడిచి వేసుకున్నాను.

శంకరం ఇక్కడే వుండాలి. అతని జీవితం స్వతంత్రంగా ఒక దారిలో పడే వరకూ ఇక్కడే వుండాలి. దానికి నేను అడ్డు రాకూడదు. నా నడత మీద నాన్నగారికి ఏ మాత్రం అనుమానం వచ్చినా శంకరానికి హాని జరుగుతుంది — అని ఆలోచించు కుని నేను శంకరంతో ఎక్కువ చనువుగా మాట్లాడడం కూడా తగ్గించేశాను. అతని మీద నుంచి నా మనసుని మళ్ళించు కోవడానికే విశ్వ ప్రయత్నాలు చేశాను. అతని క్షేమం ఒక్కటే నా మనసులో పెట్టు కున్నాను. నా ప్రేమకి అలాగే అర్థం చెప్పు కున్నాను. అదే లక్ష్యం అనుకున్నాను..."

శంకరానికి చప్పున నేల మీద వాలి శ్యామల కాళ్ళకి నమస్కరించాలని పించింది. కానీ... కదల లేకపోయాడు. నిశ్చేష్టుడై పోయినట్టు, తల వొంచి వుండి పోయాడు.

"నాలుగేళ్ళ తర్వాత... చివరి కేం జరిగిందో మీకు తెలుసు. నాన్నగారు

కుదిర్చిన సంబంధానికి ఒప్పేసుకున్నాను.”

‘అయ్యో, మీరు చాలా దుఃఖ పడుతూ ఒప్పుకున్నారా? అలా ఎప్పుడూ అనిపించలేదే!’ అని ఇంకా ఇంకా ఎన్నెన్నో ప్రశ్నలు అడగాలని తహ తహ కలిగింది శంకరానికి. నోరు మెదప లేక ఊరు కున్నాడు.

ఒక్క క్షణం కన్నా మౌనంగా వుండలేక పోయాడు. “శంకరం మీద మీ కెందుకు ఇష్టం కలిగింది?”

“.... ఎందుకా?” — శ్యామల తల వొంచి ఆలోచనలో మునిగింది.

“అతని రూపు రేఖలా?”

“కాదు, కాదు, రూపు రేఖల మీద దృష్టి ఒకటి రెండు రోజులే వుంటుంది. తర్వాత ఏ రూపు రేఖలైనా అలవాటై పోతాయి.”

“మరి ....”

“అదే చెప్పలేకపోతున్నాను ... మొదట జాలి. అయ్యో, ఇతరుల ఇళ్ళల్లో యాచించే పరిస్థితా అని! ... కానీ... అదీ కాదు. చదువు మీద అంత శ్రద్ధా అని చాలా ఆశ్చర్యం ... అదీ కాదు ... నా మనసుకి కనపడ్డది అతనితో చాలా సంస్కారం ... ఎంతో కుదురు ... అణకువ... అదీ కాదేమో ... చెప్పలేనండీ ... చెప్ప లేను ... అన్నీ నేమో ... తెలీదు నాకు. ...శంకరం వేరే మొగ పిల్లల్లాగా లేడు. ఏదో తేడాగా వున్నాడు. మా అన్నయ్య కన్నా చాలా తేడాగా వున్నాడు. మొదట్లో ఆశ్చర్యం కలిగేది. అతన్ని చాలా గౌరవంగా చూడా లని పించేది. నా ఊహల్లో నేను మునిగి పోయాను. శంకరం మీద నా కెందుకీ ఇష్టం అనే ప్రశ్న నా కెప్పుడూ రాలేదు. ఆ ప్రశ్నకి జవాబు లేదు. ... కానీ జవాబు వుందను కుంటాను ... అతని గుణగణాలే ... అతని ప్రవర్తనే ... అతని నడతే నాకు ఇష్టం అయింది. అవును, అంతే” — మంద హాసంతో చూసింది శ్యామల.

“కానీ... అతను మీ దగ్గిర నటించా డేమో, మీ కేం తెలుసు? మీ సహాయంతో బతుకుతూ వున్న మనిషి. మీ దగ్గిర నటించి వుండవచ్చు కదా?”

“కాదు, కాదు. నటన ఎన్నాళ్ళు వుంటుంది? ఒక వారం ... ఒక నెల... మహా అయితే రెండు నెలలు. నటన ఎన్నాళ్ళో వుండదు. అతనంటే నాకు ఇష్టం కలగడం ఒక్క వారానికే ... ఒక్క నెలకే జరిగిందా? చాలా రోజుల తర్వాతే కదా? మంచి నడతని గ్రహించగలిగిన నేను, నటనని గ్రహించలేనా? శంకరం ప్రవర్తన నటన కాదు.”

శంకరం కళ్ళెత్తలేక పోయాడు.

“నా పెళ్ళి సంబంధం నిర్ణయమై నప్పుడు నేను శంకరం గదిలోకి వెళ్ళి, చెప్పలేక చెప్పలేక, ‘నాకు పెళ్ళి కుది రింది’ అన్నాను. ఆ మాటలు చెప్పినప్పుడు శంకరం ఎలా అవుతాడో చూడాలను కున్నాను గానీ అటు చూడలేక పోయాను. అతను వెంటనే చాలా సంతోషంగా, ‘మీకా, పెళ్ళా, మరి చెప్పరేం’ అన్నాడు. ‘నా పెళ్ళి కబురు మీ కెలా వుంది’ అన్నాను. ‘వేరే చెప్పాలా, మీకు శుభం జరుగుతోంటే నాకు సంతోషం కాదా’ అన్నాడు. ఆ మాటలు నాకు దిగులు కలి గించినా, నా మనసు చాలా తేలిక పడింది. అప్పుడప్పుడూ ఆలోచించేదాన్ని — శంకరా నికి కూడా నా మీద ఇష్టమేమో, అతను చాలా బాధ పడతాడేమో అనుకునే దాన్ని. అతనికి ఆ దృష్టి లేదని నాకు తెలిసినా అలా అనుకునేదాన్ని. కానీ నా పెళ్ళి మాట విని అతను నిజంగా సంతోషించినట్టే

కనపడితే, నాకు సేదదీరి నట్టయింది. అతనికి దిగులు లేదు. ఫర్వా లేదు, నేను నా మనసుని మార్చుకుంటే చాలు అని చెప్పుకున్నాను. కానీ, ఆ రోజు అతను, చాలా విచారపడి పోతూ, 'మీకు పెళ్ళా, మీరు లేకుండా నేను బతకలేను, కొంత కాలం పోయాక మనం పెళ్ళి చేసు కుందాం' అంటే నే నేమై పోయేదాన్నో చెప్ప లేను. శంకరం అలా అంటాడేమో అని చాలా భయపడ్డాను. అతను అలా అంటే, నేను మా నాన్నతో, 'నేను అప్పుడే పెళ్ళి చేసుకోను, కొన్నేళ్ళు పోయాక ఆలోచిస్తాను' అని చెప్పే దాన్నేమో. కానీ, శంకరానికి నా మీద దృష్టి లేనప్పుడు, నే నేం చెయ్యాలి? ఏమో, అవన్నీ ఆలోచించ లేదండీ. శంకరాన్ని మా ఇంట్లో క్షేమంగా వుండనివ్వా లంటే, నే నిక అతని మీద ఆలోచనలు పెట్టుకోకూడ దనుకున్నాను. నాకు విచారం కలగలేదని కాదు. శంకరానికేదో హాని జరిగి పోతుందని భయం. నా భయం అంతా అదే. అందుకే నేను, నా మనసునే లొంగ దీసుకున్నాను. దాన్ని నేను పెళ్ళి చేసుకోబోయే మనిషి మీదకే తిప్పు కున్నాను."

శ్యామల శంకరం కళ్ళల్లోకి మృదువుగా చూసింది.

"నన్ను మీరు విశ్వసించాలి. నా శంకరం కోసం నా ప్రేమని త్యాగం చేస్తున్నా నన్నదే నా దృష్టి అంతా. నిజమే చెపుతున్నాను. నా మనసు మార్చు కున్నాను. నా జీవితంలోకి వచ్చే మనిషికి ద్రోహం చెయ్యకూడ దనుకున్నాను. ఆ మనిషి మీదే మనసు పెట్టుకుని పెళ్ళి చేసుకున్నాను. అతను మంచి వాడని నాకు అంతకు ముందు తెలియడం వల్ల నేమో, ఆయన్ని ఇష్టపడ్డాను. నన్ను నా భర్త మనసారా ప్రేమించాలని కోరుకున్నాను. నేను ఆయన్ని హృదయపూర్వకంగా ప్రేమించడానికే ప్రయత్నించాను. 'భర్త కదా' అనే సాంప్రదాయంతో కాదు. సాంప్రదాయం కోసమే అయితే నా మనసు శాంతి పడి వుండదు. ఆయన ప్రవర్తన కూడా నన్ను చాలా తొందరగా దారి మళ్ళించే లాగ చేసింది. సహవాస ఫలిత మనీ, పిల్లల్ని కన్న అభిమానమనీ అను కోవాలేమో! ఏదైతే నేం, నేను ఎన్నడూ విచారంగా లేను. నా భర్త మీద నా ప్రేమాంకురం, మా పెళ్ళి లగ్నం పెట్టు కున్న నాడే నా మనసులో నాటుకు పోయింది. పెళ్ళి నాడూ... కొత్తగా అత్త వారింటికి వెళ్ళిన నాడూ... పాప పుట్టిన నాడూ... మరో నాడూ... మరో నాడూ... ఆ విత్తనం చిలవలూ పలవలూ వేస్తూ ఎది గింది. 'నా వల్ల, శంకరం ఇబ్బందుల్లోకి వెళ్ళకూడదు' అని ఏ నాడైతే గట్టిగా నిర్ణయించుకున్నానో ఆ నాటి నుంచీ చేసిన ప్రయత్నాల ఫలితమే అది. నా పెళ్ళి వల్ల నేను దిగుళ్ళతో, విచారాలతో గడపడం లేదు. సంతోషంగానే గడుపుతున్నాను. శంకరం మీద నా ప్రేమ ఎంత గాఢమైనది అయినా, అది నాకు అందని దని అర్థ మైంది కాబట్టి, నా మనసుని నా భర్త మీదకి మళ్ళించుకో గలిగాను. ఈ పని మాలతి కైతే ఇంకా తేలిక అవుతుంది."

"ఎందుకు?" అన్నాడు శంకరం అప్రయత్నంగా.

"అతను భూమి మీదే లేడు. అతని స్థానంలో ఇంకో వ్యక్తిని స్వీకరిస్తే, అది మొదటి వ్యక్తికి ద్రోహం అవదు. మాలతిని ఇంకో వ్యక్తి ఇష్ట పడితే, దానికి ఆమె హృద యంలో ప్రేమా కృతజ్ఞతా రెండూ కలుగు తాయి. ఆ స్పందన చాలా సహజం."

"ఆమె హృదయంలో ఆ ఇద్దరు వ్యక్తుల మీద ప్రేమలూ ఒకే స్థాయి గలవిగా వుంటాయా?" —శంకరం, చాలా వినయంగా అన్నాడు.

శ్యామల కొంచెం నవ్వింది — "నాకు శంకరం మీద కలిగిన ప్రేమా, తర్వాత నా భర్త మీద కలిగిన ప్రేమా, రెండూ ఒకే స్థాయిలో వున్నాయా అని మీ రడుగుతున్నట్టుగా నా కనిపిస్తోంది. అలా చెప్పలేను నేను. రెండూ ఒకే రకం కాకపోవచ్చు. మొదటిది ఏ సాంప్రదాయాల తోటీ సంబంధం లేనిది. సహజంగా పుట్టింది. తర్వాతది అటువంటిది కాదు. అందులో సాంప్రదాయమూ వుంది, నా ప్రయత్నమూ వుంది. రెండు ప్రేమలూ ఒకే రకం కాలేవు. కానీ, ఆ తేడా నాకు విచారం కలిగించ లేదు. అదే నేను చెప్పేది. నా సంగతి గాక మాలతి సంగతి చూస్తే, ఆమెకి మొదటి వ్యక్తి మీద కన్నా రెండో వ్యక్తి మీద మరింత గాఢమైన అనురాగం కలగడానికి కూడా అవకాశం వుంది."

"......................"

"మీరు అనవసరమైన సందేహాలతో బాధ పడుతున్నారని నే ననను. ఎవరి కైనా తన జీవితం మీద తనకు అంత శ్రద్ధా వుండాలి. 'ఆమెతో జీవితం శాంతిగా వుంటుందా' అని మీ రాలోచించడం చాలా మంచిదే. కానీ, ఆమె మీతో జీవించడానికి అంగీకరించిందంటే మాత్రం తర్వాత ఏ సమస్యా రాదు. తను ప్రదర్శించ లేక పోయిన ప్రేమనంతా తన జీవితంలోకి వచ్చిన ఇంకో వ్యక్తి మీదే కురిపిస్తుంది కదా?"

శంకరం మొహం వికసించి నట్టయింది. వెంటనే విచార రేఖలు ఆవరించాయి. —"మీరేమీ అనుకోనంటే... ఒకటి అడగాలనిపిస్తోంది."

"అడగండి! నేను కాదంటానా?"

"ఆ రోజుల్లో మీ మనసులో మాట నాకు ఒక్క సారి కూడా ఎందుకు చెప్పలేదు?"

శ్యామల కొంచెం నవ్వింది "చెప్తే ఏం చేసేవారు?"

"ఏం చేసే వాణ్ణి? ఏమీ చెయ్యలేననే చెప్పే వాణ్ణి. మీ మనసు మార్చుకోమనీ, నా అంత బీద వాడితో మీరు సుఖపడ లేరనీ, నాన్న గారి ఇష్ట ప్రకారమే నడుచుకోమనీ చెప్పేవాడి నేమో! అంత కన్నా ఏం చెపుతాను?"

"అందుకే మీకు చెప్పలేదు. మీరు కూడా ఏమీ చెయ్యలేరని నాకు తెలుసు."

"కానీ... చెప్పి వుండ వలసింది."

"చెప్పి... మీతో ఆ నీతి బోధ చేయించుకుని వుండ వలసిందా?"

"అందుకు కాదు. ఆ నిజం నాకు తెలిసేది కదా?"

"తెలిసి ఏం ప్రయోజనం? మీకు విచారం కలిగించినదాన్నే అవుతాను."

"ఇంకొక్క చిన్న మాట అడగమంటారా?"

"పర్మిషన్ కావాలా? అడగండి."

"'శంకరాన్నే చేసుకుంటానని నాన్నకి గట్టిగా చెప్పి వుండ వలసింది' అని మీకు తర్వాత ఎప్పుడైనా అనిపించిందా?"

శ్యామల కళ్ళు దించి ఆలోచించింది. "లేదండీ... ఒక నిర్ణయానికి వచ్చేశాను కదా? నా మనసుని నా భర్త మీదే లగ్నం చేసుకున్నాను. ఆయన నాకు చాలా సార్లు చెప్పారు, నా మీదే మనసు పెట్టుకున్నానని. బంధువులమే కదా? నేను ఆయనకి తెలుసు కదా? నన్నే చేసుకోవాలనుకునేవారట. ఆ మాటలు నాకు చాలా సంతోషం-

కలిగించాయి. ఆయన ప్రేమ నాకు దొరకడం వల్లనేమో, ఆయన మంచితనం వల్లనేమో, గతాన్ని తల్చుకుంటూ వుండి పోయే పరిస్థితి నాకు రాలేదు. ఈ విషయం గురించి నా పెళ్ళికి ముందు చాలా ఆలో చించానండీ. 'నేను నా భర్తకి ద్రోహం చెయ్యకూడదు' అనుకున్నాను. 'అలా వుండ గలనా' అనుకున్నాను. ద్రోహం అంటే, శరీరాల తోటే కాదు, మనసుతో చేసినా అదీ ద్రోహమే. అసలు, మనసుతో చేసేదే అసలైన ద్రోహం. నా వల్ల అలా జరుగుతుందా అని చాలా భయపడ్డాను, చాలా ఆలోచించాను. నా మీద నాకు నమ్మకం కలిగాకే పెళ్ళికి ఒప్పుకున్నాను. నేను ఎవరికీ ద్రోహం చేసిన మనిషిని కాదనే అనుకుంటాను."

"ఇంకొక్క మాట.......... అడగనా?"

"అంత సంకోచిస్తున్నా రేమిటి?"

".......... ఇప్పుడు మీ మనసులో శంకరం లేడు కదా? శంకరం చచ్చి పోయాడు కదా?"

"వద్దు. అలా అనకండి! శంకరం గురించి నా దగ్గిర ఎప్పుడూ అంత చులకనగా మాట్లాడకండి. ఇప్పుడు కూడా నా మనసులో శంకరం వున్నాడు. కానీ... ఆ నాటి రకంగా కాదు. 'శంకరం నన్ను పెళ్ళి చేసుకుంటే?' అనీ ఆ నాడు ఆలోచించానే, ఆ రకంగా కాదు. నా కెంతో ఆప్తుడైన రకంగా వున్నాడు. 'శంకరం క్షేమంగా వుండాలి, శంకరం సుఖంగా వుండాలి, సంతోషంగా వుండాలి' అని ఆలోచిస్తాను ఎప్పుడూ. ఆ నాటికీ ఈ నాటికీ నా కోరిక శంకరం క్షేమమే. శంకరాన్ని మరిచిపోవా లని నే నెన్నడూ ప్రయత్నించ లేదు. ఎప్పుడైనా చిన్నప్పటి నా ఊహాలోకం గుర్తు వస్తే గాభరా పడను. తప్పు చేశానని పశ్చా త్తాప పడను. అనుభూతులన్నీ నిజమైన వైతే ప్రేమా నిజమైనదే. అది పుట్టటం నిజం. పెరగటం నిజం. పరిస్తితులు అను కూలిస్తే అది శాశ్వితంగా వుంటుంది. లేకపోతే ఏదో ఒక మార్పు జరుగుతుంది."

శ్యామల చిరునవ్వుతో మళ్ళీ అంది — "స్త్రీ ఒక్క పురుషుణ్ణే ప్రేమిస్తుందని మీ రన్నారే! ఒక అనుభూతి విషయంలో స్త్రీ ఏమిటి, పురుషు డేమిటి? సంతోషం అయినా, విచారం అయినా, స్త్రీ కైనా పురుషుడి కైనా ఇద్దరికీ వుండదా? ప్రేమ అయినా అంతే. పరిస్తితుల్ని బట్టే కదా? అది శాశ్వతంగానూ నిలబడవచ్చు. లేదా, మారే పరిస్తితుల్ని బట్టి, అదీ మారవచ్చు, నాలో మారినట్టు."

శంకరం మనసు కృతజ్ఞతతో పులకరిం చింది. "నేను అదృష్టవంతుణ్ణో దురదృష్ట వంతుణ్ణో తెలియడం లేదు."

"ఆ మాట లెందుకు? అది శంకరానికి అదృష్టమూ కాదు, దురదృష్టమూ కాదు. శంకరానికే శ్యామల మీద ప్రేమ కలిగి, అది దక్కకపోతే, అప్పుడు కదా అదృష్ట దురదృష్టాల సంగతి? ఇక్కడ శంకరానికి అలాంటి ప్రేమే లేదు కదా?"

శంకరం చిరునవ్వు నవ్వాడు — "ఆ నాడు అంత సాహసం వుందా శంకరానికి? 'ఈ పూట అన్నం ఎక్కడ దొరుకు తుంద'నే వెతుకులాటే కదా అప్పుడు వున్నది? అంత కన్నా వేరే దృష్టి లేదు... కానీ శ్యామల గారూ! మీ గురించి శంకరం ఏమనుకుంటున్నాడో తెలుసు కోవాలని మీ కనిపించలేదా?"

"అనిపించిందేమో! అయినా నా ఆలో చనలు నేనే ఆపుకున్నాను. నా సంతోషం లోనే నేను వుండిపోయాను. శంకరానికి ఇబ్బంది కలిగించకూడ దన్నదే నా

ప్రయత్నం అంతా."

"ఈ సంగతి మీరు ఇన్ని సంవత్సరాల తర్వాత చెప్పారు! ఇప్పటికీ చెప్పకపోతే ఒకప్పుడు నాకు ఎంత అదృష్టం పట్టిందో ఎప్పటికీ తెలిసేది కాదు గదా?"

"మళ్ళీ అదే మాట ఎందుకంటారు?"

శంకరం, ఆశ్చర్యకరమైన కథనం విన్నట్టు లేచి నిలబడ్డాడు. అతని అంత రంగం శ్యామల పట్ల ఆరాధనతో పులకరిం చింది. కళ్ళు దించి భక్తిగా అన్నాడు — "మీ పాదాల మీద తల ఆన్చి నమస్కరించాలని పిస్తోంది" అన్నాడు.

శ్యామల నవ్వి, "ఎందుకూ?" అంది.

"మీ పాదాలు పూజించడానికి కారణం కూడా వుండాలా?" అన్నాడు శంకరం.

★ ★ ★

కృష్ణమూర్తి వాళ్ళింట్లో పండుగలా ఉంది. ఎవరి మొహం చూసినా సంతోషం వెల్లి విరుస్తోంది, మాలతి మొహం తప్ప.

శంకరం కృష్ణమూర్తికి రాసిన ఉత్తరం కిందటి నాడే అందింది - "మాలతి మన స్ఫూర్తిగా అంగీకరిస్తే నేను మాలతిని పెళ్ళి చేసుకోవడానికి సిద్ధమే. మాలతికి కూడా నిజంగా ఇష్టమైతేనే" అని రాశాడు.

ఉత్తరంలో సమాచారం విని ఇంటిల్లి పాదీ నిర్ఘాంత పోయారు. ఎవరికి వారే ఉత్తరం స్వయంగా చూశారు. శంకరం అంటే ఉన్న సదభిప్రాయంతో ఆ ఉత్తరం శంకరం నిజంగానే రాశాడని నమ్మక తప్పలేదు.

కృష్ణమూర్తి శంకరం ఉత్తరం చెల్లెలికి ఇస్తూ, "ఇక నీ అదృష్టాన్ని నువ్వే నిర్ణ యించుకోవాలి. నీ కెలా ఇష్టమయితే అలా చెయ్యి. నీ భారం వదిలించుకోటానికి తాపత్రయ పడుతున్నానని అనుకోవద్దు. ఉత్తరం చూసి ఆయనకు జవాబు రాయి" అంటూ ఉత్తరం మాలతి దగ్గిర పెట్టి వెళ్ళాడు.

"అతని కీ బుద్ధి భగవంతుడు పుట్టిం చిందే గానీ, మానవ మాత్రులు చేసింది కాదు. ఇక దాని అదృష్టం ఎలా ఉందో!" అంది మాలతి తల్లి, మాలతిలో చలనం లేని ధోరణి గమనించి నిరాశ పడుతూ.

"మాలతీ! నీ కేం చెప్పాలో నాకు తోచటం లేదు గానీ నీ అంత అదృష్ట వంతులు చాలా అరుదుగా వుంటారు" అంది మాలతి వదిన ఆ ఉత్తరం తను చదివి.

దేనికీ మాట్లాడలేదు మాలతి.

ఎవ్వరికీ జవాబు చెప్పలేదు.

ఎవరి మట్టుకు వాళ్ళు ఊరుకున్నారు. సాయంత్రానికి శంకరం వస్తాడని ఎదురు చూడటం తప్పితే చేసే దేమీ కన్పించలేదు వాళ్ళకి.

రానే వచ్చాడు శంకరం.

ఎప్పటిలా ఏదో పుస్తకం పట్టుకుని వచ్చాడు. కృష్ణమూర్తిని చూసి నవ్వుతూ హాల్లో కొచ్చి కూర్చున్నాడు.

శంకరాన్ని కొత్తగా చూస్తున్నట్టు తడ బడ్డాడు కృష్ణమూర్తి. శంకరం చేతిలో పుస్తకం అందుకుని దాన్ని చూస్తూ కూర్చు న్నాడు. మధ్యలో తల ఎత్తి, "నిన్న... మీ ఉత్తరం... అందిందండీ!" అన్నాడు.

"మాలతికి ఇచ్చాను. తనేం చెప్పలేదు. మీరే మాట్లాడతారని మే మెవ్వరం అడగ లేదు" అన్నాడు.

శంకరం మాట్లాడలేదు.

కాస్సేపటికి, "మాలతి ఎక్కడ వుంది?" అన్నాడు.

కృష్ణమూర్తి కూడా లేచి మాలతి వున్న గది లోకి వెళ్ళి, "మాలతీ! ఏం చేస్తున్నావ్?

శంకరం గా రొచ్చారు" అన్నాడు. తర్వాత శంకరంతో, "గది లోకి వెళ్ళి మాట్లాడండి" అన్నాడు.

మాలతి చటుక్కున లేచింది. "రండి" అంది శంకరాన్ని చూస్తూ. "కూర్చోండి" అంది కుర్చీ చూపిస్తూ.

కృష్ణమూర్తి బైటికి వెళ్తూ చెల్లెలితో, "నే నలా బజారు కెళ్తున్నాను. కూర లేవో కావాలని చెప్పింది అమ్మ. నీ కేమైనా కావాలా?" అన్నాడు.

"అక్కర లేదు" అంది మాలతి.

కృష్ణమూర్తి వెళ్ళిపోయాడు.

వదిన గారు ఎటో వెళ్ళింది.

తల్లి, వాకిట్లో పనులు చేసుకుంటోంది.

ఇల్లంతా నిశ్శబ్దంగా అయిపోయింది.

శంకరం కూర్చున్నాడు.

మాలతి నించునే వుంది, కిటికీ దగ్గిర.

తను ఒక నిర్ణయానికి వచ్చాక మాలతిని కొత్తగా చూస్తున్నట్టు అనిపించింది శంకరానికి. తెల్లని బట్టలతో, నిరాడంబరంగా కనిపించింది. జుట్టు ముడి పెట్టుకుంది. మొహాన బొట్టు ఎప్పుడో మానేసింది.

మాలతి భావాలు చదవాలని దీక్షగా చూశాడు శంకరం - "ఉత్తరం మీరూ చూశారా?" అన్నాడు మాలతిని పలకరిస్తూ.

"...చూశాను" అంది తల తిప్పకుండా. కాస్సేపటికి, కళ్ళెత్తి శంకరాన్ని చూస్తూ, "నే నంటే మీకు జాలి వుండొచ్చు... ఈ సాహసం ఏమిటి?" అంది.

శంకరం కొంచెం ఆశ్చర్యంగా చూశాడు — "జాలా? ఎందుకూ? జాలే అయితే అది మరోలా చూపిస్తారు. జాలితో పెళ్ళి దాకా వెళ్తారా ఎవరైనా? సాహసం మాత్రం ఏముంది ఇందులో?"

"నేను మా బావని మరిచి పోతానని మీ రెలా అనుకున్నారు?"

"మరిచి పోవాలని నే నన్నానా?"

మాలతి ఆశ్చర్యపోతున్నట్టు చూసింది.

శంకరం మళ్ళీ అన్నాడు — "నేను మా అమ్మని మరిచి పోయానా? మరిచి పోతానా? మరిచి పోవాలని మీరంటారా?"

"అది వేరు, అది వేరు. అదీ ఇదీ ఒకటి కాదు."

"కాక పోవచ్చు. తేడా వుంటే వుండొచ్చు. జీవితంలో కొంత కాలం పాటు సంతోషంగా కలిసి వున్న ఆప్తుల్ని మరిచి పోవడం సాధ్యం కాదు. అసలు మరిచి పోకూడదు. మరిచి పోవడం ఎందుకు? మరిచిపోతే అది నీచత్వం."

మాలతి ఇంకా ఇంకా ఆశ్చర్య పోతున్నట్టు కళ్ళెత్తి చూసింది — "అలా అయితే... మీకు... కష్టంగా వుండదూ?"

శంకరం మొహం మీద మందహాసం మెరిసింది — "ఉండదు. మీ మనసులో వున్న మృదుత్వానికే అది గుర్తుగా కనపడుతుంది. కానీ... మీ జీవితంలోకి వచ్చే ఇంకో వ్యక్తికి మీ ప్రవర్తన వల్ల ఏది కష్టంగా వుంటుందో ఏది కష్టంగా వుండదో మీకే తెలియదా?"

"తెలుసు. నాకే తెలుసు. అందుకే నేను మీకు చెపుతున్నాను. నేను మా బావని తల్చుకోవడం మీకు కష్టంగా వుంటుందని నాకు తెలుసు. అది కష్టంగా వుండదని మీ రంటున్నారు గానీ నే ననడం లేదు."

"మీ గత చరిత్ర నాకు తెలుసు కాబట్టి, దాన్ని అర్థం చేసుకోవడానికే నేను ప్రయత్నిస్తాను."

"ఇప్పుడు అలా అనుకుంటున్నారేమో, ఈ ప్రయత్నాలేవీ అప్పుడు పని చెయ్యవు."

"ఇతరులతో నన్ను పోల్చకండి. నా

ఆలోచనలు వేరు. అవి వేరు కాకపోతే నే నీ అభిప్రాయానికే వచ్చే వాడిని కాను. మా అమ్మని మరిచి పోవాలని మీరు నన్ను శాసిస్తారా? శాసిస్తే, ఆ ప్రేమ మరీ ఎక్కు వవుతుంది. ఏ నిర్బంధమూ లేకపోతే, దాని కదే మరుగున పడుతుంది. నేను చదువు కునే రోజుల్లో చాలా రోజులు మా అమ్మ జ్ఞాపకం వచ్చేది కాదు. ఏది ఎప్పుడు అవసరమో, ఎప్పుడు అనవసరమో, మన మనసే గ్రహిస్తుందను కుంటాను. ఏ విషయంలో అయినా అదే జరుగుతుంది."

శంకరం మాటలు మాలతికి నమ్మ శక్యంగా అనిపించ లేదు. నిర్మోహ మాటంగా మాట్లాడాలనిపించింది. — "ఎప్పుడైనా మా బావ ఫొటో నాకు చూడా లనిపిస్తే ఆల్బమ్ చూస్తూ కూర్చుంటాను. గత మంతా గుర్తు వస్తే మా బావని ముద్దు కూడా పెట్టుకుంటాను. అది మీరు చూస్తే? అదో పోట్లాట అవదూ?"

"నా విషయంలో అవదు. ఎందుకు నన్నింత శంకిస్తున్నారు? మిమ్మల్ని పెళ్ళి చేసుకోమని నన్నెవరైనా ఆజ్ఞాపించారా? కట్టడి చేస్తున్నారా? మీలో ఏ గుణం చూసి నేను ముగ్ధుణ్ణయ్యానో మీకు తెలీదు. అర్ధరాత్రి నిద్ర లేపి, 'మా బావ కలలో కొచ్చాడ' ని చెప్పండి, మీ నిజాయితీకి నేను సంతోషిస్తాను. ఆ కలంతా విని ఆనంది స్తాను. కానీ నా కోరిక కూడా ఒకటి వుంది. నేను ప్రేమకీ, విశ్వాసానికీ దూరంగా బ్రతకలేను. వాటి కోసమే తపిస్తున్నాను. వాటి కోసమే మిమ్మల్ని నేను కోరుకుంటు న్నాను. మీ హృదయాన్ని ఒక త్రాసుగా చేసి, అందులో మీ బావనీ నన్నూ తూచి నప్పుడు, నాకు అన్యాయం జరిగితే నేను బాధ పడతాను. మీ బావకి ఇచ్చినంత విలువా ప్రేమా నాకు ఇవ్వలేనప్పుడు మనం పెళ్ళి చేసుకోవద్దు. మీకు ఇంకో పెళ్ళే వద్దు. నన్నే కాదు, మీరు ఎవర్నీ పెళ్ళి చేసుకోవద్దు. మీరూ, అతనూ కూడా సుఖపడలేరు."

మాలతి స్థాణువులా అయిపోయింది. శంకరంలోని ఔన్నత్యం మాలతిని మూగ దాన్ని చేసింది.

సంభ్రమంతో శంకరం కేసి చూస్తోన్న మాలతి కన్నుల్లో, మొహంలో, ఎన్నడూ లేని కాంతి చిందులాడింది.

శంకరం ఉత్తేజంగా అన్నాడు — "నేను వితంతు వివాహం చేసుకోవాలనో, కులాం తర వివాహం చేసుకోవాలనో, కలలు కనడం లేదు. ప్రేమ వివాహం చేసుకోవా లనే కలలు కంటున్నాను. ప్రేమే నిజమైతే, మీరు చెప్పే అభ్యంతరాలేవీ నిలబడవు. కానీ ఆ ప్రేమ, నాకు కలిగిందే గానీ మీకు కలగ లేదు. ఇరు వేపులా ప్రేమ కలిగితేనే అది ప్రేమ వివాహం. ఈ పెళ్ళి జరిగినా ఇది ప్రేమ వివాహం అవదు. అదే నాకు అసంతృప్తి. అయినా మీ చరిత్ర నాకు తెలుసు కాబట్టి, మీ స్వభావానికే గౌరవం ఇచ్చి ఈ ఆలోచనకు వచ్చాను."

మాలతి ఆ మాటలన్నీ చాలా శ్రద్ధగా వింటున్నట్టు తల వాల్చి ఆశ్చర్య పడుతూ వింది. కొంత సేపటికి తల ఎత్తి, "ఒక్కటి చెప్పండి, ఇది మా బావకి ద్రోహం చెయ్యడం కాదూ?" అంది.

శంకరం వెంటనే మాట్లాడలేక పోయాడు. "కాదని నే నంటే మీకు నమ్మకం కలుగుతుందా? మీరే ఆలోచిం చండి. ఇది ఆయనకు ద్రోహం అవదు. పైగా దీనికి ఆయన సంతోషించాలి."

"ఎందుకు?"

"మీ సంతోషమే ఆయనకు కావాలి కదా? ప్రేమ అంటే ఏమిటి? మీరు

సుఖంగా జీవించాలని కోరడమే ప్రేమ కదా?"

"నిజంగా మా బావ అలాంటి వాడే. నేను సంతోషంతో బతకాలనే తను కోరు కుంటాడు. కానీ... నా సంతోషమే నేను చూసుకుంటే అది నా తప్పు అవదూ?"

శంకరం చిరునవ్వు నవ్వాడు — "మీరు చాలా ఆందోళనగా వున్నారు. కొన్నాళ్ళు ఆలోచించండి! తొందరేమీ లేదు. మీ మనసు సంతోషంగా సిద్ధపడినప్పుడే నాకు చెప్పండి. మీరు ఎలా చెప్పినా, అవునన్నా కాదన్నా, నే నేమీ అనుకోను."

"కాదంటే బాధ పడరా?"

"పడతాను. కానీ మిమ్మల్ని తప్పు పట్టను. మీ జీవితం మీది. దాన్ని ఎలా వుంచుకోవాలో అది మీ ఇష్టం. అది నాకు తెలియదా? మీ తిరస్కారం భరించ లేకపోతే మిమ్మల్ని మళ్ళీ మళ్ళీ అర్థిస్తాను. నా గురించి మళ్ళీ మళ్ళీ చెప్పుకుంటాను."

శ్యామల మొహం మీద చిరునవ్వు మెరిసింది.

అది శంకరానికి ఆశ్చర్యం కలిగించింది. "తొందర పడకండి మాలతి గారూ! నిదా నంగా ఆలోచించండి! రాయా లనిపించి నప్పుడే నా కో వుత్తరం రాయండి."

మాలతి మందహాసం చిందించింది — "మాలతి గారూ అనకండి నన్ను."

శంకరం మొహ మంతా కూడా చిరునవ్వు పాకింది — "మరి ఏ మనాలి? 'మాలా' అనమంటారా మీ బావ లాగ?"

"బావ సంగ తెందుకు? అతను అలా పిలిచేవాడు. మీరు మీ కిష్టమైనట్టు పిలవండి."

"నాకు కూడా అదే ఇష్టం అయితే?"

"వొద్దు. అలా పిల్చినప్పుడల్లా మా బావే గుర్తొస్తాడేమో!"

"ఏం, గుర్తొస్తే? మీ బావకి దొరికినంత ప్రేమ నాకూ దొరుకుతుంది. ఆ రోజులు ఎందుకు మరిచి పోవాలి?"

"వొద్దు. మా బావ దేవుడిలో కలిసి దేవుడై పోయాడు. నే నింకా బతికి వున్నా నని నా కోసం మిమ్మల్ని ప్రసాదించాడు. బావని దేవుడి స్థానంలో కూర్చోబెట్టి, రోజూ పూజ చేసుకుంటాను. మిమ్మల్ని నా హృదయంలో ప్రతిష్టించుకుని మీతో కలిసి జీవిస్తాను."

శంకరం మౌనంగా నిలబడ్డాడు కొంత సేపు — "తొందర పడకండి మాలతిగారూ! మళ్ళీ మళ్ళీ ఆలోచించండి!"

"అవసరం లేదు. మీ ఉత్తరం చూసి నప్పటి నుంచీ ఆలోచిస్తూనే వున్నాను. నా అనుమానాలన్నీ మీరు పోగొట్టారు. మా బావకి నా మీద కోపం రాదనీ, నా సంతోషాన్నే తన సంతోషంగా భావిస్తాడనీ, నాకు నమ్మకం కలిగింది. నన్ను ప్రేమించే మీకు నే నింకా దూరంగా వుండలేను. ఇంకా ఆలోచించుకో మనకండి."

శంకరం చిరునవ్వుతో మూగ వాడ య్యాడు.

★ ★ ★

"మాలా!"

"..................."

"మాలా! ఒక్క సారి రా!"

గదిలో మంచం మీద పడుకున్న శంకరం, పేపరు చూస్తూ మాలతిని నాలుగు సార్లు పిలిచాడు. మాలతి ఉలుకూ పలుకూ లేదు.

శంకరం, పేపరు మంచం మీద పడేసి లేచి వంటింట్లోకి వెళ్ళాడు.

మాలతి రోటి ముందు కూర్చుని బర బరా పప్పు రుబ్బుతోంది. స్టౌ మీద అన్నం

పొంగ బోతోంటే శంకరం గబ గబా వెళ్ళి మూత తీసి కింద పడేశాడు.

మాలతి రుబ్బటం ఆపి, భర్తని చూస్తూ నవ్వింది.

శంకరం నాలుగు పక్కలా గాలించి పీట తెచ్చుకుని రోటి దగ్గర కూర్చున్నాడు. "నాకు శలవు కదా, ఇవన్నీ ఎందుకు పెట్టుకున్నావు చెప్పు?"

"శలవు కాబట్టే గారెలు చేసి పెడితే తీరిగ్గా కూర్చుని తింటారని..."

"గారెలు తినకపోతే ఈ శెలవు గడుస్తుందో లేదో చూద్దామా?"

"పనిలో పని, అన్నం తినకపోతే ఇవ్వాళ గడుస్తుందో లేదో కూడా చూద్దాం."

"చూద్దాం. ముందు అన్నీ వండుకుని తినకుండా ఒక పక్కన పెట్టుకుందాం. రోజు గడుస్తుందో లేదో చూద్దాం. ఎప్పుడు గడవక పోతే అప్పుడు గారెలతో సహా ఆరగించేద్దాం."

"అందుకే మొదట గారెలు వండి వుంచుతాను. ఇంత పనితో సత మత మౌతున్నాను కదా? నా కొంచెం సాయం చెయ్యకూడదూ?"

"చెప్పు, పప్పు రుబ్బనా? అన్నం వార్చనా? ఏం చెయ్యను?"

"అబ్బే! ఇంకా పెద్ద సాయం. గదిలో కెళ్ళి కూర్చుని ఏదైనా చదువుకోండి. లేక పోతే స్త్రీలకు జరిగే అన్యాయాల గురించి ఏదన్నా వ్యాసం రాసుకోండి."

"సరిగ్గా జ్ఞాపకం చేశావ్ మాలా! అసలు నిన్నందుకే పిల్చాను. ఇవాళే పేపర్లో ఒక దారుణమైన వార్త పడింది. ఒక స్త్రీ పిల్లలకి విషం పెట్టి తనూ విషం తిని చచ్చి పోయిందట. కష్టాలు భరించలేక అలా చేస్తున్నానని ఉత్తరం రాసి పెట్టిందట."

"పాపం, చాలా ఘోరం! పిల్లల్ని కూడా చంపుకుందంటే చాలా కష్టాలు పడి వుంటుంది."

"మాలా! నూటికి తొంభై మంది విషయంలో ఆడ దాని కష్టాలకు ఏ కోణం నుంచి చూసినా, కారణం డబ్బే. కోర్టుకి వచ్చే కేసుల్లో స్త్రీల జీవితాలు స్టడీ చేస్తున్నాను. స్వంత ఆస్తులూ, స్వంత సంపాదనలూ ఉన్న వాళ్ళు సుఖంగానే ఉన్నారు, కొంతైనా స్వేచ్ఛగా బ్రతక గలుగుతున్నారు. ఏదీ లేక భర్తల మీద ఆధారపడి ఉండే వాళ్ళకే ఇబ్బందులన్నీ!"

"ఆధార పడటం అంటారెందుకూ? ఆడ మనిషి ఇల్లు చూసుకుంటుంది. మగ వాడు బయట నుంచి సంపాదించి తెస్తాడు. ఎవరి కర్తవ్యం వాళ్ళదే. మగ వాడు మాత్రం మిగతా అన్ని విషయాలకీ ఆడ దాని మీద ఆధారపడడం లేదా?"

శంకరం తల అడ్డంగా తిప్పాడు — "ఒక వ్యక్తి జీవిత మంతా ఇల్లు చూసు కుంటూ, వండి పెడుతూ వుండటమా? అందుకే మగ వాడు, 'నేను నీ ఇంటి కొచ్చానా? నువ్వు నా ఇంటి కొచ్చావా? అక్కర్లేకపోతే ఫో!' అనేస్తాడు తేలిగ్గా. ఆ ఆడ దానికి కూడా ఆర్జించుకునే శక్తి వుంటే పిల్లల్ని పెంచుకుంటూ తన కాళ్ళ మీద తను నిలబడ గలిగితే, అప్పుడెలా వుంటుందో ఆలోచించు!"

"ఎవరి మానాన వాళ్ళు వుంటారు. విడిపోతారు."

"పొరబడ్డావ్. అస లలాంటి పరిస్తితి రాదు. ఒక భర్త, భార్యని ప్రేమిస్తున్నాడే అనుకో! ఆ భార్యకే సంపాదన కూడా వుంటే, ఆ ప్రేమతో పాటు ప్రత్యేకమైన విలువ కూడా ఇస్తాడు. తన అండ లేక పోయినా భార్య నిక్షేపంలా బ్రతక గలదనే నమ్మకం వుంటే 'వుంటే వుండు, పోతే ఫో!'

అనలేడు. ఇది కేవలం భార్యా భర్తలకే సంబంధించి కాదు. తండ్రీ కొడుకులకీ, అన్నా తమ్ముళ్ళకీ, ఎవరికైనా సరే, ఆర్థిక విలువ అంత గొప్పది. ఆడ వాళ్ళకు కూడా మగ వాళ్ళకు లాగ ఏదో ఒక బ్రతుకు దెరువు వుంటే, ఈ సమస్యలన్నీ సగానికి పైగా పరిష్కారం అయిపోతాయి. బోలెడు కేసుల్లో ఇది చూశాను నేను."

"బ్రహ్మాండంగా వుంది. ఇన్నాళ్ళకి ఆడ దాని కష్టాలకు కారణం కనిపెట్టేశారు మీరు! ఇంకేం? సమస్యలన్నీ పరిష్కరిం చెయ్యండి!"

"ఎవరి సమస్యలో నే నెలా పరిష్క రించగలను? నా ఇంటి సంగతీ, నా ఇల్లాలి సంగతీ చూసుకుంటే చాలు."

"మీకు పుణ్యం వుంటుంది. నా ప్రాణాల మీద కేం తేకండి."

"అలా మొర్రో మంటే నే నేం పూసు కోను. రేపు కాలేజీలు తెరవగానే నువ్వు మళ్ళీ చదువు మొదలెట్టాలి. అలా నీ కిష్టం లేకపోతే ట్యూషన్ పెట్టిస్తాను. నువ్వు మాత్రం బాగా చదువుకుని నాలుగక్షరం ముక్కలు నోట్లో వుంచుకోవాలి. ఏమో, మీ ఆయన మాత్రం మగ వాడు కాడా? 'నేను సంపాదిస్తున్నాను, నిన్ను పోషిస్తున్నాను' అనే అతిశయం ఎప్పుడైనా పుడుతుందేమో అతనికి!"

మాలతి కోపంగా చూసింది శంకరాన్ని — "ఛీ! మా ఆయన గురించి అంత తేలిగ్గా మాట్లాడకండి. మా ఆయన అలాంటి వాడు కాడు. ఆయన్ని గురించి మీ రలా మాట్లాడితే, మీరు మనుషులు కారు. నోరు తెరిస్తే 'నేనూ చచ్చి పోతా నేమో! లేకపోతే ఎప్పుడన్నా నా బుద్ధి చెడుతుందేమో! నీ ఆధారం నీకు వుండాలి. చదువుకో, చదువుకో' ఈ మాట లేనా ఎప్పుడూ? చదువు వల్ల ప్రపంచ జ్ఞానం తెలుస్తుంది కాబట్టి, చదువంటే నాకూ ఇష్టమే. కానీ, మీరు చెప్పేదాని కోసం కాదు చదవాలనుకునేది."

"సరేలే. ఏ అభిప్రాయం కోసం చదువు సాగినా, అది అవసరమైనప్పుడు తప్ప కుండా ఉపయోగపడుతుంది."

"అదుగో, మళ్ళీ అదే మాట! అసలు మీరు ఇక్కణ్నుంచి వెళ్ళండి! నా కాలికీ చేతికీ అడ్డం తప్పితే మీరు నాకు చేసే నిర్వాకం ఏమీ లేదు" అంటూ విరుచుకు పడింది మాలతి.

శంకరం కోపంగా లేచాడు — "అసలు నువ్వు నన్ను అగ్ని సాక్షిగా పెళ్ళి చేసుకున్నావ్. వంటింటినీ, రుబ్బు రోటినీ, మాత్రం గంటల తరబడీ కావిలించు క్కూర్చుంటావ్. ఈ అన్యాయానికి నీ మీద నేను కేసు పెట్టొచ్చు" అంటూ విసురుగా వెళ్ళిపోయాడు.

మాలతి నవ్వి నవ్వి... నవ్వలేక నీరస పడిపోయింది.

★ ★ ★

శివ శంకరం, బి.ఎ.బి.ఎల్., అడ్వకేట్

గోడ మీద కనిపిస్తోన్న బోర్డుని చూస్తూ చాలా సేపట్నుంచీ గేటు దగ్గిరే తచ్చాడు తున్నాడు ముసలి శేషయ్య. అప్పుడప్పుడూ మూసి వున్న గేటు డిజైన్‌లో నుంచి వాకిట్లోకి పిరికి చూపులు చూస్తున్నాడు. గేటు దగ్గిర్నుంచి వీధి గుమ్మం వరకూ నడవటానికి బారెడు వెడల్పు దారి తప్పితే, వాకిలంతా రెండు వైపులా దట్టంగా చెట్లు పెరిగి గొడుగు కప్పినట్టు ఉంది. చెట్ల లోంచి ఆకాశం తొంగి తొంగి చూస్తోంది. తనని చూసి ఆకులన్నీ గుస గుస లాడు

కుంటున్నా యనిపించింది శేషయ్యకి. ఆకులు గల గలా గాలికి కదులుతూ, చెట్లు ఉత్సాహంగా వూగుతూ, ప్రశాంతంగా, పచ్చగా, కన్నుల పండుగలా వుంది ఇంటి ముందు ఆవరణ. ధనవంతులుండే చోటులా వుంది ఇల్లు — అతని కళ్ళకి.

శేషయ్య దగ్గుతూ గేటు పక్కన గోడ వారన నిలబడ్డాడు. ఎముకలు బయటపడ్డ శరీరం మీద జారిపోతూన్న చిరుగుల తుండు గుడ్డని సర్ది కప్పుకున్నాడు. మొలకి చుట్టుకున్న పంచె నల్లగా మాసి చీలికలూ, వాలికలూ వ్రేళ్ళాడుతున్నాయి. జుట్టూ గడ్డం పెరిగి, మనిషి పోలికలు మరుగు పడి పోయాయి. గాజు గుడ్లలా కాంతి లేని కళ్ళతో గేటు లోపల ఇంట్లో కన్పిస్తోన్నంత వరకూ వెర్రి చూపులు చూస్తూ నించున్నాడు.

నీరెండ జారిపోయి కనుచీకటి అలుముకోసాగింది. చివరికి, తెగించిన వాడిలా శేషయ్య వణికే చేతులతో గేటు తెరిచాడు. తడబడుతూ వాకిట్లో అడుగు మోపాడు. బలవంతంగా దగ్గు అణుచుకుంటూ ఉక్కిరి బిక్కిరౌతూ గంట కో అడుగు వేస్తూ నడిచి వచ్చాడు ముందుకి.

వరండాలో నిలబడి చూస్తోనే వుంది మాలతి జడ అల్లుకుంటూ.

దూరంగా ఆగిపోయాడు శేషయ్య.

మాలతి గబ గబా ముందుకు వచ్చి, "ఫర్వాలేదు, రండి. అలా బల్ల మీద కూర్చోండి. ప్లీడరు గారి కోసమేనా?" అంది.

మాలతిని ఎగా దిగా చూశాడు శేషయ్య.

గులాబీ రంగు చీర కట్టుకొంది మాలతి. తెల్లటి తెలుపు. పొడుగాటి జడ. పెద్ద పెద్ద కళ్ళు. అందంగా బొమ్మలా, పూసిన తీగలా ఉంది. శేషయ్య లోతుకు పోయిన కళ్ళతో సంభ్రమంగా చూస్తూ, నోరు పెగిలి మాట రాక, తటపటాయిస్తూనే తల తాటించాడు, "ప్లీడరుగారి కోసమే" అన్నట్టు.

కొడుకు పెళ్ళి చేసుకున్నాడని తెలుసు శేషయ్యకి. ఆ వివరాలన్నీ వీరయ్యే చెప్పాడు.

మాలతి లోపలికి వెళ్ళిపోయింది.

శేషయ్య ఒక్కడూ వరండాలో కూర్చుని ఉన్నాడు. ఆశగా ఇంట్లోకి చూడబోయాడు. గుమ్మం తెర దాటి ఏమీ కన్పించలేదు. వరండాకి నాలుగు వైపులా కుర్చీలూ బెంచీలూ పొందిగ్గా వేసి వున్నాయి.

హాయిగా చల్లగా చెట్ల లోంచి గాలి వీస్తోంది.

శేషయ్య గుండెలు బరువెక్కి ఉక్కిరి బిక్కిరిగా దగ్గు రాబోయింది. అతి కష్టం మీద ఆపుకున్నాడు. ఆపుకోలేక సత మతమయ్యాడు.

తెర తీసుకుని బయటికి వచ్చిన శంకరం ... బెంచీ మీద కూర్చుని ఖంగు ఖంగు మని దగ్గుతోన్న వ్యక్తిని ... తొందరగా పోల్చ గలిగాడు. గుడ్డలు చిరిగి పీలికలై, జుట్టు పెరిగి జడలు కట్టి, చిక్కి శల్యమై జీవచ్ఛవంలా... మొహం ఎత్తి వెర్రి చూపులు చూస్తూన్న మనిషిని సూటిగా చూశాడు శంకరం. పూర్తిగా పోల్చాడు.

"నిరుపేద క్లయింటేమో" అని ఆత్రుతగా బైటికి వచ్చిన శంకరం మొహంలో కళ మారింది. చూపుల్లో తీక్షత పుట్టింది. ఒక్క క్షణం నిదానంగా చూశాడు.

చటుక్కున వెనక్కు తిరిగాడు — "మాలా! ఈయన ఎందుకు వచ్చాడో కనుక్కో!" అన్నాడు.

తెల్లబోయింది మాలతి. భర్త ప్రవర్తన విచిత్రంగా తోచింది. అయోమయంగా

బెంచీ మీద కూర్చున్న వృద్ధుణ్ణి చూసింది.

న్యాయాధికారిని చూసిన నేరస్తుడిలా బిత్తరపోతూ మనుషులకు మొహం వాచినట్టు వెర్రి వాడిలా చూశాడు వృద్ధుడు, శంకరాన్ని. తెల్లటి బట్టలతో ఆరోగ్యంగా అందంగా కనిపించాడు చెట్టంత కొడుకు! తనని పోల్చలేక పోయాడా! - శేషయ్య వళ్ళంతా వణకటం మొదలెట్టింది. కడుపు లోంచి గుబులు బయల్దేరింది. బెంచీ మీద నుంచి లేవాలని ప్రయత్నిస్తూ శంకరాన్ని దీనంగా చూస్తూ అన్నాడు.

"శివా... నేనురా!... మీ అయ్యని!"

శంకరం గుండె భగ్గుమంది. చూస్తోండ గానే శంకరం కళ్ళు ఎరుపెక్కాయి. ఉద్వే గంతో కంపించాడు. శేషయ్యని తీక్షణంగా చూస్తూ అన్నాడు - "శివా?... శివా నీ కే మౌతాడు? శివా కి నువ్వు అయ్యవా? శివా ఎప్పుడు గుర్తు వచ్చాడు నీకు? శివా ఎంత నాశనమయ్యాడో చూద్దామని వచ్చావా?"

కొయ్యబారి పోయాడు శేషయ్య. కట్టె లాంటి చేతులతో బెంచీ గట్టిగా పట్టుకుని మొహం ఎత్తి రాయిలా కూర్చున్నాడు.

శంకరం ఒక్కడుగు ముందుకు వేసి శేషయ్య వైపు చెయ్యి చాపుతూ కఠినంగా అన్నాడు - "నువ్వు... నా అయ్యవా? నా తండ్రివా? ఆ మాట అనడానికి నీ అంత రాత్మ సిగ్గుతో చచ్చిపోవటం లేదూ? నా వూహ తెల్సింతర్వాత ఒక్క ఘడియైనా... ఒక్క క్షణమైనా... నువ్వు నాకు తండ్రి ననిపించావా? తండ్రిలా ప్రవర్తించావా? మా అమ్మ ఆదరం తప్పితే నా కింకేమైనా తెలుసా? నా తల్లినీ నన్నూ ఎలా చూశావు? తల్లి చచ్చినవాణ్ణి... ఒక్క సారైనా కళ్ళారా చూసి, నోరారా పిల్చి చేరదీశావా? నీ ఇంట్లో కడుపు నిండా తిండి లేక, ఆదరించే నాథు ళ్ళేక, బికారినై తిరిగాను! నా దుఃఖం నాలో దాచుకుని నీ ముందు చెయ్యి చాచి చదువుకుంటానని ముష్టి అడిగాను. ఏమన్నావ్? అపహాస్యం చేసి ...... అడుక్కు తినమని ఆశీర్వదించి పంపించావు. గుర్తు లేదా? ఈ శివా ఎవడనుకున్నావు? ఇంత కాలం ఏమయ్యా డనుకున్నావు?"

తరుముకొస్తోన్న జ్ఞాపకాలతో శంకరం తల ముక్కలయ్యాడు. కోపోద్రేకం విజృం భించి శంకరాన్ని పూర్తిగా ముంచెత్తింది. శేషయ్య కేసి సూటిగా చూశాడు - "నిన్ను నమ్ముకున్న భార్యని నువ్వు పెట్టిన హింస, అడుగడుగునా నా తల్లి అనుభవించిన క్షోభ, ఈ పదిహేనేళ్ళకే మర్చి పోయా నను కున్నావా? నా తల్లి చావు బతుకుల మధ్య కొట్టుకులాడుతూ మందూ మాకూ లేక పడి వుంటే, వుంపుడుకత్తెని నీ చేతులతో బండి కట్టుకుని అపురూపంగా జాతరకి తీసుకెళ్ళావు. నీ చేష్టలకి కుమిలి కుమిలి చచ్చిపోయింది నా తల్లి. పెళ్ళాం పోయిం దని వైరాగ్యం నటించి ఒక్కగా నొక్క ఆడ పిల్లని, పాలు తాగే పసికూనని... ప్రాణా లతో పారేసిన తండ్రివి నువ్వు! ఎన్ని గుర్తు చెయ్యమంటావు? ఏది మర్చి పొమ్మం టావు?"

శేషయ్య ఎప్పుడో తల దించేసు కున్నాడు.

మాలతి నిర్ఘాంతపడి చూస్తూ నించుంది తండ్రీ కొడుకుల్ని.

"బడికి చారు నీళ్ళు తీసుకుపోయే గిన్ని చిల్లు పడితే నీ దగ్గిరికి వచ్చి పావలా డబ్బులు అడిగాను. నీ ఉంపుడుకత్తెని అడగమన్నావ్. అది ఇచ్చిందో లేదో, నీ కొడుకు అవసరం తీరిందో లేదో, నీ కేమైనా

పట్టిందా? నా గిన్నిని వెంకన్న సంతలో బాగు చేయించి తెచ్చాడు తన డబ్బుల్తో.

ఉంపుడుకత్తెని వెనకేసుకు వచ్చి కన్న తల్లిని పిడి గుద్దులు గుద్ది దిక్కు లేని దానిగా వెళ్ళగొట్టావు!

నీ ఆస్తి అంతా నీ ఉంపుడుకత్తెకి ధార పోశావు. నీ తల్లినీ, నీ కొడుకునీ వెళ్ళగొట్టి నీ డబ్బుతో నీ ఇష్టుల్ని మేపుకున్నావు.

ఇవ్వాళ ఏమైంది నీ రత్తాలు? ఏమయ్యాడు నీ అప్పారావు? నా దగ్గిరి కెందుకు వచ్చావు? కొడుకు దగ్గిర తండ్రి తనం వెలగ బెడదామని వచ్చావా?

నువ్వు నమ్మినవాళ్ళు నిన్ను మోసం చేసి, ఆస్తి ఎత్తుకుపోయి, వృద్ధాప్యం మీద పడి, తెగుళ్ళు తినేస్తూంటే, ఇవ్వాళ నీకు కొడుకు కనిపించాడా? నీ తండ్రి నంటూ బయల్దేరి వచ్చావా? బాధ్యతలు వదిలేసుకున్న నీకు హక్కులు కోరే అర్హతెలా వచ్చింది? ఆ నాడు నువ్వు నిరాధారంగా వెళ్ళగొడితే ఏకాకిగా, అనాధుడిగా, లోకంలో అడుగు పెట్టాను. చందాలు అడుక్కుని, వారాలు చేసుకుని బతికాను. ఈ భవిష్యత్తంతా నా కష్టార్జితం! నా చదువు సంధ్యల్లో, నా సిరి సంపదల్లో, అణు వణువూ నా స్వార్జితం! నా సుఖాన్నీ నా సంతోషాన్నీ నీకు పంచి యివ్వను! నా అంతస్తుల నీడలో కూడా నిన్ను నిలబడ నివ్వను! కన్న తల్లినీ, కట్టుకున్న భార్యనీ, కన్న పిల్లల్నీ, కిరాతకంగా తరిమేసిన నీచుడివి నువ్వు! మన మధ్య తండ్రీ కొడుకుల బాంధవ్యం ఏ నాడో తెగి పోయింది. నువ్వు నా తండ్రివి కావు. నా గర్భ శత్రువువి."

శేషయ్య వళ్ళంతా వణకటం మొదలైంది. "నాయనా... శివా...! అప్పుడేదో అయింది రా" అంటూ లేచి రెండడుగులు ముందుకు వెయ్యబోయాడు.

శంకరం ఆజ్ఞాపిస్తున్నట్టుగా గంభీరంగా అన్నాడు — "ఆగు అక్కడే! నన్ను నువ్వు పిలవాలంటే 'శంకరం గారూ' అనాలి. 'శివా' కాదు. 'శివా' అని నన్ను పిలవ గలిగేవాడు వీరన్న ఒక్కడే. అతడు నన్ను పెంచిన తండ్రి! నా పెంపుడు తండ్రి. అతణ్ణి నా ఇంట్లో పెట్టు కుంటాను. నా గుండెల్లో పెట్టుకుంటాను. అతడి వృద్ధాప్యంలో సేవలు చేస్తాను. నా ప్రేమని పొందే అర్హత నీకు లేదు. జ్ఞాపకం పెట్టుకో, నన్ను శివా అని రెండో సారి అనకు."

శేషయ్య తల యెత్తలేక పోయాడు.

మాలతికి సర్వం అర్థమైంది. చెమర్చిన కళ్ళతో భర్తని చూసింది. భగవంతుడి యెదట మోకరిల్లిన భక్తురాలిలా ప్రాధేయతగా నిలబడింది — "ఆయన జరిగిన దాని కెంతో బాధ పడుతూనే మన ఇంటి కొచ్చారు. ఈ వృద్ధాప్యంలో ఆయన్ని తిరస్కరించటం మీకు ధర్మం కాదు" అంది వినయంగా.

శంకరం తల అడ్డంగా తిప్పాడు —"ఈ దొంగ పశ్చాత్తాపాలకు నేను విలువ ఇవ్వను. దోషి నిజంగా పశ్చాత్తాప పడితే, తన నేరానికి క్షమాపణ కాదు, శిక్షే కోరుకోవాలి."

మాలతి మళ్ళీ చొరవగా అంది — "ఆయన చాలా జబ్బుగా వున్నారు. కొన్నాళ్ళయినా ఇక్కడ వుండ నివ్వండి. వైద్యం చేయించి పంపించండి. లేకపోతే బాగుండదు."

శంకరం కఠినంగా అన్నాడు — "మాలా! నీ దగ్గిర్నుంచి బాగోగులు నేర్చుకోవలసిన స్థాయిలో నేను లేను. ఇది నా స్వంత విషయం. నా గుండె మంటని అర్థం చేసుకో లేకపోతే నువ్వు కలగ జేసుకోకు!"

మాలతి మౌనంగా వుండిపోయింది.

శంకరం ఒక్క క్షణం ఆగి శేషయ్య వైపు నిర్వికారంగా చూశాడు. "నువ్వు అన్నార్తుడివై, అనాథుడివై, మా యింటి కొచ్చావు. మా గుమ్మం ఎక్కి 'దేహి' అన్న వాళ్ళెవరూ నిరాశతో వెళ్ళకూడదు. పిడికెడు బిచ్చం పెట్టటానికి వాడి గత చరిత్రతో మాకు సంబంధం లేదు. దాన ధర్మాలు చేసే మానవత్వం మాకు వుంది. ఈ వృద్ధాప్యంలో నిన్ను ఆదరించే వాళ్ళెవరూ లేరని తెలుసు నాకు. నీ పోషణకి ఒక దానం గా, ఒక విరాళం గా, కొంచెం డబ్బు పంపిస్తూ వుంటాను. అంతకు మించి నీ కోసం కన్న బిడ్డగా నే నేమీ చెయ్యను. ఇదే, నా న్యాయం! ఇక ముందెప్పుడూ నా తండ్రి హోదాతో ఈ ఇంటికి రాకు!" అని చటుక్కున వెనక్కు తిరిగాడు శంకరం.

"మాలా! ఆకలితో వున్నాడేమో! ఈ వరండాలోనే ఆకు వేసి అన్నం పెట్టి, డబ్బు ఇచ్చి పంపించు" అని చెప్పి నిర్వికారంగా లోపలికి వెళ్ళిపోయాడా మానవుడు శంకరం! ★

(సమాప్తం)

వెనకటి కొత్త ముందు మాట

[3 వ ముద్రణ సమయంలో, 1975 సెప్టెంబరులో రాసినది]

కథ పొడుగునా శంకరం అనేక విషయాల మీద తన అభిప్రాయాలు వెలిబుచ్చుతూ వుంటాడు. వాటి గురించి కొంత చర్చించవలసిన అవసరం కనపడుతోంది ఇప్పుడు.

ఏ రచనలోనైనా ముఖ్య పాత్రలు వెలిబుచ్చే అభిప్రాయాలు రచయితల అభిప్రాయాలే — అనడంలో సందేహమేమీ లేదు. ఒక రచన చేసే కాలంలో రచయిత రాజకీయంగా, సాంఘికంగా ఎటువంటి అభిప్రాయాలతో వుంటే, ఆ రచనలో వాటినే చెపుతాడు. కాలక్రమంలో రచయిత అవగాహనలో ఏమైనా మార్పులు వొస్తే, గతంలో తను చెప్పిన అభిప్రాయాల్ని మార్చుకోవలసి వొస్తుంది.

ఈ రచనలో శంకరం పాత్ర ద్వారా చెప్పిన కొన్ని విషయాల్లో నా అభిప్రాయాలీనాడు చాలా మారాయి. వాటిని చెప్పవలసిన బాధ్యత నాకు వుండడం చేత, ఇక్కడ కొన్ని విషయాల గురించి ప్రస్తావిస్తాను.

★ శంకరం కాలేజీ చదువు ప్రారంభించిన తర్వాత విద్యార్థులకు క్రమశిక్షణ లేకపోవడం గురించీ, ఉపాధ్యాయులకూ విద్యార్థులకూ వుండవలసిన 'పవిత్ర సంబంధం' రాను రానూ జుగుప్సాకరంగా తయారవడం గురించీ, చాలా అశాంతి పడతాడు.

కానీ, "గురు-శిష్యుల సంబంధం పూర్వం చాలా చక్కగా వుండేది. అది చాలా పవిత్రమైనది" అనే అభిప్రాయం సరైంది కాదు. అది సనాతన సమాజం తాలూకు (ఫ్యూడల్ సమాజం తాలూకు) విశ్వాసం మాత్రమే. — "భార్యాభర్తల బంధం చాలా పవిత్రమైనది. తండ్రీ కొడుకుల బంధం చాలా పవిత్రమైనది" అనే అభిప్రాయాలు ఎలాంటివో, "గురుశిష్యుల బంధం చాలా పవిత్రమైనది" అనే అభిప్రాయం కూడా అలాంటిదే. శిష్యుడు, గురువుకి అతి భయ భక్తులతో, వినయ విధేయతలతో, ఎటువంటి స్వతంత్రతా వ్యక్తిత్వమూ వ్యక్తం చేయకుండా ఎప్పుడూ అణిగి మణిగి గురువు పాదాలు పూజిస్తూ, గురువు చెప్పిన దాన్ని చెప్పినట్టు అంగీకరిస్తూ, గురువుకి దాస్యం చేస్తూ వుండే బంధం పవిత్రమైనది అవుతుందా? ఒకరు అధికులుగా, ఒకరు అల్పులుగా వుండే సంబంధం ఏదీ పవిత్రమైనది అవదు. కానీ ఆ రకం సామాజిక చైతన్యం కలిగే అవకాశాలు లేని శంకరం, చిన్నతనంలో పల్లెటూరు వాతావరణంలో ఉపాధ్యాయులకూ, విద్యార్థులకూ వున్న సంబంధాలలో చాలా పవిత్రత వుందనే అభిప్రాయాలు కలవాడు కావడం చేత, కాలేజీ వాతావరణంలో "నిజాయితీ లేని వుపాధ్యాయుల్నీ... శీలం లేని శిష్యుల్నీ" చూసి, గురు శిష్యుల బంధం చాలా అపవిత్రం అవుతోందని అసంతృప్తి చెందుతాడు. ఉపాధ్యాయులూ, విద్యార్థులూ కూడా పూర్వపు "పవిత్ర" స్థానాల నించి ఇంకో రకంగా ఎందుకు మారుతున్నారో గ్రహించేంత సమాజ జ్ఞానం లేదు శంకరానికి.

సమాజం ఎప్పుడూ ఉపాధ్యాయుల వృత్తికి గొప్ప విలువ వున్నట్టు మాట్లాడుతుంది. సమాజ భారమంతా తీసుకుపోయి

ఉపాధ్యాయుల మీద పడేసి, ఉపాధ్యాయుల్ని అన్యాయం చెయ్యడమే గానీ, దాని వల్ల వారి కేమీ ఉపకారం జరగదు. ఉపాధ్యాయుల వృత్తి కూడా ఇతర వృత్తుల్లాంటిదే. ప్రతీ ఉపాధ్యాయుడూ ఆ వృత్తి మీద గొప్ప ఇష్టంతో వచ్చిన వ్యక్తి కాడు. ఆ వృత్తి మీద బొత్తిగా అభిరుచి లేని వారూ, ఆ వృత్తి పట్ల ప్రత్యేక గౌరవం లేనివారూ కూడా బ్రతకటానికి ఇతర ఉద్యోగాలు లేక తప్పనిసరై ఆ వృత్తిలోకి వొచ్చినవారై వుంటారు. గాడిద చాకిరీ లాగ ఒక్కో ఉపాధ్యాయుడికీ చెయ్యలేనంత చాకిరీ. చాలీ చాలని జీతాలు. (చాలడం ఎప్పుడూ వుండదు. చాలకపోవడమే ఎప్పుడూ.) అవీ సకాలంలో అందవు. నెలల కొద్దీ అప్పులూ, పస్తులూ. సమాజంలో ఇతర ఉద్యోగులు పడే బాధలన్నీ ఉపాధ్యాయులకూ ఉంటాయి. ఇన్ని పరిస్థితుల మధ్య ఉపాధ్యాయులు గొప్ప ఉత్తములుగా ప్రవర్తించాలనుకోవడం చాలా అన్యాయం.

అలాగే, పిల్లలకు క్రమశిక్షణ లేక పోవడం వెనక కూడా రాజకీయ పరిస్థితులూ, సాంఘిక పరిస్థితులూ, ముఖ్య పాత్ర వహిస్తూ వుంటాయి.

మొగ విద్యార్థులు ఆడ పిల్లల పట్ల అవమానకరంగా ప్రవర్తించడం గురించి శంకరం చాలా బాధపడతాడు. అది బాధ పడవలసిన విషయమే. అయితే, అలాంటి ప్రవర్తనకి "ఆ విద్యార్థే వ్యక్తిగతంగా బాధ్యుడు. అతనే దుర్మార్గుడు" అనే అభిప్రాయం మాత్రమే ఏర్పర్చుకుంటే అది సరైనదీ కాదు. విద్యార్థులు తమతో పాటు చదువుకునే అమ్మాయిల్ని అవమానించే విధంగా ప్రవర్తిస్తున్నారంటే, అందులో, ఆ వ్యక్తుల నేరమూ వుంది, దాని వెనక సమాజం నేరమూ వుంది. శంకరం ఆ విద్యార్థుల్ని తప్పుపట్టడం సరిగానే వుంది. కానీ, అంతటితోటే సరిపోదు. దాని వెనక వున్న సమాజిక పరిస్థితుల్ని కూడా అర్థం చేసుకోవాలి. లేకపోతే ఆ జ్ఞానం అసమగ్రంగా వుంటుంది.

అయితే శంకరం లాంటి ఒక కుర్రవాడు సామాజిక పరిస్థితులన్నీ గ్రహించి మాట్లాడడం చాలా అసహజమే. అతనికి 'చెడ్డ'గా తోచినదాన్ని మాత్రమే అతను విమర్శించగలడు. అలాంటి స్థాయి గల పాత్రని చిత్రించేటప్పుడు, రచయిత, "శంకరానికి విషయాలు సరిగ్గా తెలియక పోవడం వల్ల ఇలా అనుకుంటున్నాడు. అతను, చెడ్డని విమర్శించడం చాలా మంచిదే. కానీ సమాజమే లోప భూయిష్ఠంగా వుంది. ఆ సంగతి అతనికి తెలియదు" అని రచయిత ఎప్పటి కప్పుడు పాఠకులకు సరైన అవగాహన ఇచ్చే చిన్న చిన్న వ్యాఖ్యానాలు అయినా చేస్తూ వుండాలి. విద్యార్థినుల పట్ల అసహ్యంగా ప్రవర్తించే విద్యార్థుల భావాల వెనక ఏముందో పరిశీలించాలంటే, సమాజం స్త్రీల కిచ్చే స్థానం ఎలాంటిదో అర్థం చేసుకోవాలి. ఆ విద్యార్థుల కుటుంబాలలో స్త్రీల స్థానం ఏమిటి? - పురుషుడి స్థానం కన్నా అధమ స్థానమే. ఆ విద్యార్థులు చదివే రచనల్లో, చూసే సినిమాల్లో, స్త్రీల కిచ్చే స్థానం ఏమిటి? - కామానికీ, వ్యాపారానికీ మాత్రమే స్త్రీలని వుపయోగించడం చూస్తారు. ఆ విద్యార్థులంతా పాఠ్య గ్రంథాలలో స్త్రీల గురించి నేర్చుకునేది ఏమిటి? — స్త్రీలు పురుషుడి పట్ల అణకువగా ప్రవర్తించడం ఉత్తమమనే భావనే. — వీటన్నిటి ప్రభావం వలనే విద్యార్థులు, తమతో చదువుకునే అమ్మాయిల్నీ, ఇతర స్త్రీలనీ, అవమానించి అవహేళనగా

చూస్తూ వుంటారు. — అంటే విద్యార్థులు ఆడ పిల్లల్ని "ఏడిపించటం" అనే లక్షణం వెనక వారిని ఆ పనికి పురికొల్పే సమాజం వుందనే సంగతి గ్రహించవలసిన అవసరం వుంది.

విద్యార్థులలో క్రమశిక్షణ తగ్గుతూ వుండడానికి కేవలం వారి వ్యక్తిగత స్వభావాలే కారణం అనుకోకూడదు. ఇంటా బయటా పరిస్థితులు ఎన్నో వారిని అనేక విధాల ప్రభావితం చేస్తాయి. — సంవత్సరాల కొద్దీ వారు చదివే చదువులేవీ వారి నిత్య జీవితాలకు వుపకరించవు. ఆ పాఠాలు, 'సమాజానికీ వ్యక్తికీ వున్న సంబంధాన్ని' గురించి చెప్పవు. మూఢ మత విశ్వాసాల్నీ, దేవుడి నమ్మకాల్నీ, దేశ దురభిమానాల్నీ తప్ప అవి, జీవితానికి అవసరమయిన దృష్టి కలిగించవు. — ఆఖరికి ఈ చదువులు జీవనోపాధికి కూడా గ్యారంటీ ఇవ్వవు. ఎంత చదివినా బిచ్చగాళ్ళ లాగ పొట్ట చేతపట్టుకుని తిరగాల్సిందే. జీవితానికేమీ జ్ఞానం ఇవ్వని, రక్షణ ఇవ్వని, చదువుల మీదా, మొక్కుబడిగా ఆ చదువులు నేర్పే ఉపాధ్యాయుల మీదా, విద్యార్థులకు, గొప్ప ఆరాధనా భావాలూ, పూజ్య భావాలూ కలగాలనుకోవడం చాలా తెలివితక్కువే.

"అయ్యో! విద్యార్థులు చెడిపోతున్నారే!" అని బాధపడేవాళ్ళు "ఎందుకు చెడిపోతున్నారు?" అని ఆ కారణాల గురించి ఆలోచించరు. "ఈ కాలేజీలూ, ఈ లెక్చరర్లూ, ఈ స్టూడెంట్లూ — ఈ వాతావరణాన్ని పవిత్ర దేవాలయాలుగా సంస్కరించి తరించరాదా?" అనుకుంటాడు శంకరం. అతనికి తోచిన మార్గం అది. అతను నిజంగా కోరుకునే మార్పు ఆ సంస్కరింతలతో సాధ్యం కాదని అతనెరగడు. అందుకే అతను అనేక సార్లు 'భగవాన్' అని భగవంతుడికి మొరపెడుతూ వుంటాడు.

★ ఆడ పిల్లలు అతిగా అలంకరించుకునే విషయం గురించి శంకరం సానుభూతిగానే ఆలోచించినప్పటికీ చివరికి సనాతన భావాన్నే మరో రూపంలో వ్యక్తం చేస్తాడు. — "ఈ హెయిరాయిల్సూ, ఈ క్రీములూ, ఈ స్నోలూ అన్నీ, ఆడవాళ్ళకే. అలంకరించుకోవాలనే కోరిక వాళ్ళకు పుట్టుకతోనే వొస్తుంది. వొయ్యారంగా నడవడం కూడా వాళ్ళకి సహజం. స్త్రీ తన సౌందర్యంతో, అలంకారంతో ఆకర్షించడం, పురుషుడు ఆకర్షించబడడం ప్రకృతి నియమం. లేకపోతే సృష్టే జరగదు." — ఇలా మాట్లాడతాడు శంకరం. ఇవన్నీ సనాతన శృంగార సాహిత్యం నించీ, స్త్రీని భోగవస్తువుగా పరిగణించడం నించీ వచ్చిన భావాలు. ఆడ వాళ్ళకు అలంకరించుకోవాలనే కోరిక "పుట్టుకతోనే" రావడం నిజం కాదు. పుట్టుకతో ఏ కోరికలూ, ఏ అభిప్రాయాలూ, ఏ విశ్వాసాలూ, రావు. పెరుగుతూ వున్నప్పుడు, సమాజ ప్రభావం వల్లనే, కోరికలూ — విశ్వాసాలూ — అలవాట్లూ, అన్నిటితో కలిసిన స్వభావం ఏర్పడుతుంది.

స్త్రీలు అలంకరించుకోవడానికి ఇష్టపడతారు, నిజమే. ఆ మాట అనడంలో పొరపాటేమీ లేదు. కానీ, అది ప్రకృతి సహజమైన విషయం కాదు. స్త్రీ, తన అందచందాలతో పురుషుణ్ణి ఆకర్షించాలనీ, అతని దయ సంపాదించాలనీ తాపత్రయపడే స్వభావం ఏర్పర్చుకుందంటే, ఆమెకు సమాజంలో పురుషుడి గుర్తింపు లేకుండా, దయ లేకుండా నిలబడగలిగే స్థితి లేదన్న మాట. స్త్రీ జీవితం అంతా భర్తకీ, కామానికీ,

ఇంటికీ, మాత్రమే ముడిపడి వుంటుంది. ఇతర రంగాలతో సంబంధం లేదు. ఆ భర్త (పురుషుడి) దృష్టిలో ఆకర్షణీయంగా వుండాలనే తాపత్రయంతో స్త్రీకి 'అబలత్వం, వయ్యారం' ప్రదర్శించాలనే స్వభావం ఏర్పడుతుంది. అది స్త్రీకి సమాజ పరిస్థితులు ఇచ్చిన స్వభావమే గానీ, ప్రకృతి ఇచ్చిన స్వభావం కాదు. 'స్త్రీత్వం' అనేది కేవలం గర్భం ధరించి, బిడ్డల్ని కని, పాలిచ్చి పెంచే లక్షణం మాత్రమే. అది వొక్కటే ప్రకృతి సహజమైంది. మిగిలిన స్త్రీత్వ లక్షణాలన్నీ సమాజ పరిస్థితుల వల్ల ఏర్పడ్డవే.

★ ఆడ పిల్లలు అతిగా ముస్తాబులు చేసుకోవడం గురించి శంకరం, "తల్లిదండ్రులు వార్ని మందలించాలి కదా?" అంటాడు. తల్లితండ్రులు పిల్లలకు ఎప్పుడూ మంచి దారి చూపించవలసిందే. కానీ, ఆ మందలించవలసిన అవసరం ఆ తల్లిదండ్రులకు కూడా కనపడదు. ఆడ పిల్లలు రక రకాలుగా అలంకరించుకోవడంలో, తల్లిదండ్రులకు తప్పే కనపడదు. ఆ తల్లిదండ్రులు కూడా వాళ్ళ అలంకారాలు వాళ్ళూ చేసుకుంటారు. ఆడ పిల్లలు అలంకారాలతో వుండాలనే తల్లిదండ్రులు భావిస్తారు. ఇక, ఎవగు ఎవర్ని మందలిస్తారు? మందలించే తల్లిదండ్రులు వున్నా, పిల్లలు కేవలం తల్లిదండ్రుల ప్రభావంలో మాత్రమే వుంటారనుకోకూడదు. చాలా భాగం బయటి సమాజం వల్లనే ప్రభావితం అవుతారు. ఆ సమాజంలో వ్యాపారులు, తమ లాభాల కోసం రోజుకో ఫేషన్ ప్రవేశ పెడుతూ ఉన్నప్పుడు అది సమాజాన్ని తప్పకుండా ప్రభావితం చేస్తూ వుంటుంది. విద్యార్థుల ఫేషన్లకీ, అలంకారాలకీ, కేవలం తల్లిదండ్రుల అశ్రద్ధే కారణం కాదు. అసలు ముఖ్యమైన కారణం, లాభ దృష్టి నించీ పుట్టే వ్యాపార సంస్కృతే.

★ విద్యా సంస్థల్లో అందరికీ యూనిఫారాలు వుండాలని చెపుతూ శంకరం — "లెక్చరర్లకు వేరూ, ప్యూనులకు వేరూ యూనిఫారాలు వుండాలి. లేకపోతే ఎవరు లెక్చరరో తెలీదు. ఎవడు ప్యూనో తెలీదు. అందరికీ సిల్కు బుష్‌కోట్లూ, రిస్ట్ వాచీలూ, బాటా బూట్లూ...." అంటాడు. అంటే సిల్కు బుష్‌కోట్లు లెక్చరర్లే వేసుకోవాలన్న మాట! ప్యూన్లు వేసుకోకూడదు. అలాగే రిష్టు వాచీలు లెక్చరర్లే పెట్టుకోవాలి. ప్యూన్లు పెట్టుకోకూడదు. దుస్తుల్లో, అలంకారాల్లో, లెక్చరరు గొప్ప గానూ, ప్యూను తక్కువ గానూ కనపడుతూ వుండాలి. "ఎవరు లెక్చరరో" అన్నాను గానీ, "ఎవరు" ప్యూనో అనలేదు. ("ఎవడు" ప్యూనో అన్నాను. కనీసం ప్యూనుని కూడా "ఎవరు" అనే సంస్కారం లేకపోయింది నాకు!) ఎంత క్షుద్రమైన ఆలోచనలివి! సమాజంలో ఇద్దరు వ్యక్తులు చేసే వృత్తులు వేరు వేరు కావచ్చు. రెండు పనులూ సమాజానికి అవసరమే. అందులో ఒకటి ఉన్నతమైందీ, ఒకటి నీచమైందీ ఎందుకు అవుతుంది? సాంఘికంగా లెక్చరరుతో సమానమైన స్థాయిలో ప్యూను ఎందుకు వుండకూడదు? మాల పేటలూ, మాదిగ పేటలూ వూరికి దూరంగా వుండాలనడానికీ, లెక్చరరెవరో — ప్యూను ఎవరో వేరు వేరుగా తెలుస్తూ ఉండాలి అనడానికీ తేడా ఏముంది? (ఉద్యోగాల విషయంలో ఇది అవసరమా? ఇంకా చర్చించి సరైన మార్గం పట్టుకోవాలి.)

★ ఆడ పిల్లలూ మొగ పిల్లలూ కలిసి చదవడంలో (కో-ఎడ్యుకేషన్‌లో) వుండే లాభమేమిటో చెప్తూ శంకరం, "ఆడ

పిల్లలూ, మొగ పిల్లలూ కలిసి ఒక్క చోటే చదవాలి. ఒకరి సాధక బాధకాలు ఒకరు తెలుసుకోవాలి. ఒకర్ని ఒకరు అర్థం చేసుకోవాలి.... అలా అయితే తర్వాత జీవితంలో ఒకరితో ఒకరు తేలిగ్గా సరిపడగలుగుతారు. నేనే ఎడ్యుకేషన్ మినిష్టరైతే...." అంటాడు. తనే ఎడ్యుకేషన్ మినిష్టర్ అయితే, సమాజంలో విద్యా విధానం అంతా పూర్తిగా మార్చెయ్యగలనని శంకరం అభిప్రాయం. ఇది సమాజ స్వభావం గురించీ, రాజకీయాల గురించీ, సరయిన అవగాహన లేకపోవడమే. కో-ఎడ్యుకేషన్ వల్ల స్త్రీ-పురుషుల జీవితాలకు చాలా మేలు జరుగుతుందని శంకరం అభిప్రాయపడతాడు. అందులో తప్పేమీ లేదు. కానీ, సమాజంలో స్త్రీ పురుషుల స్థానాలలో భేదాలు ఇప్పుడున్నట్టే వుండగా, కాలేజీలో కలిసి చదివినంత మాత్రాన, స్త్రీ పురుషులు ఒకర్ని ఒకరు గౌరవించుకొనేటట్టు ఏదో ఉన్నతమైన మార్పు జరుగుతుందని భావించడం భ్రమ మాత్రమే. కో-ఎడ్యుకేషన్ తప్పు అని దీని అర్థం కాదు. దాని వల్ల ఎక్కువ ఫలితాలు ఆశించడం మాత్రం తప్పు. కో-ఎడ్యుకేషన్ వల్లనే, స్త్రీ-పురుషుల మధ్య సంబంధాలలో మౌలికమైన మార్పేమీ రాదు.

★ ప్రభుత్వ చట్టాల్లో, న్యాయంలో చాలా నమ్మకం పెట్టుకున్న శంకరం క్రమంగా తన అనుభవంతో, "ఈ చట్టాలు ప్రజలకేమీ ఉపయోగపడవు" అనుకుంటాడు. కానీ, ఆ చట్టాలు ఎందుచేత వుపయోగపడవో, ఉపయోగపడని చట్టాల్ని ప్రభుత్వం ఎందుకు చేస్తోందో మాత్రం శంకరానికి తెలీవు. అతని సీనియర్ అతనికి జ్ఞాన బోధ చేస్తున్నట్టు, మహా అజ్ఞానం గుమ్మరిస్తాడు. అతని అభిప్రాయాలన్నీ అసలు సమస్యల్ని పెడ దారి పట్టించేవే. ప్రజలు ఎంతో చదువుకుంటే గానీ 'ఓటు హక్కు' ఉండకూడదంటాడు. ప్రజల్ని గొర్రెల మందతో పోలుస్తాడు. ఇది క్షమించడానికి వీలు లేని నేరం. అతని మాటలు చూడండి — "మన విద్యా ప్రమాణాలు పెరిగి నూటికి తొంభై మందైనా చదువుకున్న వాళ్ళు వుంటే, అప్పుడు అందరికీ ఓటు హక్కు ఇస్తే ఎవరు కాదంటారు? ఇప్పటికైనా మనం బాగుపడాలంటే మొట్ట మొదట వయోజన ఓటింగు హక్కుని రద్దు చెయ్యాలి. కనీసపు క్వాలిఫికేషను లేని వ్యక్తికి ఓటు చేసే అవకాశం ఉండకూడదు" అని తేలుస్తాడు చివరికి. అసలు ఈ ఓటు హక్కులూ, దాన్ని ఉపయోగించుకునే పద్ధతులూ, ప్రజలే స్వేచ్ఛగా పాలకుల్ని ఎన్నుకోవడమూ, ఈ ప్రజాస్వామ్యమూ — ఇదంతా బూటకమే. ఈ బూటకపు హక్కు కూడా ప్రజలకు వుండకూడదనే ఈ సీనియర్ వాదన. "చదువు లేకపోతే ఓటు హక్కు వుండకూడదు" అనడం అంటే, 'చదువు లేనివాళ్ళు మనుషులు కారు' అనడమే. ఎందుకంటే మనిషైతే ఓటు హక్కు వుండవలసిందే కదా? మనిషి కాకపోతే ఓటు హక్కు ఉండక్కరలేదు. ఈ సమాజం గురించి శంకరానికి తెలియనట్టే, ఆ సీనియర్‌కీ ఏమీ తెలీదు.

చివరికి, ఆ సీనియర్ తేల్చేదేమంటే, "దేశంలో చట్టాలు చేసే అధికారంలో కొంత అవకాశం లాయర్లకి కూడా ఇస్తే, న్యాయం గొప్పగా అమలు జరుగుతుంది" అని! "అప్పుడు నేరస్తులు తప్పించుకుపోయే అవకాశాలు లేకుండా చట్టాల్ని అమలుచేసే పద్ధతులు చక్కగా తయారౌతాయి" అంటాడు.

నేరస్తులు 'తప్పించుకుపోయే అవ

కాశాలు లేకుండా!' అంతేగానీ, 'అసలు నేరస్తులే తయారు కాకుండా' కాదు. 'నేరాలు చెయ్యవలసిన అవసరాలు లేకుండా' కాదు. సమాజంలో నేరాలు చెయ్యవలసిన పరిస్థితులన్నీ, ఇబ్బందులన్నీ ఎప్పట్లాగే వుంటాయి. ప్రజలు నేరాలు చేస్తోనే వుంటారు. శిక్షలు పొందుతూనే వుంటారు. చట్టాలకు జడిసి తప్పించుకోవాలని ప్రయత్నిస్తూనే వుంటారు. కానీ ఈ సీనియర్ ఆలోచించిన కొత్త మార్పు వల్ల ఆ నేరస్తుల్ని తప్పించుకుపోకుండా చక్కగా పట్టేసుకుంటూ వుండవచ్చును.

★ సీనియర్ మాటల్లో — ప్రజలకు సేవ చేసే బాధ్యత వుండేది మొట్ట మొదట ఉపాధ్యాయులకు, రచయితలకు, లాయర్లకు. (ఈయన డాక్టర్ అయితే, లాయర్ని తీసేసి డాక్టర్ని పెట్టేవాడే.) ప్రజలకు "ఫలానా వృత్తిలో వున్నవారే సేవ చేస్తారు" అనే అభిప్రాయం అర్థం లేనిది. సమాజంలో ప్రతీ వృత్తీ అవసరమైనదే. అవసరమైన దేదైనా ఉత్తమమైనదే. ఉపాధ్యాయుడు ఒక రకంగా ఉపయోగపడితే, చాకలి ఇంకో రకంగా ఉపయోగపడతాడు. 'కొన్ని వృత్తులు చాలా ఉన్నతమైనవీ, కొన్ని వృత్తులు చాలా నీచమైనవీ' అనే అభిప్రాయం వుండడం వల్లనే, 'ఫలానా వృత్తిలోనే గొప్ప సేవ చేసే అవకాశం వుంది' అనుకోవటం జరుగుతుంది.

"ప్రభుత్వాన్ని, లాయర్లు సద్విమర్శలతో అంకుశం పోట్లు పొడుస్తూ, సన్మార్గంలో నడవమని హెచ్చరికలు చేస్తూ వుండాలి" అంటాడు సీనియర్.

లాయర్ల చేత అంకుశం పోట్లు పొడిపించుకునేంత 'అజ్ఞానం'లో ఏ ప్రభుత్వమూ వుండదు. లాయర్లు అంకుశం పోట్లు పొడిచినంతమాత్రాన 'ప్రభుత్వం' తను అనుకునే మార్గం వొదిలిపెట్టి, ఈ లాయర్లు అనుకునే 'సన్మార్గం'లోకి అడుగుపెట్టదు. దోపిడీ స్వభావం గల ప్రభుత్వం, ప్రజల్నే అంకుశం పోట్లు పొడుస్తూ తిరగబడనివ్వకుండా చేస్తూ వుంటుంది. అందుచేత, ఈ సీనియర్ వ్యక్తపరిచే అభిప్రాయాలేవీ సమస్యల్ని పరిష్కరించడానికి వుపయోగపడేవి కావు.

★ శంకరం కొంత కాలానికి లాయరు వృత్తి గురించి కొంత అనుభవం సంపాదించి, కొన్ని చేదు నిజాలు తెలుసుకుని చాలా నిరుత్సాహపడతాడు. "ఏ వ్యక్తి గానీ ఏ వృత్తిలో వుండనీ, ఎంత ఆదర్శంగా బ్రతకనీ, అతను ప్రజలకు చెయ్యగలిగిందేమీ లేదు. మనుషుల తత్వాలు దిద్దలేడు. వ్యక్తిత్వాలు మార్చలేడు. ఒక అన్యాయాన్ని అరికట్టే శక్తి ఏ మానవ మాత్రుడికీ లేదు" అనే అభిప్రాయానికి వస్తాడు. ఈ సమాజంలో ఇటువంటి అభిప్రాయాలు ఏర్పడడం, నిరాశ కలగడం, చాలా సహజమే. కానీ, 'సమాజాన్ని మార్చే శక్తి ఏ సిద్ధాంతానికైనా వుందేమో, మానవ సమస్యల్ని మానవులే పరిష్కరించుకునే అవకాశాలు వున్నాయేమో!' అనే కనీసపు ఆలోచన కూడా లేదు శంకరానికి. మానవ సమాజాన్ని మానవులే మార్చుకోవచ్చని అతనికి తెలీదు.

"సమాజంలో సమస్యలూ, కష్టాలూ లేకుండా వుండాలంటే చివరికి ఎవరికి వారే ధర్మానికీ, న్యాయానికీ కట్టుబడాలి" అనుకుంటాడు. చివరికి అతనికి కనపడ్డ పరిష్కార మార్గం అది. అసలు 'ధర్మం' అనే దాంట్లోనే, 'న్యాయం' అనే దాంట్లోనే, కావలసినంత పక్షపాతం వుంది. ఎంతో నిరుపేద వ్యక్తి ఆకలి బాధ భరించలేక

దొంగతనం చేస్తే, అది చాలా 'అధర్మం' అవుతుంది, ఈ సమాజంలో. ఒక వ్యాపారస్తుడు లక్షల కొద్దీ లాభాలు సంపాదిస్తోంటే, అది చట్టబద్ధంగా చాలా 'న్యాయం' అవుతుంది. "నాకు తిండి లేదు. ఆకలి భరించలేక దొంగతనం చేశాను" అని ఆ నిరుపేద అంటే, చట్టాలు వొప్పుకోవు. "అతని ఆకలి తీర్చవలసిన బాధ్యత సమాజానికి వుంది" అని ఏ చట్టాలూ వాదించవు. ఇలాంటి పరిస్థితిలో ఆ పేద వ్యక్తికి, "దొంగతనం తప్పు. నేనీ తప్పు చెయ్యకుండా ధర్మానికే కట్టుబడి వుంటాను" అనుకోగల శక్తి వుంటుందా? "సమాజంలో ఎవరికి వారే ధర్మానికీ, న్యాయానికీ కట్టుబడాలి" అని శంకరం అనుకోవడంలో తప్పేమీ లేదు. కానీ వ్యక్తులు ధర్మంగా, న్యాయంగా, ప్రవర్తించాలంటే, సమాజమే 'సమానత్వం' అనే పునాది మీద ఏర్పడి వుండాలి. అందరికీ తిండీ బట్టా, ఇల్లూ వాకిలీ, సమాన హక్కులూ దొరికే సమాజం అయివుండాలి. అప్పుడే వ్యక్తుల నించి 'మంచి ప్రవర్తన'ను కోరడం న్యాయం అవుతుంది.

శంకరం అనేక సమస్యల మీద చాలా అశాంతితో తర్కించి చివరకు ఏమీ తేల్చుకోలేక నిరాశ పడిపోయి, 'మానవత్వం' మీద అర్థం కాని నమ్మకంతో కొంత సంతృప్తి పడతాడు.

శంకరం భావాలు ఏ రకంగా అశాస్త్రీయంగా వున్నాయో, అవి ఏ రకంగా మారడం అవసరమో, ఇక్కడ నేను కొన్ని విషయాలు మాత్రమే ప్రస్తావించాను. ఈ అవగాహనతో పాఠకులు ప్రతి విషయాన్నీ ఆలోచించుకోవాలి.

"అభిప్రాయాలు అనేవి మారిపోతూ వుంటాయి" అని అర్థం చేసుకోకూడదు. ఒక విషయాన్ని మొదట తప్పుగా అర్థం చేసుకున్నప్పుడు, సరైన అవగాహన వొచ్చే వరకూ మాత్రమే అవి మారుతూ వుంటాయి. సరైన అభిప్రాయం దొరికిన తర్వాత కూడా అది మారుతూ వుండదు. పాత అభిప్రాయాల కన్న మేలైన, తార్కికమైన అభిప్రాయాలు కనపడ్డప్పుడు, పాత అభిప్రాయాల్నీ, నమ్మకాల్నీ వొదిలించుకోవాలి.

ఈ రచనలో 'శంకరం' దుర్మార్గుడు కాడు. మూర్ఖుడూ, సంకుచిత దృక్పథం గలవాడూ కాడు. సమాజంలో కొందరు ఎప్పుడూ కష్టపడుతూ ఏమీ హక్కులు లేక అవమానపడుతూ వుండాలనీ, మరి కొందరు ఎప్పుడూ లాభపడుతూ సుఖంగా జీవిస్తూ వుండాలనీ, కోరే వ్యక్తి కాడు. సమాజంలో అందరూ సుఖపడుతోనే వుండాలని అతని కోరిక. కానీ, సమాజ స్వరూపాన్ని అర్థం చేసుకోవడంలో అతనికి సరైన దృష్టి లేదు. (ఈ సమాజం వర్గ భేదాలు గల దోపిడీ సమాజం కాబట్టి, ఈ సమాజ సమస్యలన్నీ ఆ పునాది నించే పుట్టుకొస్తున్నాయి - అనే దృష్టి లేదు.) సమాజంలో అందరూ సుఖంగా ఒకే రకంగా వుండడానికి మార్గం వుందనీ, దాన్ని వర్గ పోరాటాల ద్వారా సాధించవచ్చనీ, అతను ఎరగడు. కానీ, అతను సంస్కారవంతుడనీ, అభ్యుదయ భావాలు కలవాడనీ చెప్పడానికేమీ సందేహం లేదు. ఈ సంఘ సంకుచిత సాంప్రదాయాల్ని అతను ఎంతో ముఖ్యమైన విషయాలలో తోసివేశాడు. తన బాధ్యతల్ని తను నిర్వర్తించకుండా, భార్యా బిడ్డల పట్ల కిరాతకంగా ప్రవర్తించిన తండ్రిని అతను తండ్రి స్థానం నించి తీసి వేశాడు. ఒక పురుషుడితో అన్ని విధాలా సంపర్కం కల స్త్రీని అతను ప్రేమించి తన జీవితంలోకి తెచ్చుకున్నాడు. ఈ రెండు

విషయాలలో అతను సామాన్యుల స్థాయి కన్నా ఎంతో ఉన్నతంగా వున్నాడు. ఈ నవల ప్రధానంగా ఈ రెండు అంశాలకు సంబంధించినదే. అతని రాజకీయ జ్ఞానం ఎంత పొరపాటుగా వున్నా (ఆ పొర పాటులో కూడా అతను, అందరికీ మేలు జరగాలనే దృష్టి తోనే వున్నాడు), మొత్తం కథా వస్తువు అభివృద్ధి కరమైన అంశాల తోనే వుంది.

ఈ 'ముందు మాట' సహాయంతో పాఠకులు ఈ నవలలో వున్న కొన్ని పొరపాటు అభిప్రాయాల్ని విడిచిపెట్టి, అభివృద్ధికరమైన అంశాలనే గ్రహిస్తారని ఆశిస్తున్నాను. 30-9-1975

చివరి మాట

[6 వ ముద్రణ సమయంలో, 2007 అక్టోబరులో రాసినది]

ఈ కథలో ఇప్పుడు చేసిన కొంచెం పెద్ద మార్పుల గురించి :

1. శంకరం, నాయనమ్మని కలుస్తాడు. ఇది పూర్తిగా కొత్తది.

2. బాలకృష్ణ స్నేహితురాలైన విమలని కూడా కలిసి, బాలకృష్ణ గురించి తనకు తెలిసిన నిజాలు చెప్పి, ఆమెకు బాలకృష్ణ మీద వున్న అపార్థాలు పోగొట్టడానికి ప్రయత్నిస్తాడు. — ఈ భాగం కూడా పూర్తిగా కొత్తది. ఇది, గత ముద్రణల్లో లేదు.

3. శ్యామల, శంకరంతో, అతని మీద ఒకప్పుడు తనకు కలిగిన ప్రేమ గురించి చెపుతుంది. ఈ సంఘటన, కథలో మొదటి నించీ వున్నదే. కానీ, ఈ సంఘటనని ఇప్పుడు, ఎక్కువ వివరంగా రాశాను. ఇద్దరూ కొంత ఎక్కువగా మాట్లాడుకుంటారు. ఈ మార్పు అవసరం అనిపించి అలా చేశాను.

4. మాలతి, మళ్ళీ పెళ్ళి చేసుకోవడానికి మొదట విముఖంగా వుంటుంది. కానీ, శంకరం ఆమెకు ఉత్తరం రాసిన తర్వాత, ఇద్దరూ మాట్లాడుకుంటారు. ఈ సంఘటన కూడా కథలో మొదటి నించీ వున్నదే. కానీ, ఇప్పుడు ఈ సంఘటనలో సంభాషణలు పెరిగాయి.

ఈ మార్పులు, కథకు తగిన విధంగానే, ఆ పాత్రలకు తగిన విధంగానే, కథ పరిమితులకు లోబడే వుంటాయి.

25-10-2007

సినిమా వాళ్ళ మీద కేసు వివరాలు

'**ఇదే నా న్యాయం**' నవల 1966 లో 'యువ' మాస పత్రికలో సీరియల్‌గా ప్రారంభమైంది. పుస్తకంగా 1968 లో, మొదటి ముద్రణ వచ్చింది.

1980 జనవరిలో, ఒక పాఠకుడు, క్షవరం షాపుకి వెళ్ళినప్పుడు, అక్కడ 'సినీ హెరాల్డ్' అనే పత్రిక (4-1-1980 తేదీ నాటిది) చూశాననీ, అందులో 'ఇదే నా న్యాయం' నవలని కాపీ కొట్టి 'గోరింటాకు' సినిమా తీశారనే అర్థం వచ్చే వ్యాసం ఒకటి వుందనీ, మాకు చెప్పాడు. తర్వాత, ఆ పత్రిక తెచ్చి చూశాము.

అందులో ఆ వ్యాసం పేరు ఇలా వుంది :

"'గోరింటాకు' సినిమా కథ రంగనాయకమ్మదా, రామలక్ష్మిదా?"

ఆ వ్యాసం రాసిన రచయిత్రి పేరు — **వాసా ప్రభావతి.**

మొదట ఆ వ్యాసం చూడండి.

'గోరింటాకు' కథ

రంగనాయకమ్మదా, రామలక్ష్మిదా?

ఈ మధ్య 'గోరింటాకు' సినిమాకు వెళ్ళాను. సినిమా ప్రారంభమయింది. కథ ఇంత పరిచయంగా ఉందేమిటా అని ఆశ్చర్యపడ్డాను. జ్ఞాపకం చేసుకుంటే, ఆ కథ ఏ నవల లోదో జ్ఞాపక మొచ్చింది. నేను పొరబడుతున్నానా అనుకున్నాను, అంతలో నాయకురాలి పెళ్ళి జరిగిపోయింది. అత్తవారింటికి బయలుదేరుతోంది. కారెక్కబోతూంటే తల లోని తెల్ల గులాబి జారి నేల మీద పడింది. నిలబడి చూస్తున్న నాయకుడు వెంటనే వెళ్ళి ఆ తెల్ల గులాబీని తీసి ఆమె కందించాడు. ఉలిక్కిపడ్డాను. నాయకుడు పువ్వందించినందుకు కాదు. నేను చదివిన రంగనాయకమ్మ గారి నవల 'ఇదే నా న్యాయం' లో ఘట్టాలూ, కథా విధానమే 'గోరింటాకు' సినిమాలో చూడటం వల్ల అలా అయింది. మరి తెర మీద కథ రామలక్ష్మి గారిదని చూపించారు. నేను యింటికి తిరిగి వచ్చినాక పొరపాటు పడుతున్నానేమోనని మళ్ళీ 'ఇదే నా న్యాయం' నవల మొదటి నుంచి చదివాను. నాది భ్రమ కాదు. అదే కథ. ముప్పాళ్ళ రంగనాయకమ్మ

వ్రాసిన ఆ నవల ప్రథమ ముద్రణ 1968 లో జరిగినట్లు ఆ నవల మీద ఉంది. మరి 'గోరింటాకు' సినిమా కథా రచయిత్రి కె.రామలక్ష్మి అంటారేమిటి? నా కిప్పటికీ అర్థం కాని ప్రశ్న ఇది. నవలా కథను సినిమాగా తీసినప్పుడు కొన్ని మార్పులు చేసి తీయడం, కొన్ని చోట్ల పాత్ర శీలాన్నే మార్చడం మన నిర్మాతలకు, దర్శకులకు అలవాటే. అందుకనే ఆ నవలకూ, 'గోరింటాకు' సినిమాకూ, కొన్ని స్వల్పమైన మార్పులు కనబడుతున్నా, ఆ నవలే ఇలా వచ్చిందంటే ఎవరికీ ఎట్టి ఆశ్చర్యమూ కలుగదు. కాని ముప్పాళ్ళ రంగనాయకమ్మ గారి పేరు కె.రామలక్ష్మి గారు గా ఎలా మారిందా అన్న సందేహం, ఎప్పుడో నవల చదివి సినిమా చూసి మళ్ళీ వెళ్ళి నవల చదివిన నన్ను వదిలి పెట్టలేదు.

"అపారే సినీ సంపారే దర్శకేవ ప్రజాపతిః" అని అనుకుంటే అది మాత్రం ఏమంత ఆశ్చర్యం లెండి. రామాయణ, మహా భారత కథలనే తమ పేర పెట్టుకుంటున్నప్పుడు ఇదేమంత గొప్ప విషయం?

'ఇదే నా న్యాయం' నవలలో, నాయకురాలికి ఒక చిన్న తమ్ముడు, ఒక చిన్న చెల్లెలు, ఉంటారు. తల్లి లేదు. తండ్రి ఉన్నాడు. అందరూ చాలా మంచి వాళ్ళు. చాలా ఉన్నవాళ్ళు. హీరోని తెచ్చి ఇంట్లో పెట్టుకుంటుంది. బట్టలు కూడా కొని ఇస్తుంది. అతన్ని ఇంట్లో ఉన్న వాళ్ళు బాగా చూస్తారు. కాని తన ప్రేమను మనస్సులోనే దాచుకుని అతనితో చెప్పదు. మరొకరితో ఆమె పెళ్ళి నిశ్చయమవుతుంది. పెళ్ళి జరుగుతుంది. హీరోయే పెళ్ళి పెద్ద. ఇక నాయకుడి తండ్రి త్రాగుబోతు. తల్లి అమాయకురాలు. నానా కష్టాలూ పడుతూ ఉంటుంది. హీరోకి చెల్లెలుండి చనిపోతుంది. తండ్రి మరొకతెను తెచ్చుకోడం, హీరో ఇల్లు వదిలి వెళ్ళి నానా కష్టాలుపడి అందరి సహాయంతో చదువుకోడం, తండ్రి మీద ద్వేషం. ఇవన్నీ కూడా 'ఇదే నా న్యాయం' నవలలో ఉన్నట్లే, 'గోరింటాకు' సినిమాలో కూడా ఉన్నాయి.

ఇక మొదటి హీరోయిన్‌కు పెళ్ళయ్యాక హీరోకు మరొక మతి భ్రమణం గల హీరోయిన్‌తో పరిచయం, ప్రేమలో పడడం, ఆవిడ మామూలు మనిషి అవడం, ఆవిడతో వివాహం - ఈ విషయాలన్నీ కూడా రెండింటా ఒకటి గానే ఉన్నాయి. కొన్ని అప్రధానమైన విషయాల్లో కొంత భేదం కనబడుతోంది. మొదటి నాయకురాలు డాక్టరు చదివిందా లేదా? ఇద్దరికీ పరిచయమెట్లు జరిగింది? రెండవ నాయకురాలికి మతి భ్రమణానికి కారణమేమిటి? హీరో తల్లి దండ్రుల సంగతేమిటి? ఇలాంటి విషయాలు మాత్రం వేరుగా మలచబడ్డాయి.

ఒక రచయిత్రి నవల లోని కథ, సన్నివేశాలు, మరో రచయిత్రి పేర సినిమాగా ఎలా వచ్చిందా అని నాకు ఆశ్చర్యం కలిగింది. రచయిత్రులిద్దరికీ నేను అపరిచితురాలనే. ఇద్దరూ నా కభిమానులే. వారిద్దరి మధ్య ఉండే స్నేహం కాని, వారి మనస్తత్వాలు కాని, నాకు తెలియవు. ఒక రచయిత్రి వ్రాసిన కథనే మరో రచయిత్రి రాయడం అసంభవమని అందరికీ తెలుసు. ఒక నవల పుట్టాక అదే కథతో, అదే సన్నివేశాలతో, మరో రచయిత్రి రాయలేదన్నది యథార్థం. కొన్ని పోలిక లుండవచ్చు. కాని కవల పిల్లల్లా ఉన్న ఈ రెండు నవలల్ని వేరు వేరు రచయిత్రులు రాశారంటే నమ్మడమెలా? సినిమా బాగుండ లేదని గాని, డైరెక్షన్ బాగా లేదని గాని, నే ననడం లేదు. అనుమానమల్లా ఆ కథే, ఈ సినిమాగా ఎలా మారిందా అని?

డాక్టర్ వాసా ప్రభావతి, హైదరాబాదు.

('సినీ హెరాల్డ్' వార పత్రిక, 4-1-1980)

[ఈ వ్యాసాన్ని, కోర్టులో A–8 అనే ఎగ్జిబిట్‌గా పెట్టాము.]

ఈ వ్యాసం రాసిన వాసా ప్రభావతి ఎవరో అప్పుడు మాకు తెలీదు. అప్పుడు ఆమె హైదరాబాదులోనే 'వనితా మహా విద్యాలయ' కాలేజీలో తెలుగు లెక్చెరరుగా వున్నారని తర్వాత తెలిసింది.

ఆ వ్యాసం చదివి, దాన్ని మా లాయరు గారైన మొవ్వా చంద్రశేఖర రావు గారికి చూపిస్తే, ఆయన మమ్మల్ని ఆ సినిమా చూసి రమ్మ న్నారు. సినిమాలు చూడడం చాలా తగ్గించేశాం. అయినా తప్పదు కాబట్టి ఆ సినిమా చూశాం. అప్పటికి, ఆ సినిమా విడుదలై 80 రోజులైంది.

నా నవలకీ, ఆ సినిమాకీ తప్పని సరిగా అనేక పోలికలు వున్నట్టు మాకు నమ్మకం కలిగింది. ఆ పోలిక లన్నిటినీ, ఒక పట్టిక పద్ధతిలో రాసి లాయరు గారికి ఇచ్చాం. తర్వాత లాయరు గారు కూడా ఆ సినిమా చూశారు.

కేసులకు దిగే ముందు, కె. రామ లక్ష్మికీ, దాసరికీ, నిర్మాతలైన కె.మురారీ, కె. నరసింహం నాయుడూ అనే వారికీ, డిస్ట్రిబ్యూషన్ కంపెనీకీ, మొత్తం 5 గురికి, రిజిస్టర్డ్ నోటీసులు 28-1-80 న ఇచ్చాం — కాపీ రైట్‌ని ఉల్లంఘించారనే ఆరోపణతో.

ఆ నోటీసులకు, దాసరి జవాబు ఇవ్వలేదు. మిగతా వాళ్ళందరూ,

అసలు 'ఇదే నా న్యాయం' నవల గురించి తమకేమీ తెలియదని జవాబులు ఇచ్చారు.

అప్పుడు, ముందు క్రిమినల్ కేసూ (కాపీ కొట్టిన నేరానికి వారికి శిక్షలు పడాలని), తర్వాత సివిల్ దావా (కాపీ కొట్టినందుకు నష్టపరిహారం చెల్లించాలని) — రెండు కేసులూ పెట్టాం హైదరాబాదులో.

క్రిమినల్ కేసు విషయంలో, మద్రాసులో జరిగిన క్రిమినల్ నేరం హైదరాబాదు కోర్టు పరిధిలోకి రాదని, కోర్టు, ఆ కేసుని మూసేసింది (క్లోజ్డ్). ఆ కేసుని నడపాలంటే, మద్రాసులో నడపాలట. అది సాధ్యం కాదని దాన్ని వదిలేశాం.

సివిల్ దావా, హైదరాబాదు సిటీ సివిల్ కోర్టులో, చీఫ్ జడ్జీ కోర్టులో, నడిచింది.

ఈ సివిల్ దావా నడుస్తూ వుండగా, 'గోరింటాకు' సినిమానే హిందీలో, **'మెహందీ రంగ్ లాయెగీ'** పేరుతో దాసరి నారాయణరావు దర్శకత్వంలోనే తీస్తున్నారని పత్రికల్లో చూసి, 20-9-1981 న హిందీ నిర్మాతలకు కూడా నోటీసులు పంపాము. ఆ హిందీ సినిమా విడుదల కాకుండా ఇంజెంక్షన్ ఇవ్వాలని హైకోర్టులో పిటీషన్ వేస్తే, హైకోర్టు, ఆ హిందీ నిర్మాతలకు తాత్కాలిక ఉత్తర్వులు ఇచ్చింది — లక్ష రూపాయలు కోర్టుకి కట్టి, అంతిమ తీర్పుకి లోబడి వుండే షరతు మీద హిందీ సినిమాని విడుదల చేసుకోవచ్చునని.

ఆ లోగా, రామలక్ష్మి ఏం చేసిందంటే, 1980 జనవరి లో, మేము నోటీసులు ఇచ్చిన తర్వాత ఒక నెల నాటికి, 'రావుడు' అనే నవలని, అది 'గోరింటాకు' సినిమాకి మూలం — అని వివరిస్తూ, ప్రచురించింది, దేశీ ప్రచురణలలో.

సివిల్ దావాలో దాసరి తప్ప, అందరూ కోర్టుకి హాజరయ్యారు.

రామలక్ష్మి, గతంలో మా నోటీసుకి ఇచ్చిన జవాబులో, 'ఇదే నా న్యాయం' నవల సంగతి అసలు తనకు తెలియదనీ, ఆ పుస్తకం తను చదవలేదనీ, చెప్పింది కదా? ఈ కేసులో జరుగుతూ వున్న సంగతులన్నీ మా మిత్రులకు కొందరికి తెలుసు. వారిలో, **ఆదిమధ్యం రమణమ్మ గారు** (ఈమె కూడా రచయిత్రి. విశాఖపట్నం. ఇప్పుడు ఈవిడ జీవించి లేరు), ఒక పుస్తకం గురించి మాకు ఒక సమాచారం ఇచ్చారు. ఆ సమాచారం ఏమిటంటే, 'ఇదే నా న్యాయం' నవలని ప్రశంసిస్తూ కె. రామలక్ష్మి 1970 లో రాసిన

ఒక వ్యాసం ఆ పుస్తకంలో వుంది. ఆ వ్యాసం పేరు — 'మారుతున్న సమాజంలో నవల'.

ఆ వ్యాసం వున్న సంకలనం పేరు — "మారుతున్న సమాజంలో రచయితల బాధ్యత". ప్రచురణ : యువ భారతి సంస్థ. (దాని ప్రచురణ కాలాన్ని పొరపాటున మేము నోట్ చెయ్యలేదు. ఆ పుస్తకం కోర్టులోనే వుండిపోయింది.)

ఆ వ్యాస సంకలనం, కె. కె. రంగ నాధాచార్యులు గారి దగ్గిర దొరికింది. అప్పట్లో ఆయన, 'ఆంధ్ర సారస్వత పరిషత్' నిర్వహించిన ప్రాచ్య కళా శాల'కి ప్రిన్స్‌పాల్‌గా వుండేవారు. ఆ ఆవరణలోనే యువ భారతి సంస్థ కార్యక్రమాలు జరిగేవి. ఆ సంస్థ - పుస్తకాల షాపు కూడా అక్కడే వుండేది. కానీ, ఆ పుస్తకం కొనడానికి ఆ షాపులో అప్పుడు దొరకలేదు. రంగనాధాచార్యులుగారు తన స్వంత కాపీ ఇచ్చారు. దాన్ని కోర్టులో పెట్టాం. అది కోర్టులో నించి బైటికి రానే లేదు.

రామలక్ష్మిని, మా లాయరు, కోర్టులో ప్రశ్నలు అడిగేటప్పుడు, మొదట 'ఇదే నా న్యాయం' సంగతి తనకు తెలియదనే చెప్పింది. ఆమె రాసిన వ్యాసం వున్న పుస్తకాన్ని ఆమె మొహం మీద పెట్టేసరికి, మొదట తత్తరపడింది. తర్వాత, "నేను ఆ నవలని చదవలేదు గానీ ఆ నవల మీద ఎవరో రాసిన సమీక్ష చదివి, ఆ నవలని ప్రశంసిస్తూ ఆ వ్యాసం రాశాను" అని చెప్పింది. (ఆ తెలివికి మెచ్చుకోవలిసిందే.)

వాసా ప్రభావతి గార్ని, సినిమా వాళ్ళు, కోర్టులో మా తరుపున సాక్ష్యం ఇవ్వవద్దని చాలా అడిగారని ఆవిడ తర్వాత మాకు చెప్పింది. కానీ ఆవిడ, తన వ్యాసానికే కట్టుబడి, మాట తప్పకుండా కోర్టుకి వచ్చి సాక్ష్యం ఇచ్చింది.

చివరికి, మేము దావా వేసిన 3 సంవత్సరాలకు, విచారణ పూర్తి అయింది. ఆ చివరి కాలంలో వున్న జడ్జీ గోగినేని రాధాకృష్ణారావు గారు, గోరింటాకు సినిమా కూడా చూసి, తీర్పు ఇచ్చారు, 31-1-1983 న.

'గోరింటాకు' సినిమా, 'ఇదే నా న్యాయం' నవలకు కాపీయే ననీ, కాపీరైట్ ఉల్లంఘన జరిగినట్టే ననీ, నష్టపరిహారం కింద, తెలుగు సినిమా వారు (కథా రచయిత్రీ, దర్శకుడూ, నిర్మాతలూ, విడి విడిగా గానీ, కలిసి గానీ), 30 వేలూ, హిందీ సినిమా వారు 20 వేలూ ఇవ్వాలనీ, దావా వేసిన రోజు నించీ, డబ్బు చెల్లించే నాటిదాకా, 9% చొప్పున వడ్డీ కూడా

చెల్లించాలనీ, తీర్పు ఇచ్చి డిక్రీ పాస్ చేశారు.

ఆ తీర్పులో, జడ్జీ, దాసరి నారాయణ రావు మీద కొన్ని వ్యాఖ్యలు కూడా చేశారు. కాపీ కొట్టడం అనేది, ఒక జాడ్యం అనీ, అది ఈ దర్శకుడికి అలవాటే ననీ, ఈ దర్శకుడి మీద జరిగిన కొన్ని పాత కేసులూ వాటి తీర్పులూ ఉదాహరణగా తన తీర్పులో చేర్చారు.

ఆ తీర్పుని వ్యతిరేకిస్తూ, సినిమా వాళ్ళందరూ హైకోర్టులో అపీల్ చేసుకున్నారు. దాసరి నారాయణ రావు ప్రత్యేకంగా, అపీలులో, తన మీద కాపీ కొట్టడానికి సంబంధించిన వ్యాఖ్యల్ని తీసివెయ్యాలని అడిగాడు.

హైకోర్టు కూడా, కింది కోర్టు తీర్పునే ధృవీకరించింది. ఈ కేసులో, కాపీ రైటు ఉల్లంఘన జరిగిందనీ, నష్టపరిహారం చెల్లించ వలసిందేననీ, కానీ దర్శకుడు కోరినట్టుగా అతని కాపీ కొట్టడం మీద కింది కోర్టు చేసిన వ్యాఖ్యల్ని తొలగిస్తున్నా ననీ హైకోర్టు జడ్జీ కె. రామస్వామి, తీర్పులో చెప్పారు.

హైకోర్టు తీర్పు వచ్చిన తర్వాత కూడా సినిమా వాళ్ళు నష్టపరిహారం చెల్లించడానికి సిద్ధం కాలేదు. పట్ట నట్టు వూరుకున్నారు. అప్పుడు మేము, దాసరి నారాయణరావు మీద నాన్ బెయిలబుల్ వారెంట్ జారీ చెయ్యాలనీ, అతను నడుపుతున్న 'ఉదయం' పత్రికలో వస్తువుల్ని స్వాధీనం చేసుకుని నష్టపరిహారం రాబట్టే ఏర్పాట్లు చెయ్యాలనీ, కోర్టులో మళ్ళీ పిటీషన్ పెట్టాం. ఆ పిటీషన్ సమాచారం అందగానే, ఆ తెలుగు నిర్మాతలు అప్పటికి దిగి వచ్చి, అసలూ వడ్డీ జమ చేశారు. హిందీ నిర్మాతలు అసలు మాత్రమే కట్టి, కోర్టు ఆదేశాల్ని ధిక్కరించి వడ్డీని ఎగ్గొట్టారు. దాని కోసం మళ్ళీ హైదరాబాద్‌లో పిటీషన్ పెట్టి, బొంబాయికి సమన్లు పంపితే, ఆ నిర్మాత ఎప్పుడు చూసినా దొరకడు. 'ఇంట్లో లేడు'. ఇంకో కాపీ కొట్టుడు వ్యవహారంలో బిజీగా వుండిపోయాడో యేమో, మాయం అయిపోయాడు!

'ఇక పోనియ్యి' అని వదిలేశాం. ఆ రకంగా, దాసరీ, రామలక్ష్మి కలిసి నైపుణ్యంగా చేసిన కాపీ కొట్టుడు వ్యవహారం మీద మా కేసులు కొన్ని ఏళ్ళకు ముగిశాయి.

★ ★ ★

ఈ కేసుల గొడవంతా చూస్తే, ఎవరికైనా రావలసిన ప్రశ్నలు: సినిమా వాళ్ళకి, ఈ నవలలో కథ నచ్చితే, వాళ్ళు ఆ నవల రాసిన

వ్యక్తినే అడగవచ్చు కదా? కాపీ కొట్టే ప్రయత్నా లెందుకు? ఈ చికాకులన్నీ ఎందుకు? — ఈ ప్రశ్నలు ఎవరికైనా రావాలి, వస్తాయి.

సినిమా వాళ్ళు ఇక్కడా అక్కడా ఏం చెప్పుకున్నారంటే, 'మొదట రంగనాయకమ్మనే అడిగాం. ఇవ్వ నంది. ఆ కథ మాకు నచ్చి అలా చేశాం' అని చెప్పుకున్నారు.

అది వింటే, నాకు చాలా నెలల తర్వాత, ఒక విషయం కొంచెం జ్ఞాపకం వచ్చింది — ఎవరో వచ్చి అడిగినట్టూ, నేను ఇవ్వనని చెప్పి నట్టూ, అది నిజమే అయినట్టూ!

ఒక వేళ మొదట ఎవరో అడిగి నప్పుడు నేను ఒప్పుకోకపోయినా, వాళ్ళు మళ్ళీ ఇంకో సారి ప్రయత్నిం చాలి. నా అభ్యంతరా లేమిటో తెలుసు కొని, కథ విషయంలో జాగ్రత్త లతో ప్రవర్తిస్తామని నాకు చెప్పాలి. నాకు నమ్మకం కలిగించాలి. మళ్ళీ మళ్ళీ ప్రయత్నించాలి కదా?

ముఖ్యంగా, ఈ నవలలో వున్న కథలో చిట్ట చివరి అంశం కోసమే నే నీ నవల రాశాను. దుర్మార్గుడైన తండ్రిని కొడుకు వదిలెయ్యాలి — అని చెప్పాలని. కథలో, మిగిలిన విషయాలు సంఘంలో కొత్తవి కావు. అనేక మంది స్త్రీలు, కష్టాలతోనే జీవిస్తూ వుంటారు. అలాగే శంకరం తల్లి కూడా. శంకరం, ఇతరుల దాన ధర్మాలతో చదువుకోవడంలో కూడా కొత్తదనం లేదు. ఒక యువకుడు, బాల వితంతువునో, ప్రౌఢ వితంతు వునో పెళ్ళి చేసుకోవడంలో కూడా కొత్తదనం లేదు. చివరికి, దుష్టుడైన తండ్రిని తిరస్కరించడమూ, తమ ఇంటి పని వాడైన సహృదయుణ్ణి తన పెంపుడు తండ్రిగా భావించడమూ — ఇదే ఈ కథలో ప్రధాన విషయం.

తండ్రులు ఎంతెంత దుష్టులైనా, వాళ్ళకే కొడుకులు లొంగి వుండి, 'మా తండ్రిగారు, నాన్నగారు' అంటూ, ఆ దుష్టులకే బానిసగిరీలు చేసే సంఘం ఇది. ఆ బానిసత్వాన్నే వ్యతి రేకించా లనేది ఇందులో అసలైన వుద్దేశ్యం.

కానీ, ఈ కథని సినిమా వాళ్ళకి ఇస్తే, వాళ్ళు తప్పకుండా ఆ ముగిం పుని మార్చేస్తారు. కొడుకు, ఆ దుర్మా ర్గపు తండ్రినే గౌరవించినట్టు చేస్తారు. 'గోరింటాకు' సినిమాలో ముగింపులో అదే జరిగింది. ఈ సినిమాలో, హీరో తల్లి బతికే వుంటుంది. ఆవిడ, చివర్లో భర్త గారి వెంటే బైల్దేరుతుంది. ఇలాంటి ముగింపే చేస్తారనే అభి ప్రాయం వుండడం వల్లనే, ఈ కథని నేను సినిమాకి ఇవ్వడానికి ఒప్పు

కోలేదు. తండ్రిని కొడుకు తిరస్కరించడం అంటే, సంఘం తల్లకిందులై పోతుందనీ, ఎవ్వరూ సినిమా చూడరనీ, సినిమా వాళ్ళు భయపడి పోతారు.

గురజాడ 'కన్యాశుల్కం' కథని సినిమా తీసినవాళ్ళు కూడా ఇదే చేశారు. అసలు కథలో అయితే, గిరీశానికీ బుచ్చెమ్మకీ పెళ్ళి అవదు. బుచ్చెమ్మకి, గిరీశం భర్తగా అవ్వాలని రచయిత అనుకోలేదు. కానీ, సినిమాలో అదే చేశారు. ఇక, రచయిత చెప్పిన కథకి అర్థం ఏముంటుంది?

ముఖ్యంగా, చెడ్డ భర్తల్నీ, చెడ్డ తండ్రుల్నీ, గిరీశం లాంటి చెడ్డ హీరోల్నీ తిరస్కరించే కథలు, సినిమా వాళ్ళ చేతుల్లో పడితే, ఆ కథల్లో అర్థమే దెబ్బతింటుంది.

సినిమా వాళ్ళని అయితే, కొంచెమైనా అర్థం చేసుకోవచ్చు. బోలెడు పెట్టుబడి పెట్టి సినిమా తీస్తారు కాబట్టి, జనం చూడరేమో అని భయపడి, ముగింపుల్ని చచ్చు పుచ్చుగా మారుస్తారని అర్థం చేసుకోవచ్చు. కానీ, బాగా చదువుకున్న వాళ్ళూ, రచయితలైన వాళ్ళూ కూడా చాలా విషయాల్లో న్యాయా న్యాయాలు ఆలోచించరు.

ఒక సారి నేను, 'కాంతం' కథలు రాసిన మునిమాణిక్యం గారి ఇంటికి వెళ్ళాను. ఆయన, గతంలో ఒక పత్రికలో ('జయశ్రీ' మాస పత్రికలో అన్నట్టు గుర్తు), రాసిన ఒక వ్యాసం చూసి, ఆయనకు ఉత్తరం రాశాను. నా పుస్తకాలు కూడా కొన్ని పంపాను. ఆ తర్వాత, హైదరాబాదు వచ్చినప్పుడు, వారి ఇంటికి వెళ్ళి ఆయన్ని కలిశాను. 'స్వీట్ హోమ్'ని ఆయన మెచ్చుకున్నారు. కానీ తర్వాత, ఈ 'ఇదే నా న్యాయం' కథలో ముగింపు గురించి ప్రస్తావించి, 'కొడుకు, తండ్రితో అలా ప్రవర్తించడం ఏమిటి?' అని చాలా కోపంగా మాట్లాడారు. 'ఆ తండ్రి, కొడుకుతో ఎలా ప్రవర్తించాడో మీరు కథలో చూడలేదా?' అంటే, 'అయినా సరే, అప్పుడేదో చేశాడు. అందుకని, ఆ తండ్రిని తిరస్కరించడమేనా?' అనే పద్ధతిలోనే ఆయన కోపంగా వాదించారు. సంఘం నిండా వున్నది ఇలాంటి జనమే. అందుకే సినిమాల వాళ్ళకి, ఏ కొత్త మార్పు చెయ్యాలన్నా, ప్రతీ దానికీ భయమే.

వాళ్ళు నన్ను మళ్ళీ అడిగి వుంటే, ఆ ముగింపుని మాత్రం అలాగే వుంచాలనే షరతుతో నేను ఒప్పుకునే దాన్నేమో. కానీ, అనవసరంగా కేసుల్లో ఇరుక్కుని చెడ్డ పేరు తెచ్చుకున్నారు.

రంగనాయకమ్మ, 14-9-2007

★

రంగనాయకమ్మ రచనలు

నవలలు —15

రూ.లు

1. కృష్ణవేణి 80
2. పేకమేడలు, 3. చదువుకున్న కమల
(ఈ రెండు పుస్తకాలూ ఒకే సంపుటంగా) 60
4. బలిపీఠం 60
5. కూలిన గోడలు 40
6. స్త్రీ 40
7. రచయిత్రి (సవరించి, పెంచిన ప్రతి) 70
8. ఇదే, నా న్యాయం! 60
9. కళ ఎందుకు? 50
10. స్వీట్ హోమ్ (3 భాగాలూ కలిసిన సంపుటం) 150
11. అంధకారంలో... 50
12. జానకి విముక్తి (3 భాగాలూ కలిసిన సంపుటం) 140
13. కళ్ళు తెరిచిన సీత (యథార్థ గాథ) 120
14. దొంగ తల్లిదండ్రులుంటారు జాగ్రత్త! 150
15. వాళ్ళిద్దరూ అంతేనా? 150

నవలా పరిచయాలు —3

1. స్పార్టకస్ (హోవర్డ్ ఫాస్ట్ నవల)
2. టామ్ మామ ఇల్లు (హారియట్ బీషర్‌స్టోవే నవల)
3. స్వేచ్ఛాపథం (హోవర్డ్ ఫాస్ట్ నవల)

[ఈ 3 పుస్తకాలూ, ఒకే సంపుటంగా] 70

నవలికలు —5

1. ప్రేమ కన్నా మధురమైనది! 3. చుట్టాలు
2. ఆండాళమ్మగారు 4. పల్లెటూరు
5. నా డైరీలో ఒక పేజీ (కొంత భాగం)

(ఈ 5 పుస్తకాలూ, ఒకే సంపుటంగా) 60

4. పల్లవి లేని పాట (ఒక నవలికా, కొన్ని వ్యాసాలూ).... 100
5. అభ్యుదయ ప్రేమలు! (కథలూ, వ్యాసాలూ) 80
6. మార్క్సే నా టీచరు! 50
7. ఇది, మానవ సమాజమేనా? 50

ప్రశ్నలూ, జవాబులూ —2

1. శాస్త్రీయ దృక్పథం .... [ఈ 2 పుస్తకాలూ, ఒకే సంపుటంగా]
2. పాఠకుల ప్రశ్నలూ, రంగనాయకమ్మ జవాబులూ.................. 60

అనువాదాలు —2

1. చైనాలో ఏం జరుగుతోంది? 50
2. చైనాలో సాంస్కృతిక విప్లవము పరిశ్రమల నిర్వహణా! 50

ఇతర రచనలు —12

1. రామాయణ విషవృక్షం (ఒకే సంపుటంగా) 250
2. మార్క్స్ "కాపిటల్" పరిచయం .... 330 [2 సంపుటాలు గా]
3. ఒకటవ తరగతి తెలుగు వాచకము 20
4. పిల్లల కోసం ఆర్థిక శాస్త్రం 100
5. శ్రమ దోపిడీ ప్రపంచాన్ని మార్చాలి! 50
6. ఆత్మ కథాంశాల ఉత్తరాలు 40
7. తత్వశాస్త్రం-చిన్న పరిచయం 80
8. ఇదండీ మహా భారతం! 170
9. ఒక సంఘ సంస్కర్త భార్య ఆత్మ కథ! ఒక పాటల కవి భార్య మనోవేదన! 40
10. పాఠకులు నాకు రాసిన ఉత్తరాలు 50
11. వేదాలు! వేదాలు! వేదాలు! వేదాలు! ఏం చెప్పాయి వేదాలు? 80
12. 1917 అక్టోబరు విప్లవం ఎందుకు పోయింది? సోవియట్ రష్యాలో ఏం జరిగింది? 100

ఈ పుస్తకాలు దొరికేచోటు: **అరుణా పబ్లిషింగ్ హౌస్**
ఏలూరు రోడ్డు, విజయవాడ - 500 002, (ఫోన్: 0866 - 2431181 / సెల్: 9440630378)